Drakúla

1. Kafla .

Dagbók Jonathan Harkers

3. Maí. Bistritz. — fór frá münchen klukkan 20:35, 1. Maí, kominn til vínna snemma næsta morguns; hefði átt að koma klukkan 6:46, en lest var klukkutíma of sein. Buda-pesth virðist yndislegur staður, frá svipnum sem ég fékk af honum úr lestinni og litla sem ég gat gengið um göturnar. Ég óttaðist að fara mjög langt frá stöðinni þar sem við vorum komnir seint og byrjum eins nálægt réttum tíma og mögulegt var. Mér fannst ég vera farinn úr vestri og fara inn í austur; vestustu glæsilegu brýrnar yfir dóná, sem er hér með göfuga breidd og dýpt, tók okkur meðal hefða tyrkneskra stjórnvalda.

Við lögðum af stað á nokkuð góðum tíma og komum eftir nóttina til klausenburgh. Hér stoppaði ég um nóttina á hotel royale. Ég borðaði í kvöldmat, eða öllu heldur kvöldmatinn, kjúkling sem var gerður með einhverjum hætti með rauðum pipar, sem var mjög góður en þyrstur. (mem., fáðu uppskrift að mina.) Ég spurði þjóninn og hann sagði að það væri kallað „paprika hendl," og að þar sem þetta væri þjóðréttur ætti ég að geta fengið það hvar sem er meðfram carpathians. Mér fannst smattering mín af þýsku mjög gagnleg hér; reyndar veit ég ekki hvernig ég ætti að geta haldið áfram án þess.

Eftir að hafa haft nokkurn tíma til ráðstöfunar þegar ég var í london hafði ég heimsótt breska safnið og leitað í bókunum og kortunum á bókasafninu varðandi transylvaníu; það hafði komið mér á óvart að viss forvitneskja um landið gat naumast mistekist að hafa nokkra þýðingu í samskiptum við aðalsmann þess lands. Mér finnst að héraðið sem hann nefndi er í ystu austurhluta landsins, rétt á landamærum þriggja ríkja, transylvaníu, moldavíu og búkóvínu, í miðjum karpafjöllum; einn af villtustu og minnst þekktu hlutum evrópu. Ég gat ekki lýst neinu korti eða vinnu með því að gefa nákvæma staðsetningu kastalans í kastalanum, þar sem engin kort eru til af þessu landi til að bera saman við eigin kort yfir landakönnunina; en ég fann að bistritz, póstbærinn sem nefndur er með count dracula, er nokkuð þekktur staður. Ég skal færa hér nokkrar af athugasemdum mínum, þar sem þær kunna að hressa upp á minnið mitt þegar ég tala um ferðir mínar með mina.

Í íbúum transylvaníu eru fjögur aðskilin þjóðerni: saxónar í suðri, og blandaði þeim völundum, sem eru afkomendur díkaanna; töframenn í vestri og szekelys í austri og norðri. Ég er að fara á milli þeirra síðarnefndu, sem segjast vera ættuð frá attila og hunsunum. Þetta getur verið svo, því þegar töframennirnir lögðu landið undir sig á elleftu öld fundu þeir hundar sem settust að í því. Ég las að öll þekkt hjátrú í heiminum er safnað saman í hestaskóna carpathians, eins og hann væri miðstöð einhvers konar hugmyndaríks nuddpotts; ef svo er, þá getur dvöl mín verið mjög áhugaverð. (minn., ég verð að spyrja talninguna um allt.)

Ég svaf ekki vel, þó að rúmið mitt væri nógu þægilegt, því að ég átti alls konar hinsegin drauma. Það var hundur sem öskraði alla nóttina undir glugganum mínum, sem kann að hafa haft eitthvað með það að gera; eða það gæti hafa verið paprikan, því að ég þurfti að drekka allt vatnið í karafanum mínum og var enn þyrstur. Undir morgun svaf ég og var vakinn af því að banka stöðugt á dyrnar mínar, svo að ég held að ég hafi hlotið sofandi. Ég fékk mér í morgunmat meiri papriku og eins konar graut af maíshveiti sem þeir sögðu vera „mamaliga," og eggjaplöntu fyllt með formi, mjög afbragðs rétti, sem þeir kalla „impletata." (mundu, fáðu uppskrift að þetta líka.) Ég þurfti að drífa mig í morgunmat, því lestin byrjaði aðeins fyrir klukkan átta, eða öllu heldur hefði það átt að gera það, því eftir að hafa flýtt mér á stöðina klukkan 7:30 þurfti ég að sitja í vagninum í meira en klukkutíma áður en við fórum að hreyfa okkur. Mér sýnist að því lengra austur sem þú ferð, því óstjórnlegri séu lestirnar. Hvað ættu þeir að vera í kína?

Allan daginn virtist við dilla okkur um land sem var fullt af fegurð af öllu tagi. Stundum sáum við litla bæi eða kastala efst á bröttum hæðum eins og við sjáum í gömlum sendingum; stundum hlupum við með ám og vatnsföllum sem virtust frá breiðum grjóthruni á hvorri hlið þeirra að verða fyrir miklum flóðum. Það þarf mikið vatn og hlaupandi sterkt til að sópa ytri brún árinnar tær. Á hverri stöð voru hópar fólks, stundum mannfjöldi og í alls kyns búningi. Sumar þeirra voru alveg eins og bændurnir heima eða þeir sem ég sá koma í gegnum frakkland og þýskaland, með stuttum jakka og kringlóttum hattum og heimagerðum buxum; en aðrir voru mjög fagurir. Konurnar litu út fallega, nema þegar þú komst nálægt þeim, en þær voru mjög klaufar um mittið. Þær voru með allar hvítar ermarnar af einhverju tagi og flestar voru með stórar belti með fullt af ræmum af einhverju sem flautaði frá þeim eins og kjólarnir í ballett, en auðvitað voru undirstrikar undir þeim. Undarlegustu tölurnar sem við sáum voru slóvakar, sem voru villimennskari en hinir, með stóru kúabúðarhúfurnar sínar, frábærar baggy óhreinhvítar buxur, hvít línskyrta og gríðarlega þung leðurbelti, næstum fótur á breidd, allt prútt yfir með messingeglum. Þeir klæddust háum stígvélum, buxurnar voru festar í þær og höfðu sítt svart hár og þunga svörtu yfirvaraskegg. Þeir eru mjög fagurir, en líta ekki út fyrir að vera fyrirskipaðir. Á sviðinu yrðu þeir settir niður í senn sem einhver gömul austurlensk hljómsveit brigands. Þeim er þó sagt, mjög skaðlaust og vilja frekar náttúrulega sjálfshæfingu.

Það var á myrkri hlið sólseturs þegar við komum til bistritz, sem er mjög áhugaverður gamall staður. Að vera nánast á landamærunum - því borgo-leiðin liggur frá henni inn í bukovina - hún hefur haft mjög stormasama tilveru og hún sýnir vissulega merki um það. Fyrir fimmtíu árum átti sér stað röð af miklum eldsvoða sem olli hræðilegu eyðileggingu við fimm aðskildar tilefni. Strax í byrjun sautjándu aldar fór það undir þrjár vikur umsátri og missti 13.000 manns, þar sem mannfall stríðsins naut aðstoðar hungursneyð og sjúkdóma.

Telja dracula hafði beðið mig um að fara á gullnu krónu hótelið, sem mér fannst, til mikillar ánægju, vera rækilega gamaldags, því auðvitað vildi ég sjá allt sem ég gat um vegu landsins. Mér var greinilega búist við því að þegar ég kom nálægt dyrunum stóð ég frammi fyrir glaðværri eldri konu í venjulegum bændakjólnum - hvítt undirfatnaður með löngu tvöföldu svuntu, framan og aftan, af lituðu efni sem passar næstum of þétt til hógværðar. Þegar ég kom nálægt hneigði hún sig og sagði: „herr englendingurinn?" „já," sagði ég, „jónatan harker." hún brosti og skilaði eldri manni hvítum bolum í hvítum bolum sem fylgdi henni til hurð. Hann fór, en kom strax aftur með bréf: -

„vinur minn. - velkominn til carpathians. Ég býst ákaft eftir þér. Sofið vel í nótt. Klukkan þrjú á morgun byrjar kostgæfni fyrir bukovina; staður á honum er geymdur fyrir þig. Við borgo framhjá mun vagninn minn bíða þín og mun koma þér til mín. Ég treysti því að ferð þín frá london hafi verið ánægð og að þú munt njóta dvalarinnar í fallegu landi mínu.

"vinur þinn,

„drakúla."

4. Maí. - ég komst að því að leigusali minn hafði fengið bréf frá talningunni og beindi honum til að tryggja mér besta sætið á þjálfaranum; en þegar hann lagði fram fyrirspurnir um smáatriðin virtist hann vera nokkuð afturhaldssamur og lét sem hann gæti ekki skilið þýsku mína. Þetta gat ekki verið satt, því fram að því hafði hann skilið það fullkomlega; að minnsta kosti svaraði hann spurningum mínum nákvæmlega eins og hann gerði. Hann og kona hans, gamla konan sem hafði tekið á móti mér, horfðu á hvort annað á óttaða hátt. Muldraði hann út að

peningarnir hefðu verið sendir í bréfi, og það var allt sem hann vissi. Þegar ég spurði hann hvort hann vissi telja drakúla og gæti sagt mér hvað sem er um kastalann sinn, fóru bæði hann og kona hans yfir sjálfa sig, og sögðust ekki vita neitt neitt, neituðu einfaldlega að tala frekar. Það var svo nálægt upphafstímanum að ég hafði engan tíma til að spyrja annan, því að þetta var allt mjög dularfullt og ekki á neinn hátt traustvekjandi.

Rétt áður en ég fór, kom gamla konan upp í herbergið mitt og sagði á mjög hysterískan hátt:

"verður þú að fara? Ó! Ungi herr, verður þú að fara? "hún var í svo spennandi ástandi að hún virtist hafa misst tökin á því þýska sem hún kunni og blandaði þessu öllu saman við annað tungumál sem ég þekkti alls ekki. Ég gat bara fylgst með henni með því að spyrja margra spurninga. Þegar ég sagði henni að ég yrði að fara í einu og að ég tæki þátt í mikilvægum viðskiptum spurði hún aftur:

„veistu hvaða dagur er?" ég svaraði að þetta væri fjórða maí. Hún hristi höfuðið eins og hún sagði aftur:

"ó já! Ég veit það! Ég veit það, en veistu hvaða dagur er? "þegar ég sagði að ég skildi ekki, hélt hún áfram:

„það er aðdraganda st. Dagur george. Veistu ekki að í nótt, þegar klukkan slær á miðnætti, mun allt illt í heiminum hafa fulla sveiflu? Veistu hvert þú ert að fara og hvað þú ert að fara? "hún var í svo augljósri neyð að ég reyndi að hugga hana en án áhrifa. Loksins fór hún niður á hnén og bað mig að fara ekki; að minnsta kosti að bíða í einn dag eða tvo áður en byrjað er. Þetta var allt mjög fáránlegt en mér leið ekki vel. Það var hins vegar viðskipti að gera og ég gat ekki leyft neinu að trufla það. Ég reyndi því að ala hana upp og sagði eins alvarlega og ég gat, að ég þakkaði henni, en skylda mín væri nauðsynleg og að ég verð að fara. Þá reis hún upp og þurrkaði augun og tók krossfestingu úr hálsinum og bauð mér það. Ég vissi ekki hvað ég átti að gera, því að sem enskum kirkjukonu hefur mér verið kennt að líta á slíka hluti sem að einhverju leyti skurðgoðadýrkun, og samt virtist það svo vanlíðanlegt að neita gömlum konu að meina svona vel og í svona hugarástandi . Hún sá, ef til vill, vafaatriðið í andlitinu á mér, því að hún lagði rósakransinn um hálsinn á mér og sagði, „vegna móður þinnar," og fór út úr herberginu. Ég er að skrifa upp þennan hluta dagbókarinnar meðan ég bíð eftir þjálfaranum, sem er auðvitað seint; og krossfestingin er enn um háls minn. Hvort sem það er ótti gömlu konunnar, eða margar draugalegar hefðir þessa staðar, eða krossfestinguna sjálfa, veit ég ekki, en mér líður ekki eins auðvelt í mínum huga eins og venjulega. Ef þessi bók ætti einhvern tíma að ná til mín áður en ég geri það, láttu hana koma með bless minn. Hérna kemur þjálfarinn!

5. Maí. Kastalinn. —gráinn á morgnana er liðinn og sólin er hátt yfir fjarlæga sjóndeildarhringinn, sem virðist skuggaleg, hvort sem það er með trjám eða hæðum sem ég þekki ekki, því það er svo langt undan að stóru hlutirnir og lítið blandast saman. Ég er ekki syfjaður og eins og ég á ekki að kalla mig fyrr en ég er vakandi skrifa ég náttúrulega þar til svefninn kemur. Það er margt skrýtið að setja niður, og svo að hver sem les þá gæti haft gaman af því að ég borðaði of vel áður en ég fór frá bistritz, leyfðu mér að setja kvöldmatinn minn nákvæmlega niður. Ég borðaði það sem þeir kölluðu „ræningjasteik" - bita af beikoni, lauk og nautakjöti, kryddað með rauð paprika og strengdi á prik og steikti yfir eldinum, í einföldum stíl kjötsins af london köttinum! Vínið var gullinn miðill, sem framleiðir hinsegin sting á tungunni, sem er þó ekki ósátt. Ég átti aðeins nokkur glös af þessu og ekkert annað.

Þegar ég kom á vagninn hafði bílstjórinn ekki tekið sæti og ég sá hann tala við húsráðandann. Þeir voru greinilega að tala um mig, annað slagið horfðu þeir á mig og sumir þeirra sem sátu á bekknum fyrir utan hurðina - sem þeir kalla með nafni sem þýða „orðberandi" - komu og hlustuðu og horfði síðan á mig, flestum samúðarsamlega. Ég gat heyrt mikið af orðum sem oft voru endurtekin, hinsegin orð, því það voru mörg þjóðerni í hópnum; svo ég fékk hljóðritunarorðabókina mína hljóðlega úr töskunni minni og leit þá út. Ég verð að segja að þeir voru ekki að grínast við mig, því meðal þeirra voru „ordog" —satan, „pokol" —hell, „stregoica" —norn, „vrolok" og „vlkoslak" - þar af þýðir það sama, þar af ein slóvakía og hinn þjóninn fyrir eitthvað sem er annað hvort varúlfur eða vampíra. (minn., ég verð að spyrja talninguna um þessar hjátrú)

Þegar við fórum af stað, stóð mannfjöldinn um innihurðina, sem á þessum tíma hafði bólgnað út í töluverða stærð, allt merki krossins og vísaði tveimur fingrum í áttina til mín. Með nokkrum erfiðleikum fékk ég farþega til að segja mér hvað þeir áttu við; hann svaraði ekki í fyrstu, en þegar hann lærði að ég væri enskur útskýrði hann að það væri heilla eða vörn gegn illu auganu. Þetta var ekki mjög notalegt fyrir mig, bara að byrja á ókunnum stað til að hitta óþekktan mann; en hver og einn virtist svo hjartahlýr og svo sorgmæddur og svo samúðarmaður að ég gat ekki annað en snert. Ég mun aldrei gleyma síðustu svipnum sem ég hafði um gistihúsið og mannfjöldann af myndarlegum fígúrum, sem allir fóru yfir sjálfa sig, þegar þeir stóðu um breiða bogaganginn, með bakgrunn þess af ríku smi af oleander og appelsínutrjám í grænum pottum sem voru þyrpaðir í miðja garðsins. Þá brak bílstjórinn okkar, sem breiðu línskúffurnar hylja allan framhlið kassasætisins - „gotza" sem þeir kalla þá - stóra svip sinn yfir fjórum litlu hestum sínum, sem streymdu vel, og við lögðum af stað í ferðalagið.

Ég missti fljótlega sjónina og rifjaði upp draugalegan ótta í fegurð senunnar þegar við ókum eftir, þó að ég hefði þekkt tungumálið, eða öllu heldur tungumál, sem samferðamenn mínir voru að tala, þá hefði ég ef til vill ekki getað hent þeim frá svo auðveldlega. Fyrir framan okkur lá grænt hallandi land fullt af skógum og skógi, með hér og þar bröttum hæðum, krýndir með trjám saman eða með sveitabæjum, auða gaflinn endar á veginum. Alls staðar var ráðvilltur fjöldi ávaxta blóma - epli, plóma, pera, kirsuber; og þegar við ókum hjá gat ég séð græna grasið undir trjánum spangled með fallin petals. Inn og út á milli þessara græna hæða af því sem þeir kalla hér „mittelandið" hljóp veginn, missti sig þegar það hrífast um grösugan feril, eða var lokað út fyrir kyrrstæðum endum furuskóga, sem hér og þar runnu niður hæðirnar eins og logatungur. Vegurinn var harðgerður, en samt virtumst við fljúga yfir hann með hita flýti. Ég gat ekki skilið hvað flýtti þýddi, en bílstjórinn var greinilega beygður af því að missa engan tíma í að ná borgo prund. Mér var sagt að þessi vegur væri á sumrin framúrskarandi, en að honum hefði ekki enn verið komið í lag eftir vetrarsnjóinn. Að þessu leyti er það frábrugðið almennum akstri vega í carpathians, því það er gömul hefð að þeim sé ekki haldið í góðu lagi. Af gamla sjúkrahúsinu myndu ekki gera við þá, svo að tyrkir ættu ekki að hugsa um að þeir væru að búa sig undir að koma erlendum hermönnum inn, og flýta svo fyrir stríðinu sem var alltaf raunverulega á hleðslustað.

Handan græna bólgna hæðanna í mittlandinu risu voldugar skógarhlíðar upp að háum steigum karpatíumanna sjálfra. Hægri og vinstri af okkur risu þeir upp, með síðdegissólinni sem féll á þá og dregur fram alla glæsilega liti þessa fallega sviðs, djúpblátt og fjólublátt í skugganum tindanna, grænt og brúnt þar sem gras og klettur blandast saman, og endalaus sjónarhorn á skopið berg og oddviti, þar til þessir týndust sjálfir í fjarska, þar sem snjóhvítu tindarnir hækkuðu glæsilega. Hér og þar virtust voldugar gjáir í fjöllunum þar sem, þegar sólin byrjaði að sökkva, sáum við af og til hvíta glampinn af fallandi vatni. Einn félagi minn snerti handlegginn á mér þegar við hríddumst um hólinn og opnuðum upp háa, snjóþekja tind fjallsins, sem virtist vera rétt frammi fyrir okkur:

"sjáðu! Isten szek! "-,, guðs sæti! "- og hann fór yfir sig lotningu.

Þegar við lentum á endalausri leið okkar og sólin sökk lægri og lægri á eftir okkur, fóru skuggar kvöldsins að skríða um okkur. Þetta var lögð áhersla á það að snævi fjallstindurinn hélt enn við sólarlagið og virtist glóa út með viðkvæmu flottu bleiku. Hér og þar fórum við framhjá cszeks og slovökum, allir í myndarlegum búningi, en ég tók eftir því að goitre var sársaukafullt. Við götuna voru margir krossar og þegar við hríddumst yfir fóru félagar mínir allir yfir sig. Hér og þar var bóndi eða kona sem krjúpaði frammi fyrir helgidómi, sem sneri sér ekki einu sinni við þegar við nálguðumst, en virtist í sjálfsuppgjöf hollustu að hafa hvorki augu né eyru fyrir umheiminum. Það var margt nýtt fyrir mig: td heyhrífur í trjánum og hér og þar mjög fallegur fjöldi grátandi birkis, hvítu stilkarnir þeirra skínandi eins og silfur í gegnum viðkvæma græna laufanna. Nú og aftur fórum við framhjá stríði-vagninum - vagni venjulegs bónda - með löngum, snáklíkum hryggjarliðum, reiknuð út fyrir að passa misrétti vegarins. Á þessu var vissulega setið í töluverðum hópi heimamanna sem komu heim, cszeks með hvíta sinn, og slovakar með litaða sauðskinnin, þeir síðarnefndu báru lance-tísku langar staurar sínar, með öxi í lokin. Þegar líða tók á kvöldið byrjaði að verða mjög kalt og vaxandi sólsetur virtist renna saman í einni dimmri mistiness myrkur trjánna, eikar, beyki og furu, þó í dölunum sem hlupu djúpt milli grindar hæðanna, eins og við stigum upp í gegnum skarðið, dökku firarnir stóðu út hér og þar á bakvið seinn liggjandi snjó. Stundum, þegar leiðin var skorin í gegnum furuskóginn sem virtist í myrkrinu að lokast á okkur, framkallaði mikill fjöldi grágráða, sem hingað og þangað tréð, einkennilega skrýtin og hátíðleg áhrif, sem fóru með hugsanirnar og svakalegt snilld sem kom fram fyrr um kvöldið, þegar fallandi sólsetur kastaði í undarlega léttir á draugalík skýin sem meðal carpathians virðast vinda óstöðvandi um dalina. Stundum voru hæðirnar svo brattar að þrátt fyrir flýti ökumannsins gátu hestarnir aðeins farið hægt. Ég vildi komast niður og ganga upp þá eins og heima hjá okkur, en bílstjórinn vildi ekki heyra af því.

„nei, nei," sagði hann; „þú mátt ekki ganga hér; hundarnir eru of grimmir "; og svo bætti hann við, með því sem hann augljóslega þýddi fyrir svakalega ánægjulegt - því að hann leit út fyrir að ná samþykku brosi hinna - „og þú átt ef til vill nóg af slíkum málum áður en þú ferð að sofa." eina stoppið sem hann myndi gera var stundarhlé til að kveikja á lampum sínum.

Þegar dimmt var virtist það vera nokkur spenna meðal farþeganna og þeir héldu áfram að tala við hann, á fætur öðrum, eins og hvattu hann til frekari hraðaksturs. Hann surraði hrossin ómerkt með löngum svipu sinni og hvatti með villtum hvetjandi hvötum til frekari áreynslu. Þá í gegnum myrkrið gat ég séð eins konar plástur af gráu ljósi fram undan okkur, eins og það væri klofinn í hæðunum. Spennan farþeganna varð meiri; brjálaði þjálfarinn vippaði sér á frábæru leðurfjöðrunum og sveiflaðist eins og bátur kastaðist á stormasamt sjó. Ég varð að halda í. Vegurinn jókst meira og við virtumst fljúga með. Þá virtust fjöllin koma nær okkur hvorum megin og gnæfa yfir okkur; við vorum að fara inn á borgo skarðið. Einn af öðrum bauð fjöldi farþeganna mér gjafir, sem þeir pressuðu á mig af einlægni sem vildi ekki neita neitun; þetta voru vissulega af skrýtnu og fjölbreyttu tagi, en hvert þeirra var gefið í einfaldri góðri trú, með vinsamlegu orði og blessun, og þeirri undarlegu blöndu af hræðslusinnandi hreyfingum sem ég hafði séð fyrir utan hótelið í bistritz - merki um krossinn og varin gegn illu auganu. Þá, þegar við flugum með, hallaði bílstjórinn sér fram og á hvorri hlið farþeganna, kranandi yfir brún langferðabifreiðarinnar, kíktu ákaft út í myrkrið. Það var greinilegt að eitthvað mjög spennandi var annað hvort að gerast eða búist var við, en þó að ég spurði hvern farþega, þá myndi enginn gefa mér minnstu skýringar. Þetta spennuástand hélt áfram í smá tíma; og loksins sáum við fyrir okkur skarðið sem opnaðist fyrir austanverðu. Það voru dökk, veltandi ský yfir höfuð og í loftinu þungur, kúgandi tilfinning þrumunnar. Það virtist sem fjallgarðurinn hefði skilið tvö andrúmsloft og að nú hefðum við lent í þrumuveðri. Ég var nú sjálfur að leita að flutningi sem átti að fara með mig í talninguna. Hverja stund bjóst ég við að sjá glampa lampa í gegnum myrkvann; en allt var dimmt. Eina ljósið voru flöktandi geislar eigin lampa okkar, þar sem gufan frá harðdrifnum hestum okkar hækkaði í hvítu skýi. Við gátum séð sandströndina liggja hvíta fyrir okkur, en á honum voru engin merki um ökutæki. Farþegarnir drógu aftur til fagnaðarins andvarps, sem virtust hæðast að vonbrigðum mínum. Ég var þegar að hugsa hvað ég hefði best gert, þegar bílstjórinn, horfði á úrið sitt, sagði við hina eitthvað sem ég gat varla heyrt, það var talað svo hljóðlega og svo lágt. Ég hélt að þetta væri „klukkutíma minni en tíminn." síðan snéri ég sér að mér og sagði á þýsku verri en mitt eigið: -

„hér er enginn flutningur. Herrinn er ekki búist við öllu. Hann mun nú fara til bukovina og snúa aftur á morgun eða daginn eftir; betra daginn eftir. "meðan hann talaði fóru hestarnir að nálægast og hrjóta og steypa sér villt, svo að ökumaðurinn varð að halda þeim uppi. Þá, meðal hóps öskra frá bændunum og alhliða yfirferð þeirra, keyrði calèche, með fjórum hestum, upp á bak við okkur, náði okkur og teig upp við hlið þjálfarans. Ég gat séð af leifturljósunum, þegar geislarnir féllu á þá, að hestarnir voru kolsvört og glæsileg dýr. Þeim var ekið af háum manni, með sítt brúnt skegg og mikinn svartan hatt, sem virtist fela andlit hans fyrir okkur. Ég gat aðeins séð glitta í par mjög björt augu, sem virtust rauð í lampaljósinu, þegar hann sneri sér að okkur. Sagði hann við bílstjórann: -

„þú ert snemma í nótt, vinur minn." maðurinn stamaði í svari: -

„enski herrinn var að flýta sér," sem aðkomumaðurinn svaraði: -

„það er þess vegna að þú vildir að hann vildi halda áfram til bukovina. Þú getur ekki blekkt mig, vinur minn; ég veit of mikið, og hestar mínir eru snöggir. "þegar hann talaði brosti hann og lampaljósið féll á harðsnúinn munn, með mjög rauðar varir og beittar útlitstennur, eins hvítar og fílabeini. Einn félagi minn hvíslaði að annarri línunni frá „lenore" hamborgara: -

„denn die todten reiten schnell" -

(„fyrir hina látnu ferðast hratt.")

Hinn undarlegi bílstjóri heyrði augljóslega orðin, því að hann leit upp með glitrandi brosi. Farþeginn sneri andliti sínu frá sér, á sama tíma rétti hann út tvo fingurna og fór yfir sjálfan sig. „gefðu mér farangur herrans," sagði bílstjórinn; og með miklu mildi, voru töskurnar mínar afhentar og settar í kalka. Þá steig ég niður frá hlið þjálfarans, þar sem calèche var nálægt hliðinni, ökumaðurinn hjálpaði mér með hönd sem greip handlegg minn í grip úr stáli; styrkur hans hlýtur að hafa verið stórkostlegur. Án orða hristi hann í taumana, hestarnir sneru við og við hríddumst inn í myrkrinu á skarðinu. Þegar ég horfði til baka sá ég gufuna frá hestum langferðabifreiðarinnar í ljósi lampanna og vörpaði á móti tölum seinna félaga minna yfir sig. Þá klikkaði bílstjórinn á svip sinn og kallaði til hrossa sinna, og burt hrundu þeir á leið til bukovina. Þegar þeir sökk í myrkrinu fann ég fyrir undarlegum kuldahrolli og einmana tilfinning kom yfir mig; en skikkju var kastað yfir herðar mínar og gólfmotta yfir hnén og bílstjórinn sagði á ágætu þýsku: -

„kvöldið er slappt, herra, og meistari minn, greifandinn, bað mig sjá um þig. Það er flaska af slivovitz (plómubrennivíninu í landinu) undir sætinu, ef þú ættir að þurfa á því að halda. "ég tók engan, en það var huggun að vita að það var þar allt eins. Mér leið svolítið undarlega og ekki smá hrædd. Ég held að hefði verið einhver valkostur hefði ég átt að taka það í stað þess að saka þá óþekktu næturferð. Flutningurinn fór á miklum hraða beint eftir, þá tókum við heill beygju og fórum eftir öðrum beinum vegi. Mér sýndist að við værum einfaldlega að fara aftur yfir sömu jörðu; og svo tók ég eftir einhverjum framarlegum punkti og fann að þetta var svo. Ég hefði viljað hafa spurt ökumanninn hvað þetta þýddi, en ég óttaðist í raun og veru að gera það, því að ég hélt að, eins og ég væri, hefðu einhver mótmæli haft engin áhrif ef það hefði verið ætlunin að fresta. Samt sem áður, þegar ég var forvitinn að vita hvernig tíminn leið, sló ég eldspýtu og með loga þess horfði á úr mér; það var innan nokkurra mínútna frá miðnætti. Þetta olli mér eins konar áfalli, því að ég býst við að almenn hjátrú um miðnætti hafi aukist af nýlegum reynslu minni. Ég beið með veikri tilfinningu um spennu.

Þá fór hundur að grenja einhvers staðar í sveitabæ langt niðri á veginum - langur, kvalinn kvallur, eins og af ótta. Hljóðið var tekið upp af öðrum hundi, og síðan annar og annar, þar til, borinn á vindinn sem nú andvarpaði mjúklega um skarðið, byrjaði villt æp sem virtist koma frá öllu landinu, svo langt sem hugmyndaflugið gat grípa það í gegnum dimma kvöldsins. Í fyrsta grátinu fóru hrossin að þenja sig og aftan, en bílstjórinn talaði við þá róandi, og þeir þögnuðu, en hristust og svitnuðu eins og eftir sprengju frá skyndilegum hræðslu. Þá, langt í burtu, frá fjöllum hvorum megin við okkur, hófst háværari og skarpari æpandi - úlfar - sem höfðu áhrif á bæði hrossin og mig á sama hátt - því að mér datt í hug að stökkva frá calèche og hlaupa, meðan þeir fóru aftur upp og steyptu vitlausu, svo að ökumaðurinn þurfti að nota allan sinn styrk til að koma í veg fyrir að þeir festust. Á nokkrum mínútum vanu eigin eyru mín þó hljóðið og hestarnir urðu svo rólegir að bílstjórinn gat farið niður og staðið fyrir þeim. Hann klappaði og róaði þá og hvíslaði eitthvað í eyrun þeirra, eins og ég hef heyrt um hestamennsku, og með óvenjulegum áhrifum, því að undir strjúka hans urðu þeir nokkuð viðráðanlegir aftur, þó þeir skjálfuðu enn. Ökumaðurinn tók sæti sitt aftur og hristi í taumana og byrjaði á miklum hraða. Í þetta skiptið, eftir að hafa farið lengra megin við skarðið, snéri hann skyndilega niður þrönga akbraut sem hljóp skarpt til hægri.

Fljótlega vorum við komin með tré, sem á stöðum bognar rétt yfir akbrautina þar til við fórum eins og um göng; og aftur vörðust miklir, steypandi steinar við okkur djarflega hvorum megin. Þó við værum í skjóli, heyrðum við hækkandi vindinn, því að hann grenjaði og flautaði í gegnum klettana, og greinar trjánna hrundu saman þegar við hríddumst með. Það varð enn kaldara og kaldara, og fínn, duftkenndur snjór fór að falla, svo að fljótlega vorum við og allt í kringum okkur þakið hvítum teppi. Kraftur vindurinn bar enn í sér æpandi hunda, þó að þetta daufari þegar við fórum. Hvarf úlfanna hljómaði nær og nær, eins og þeir væru að loka fyrir okkur frá öllum hliðum. Ég varð óttasleginn og hestarnir deildu ótta mínum. Ökumaðurinn var þó ekki síst truflaður; hann hélt áfram að snúa höfðinu til vinstri og hægri, en ég gat ekki séð neitt í myrkrinu.

Skyndilega, á vinstri hönd okkar, sá ég daufan blikkandi bláan loga. Bílstjórinn sá það á sömu stundu; hann skoðaði hestana um leið og stökk til jarðar hvarf út í myrkrið. Ég vissi ekki hvað ég átti að gera, því minna sem æpandi úlfarnir jukust; en meðan ég velti því fyrir mér að ökumaðurinn birtist skyndilega aftur og tók orðalaust sæti hans, og við héldum áfram ferð okkar. Ég held að ég hlýt að hafa sofnað og dreymt um atburðinn, því að það virtist endurtekið endalaust og þegar ég lít til baka er það eins og nokkurs konar hræðileg martröð. Þegar loginn birtist svo nálægt götunni, að jafnvel í myrkrinu í kringum okkur gat ég horft á hreyfingar ökumannsins. Hann fór hratt þangað sem bláa loginn reis upp - það hlýtur að hafa verið mjög dauft, því að það virtist alls ekki lýsa upp staðinn í kringum það - og safnaði nokkrum steinum og myndaði þá í eitthvert tæki. Einu sinni birtust undarleg sjónáhrif: þegar hann stóð á milli mín og logans hindraði hann það ekki, því að ég gat séð draugalegt flökt hennar allt eins. Þetta brá mér, en þar sem áhrifin voru aðeins augnablik, tók ég það fram að augu mín blekktu mig þenja um myrkrinu. Um tíma voru engir bláir logar og við hleyptum áfram um dimman með æpandi úlfunum í kringum okkur, eins og þeir fylgdu í hreyfanlegum hring.

Loksins kom tími þar sem bílstjórinn fór lengra en hann hafði enn farið, og meðan á fjarveru hans stóð, fóru hestarnir að skjálfa verr en nokkru sinni fyrr og hrópa og öskra af hræðslu. Ég gat ekki séð neina orsök fyrir því, því að grenja úlfanna var alveg hætt. En einmitt þá birtist tunglið, sem sigldi í gegnum svörtu skýin, á bak við skuggalegan kamb af rauðræktaðri, furuklæddum kletti, og með ljósi þess sá ég umhverfis okkur hring af úlfum, með hvítum tönnum og veltandi rauðum tungum, með löngum, sinandi útlimum og ruddalegt hár. Þeir voru hundrað sinnum hræðilegri í hörku þögninni sem hélt þeim en jafnvel þegar þau öskraðu. Fyrir sjálfan mig fann ég fyrir eins konar lömun af ótta. Það er aðeins þegar maður finnur sig augliti til auglitis með slíkum skelfingum að hann getur skilið sannan innflutning þeirra.

Í einu fóru úlfarnir að gráta eins og tunglskinið hefði haft einhver sérkennileg áhrif á þá. Hestarnir hoppuðu um og alinust og horfðu hjálparvana um kring með augu sem rúlluðu á þann hátt sárt að sjá; en lifandi hringur hryðjuverka náði til þeirra um alla hlið; og þeir höfðu afl til að vera innan þess. Ég kallaði á þjálfarann til að koma, því mér sýndist eina tækifæri okkar til að reyna að brjótast út í gegnum hringinn og aðstoða nálgun hans. Ég hrópaði og barði hlið calèche, og vonaði með hávaða að hræða úlfa frá þeirri hlið, svo að gefa honum tækifæri til að ná gildru. Hvernig hann kom þangað, ég veit ekki, en ég heyrði rödd hans hækka í tóni af velsæmri stjórn, og horfði í átt að hljóðinu, sá hann standa í akbrautinni. Þegar hann hrífast löngum handleggjum sínum, eins og að bursta til hliðar einhverja óhindraða hindrun, féllu úlfarnir aftur og aftur enn frekar. Einmitt þá fór þungt ský yfir andlit tunglsins, svo að við vorum aftur í myrkrinu.

Þegar ég sá aftur var ökumaðurinn að klifra upp í calèche og úlfarnir horfnir. Þetta var allt svo skrýtið og óskaplega að hrikalegur ótti kom yfir mig og ég var hræddur við að tala eða hreyfa mig. Tíminn virtist stöðugur þegar við hrífast á leið okkar, nú í næstum því fullkomnu myrkri, því rúlluðu skýin hylja tunglið. Við héldum áfram að stíga upp, stundum með skjótum uppruna, en aðallega stíga upp. Allt í einu varð ég meðvituð um þá staðreynd að ökumaðurinn var að draga hestana upp í garði mikils eyðilögðs kastala, frá háum svörtum gluggum kom enginn ljósgeisli, og í brotnu sundrungu hans sýndi lafandi lína á móti tunglsljós himinn.

Ii. Kafla

Dagbók jonathan harkers - hélt áfram

5. Maí. - ég hlýt að hafa verið sofandi, því ef ég hefði verið vakandi að fullu, þá hlýtur ég að hafa tekið eftir nálguninni á svo merkilegum stað. Í myrkrinu leit garðurinn í töluverðum stærð, og þegar nokkrar dimmar leiðir leiddu frá honum undir miklum hringbogum virtist hann ef til vill stærri en raun ber vitni. Ég hef ekki enn getað séð það með dagsbirtu.

Þegar calèche stöðvaði, stökk bílstjórinn niður og rétti fram höndina til að aðstoða mig við að loga. Aftur gat ég ekki annað en tekið eftir undraverðum styrk hans. Hönd hans virtist í raun og veru eins og stálþvottur sem hefði getað mulið mig ef hann hefði valið. Þá tók hann út gildrurnar mínar og setti þær á jörðina við hliðina á mér þar sem ég stóð nálægt stórri hurð, gömul og folin með stórum járneglum, og setti út í útgengt hurð gríðarlegs steins. Ég gat séð jafnvel í dimmu ljósi að steinninn var ristur gegnheill, en að útskurðurinn hafði borið mikið af tíma og veðri. Þegar ég stóð stökk bílstjórinn aftur í sæti sitt og hristi í taumana; hestarnir fóru fram og felldu og hurfu allir niður í einni af myrku opunum.

Ég stóð í þögn þar sem ég var, því að ég vissi ekki hvað ég átti að gera. Á bjöllu eða barni var engin merki; í gegnum þessa froskandi veggi og dökka gluggaop var ekki líklegt að rödd mín gæti troðið sér inn. Sá tími sem ég beið virtist endalaus, og ég

fann efasemdir og ótta að kramast yfir mig. Hvers konar staður
hafði ég komið til og meðal hvers konar fólks? Hvaða svakalega
ævintýri var það sem ég hafði farið í? Var þetta venjubundið
atvik í lífi löggildingarfulltrúa sem sent var út til að útskýra kaup
á london-búi fyrir útlendingi? Löggumaður! Mina vildi það ekki.
Solicitor - fyrir rétt áður en ég fór frá london fékk ég orð um að
skoðun mín hafi gengið vel; og ég er nú fullmikill lögfræðingur!
Ég byrjaði að nudda augun og klípa mig til að sjá hvort ég væri
vakandi. Þetta virtist allt sem hræðilegt martröð fyrir mig og ég
bjóst við að ég ætti skyndilega að vakna og finna mig heima,
með dögunina í baráttunni um gluggana, eins og mér fannst nú
og aftur að morgni eftir dags yfirvinnu. En hold mitt svaraði
klípuprófinu og augu mín urðu ekki að blekkja. Ég var örugglega
vakandi og meðal carpathians. Allt sem ég gat gert núna var að
vera þolinmóður og bíða komandi morguns.

Rétt eins og ég hafði komist að þessari niðurstöðu heyrði ég
þungt skref nálgast á bak við stóru hurðina og sá í gegnum
kinnurnar glampa komandi ljóss. Þá heyrðist hljóð sköltandi
keðjanna og þétting stórfellds bolta dregin til baka. Lykli var
snúið með mikilli raspi hávaða af löngum misnotkun og hurðin
mikla sveigði til baka.

Innan, stóð hávaxinn gamall maður, hreinn rakaður, nema langur
hvítur yfirvaraskegg, og klæddur svörtu frá höfði til fótar, án
þess að einn litur litarefna um hann nokkurs staðar. Hann hélt í
hendi sér fornri silfurlampa, þar sem loginn brann án strompa
eða hnattar af neinu tagi, kastaði löngum skjálfandi skuggum
þegar hún flökti í drátt að opnu hurðinni. Gamli maðurinn benti
mér inn með hægri hendi með kurteisum látbragði, sagði á ágætri
ensku, en með undarlegri hugvekju: -

„velkomin í húsið mitt! Farðu inn frjálslega og af þínum eigin
vilja! "hann lét sér enga hreyfingu stíga til móts við mig, heldur
stóð eins og stytta, eins og gestagangur hans hefði fest hann í
stein. Þó að ég hefði stigið yfir þröskuldinn, hélt hann áfram

hvatvís áfram og hélt fram hönd sinni greip um mig með styrk sem fékk mig til að óttast, áhrif sem voru ekki minni vegna þess að það virtist eins kalt og ís - líkari hendi dauðra en lifandi manns. Aftur sagði hann: -

„velkominn í húsið mitt. Komdu að vild. Farðu örugglega; og skildu eftir eitthvað af hamingjunni sem þú færir! "styrkur handabandsins var svo mikill í ætt við það sem ég hafði tekið eftir í bílstjóranum, sem ég hafði ekki séð andlitið á, að ég um stund efaðist um hvort það væri ekki sami maðurinn sem ég var að tala; svo til að ganga úr skugga sagði ég yfirheyrslur:

„telja drakúla?" laut hann á kurteislegan hátt þegar hann svaraði: -

„ég er dracula; og ég býð þig velkominn, herra. Harker, heim til mín. Komdu inn; næturloftið er kælt og þú verður að þurfa að borða og hvíla þig. "þegar hann var að tala lagði hann lampann á festinguna á veggnum og steig út og tók farangurinn minn; hann hafði borið það inn áður en ég gat forðast hann. Ég mótmælti en hann krafðist: -

„nei, herra, þú ert gestur minn. Það er seint og fólkið mitt er ekki í boði. Láttu mig sjá mér til huggunar. "hann krafðist þess að fara með gildrurnar mínar meðfram göngunni og síðan upp mikla vinda stigann og meðfram annarri stórri leið, á steingólfinu sem stigar okkar lágu þungt í. Í lok þessa kastaði hann upp þungum hurðum og ég gladdist við að sjá í vel upplýstu herbergi þar sem borð var dreift til kvöldmáltíðar og á hinni voldugu hjörtu mikils elds loga, nýlega endurnýjuð, logað og logað.

Talningin stöðvaðist, setti niður töskur mínar, lokaði hurðinni og fór yfir herbergið, opnaði aðra hurð, sem leiddi inn í lítið átthyrnt herbergi sem var upplýst með einum lampa og að því er virðist án glugga af neinu tagi. Þegar hann fór í gegnum þetta, opnaði hann aðra hurð og bauð mér að fara inn. Það var kærkomin sjón;

því að hér var frábært svefnherbergi vel upplýst og hitað með öðrum skógarhöggi - einnig bætt við en upp á síðkastið, því að efstu stokkarnir voru ferskir - sem sendi holan öskra upp breiðan strompinn. Greifinn sjálfur skildi farangur minn eftir og dró sig til baka og sagði áður en hann lokaði hurðinni:

„eftir ferð þína þarftu að hressa þig upp með klósettinu. Ég treysti að þú finnur allt sem þú vilt. Þegar þú ert tilbúinn, farðu inn í hitt herbergi, þar sem þú munt finna kvöldmáltíðina tilbúna. "

Ljósið og hlýjan og kurteis móttaka greifans virtist hafa dreift öllum efasemdum mínum og ótta. Eftir að hafa náð venjulegu ástandi, komst ég að því að ég var hálf hungraður af hungri; svo að búa til hasty salerni, fór ég inn í hitt herbergi.

Mér fannst kvöldmáltíðin þegar lögð. Gestgjafi minn, sem stóð öðrum megin við arinn mikinn og hallaði sér að grjóthleðslunni, lét tignarlega bylgja hendinni við borðið og sagði: -

„ég bið þig, vertu sestur og styðjir hvernig þér líkar. Þú munt, ég treysti, afsaka að ég fari ekki með þér; en ég hef nú þegar borðað og ég styð ekki. "

Ég afhenti honum innsiglað bréf sem mr. Hawkins hafði falið mér. Hann opnaði það og las það alvarlega; þá rétti hann mér með heillandi brosi til að lesa. Einn þáttur þess, að minnsta kosti, veitti mér unaður af ánægju.

„ég verð að sjá eftir því að árás á þvagsýrugigt, þar sem ég er stöðugur þjást, bannar algerlega að ferðast af minni hálfu um nokkurt skeið; en ég er ánægður með að segja að ég get sent fullnægjandi staðgengil, einn sem ég hef fulla trú á. Hann er ungur maður, fullur af orku og hæfileikum á sinn hátt og mjög trúaður. Hann er hygginn og hljóður og hefur vaxið í karlmennsku í þjónustu minni. Hann mun vera tilbúinn að mæta

á þig þegar þú vilt meðan á dvöl hans stendur og tekur
leiðbeiningar þínar í öllum málum. "

Greifinn sjálfur kom fram og tók af sér skálina og ég féll um leið
á framúrskarandi steiktu kjúklingi. Þetta, með smá osti og salati
og flösku af gömlum tokay, þar af átti ég tvö glös, var
kvöldmáltíðin mín. Á þeim tíma sem ég var að borða spurði
greifinn mig margar spurninga varðandi ferð mína og ég sagði
honum frá gráðum allt sem ég hef upplifað.

Á þessum tíma var ég búinn að borða kvöldmatinn minn og
löngun gestgjafans míns hafði dregið upp stól við eldinn og
byrjað að reykja vindil sem hann bauð mér, á sama tíma og
afsakað sjálfan sig að hann reykti ekki. Ég hafði nú tækifæri til
að fylgjast með honum og fann að hann var með mjög merka
líkamshormóna.

Andlit hans var sterkt — mjög sterkt — vatnsból, með mikla
brúnu þunnu nefinu og sérkennilega bognar nös; með háleitu
kúptu enni og hár vaxandi lítillega um hofin en gífurlega annars
staðar. Augabrúnirnar hans voru mjög gríðarmiklar, funduðu
næstum yfir nefið og með runninn hár sem virtist krulla í eigin
blóði. Munnurinn, svo langt sem ég gat séð hann undir miklum
yfirvaraskegg, var fastur og frekar grimmur útlit, með
sérkennilega hvítum tönnum; þessir stungu út um varirnar, þar
sem ótrúleg rauðleiki sýndi undraverða lífsþrótt hjá manni á
sínum árum. Fyrir afganginn voru eyru hans föl og efst á
toppnum ákaflega áberandi; hökan var breið og sterk og
kinnarnar fastar þó þunnar. Almenn áhrif voru óvenju bleik.

Hingað til hafði ég tekið eftir baki handanna þegar þeir lágu á
hnjánum í eldljósinu og þeir höfðu virst frekar hvítir og fínir; en
þegar ég sá þá nálægt mér gat ég ekki annað en tekið eftir því að
þeir væru frekar grófir - breiðar, með digrum fingrum. Undarlegt
að segja að það voru hár í miðri lófa. En naglar voru löng og
fínn, og skera til mikillar punkti. Þegar talan hallaði yfir mig og

hendur hans snertu mig gat ég ekki kúgað skjálftann. Það gæti hafa verið að andardráttur hans hafi verið óbeinn, en hræðileg tilfinning um ógleði kom yfir mig, sem, geri það sem ég vildi, ég gat ekki leynt. Talningin, sem greinilega tók eftir því, dró til baka; og með svakalegu brosi, sem sýndi meira en hann hafði enn gert útjarðandi tennurnar, settist hann aftur niður á eigin hlið arnarins. Við þögðum báðir um stund; og þegar ég horfði í átt að glugganum sá ég fyrsta svaka rák komandi dögunar. Virtist undarleg kyrrð yfir öllu; en þegar ég hlustaði heyrði ég eins og að niðri í dalnum æpi margra úlfa. Augu greifans glitruðu og hann sagði: -

„hlustaðu á þau - börn næturinnar. Hvaða tónlist þeir búa til! "að sjá, ég geri ráð fyrir, að einhver tjáning í andliti mínu sé undarlegt fyrir hann, bætti hann við: -

„ah, herra, þið íbúar í borginni megið ekki komast inn í tilfinningar veiðimannsins." hann reis upp og sagði: -

„en þú verður að vera þreyttur. Svefnherbergið þitt er allt tilbúið og á morgun skalt þú sofa eins seint og þú vilt. Ég verð að vera í burtu fram eftir hádegi; sofið vel og dreymið vel! "með kurteisri boga opnaði hann fyrir mér sjálfan dyrnar að átthyrnda herberginu og ég fór inn í svefnherbergið mitt ....

Ég er allt í sjó undrum. Ég efast; ég óttast; ég held að undarlegir hlutir, sem ég þori ekki að játa fyrir mína eigin sál. Guð geymi mig, ef aðeins fyrir þá sem elska mig!

7. Maí. — það er aftur snemma morguns en ég hef hvílt mig og notið síðustu tuttugu og fjögurra klukkustunda. Ég svaf til síðla dags og vaknaði af eigin raun. Þegar ég var búinn að klæða mig fór ég inn í herbergið þar sem við höfðum borðað og fann kaldan

morgunverð lagðan , með kaffi haldið heitt við pottinn sem var settur á eldstæði. Það var kort á borðinu sem skrifað var á:

„ég verð að vera fjarverandi um stund. Bíddu ekki eftir mér. —d. "ég stefndi að og naut góðrar máltíðar. Þegar ég hafði gert leitaði ég bjalla, svo að ég gæti látið þjóna vita að ég væri búinn; en ég gat ekki fundið einn. Það eru vissulega einkennilegir annmarkar á húsinu, miðað við óvenjuleg auðsýni sem eru umhverfis mig. Borðþjónustan er úr gulli og svo fallega unnin að hún hlýtur að hafa gífurlegt gildi. Gluggatjöldin og áklæðin á stólunum og sófunum og klæðin á rúminu mínu eru kostnaðarsömustu og fallegustu efnin og hlýtur að hafa verið stórkostlegt gildi þegar þau voru gerð, því þau eru alda gömul, þó í ágætri röð. Ég sá eitthvað eins og þá í hampton dómi, en þar voru þeir slitnir og fléttaðir og malaðir. En samt er enginn spegill í herbergjunum. Það er ekki einu sinni klósettgler á borðinu mínu og ég þurfti að fá litla rakarglasið úr pokanum mínum áður en ég gat annað hvort rakað eða burstað hárið á mér. Ég hef ekki enn séð þjón einhvers staðar eða heyrt hljóð nálægt kastalanum nema æpandi úlfa. Nokkru eftir að ég hafði lokið máltíðinni - ég veit ekki hvort ég ætti að kalla það morgunmat eða kvöldmat, því klukkan var klukkan fimm og sex þegar ég hafði það - leit ég um að lesa eitthvað, því mér líkaði ekki fara um kastalann þar til ég hafði beðið leyfi greifans. Það var nákvæmlega ekkert í herberginu, bók, dagblaði eða jafnvel ritefni; svo ég opnaði aðra hurð í herberginu og fann eins konar bókasafn. Hurðina á móti mínum reyndi ég, en fann að hún var læst.

Á bókasafninu fann ég, til mikillar ánægju, mikinn fjölda enskra bóka, heilar hillur fullar af þeim og bundið bindi tímarita og dagblaða. Borð í miðjunni var fullt af enskum tímaritum og dagblöðum, þó ekkert þeirra væri af mjög nýlegum tíma. Bækurnar voru af fjölbreyttu tagi - saga, landafræði, stjórnmál, stjórnmálahagfræði, grasafræði, jarðfræði, lög - allt sem varðar líf englands og ensku og siði og hegðun. Það voru jafnvel slíkar tilvísunarbækur eins og london skrár, „rauðu" og „bláu" bækurnar, almanak hvítara, herinn og sjóheralistana og - það gladdi mig á einhvern hátt að sjá það - lagalistann.

Meðan ég var að skoða bækurnar opnaði hurðin og talan fór inn. Hann heilsaði mér hjartanlega og vonaði að ég hefði fengið góða hvíld í nótt. Þá hélt hann áfram: -

„ég er feginn að þú komst hingað hingað, því að ég er viss um að það er margt sem vekur áhuga þinn. Þessir félagar "- og hann lagði hönd sína á sumar bækurnar -„ hafa verið mér góðir vinir og í nokkur ár síðan, allt frá því að ég hafði hugmynd um að fara til london, hafa veitt mér margar, margar klukkustundir ánægju. Í gegnum þau hef ég kynnst þínu miklu englandi; og að þekkja hana er að elska hana. Ég þrái að fara um fjölmennar götur voldugs londons þíns, að vera í miðri hvirfil og þjóta mannkynsins, deila lífi sínu, breytingum þess, dauða sínum og öllu því sem gerir það að því sem það er. En því miður! Enn sem komið er þekki ég aðeins tunguna þína í gegnum bækur. Til þín, vinur minn, ég lít út fyrir að ég þekki það til að tala. "

„en, vertu," sagði ég, „þú veist og talar ensku rækilega!" laut hann gróflega.

„ég þakka þér, vinur minn, fyrir allt of flatterandi mat, en samt óttast ég að ég er aðeins á leiðinni sem ég myndi ferðast. Satt, ég þekki málfræði og orð, en samt veit ég ekki hvernig ég á að tala þau. "

„reyndar," sagði ég, „þú talar frábærlega."

„ekki svo," svaraði hann. „jæja, ég veit það, flutti ég og talaði í london þínum, það eru engir sem myndu ekki þekkja mig sem ókunnugan. Það er ekki nóg fyrir mig. Hér er ég göfugur; ég er drengur; almennt fólk þekkir mig og ég er meistari. En ókunnugur í undarlegu landi, hann er enginn; menn þekkja hann ekki - og að vita ekki er að sjá ekki um. Ég er ánægður ef ég er eins og hinir, svo að enginn hættir ef hann sér mig, eða staldrar við í ræðu sinni ef hann heyrir orð mín, 'ha, ha! Ókunnugur! ' Ég hef verið svo lengi húsbóndi að ég væri ennþá meistari - eða að minnsta kosti að enginn annar ætti að vera meistari í mér. Þú kemur til mín ekki einn sem umboðsmaður vinar míns peter hawkins, exeter, til að segja mér allt um nýja bú mitt í london. Þú skalt, ég treysti, hvíla hérna hjá mér um hríð, svo að með því að tala okkar geti ég lært enskuna. Og ég vildi að þú segir mér þegar ég geri villur, jafnvel af þeim smæstu, þegar ég tala. Mér þykir leitt að ég þurfti að vera í burtu svo lengi í dag; en þú munt, ég veit, fyrirgefa einum sem hefur svo mörg mikilvæg mál í höndunum. "

Auðvitað sagði ég allt sem ég gæti um að vera fús og spurði hvort ég gæti komið inn í það herbergi þegar ég valdi. Hann svaraði: „já, vissulega," og bætti við: -

„þú mátt fara hvert sem þú vilt í kastalanum, nema þar sem hurðirnar eru læstar, þar sem þú vilt auðvitað ekki fara. Það er ástæða fyrir því að allir hlutirnir eru eins og þeir sáu með augunum og vissu af minni vitneskju, myndir þú kannski skilja betur. "ég sagði að ég væri viss um þetta og hélt síðan áfram: -

„við erum í transylvaníu; og transylvanía er ekki england. Leiðir okkar eru ekki þínar leiðir, og það mun vera þér margt skrýtið. Nei, frá því sem þú hefur sagt mér frá reynslu þinni nú þegar, þá veistu eitthvað um það undarlega sem kann að vera. "

Þetta leiddi til mikils samræðu; og eins og það var augljóst að hann vildi tala, ef aðeins til að tala fyrir það, spurði ég hann margra spurninga varðandi hluti sem voru þegar komnir fram hjá mér eða komu undir athygli mína. Stundum hreinsaði hann frá sér efnið eða snéri samtalinu með því að láta eins og hann skildi ekki; en almennt svaraði hann öllu sem ég spurði hreinskilnislega. Þegar fram liðu stundir og ég hafði orðið djarfari spurði ég hann um ýmislegt undarlegt kvöldið á undan, eins og til dæmis af hverju þjálfari fór á staðina þar sem hann hafði séð bláa logana. Þá útskýrði hann fyrir mér að almennt væri talið að á ákveðinni nóttu ársins - í gærkveldi, í raun, þegar allir illir andar eiga að hafa óskoðað sveiflu, sést blá logi á hverjum stað þar sem fjársjóður hefur verið falinn. „sá fjársjóður hefur verið falinn," hélt hann áfram, „á því svæði sem þú komst í gegnum í gærkvöldi, getur verið lítill vafi; því að það var jörðin sem barist var um í aldaraðir af wallachian, saxon og turk. Hvers vegna, það er varla fótur af jarðvegi á öllu þessu svæði sem hefur ekki verið auðgað með blóði manna, föðurlandsvinir eða innrásarher. Í gamla daga voru hrærandi tímar, þegar austurríkismaður og ungverjinn komu upp í hjörð, og þjóðverjar fóru út til móts við þá - menn og konur, aldraðir og börnin - og biðu þess að koma á klettana fyrir ofan skarðið, að þeir gætu sópað eyðileggingu á þeim með gervi snjóflóðunum. Þegar innrásarherinn var sigursæll fann hann en lítið, því að hvað sem til var hafði verið skjól í vinalegum jarðvegi. "

„en hvernig," sagði ég, „getur það verið svo lengi óuppgötvað, þegar viss vísitala er fyrir hendi, ef menn vilja en vanda sig við að skoða?" greyjaði greifinn og þegar varirnar hlupu aftur yfir tannholdið, langar, beittar, hundar tennur sýndu undarlega; hann svaraði: -

„af því að bóndi þinn er hjartað huglaus og fífl! Þessir logar birtast aðeins á einni nóttu; og þessa nótt mun enginn maður þessa lands, ef hann getur hjálpað því, hræra án dyra sinna. Og kæri herra, jafnvel þótt hann gerði það myndi hann ekki vita hvað ég ætti að gera. Af hverju, jafnvel bóndinn sem þú segir mér frá því sem merkti logastaðinn, myndi ekki vita hvar ég ætti að leita í dagsbirtu jafnvel fyrir eigin verk. Jafnvel þú myndir ekki, ég þori að vera svarinn, geta fundið þessa staði aftur? "

„þar hefur þú rétt fyrir þér," sagði ég. „ég veit ekki meira en hinir dánu, hvar á ég jafnvel að leita að þeim." síðan fórum við í önnur mál.

„komdu," sagði hann að lokum, „segðu mér frá london og húsinu sem þú hefur boðið mér." með afsökunarbeiðni fyrir minningarleysi fór ég inn í mitt herbergi til að fá pappírana úr töskunni minni. Meðan ég var að koma þeim í röð heyrði ég skrölt um kína og silfur í næsta herbergi, og þegar ég fór í gegnum, tók ég eftir því að borðið var búið að hreinsa og lampinn logaði, því að þetta var á þessum tíma djúpt í myrkrinu. Lamparnir voru einnig kveiktir í rannsókninni eða bókasafninu og ég fann að talningin lá í sófanum og las, um alla hluti í heiminum, handbók ensks bradshaws. Þegar ég kom inn hreinsaði hann bækurnar og blöðin af borðinu; og með honum fór ég í áætlanir og verk og tölur af alls kyns. Hann hafði áhuga á öllu og spurði mig ótal spurninga um staðinn og umhverfi hans. Hann hafði greinilega kynnt sér fyrirfram allt sem hann gat fengið í umfjöllun um hverfið, því að hann vissi greinilega í lokin mjög meira en ég. Þegar ég sagði frá þessu svaraði hann: -

„jæja, en vinur minn, er það ekki nauðsyn að ég ætti að gera það? Þegar ég fer þangað skal ég vera aleinn og vinur minn harker jonathan - nei, fyrirgefðu mér, ég fell inn í vana lands míns að setja patronymic þína fyrst - vinur minn jonathan harker mun ekki vera við hlið mér til að leiðrétta og hjálpa mér. Hann verður í exeter, mílur í burtu, mun líklega vinna við pappíra laga með öðrum vini mínum, peter hawkins. Svo! "

Við fórum rækilega í viðskipti við kaup á þrotabúinu á purfleet. Þegar ég hafði sagt honum staðreyndirnar og fengið undirskrift sína á nauðsynlegum blöðum, og hafði skrifað bréf með þeim tilbúið til að senda til mr. Hawkins, hann fór að spyrja mig hvernig ég hefði rekist á svo hentugan stað. Ég las honum glósurnar sem ég hafði gert á þeim tíma og sem ég skrifa hér inn: -

„í purfleet, við akbraut, rakst ég á þann stað sem virtist vera krafist, og þar sem sýnd var niðurnídd tilkynning um að staðurinn væri til sölu. Það er umkringdur háum vegg, af fornum mannvirkjum, byggður úr þungum steinum og hefur ekki verið lagfærður í fjölda ára. Lokuðu hliðin eru úr þungu gömlu eik og járni, allt borðað með ryði.

„búið er kallað carfax, án efa spilling á gamla fjórðu andlitinu, þar sem húsið er fjórhliða, sammála hjartapunktum áttavitans. Það inniheldur í allt tuttugu hektara, alveg umkringdur traustum steinvegg hér að ofan . Það eru mörg tré á henni, sem gera það á stökkum og það er djúpt, dimmt útlit tjörn eða lítið vatn, augljóslega fóðrað af sumum uppsprettum, þar sem vatnið er tært og streymir í réttri stærð. Húsið er mjög stórt og allt tímabil aftur í tímann, ég ætti að segja, til miðalda, því að einn hlutinn er úr grjóti gríðarlega þykkur, með aðeins nokkrum gluggum hátt uppi og þungt útilokaðir með járni. Það lítur út eins og hluti af varðgeymslu og er nálægt gömlu kapellunni eða kirkjunni. Ég gat ekki farið inn í það, þar sem ég hafði ekki lykilinn að hurðinni sem leiddi að henni úr húsinu, en ég hef tekið með kodak skoðanir mínar af því frá ýmsum stöðum. Húsinu hefur verið bætt við, en á mjög hrikalegan hátt, og ég get aðeins giskað á það magn jarðar sem það nær yfir, sem hlýtur að vera mjög frábært. Þar eru fá hús nálægt, eitt er mjög stórt hús og nýlega bætt við og myndað í einkarekjulegt hæli. Það er þó ekki sýnilegt frá forsendum. “

Þegar ég var búinn sagði hann: -

„ég er feginn að það er gamalt og stórt. Sjálfur er ég af gamalli fjölskyldu og að búa í nýju húsi myndi drepa mig. Ekki er hægt að gera hús að degi til; og þegar öllu er á botninn hvolft hversu fáir dagar fara til að mynda öld. Ég fagna líka að það er kapella frá gamla tíma. Við transylvanian aðalsmenn elska að hugsa ekki um að beinin okkar liggi meðal hinna algengu látnu. Ég sækist ekki eftir gleði né gleði, ekki bjarta mýkt af miklu sólskini og glitrandi vatni sem gleður unga og káta. Ég er ekki lengur ung; og hjarta mitt, með þreytandi margra ára sorg yfir dauðum, er ekki stillt á gleði. Ennfremur eru veggir kastalans míns brotnir; skuggarnir eru margir, og vindurinn andar köldu í gegnum brotnar bálkur og umbúðir. Ég elska skugga og skugga og myndi vera einn með hugsanir mínar þegar ég má. "einhvern veginn virtust orð hans og útlit ekki samsvörun, eða annars var það að andlit hans hafði brosið útlit illkynja og saturníns.

Nú með afsökun fór hann frá mér og bað mig að setja öll blöðin mín saman. Hann var í smá tíma í burtu og ég fór að skoða nokkrar af bókunum í kringum mig. Eitt var atlas, sem mér fannst opnað náttúrulega á englandi, eins og það kort hefði verið mikið notað. Þegar ég skoðaði það fann ég á ákveðnum stöðum litla hringi merktum og þegar ég skoðaði þessa tók ég eftir því að einn var nálægt london austan megin, augljóslega þar sem nýja bú hans var staðsett; hinar tvær voru exeter og whitby við yorkshire ströndina.

Það var betri hluti klukkutímans þegar talningin kom aftur. „aha!" sagði hann; "enn við bækurnar þínar? Gott! En þú mátt ekki vinna alltaf. Koma; mér er tilkynnt að kvöldmáltíðin þín sé tilbúin. "hann tók í handlegginn á mér og við fórum inn í næsta herbergi, þar sem mér fannst frábær kvöldmáltíð tilbúin á borðið. Talan afsakaði sig aftur, þar sem hann hafði gert sér grein fyrir því að vera að heiman. En hann sat eins og fyrri nóttina og spjallaði meðan ég borðaði. Eftir kvöldmatinn reykti ég, eins og í fyrrakvöld, og talan var hjá mér, spjallaði og spurði spurninga um hvert hugsanlegt efni, klukkustund eftir klukkustund. Mér fannst að það væri mjög seint, en ég sagði ekki neitt, því að mér fannst skylt að verða við óskum gestgjafans á allan hátt. Ég var ekki syfjaður, þar sem langur svefninn í gær hafði styrkt mig; en ég gat ekki látið hjá líða að upplifa kuldann sem kemur yfir einn við komu dögunar, sem er eins og á sinn hátt snúning fjöru. Þeir segja að fólk sem er nálægt dauða deyi almennt við breytingu á dögun eða við sjávarföll; sá sem hefur verið þreyttur og bundinn við stöðu sína, upplifað þessa breytingu á andrúmsloftinu, getur vel trúað því. Allt í einu heyrðum við kráka hanu koma upp með fyrirburðarlega rillu í gegnum tæra morgunloftið; telja drakúla, stökk á fæturna, sagði: -

„hvers vegna, það er morgunn aftur! Hvað er ég að láta þig vera svona lengi uppi. Þú verður að gera samtöl þín um kæru nýja heimaland mitt minna áhugavert, svo að ég gleymi ekki hvernig tíminn flýgur hjá okkur, "og með réttláta boga fór hann fljótt frá mér.

Ég fór inn í mitt herbergi og teiknaði gluggatjöldin, en það var lítið eftir því; glugginn minn opnaði út í garði, allt sem ég gat séð var heitt grátt fljótandi himinsins. Svo ég dró aftur gluggatjöldin og hef skrifað um þennan dag.

8. Maí. - ég byrjaði að óttast þegar ég skrifaði í þessari bók að ég væri að verða of dreifður; en núna er ég feginn að ég fór í smáatriði frá því fyrsta, því að það er eitthvað svo skrítið við þennan stað og allt í honum að ég get ekki annað en fundið fyrir óánægju. Ég vildi óska þess að ég væri öruggur út úr því eða að ég hefði aldrei komið. Það getur verið að þessi undarlega næturvera sé að segja frá mér; en mundi þetta vera allt! Ef það væri einhver að tala við gæti ég borið það, en það er enginn. Ég hef aðeins talninguna til að tala við og hann! —ég óttast að ég sé sjálf eina lifandi sálin á staðnum. Leyfðu mér að vera prosaic svo langt sem staðreyndir geta verið; það mun hjálpa mér að bera upp og ímyndunaraflið má ekki fara í uppþot með mér. Ef það gerist er ég glataður. Leyfðu mér að segja strax hvernig ég stend - eða virðist.

Ég svaf aðeins nokkrar klukkustundir þegar ég fór að sofa og fann að ég gat ekki sofið lengur, stóð upp. Ég hafði hengt rakarglasið mitt við gluggann og var rétt að byrja að raka mig. Skyndilega fann ég hönd á öxl minni og heyrði rödd greifans segja við mig, „góðan daginn." ég byrjaði, því það undraði mig að ég hafði ekki séð hann, þar sem spegilmynd glersins huldi allt herbergið fyrir aftan mig . Í byrjun hafði ég skorið mig aðeins, en tók ekki eftir því eins og er. Þegar ég svaraði kveðju greifans, sneri ég mér aftur að glerinu til að sjá hvernig mér hafði verið skakkað. Að þessu sinni gat ekki verið um neina villu að ræða, því maðurinn var nálægt mér og ég gat séð hann yfir öxlina á mér. En það speglaðist ekki í honum í speglinum! Allt herbergið á bak við mig var sýnt; en það voru engin merki um mann í því, nema sjálfum mér. Þetta var óvæntur, og kominn á toppinn af svo mörgu undarlegu hlutum, var farinn að auka þá óljósu tilfinningu um óróleika sem ég hef alltaf þegar talningin er nálægt; en á því augnabliki sá ég að skurðurinn hafði blætt svolítið og blóðið skeifaði yfir haka mína. Ég lagði rakvélina niður og snéri eins og ég gerði svo hálfa hringinn til að leita að einhverjum gifsi. Þegar greifinn sá andlit mitt, loguðu augu hans með eins konar illu reiði og hann greip skyndilega í hálsinn á mér. Ég dró í burtu og hönd hans snerti strenginn af perlum sem hélt krossfestingunni. Það breytti honum strax, því heiftin leið svo hratt að ég gat varla trúað að það væri nokkurn tíma til staðar.

„passaðu þig,“ sagði hann, „passaðu þig á því hvernig þú skerðir þig. Það er hættulegra en þú heldur í þessu landi. "síðan greip hann í rakarglasið og hélt áfram:„ og þetta er sá aumingi sem hefur gert illskuna. Það er villa sem er hégómi hégómans. Burt með það! "og opnaði þunga gluggann með einum skiptilykli af hræðilegri hendi sinni, henti hann út úr glerinu, sem var rifið í þúsund stykki á steinum garðsins langt fyrir neðan. Þá dró hann sig án orða. Það er mjög pirrandi, því að ég sé ekki hvernig ég á að raka mig, nema í úrið mitt eða botninn á rakstrinum sem er sem betur fer úr málmi.

Þegar ég fór inn í borðstofuna var morgunmaturinn búinn; en ég gat ekki fundið talninguna hvar sem er. Svo ég morgunmat einn. Það er undarlegt að enn sem komið er hef ég ekki séð talninguna borða eða drekka. Hann hlýtur að vera mjög sérkenndur maður!

Eftir morgunmat gerði ég smá könnun í kastalanum. Ég fór út á stigann og fann herbergi sem horfði í átt að suðri. Útsýnið var stórkostlegt og þaðan sem ég stóð var tækifæri til að sjá það. Kastalinn er á jaðri hræðilegs úrkomu. Steinn sem féll úr glugganum myndi falla þúsund fet án þess að snerta neitt! Svo langt sem augað getur náð er sjór af grænum trjátoppi, með stundum djúpum gjá þar sem er afl. Hér og þar eru silfurþræðir þar sem árnar vinda í djúpar gljúfur um skógana.

En mér er ekki hjartans mál að lýsa fegurð, því þegar ég hafði séð útsýnið kannaði ég nánar; hurðir, hurðir, hurðir alls staðar og allar læstar og boltaðar. Á engum stað nema frá gluggum í kastalaveggjunum er til staðar útgönguleið.

Kastalinn er sannkallað fangelsi og ég er fangi!

Iii. Kafla

Dagbók jonathan harkers - hélt áfram

Þegar ég komst að því að ég var fangi kom eins konar villt tilfinning yfir mig. Ég hljóp upp og niður stigann, reyndi allar dyr og kíkti út um alla glugga sem ég gat fundið; en eftir svolítið yfirgnæfði sannfæringin um hjálparleysi mína allar aðrar tilfinningar. Þegar ég lít til baka eftir nokkrar klukkustundir held ég að ég hljóti að hafa verið vitlaus um tíma, því að ég hegðaði mér mikið eins og rotta gerir í gildru. Þegar sannfæringin var komin til mín um að ég væri hjálparvana settist ég niður hljóðlega - eins hljóðlega og ég hef nokkru sinni gert nokkuð í lífi mínu - og fór að hugsa um hvað væri best að gera. Ég er að hugsa enn og hef enn ekki komist að neinu endanlegri niðurstöðu. Af einu er ég viss; að það er ekki gagn að gera hugmyndir mínar kunnar fyrir talninguna. Hann veit vel að ég er í fangelsi; og þar sem hann hefur gert það sjálfur og hefur eflaust eigin hvatir til þess, myndi hann aðeins blekkja mig ef ég treysti honum fullkomlega með staðreyndirnar. Að svo miklu leyti sem ég get séð verður eina áætlun mín að halda þekkingu minni og ótta við sjálfan mig og augun opin. Ég er, ég veit, annað hvort að blekkjast, eins og barn, af eigin ótta, eða annars er ég í örvæntingu. Og ef hið síðarnefnda er það, þá þarf ég og þarfnast allra heila minna til að komast í gegnum.

Ég hafði varla komist að þessari niðurstöðu þegar ég heyrði hurðina miklu fyrir neðan loka og vissi að talningin var komin aftur. Hann kom ekki einu sinni inn á bókasafnið, svo ég fór varlega í herbergið mitt og fann hann búa til rúmið. Þetta var skrýtið, en staðfesti aðeins það sem ég hafði alla tíð hugsað - að það væru engir þjónar í húsinu. Þegar ég sá hann seinna í gegnum skottið á lömum hurðarinnar sem lagði borðið í borðstofunni var mér fullviss um það; því að ef hann sinnir öllum þessum embættum, þá er það vissulega sönnun þess, að enginn er annar til að gera þau. Þetta olli mér hræðslu, því ef enginn er annar í kastalanum hlýtur það að hafa verið talandinn sjálfur sem var bílstjóri þjálfarans sem kom mér hingað. Þetta er hræðileg tilhugsun; því ef svo er, hvað þýðir það að hann gæti stjórnað úlfunum eins og hann gerði með því að halda aðeins upp hönd sinni í þögn. Hvernig var það að allt fólkið í bistritz og þjálfaranum hafði einhver hræðileg hræðsla við mig? Hvað þýddi að krossfestingin, hvítlaukurinn, villta rósin, fjallið var gefin? Blessaðu þá góðu, góðu konu sem hengdi krossfestinguna um hálsinn á mér! Því það er mér huggun og styrkur þegar ég snerti það. Það er skrýtið að hlutur sem mér hefur verið kennt að líta á með disfour og sem skurðgoðadýrkun ætti á tímum einmanaleika og vandræða að hjálpa. Er það að það er eitthvað í kjarna hlutans sjálfs, eða að það er miðill, áþreifanleg hjálp, við að koma á framfæri minningum um samúð og huggun? Einhvern tíma, ef svo má vera, verð ég að skoða þetta mál og reyna að gera upp hug minn um það. Í millitíðinni verð ég að komast að öllu því sem ég get um að telja drakúla, þar sem það getur hjálpað mér að skilja. Í nótt getur hann talað um sjálfan sig, ef ég snúi samtalinu þannig. Ég verð þó að vera mjög varkár, svo að vekja ekki grun sinn.

Á miðnætti. —ég hef átt langa ræðu við talninguna. Ég spurði hann nokkurra spurninga um sögu transylvaníu og hann hitaði upp við efnið frábærlega. Þegar hann talaði um hluti og fólk, og sérstaklega um bardaga, talaði hann eins og hann hefði verið viðstaddur þá alla. Þetta útskýrði hann síðan með því að segja að drengur sé stolt húss síns og nafns hans eigin stolt, að dýrð þeirra sé dýrð hans, að örlög þeirra séu örlög hans. Alltaf þegar hann talaði um hús sitt sagði hann alltaf „við" og talaði næstum því í fleirtölu, eins og konungur talaði. Ég vildi óska þess að ég gæti lagt niður allt sem hann sagði nákvæmlega eins og hann sagði, því að mér var það heillandi. Það virtist hafa í sér heila sögu landsins. Hann varð æstur þegar hann talaði og gekk um stofuna og tognaði mikla hvíta yfirvaraskegg sinn og greip hvaðeina sem hann lagði hendur yfir eins og hann myndi mylja það af aðalstyrk. Eitt sagði hann sem ég skal setja niður eins næst og ég get; því það segir á sinn hátt sögu kynþáttar síns:

„við szekelys eigum rétt á að vera stoltir, því í bláæðum okkar rennur blóð margra hugrökkra kynþátta sem börðust eins og ljónið berst fyrir drottinvald. Hér í hringiðu evrópskra kynþátta, barst ugrísk ættbálkurinn frá íslandi baráttuandanum sem thor og wodin veittu þeim, sem berserkarar þeirra sýndu slíkum fyrirætlun um sjávarborði evrópu, aja, asíu og afríku líka, til þjóðirnir héldu að sjálfir voru vargarnir komnir. Hérna, þegar þeir komu, fundu þeir veiðimenn, sem stríðsátandi heift hafði hrífast jörðina eins og lifandi loga, þar til deyjandi þjóðir héldu að í bláæðum þeirra rann blóð þessara gömlu nornna, sem reknir voru úr lýði höfðu parast við djöflarnir í eyðimörkinni. Fífl, fífl! Hvaða djöfull eða hvaða norn var alltaf svo mikil sem attila, sem er blóð í þessum bláæðum? "hann hélt upp faðmnum. „er það furða að við vorum að sigra keppnina; að við værum stolt; að þegar magyarinn, lombardarinn, avarinn, búlgarinn eða túrkurinn hellti þúsundum sínum yfir landamærin okkar, drifum við þá aftur? Er það undarlegt að þegar arpad og sveitir hans hrífastu um ungverska föðurlandið fann hann okkur hér þegar hann kom að landamærum; að honfoglalönum hafi verið lokið þar? Og þegar ungverska flóðið hrípaði austur, var haldið fram að szekelys hafi verið ættkvísl af sigrandi kvikmyndum, og okkur var um aldir treyst til þess að verja landamæri kalkúnlands; ay, og meira en það, endalaus skylda landamæravörður, því eins og tyrkir segja: 'vatn sefur, og óvinur er svefnlaus.' hverjir ánægðari en við um allar fjórar þjóðirnar fengum „blóðuga sverðið" eða við stríðsrekstur þess flykktist fljótt að venju konungs? Hvenær var leyst upp þá mikla skömm þjóðar minnar, skammar cassova, þegar fánar vallarins og töframanna fóru niður undir hálfmána? Hver var það en einn af mínum eigin kynþáttum sem fór yfir dóná og sló tyrkinn á eigin grunni? Þetta var örugglega dracula! Vei það, að hans eigin óverðugi bróðir, þegar hann var fallinn, seldi þjóð sína til tyrkisins og færði þeim skömm þrælahaldsins! Var það reyndar ekki þessi drakúla sem hvatti þann annan af kynþætti sínum sem á síðari tíma aftur og aftur flutti sveitir sínar yfir fljótið mikla inn í kalkúnaland; sem þegar hann var barinn aftur kom aftur og aftur og aftur, þó að hann yrði að koma einn frá blóðugum akri þar sem hermönnum hans var slátrað, þar sem hann vissi að hann einn gat að lokum sigrað! Þeir sögðu að hann hugsaði aðeins um sjálfan sig. Bah! Hvað gott eru bændur án leiðtoga? Hvar endar stríðið án heila og hjarta til að stjórna því? Aftur, þegar við stríðinu um moháka, hentum við ungverska okinu, vorum við af drakúlublóði meðal forystumanna þeirra, því að andi okkar myndi ekki lækna að við værum ekki frjáls. Ah, ungur herra, szekelys - og dracula eins og blóð hjarta þeirra, heila þeirra og sverð þeirra - geta státað af skrá sem sveppir vaxa eins og hapsburgs og romanoffs getur aldrei náð. Stríðsárunum er lokið. Blóð er of dýrmætur hlutur á þessum dögum

óheiðarlegs friðar; og dýrð stórra kynþátta er eins og saga er
sögð. "

Það var um þessar mundir nálægt morgni og við fórum að sofa.
(mem., þessi dagbók virðist skelfilega eins og upphaf „arabískra
nætur", því að allt þarf að slíta sig við hanakrók - eða eins og
draugur föður þorpsins.)

12. Maí. - leyfðu mér að byrja með staðreyndir - berar, litlar
staðreyndir, staðfestar með bókum og tölum, og um það er
enginn vafi. Ég má ekki rugla þeim saman við reynslu sem
verður að hvíla á eigin athugun minni eða minni minni af þeim. Í
gærkveldi þegar talningin kom frá herbergi sínu byrjaði hann á
því að spyrja mig spurninga um lögfræðileg mál og um viðskipti
af vissum toga. Ég hafði eytt deginum þreyttur yfir bókum, og
einfaldlega til að halda huga mínum uppteknum, fór yfir nokkur
atriði sem ég hafði verið skoðuð í gistihúsinu íincoln. Það var
ákveðin aðferð í fyrirspurnum greifans, svo ég skal reyna að
setja þær niður í röð; þekkingin gæti einhvern veginn eða
einhvern tíma nýst mér.

Í fyrsta lagi spurði hann hvort maður á englandi gæti haft tvo
lögfræðinga eða fleiri. Ég sagði honum að hann gæti haft tugi ef
hann vildi, en að það væri ekki skynsamlegt að hafa fleiri en einn
lögmann í einum viðskiptum, þar sem aðeins einn gæti starfað í
einu og að það væri vissulega til þess að breyta því gegn honum
vexti. Hann virtist rækilega skilja og fór að spyrja hvort það væri
einhver praktískur vandi að hafa einn mann til að mæta, segja, í
bankastarfsemi, og annan til að sjá um flutninga, ef staðbundin
hjálp væri þörf á stað langt frá heimilinu bankaráðsmanns. Ég
bað hann um að útskýra nánar, svo að ég gæti engan veginn villt
hann, svo að hann sagði:

„ég skal myndskreyta. Vinur þinn og minn, herra. Peter hawkins, undir skugga fallegu dómkirkjunnar þinnar við exeter, sem er langt frá london, kaupir fyrir mig í gegnum þitt góða sjálf, staðinn minn í london. Gott! Nú skal ég segja hreinskilnislega, svo að þér skuluð ekki þykja undarlegt að ég hafi leitað þjónustu eins langt frá lundúnum í stað einhvers íbúa þar, að hvöt mín var sú að ekki mætti þjóna neinum heimamiðum nema ósk minni; og eins og einn af íbúðarhúsum í lundúnum gæti, ef til vill, haft einhvern tilgang með sjálfum sér eða vini að þjóna, fór ég svona til að leita til umboðsmanns míns, sem erfiði hans ætti aðeins að vera mér í hag. Geri nú ráð fyrir að ég, sem hefur mikið mál, vilji senda vörur, segjum til newcastle, eða durham, eða harwich, eða dover, gæti það ekki verið að það væri hægt að gera það með auðveldari hætti með því að fara til eins í þessum höfnum? "ég svaraði því að vissulega væri það auðveldast, en að við lögfræðingar væru með umboðsskrifstofu fyrir hvert annað, svo að staðbundin vinna væri hægt að vinna á staðnum samkvæmt fyrirmælum frá hvaða lögfræðingi sem er, svo að viðskiptavinurinn setti sig einfaldlega í hendur af einum manni, gæti látið óskir sínar framkvæma án frekari vandræða.

„en," sagði hann, „ég gæti verið frelsi til að beina mér. Er það ekki svo? "

„auðvitað," svaraði ég; og „slíkt er oft gert af viðskiptamönnum, sem líkar ekki að öll mál þeirra séu þekkt af einum manni."

„gott!" sagði hann og fór síðan að spyrja um leiðir til að koma sendingum og eyðublöðum, sem á að fara í, og alls kyns erfiðleika sem upp gætu komið, en með fyrirhugsun væri hægt að verja gegn. Ég útskýrði allt þetta fyrir bestu getu og hann lét mig vissulega skilja það að hann hefði gert frábæra lögmann, því að það var ekkert sem hann hugsaði ekki um eða sá fyrir. Fyrir mann sem var aldrei í landinu og gerði greinilega ekki mikið í viðskiptalífinu, var þekking hans og yfirbragð yndisleg. Þegar hann hafði sætt sig við þessi atriði sem hann hafði talað um og ég hafði sannreynt allt eins og ég gat eftir þeim bókum sem til eru, stóð hann skyndilega upp og sagði: -

„hefur þú skrifað síðan fyrsta bréf þitt til vinkonu okkar m. Peter hawkins, eða einhverjum öðrum? "það var með nokkurri beiskju í hjarta mínu sem ég svaraði að ég hefði ekki gert það, að enn sem komið er hefði ég ekki séð tækifæri til að senda bréf til neins.

„skrifaðu síðan núna, ungi vinur minn," sagði hann og lagði þunga hönd á öxlina: „skrifaðu til vinkonu okkar og hverjum öðrum; og segðu, ef það þóknast þér, að þú munt vera hjá mér þar til mánuður. "

„viltu að ég verði svona lengi?" spurði ég, því að hjarta mitt kalti við tilhugsunina.

„ég þrái það mikið; nei, ég tek enga synjun. Þegar húsbóndinn þinn, vinnuveitandinn, það sem þú vilt, trúði því að einhver ætti að koma fyrir hans hönd, var það skilið að aðeins væri haft samráð við þarfir mínar. Ég hef ekki fílað. Er það ekki svo? "

Hvað gæti ég gert en beygja staðfestingu? Það var mr. Áhugi hawkins, ekki minn, og ég varð að hugsa um hann, ekki sjálfan mig; og þar að auki, þegar talning dracula var að tala, var það það í augum hans og í burði hans sem fékk mig til að muna að ég var fangi, og að ef ég vildi það gæti ég ekki haft neitt val. Teljandinn sá sigur sinn í boga mínum og leikni hans í vandræðum í andliti mínu, því að hann byrjaði strax að nota þá, en á sinn slétta, ónothæfa hátt: -

„ég bið þig, góði ungi vinur minn, að þú munir ekki ræða um annað en viðskipti í bréfum þínum. Það mun eflaust gleðja vini þína að vita að þér gengur vel og að þú hlakkar til að komast heim til þeirra. Er það ekki svo? "þegar hann talaði rétti hann mér þrjú blöð af pappír og þrjú umslög. Þau voru öll þynnsta erlenda staðan, og horfði á þá, þá á hann og tók eftir hljóðlátu brosi sínu, með beittu, hundatennurnar sem lágu yfir rauða undirlipanum, ég skildi eins vel og ef hann hafði talað um að ég ætti að fara varlega það sem ég skrifaði, því að hann myndi geta lesið það. Svo ég ákvað að skrifa aðeins formlegar athugasemdir núna, en að skrifa að fullu til mr. Hawkins í leyni og líka til mína, því að til hennar gæti ég skrifað stuttorð, sem myndi gera ráð fyrir talningunni, ef hann sæi það. Þegar ég hafði skrifað tvö bréf mín sat ég rólegur og las bók á meðan talan skrifaði nokkrar glósur og vísaði til þess að hann skrifaði þær í nokkrar bækur á borði sínu. Þá tók hann upp tvær mínar og setti þær með sér og setti með ritefni sínu, en eftir það, þegar dyrnar höfðu lokast fyrir aftan sig, hallaði ég mér að mér og horfði á stafina sem voru andlit niður á borðið. Ég fann engan hlut í því, því að undir þeim kringumstæðum fann ég að ég ætti að vernda mig á allan hátt sem ég gat.

Einu bréfanna var beint til samuel f. Billington, nr. 7, hálfmáninn, hvítum, annar til herr leutner, varna; sú þriðja var til coutts & co., london, og sú fjórða til herren klopstock & billreuth, bankamanna, buda-pesth. Önnur og fjórða voru ó innsigluð. Ég var rétt að skoða þá þegar ég sá hurðarhúnann hreyfast. Ég sökk aftur í sætið mitt, eftir að hafa haft tíma til að skipta um stafina eins og þeir höfðu verið og halda bók minni áfram áður en talningin, með enn eitt bréfið í hendinni, kom inn í herbergið. Hann tók stafina upp á borðið og stimplaði þau vandlega og sneri sér síðan að mér og sagði: -

„ég treysti því að þú munt fyrirgefa mér en ég hef mikið að gera í einrúmi í kvöld. Þú munt, ég vona, finna alla hluti eins og þú vilt. "við hurðina sneri hann sér við og eftir smá stundarhlé sagði: -

„leyfðu mér að ráðleggja þér, kæri ungi vinur minn - nei, leyfðu mér að vara þig af alvörunni, að ef þú yfirgefur þessi herbergi muntu ekki á neinn hátt sofna í öðrum hluta kastalans. Hún er gömul og á margar minningar og það eru slæmir draumar fyrir þá sem sofa óáreittir. Vara við! Ætti að sofa núna eða einhvern tíma yfirstíga þig, eða vera eins og að gera, flýttu þér í þitt eigið herbergi eða í þessi herbergi, því að hvíld þín verður þá örugg. En ef þú er ekki varkár í þessu sambandi, þá "- lauk hann ræðu sinni á ógeðfelldan hátt, því að hann hreyfði með höndunum eins og hann væri að þvo þær. Ég skildi alveg; minn eini vafi var á því hvort einhver draumur gæti verið hræðilegri en óeðlilegt, hræðilegt net dimma og leyndardóms sem virtist lokast í kringum mig.

Seinna. —ég styð síðustu orðin sem skrifuð voru, en að þessu sinni er enginn vafi um það. Ég skal ekki óttast að sofa á hverjum stað þar sem hann er ekki. Ég hef komið krossfestingunni yfir höfuðið á rúminu mínu - ég ímynda mér að hvíldin mín sé þannig frjálsari frá draumum; og þar skal það vera.

Þegar hann fór frá mér fór ég inn í herbergið mitt. Eftir smá stund, þegar ég heyrði ekki hljóð, kom ég út og fór upp steinstigann þar sem ég gat horft út í suðurátt. Það var einhver frelsistilfinning í miklum víðáttum, óaðgengileg þó að það væri mér, samanborið við þröngt myrkur garðsins. Þegar ég horfði út á þetta fannst mér ég vera í fangelsi og virtist vilja anda á fersku lofti, þó það væri um nóttina. Ég er farin að finna þessa nóttu tilvist segja mér. Það er að eyðileggja taugina mína. Ég byrja á mínum eigin skugga og er fullur af alls kyns hræðilegum hugmyndum. Guð veit að það er grundvöllur fyrir hræðilegum ótta mínum á þessum bölvaða stað! Ég horfði út yfir fallega víðáttuna, baðaði mér í mjúkt gulu tunglskini þar til það var næstum eins létt og dagurinn. Í mjúku ljósinu fjarlægðust fjarlægu hæðirnar og skuggarnir í dölunum og gljúfur flauel-myrkur. Aðeins fegurðin virtist gleðja mig; það var friður og þægindi í hverju andardrætti sem ég dró. Þegar ég hallaði mér frá glugganum var augað mitt gripið af einhverju sem færði hæð fyrir neðan mig og nokkuð til vinstri, þar sem ég ímyndaði mér, frá röð herbergjanna, að gluggar í eigin herbergi greifans myndu líta út. Glugginn, sem ég stóð við, var hár og djúpur, steinhúðaður og þó veðurtepptur væri enn heill; en það var greinilega margt á dag síðan málið hafði verið þar. Ég dró aftur á bak við grjóthleðsluna og leit vandlega út.

Það sem ég sá var höfuð greifans að koma út um gluggann. Ég sá ekki andlitið, en ég þekkti manninn um hálsinn og hreyfingu baksins og handlegganna. Í öllu falli gat ég ekki gert mistök í höndunum sem ég hafði haft svo mörg tækifæri til náms. Ég var í fyrstu áhugasamur og nokkuð skemmtilegur, því það er yndislegt hve lítið mál mun vekja áhuga og skemmta manni þegar hann er fangi. En tilfinningar mínar breyttust í fráhrindingu og skelfingu þegar ég sá allan manninn koma hægt út úr glugganum og byrjaði að skríða niður kastalavegginn yfir þeim ógeðslegu hyldýpi, andlitið niður með skikkjuna sína breiða út um hann eins og miklir vængir. Í fyrstu gat ég ekki trúað augum mínum. Ég hélt að það væri einhver bragð af tunglskininu, einhver furðuleg áhrif skugga; en ég hélt áfram að leita og það gæti ekki verið blekking. Ég sá fingur og tær grípa í hornin á steinunum, slitin laus við steypuhræra vegna álags margra ára, og með því að nota hvert framskot og misrétti fara niður á við mikinn hraða, rétt eins og eðla færist meðfram vegg.

Hverskonar manneskja er þetta, eða hverskonar skepna er það í mannlíkingu? Mér finnst óttinn við þennan hræðilega stað yfirbuga mig; ég er í ótta - í hræðilegum ótta - og það er enginn flótti fyrir mig; ég er umlukinn skelfingum sem ég þori ekki að hugsa um ....

15. Maí. - enn einu sinni hef ég séð talninguna fara út í eðli sínu. Hann færðist niður á hliðarlínuna, nokkur hundruð fet niður og

heilmikið til vinstri. Hann hvarf inn í eitthvert gat eða glugga. Þegar höfuð hans var horfið hallaði ég mér út til að reyna að sjá meira, en án gagns - fjarlægðin var of mikil til að leyfa rétta sjónarhorn. Ég vissi að hann væri farinn úr kastalanum núna og hugsaði mér að nota tækifærið til að kanna meira en ég hafði þorað að gera enn sem komið er. Ég fór aftur inn í herbergið og tók lampa og reyndi allar hurðir. Þeir voru allir læstir, eins og ég hafði búist við, og lásarnir voru tiltölulega nýir; en ég fór niður steinstrappana að salnum þar sem ég hafði komið inn upphaflega. Ég fann að ég gæti dregið boltana nógu auðveldlega til baka og tekið frá mér stóru keðjurnar; en hurðin var læst og lykillinn var horfinn! Þessi lykill verður að vera í herbergi greifans; ég verð að horfa á ef dyr hans verða opnar, svo að ég nái henni og sleppi. Ég hélt áfram að gera ítarlega skoðun á hinum ýmsu stigum og leiðum og prófa hurðirnar sem opnuðust frá þeim. Eitt eða tvö lítil herbergi nálægt salnum voru opin, en það var ekkert að sjá í þeim nema gömul húsgögn, rykug með aldrinum og mölfætt. Loksins fann ég hins vegar eina hurðina efst í stiganum sem þótt hún væri læst, gaf svolítið undir pressu. Ég reyndi það erfiðara og komst að því að það var ekki raunverulega læst, en að viðnámið stafaði af því að lamirnar höfðu fallið nokkuð og þungu hurðin hvíldi á gólfinu. Hér var tækifæri sem ég gæti ekki hafa aftur, svo ég beitti mér fyrir mér og neyddi það með mörgum tilraunum til baka svo ég gæti farið inn. Ég var núna í væng kastalans lengra til hægri en herbergin sem ég þekkti og hæða neðar. Frá gluggunum gat ég séð að föruneyti herbergjanna lá suður af kastalanum, gluggar í endirýmið horfðu út bæði vestur og suður. Á síðari hliðinni, svo og hinni fyrri, var mikið úrkoma. Kastalinn var reistur á horni mikils bergs, svo að á þremur hliðum var hann nokkuð gegndreyptur, og miklir gluggar voru settir hér þar sem streng eða boga, eða culverin náðu ekki, og þar af leiðandi ljós og þægindi, ómögulegt að staða sem varð að gæta, voru tryggðar. Fyrir vestan var mikill dalur, og þá, hækkandi langt í burtu, miklir skeggjaðir fjallfestingar, hækkandi hámark á toppnum, hreinn kletturinn prúddur með fjallaska og þyrni, en rætur þeirra festust í sprungum og sprungum og sveifum steinsins. Þetta var augljóslega sá hluti kastalans sem konurnar unnu á fyrri tíma, því að húsgögnin höfðu meiri þægindaloft en nokkur sem ég hafði séð. Gluggarnir voru gluggalausir, og gula tunglskinið, sem flæddi inn um tígulúðurnar, gerði kleift að sjá jafna liti, meðan það mýkdi ryk ryksins sem lá yfir öllu og dulbúið að einhverju leyti eyðileggingu tímans og malarins. Lampinn minn virtist hafa lítil áhrif í ljómandi tunglskininu, en ég var feginn að hafa það með mér, því að það var ótti einmanaleiki á þeim stað sem kældi hjarta mitt og lét taugar mínar skjálfa. Samt, það var betra en að búa ein í herbergjunum sem ég hafði hatað af nærveru talningarinnar, og eftir að hafa reynt smá í skólann í taugarnar á mér, fannst mér mjúk ró yfir mér koma. Hérna er ég, sit við lítill eikarborð þar sem í gamla tíma hugsanlega sat einhver ágæt kona til að penna, með mikla umhugsun og margra roða, hennar illa stafaða ástabréf og skrifaði í dagbók mína í stuttu máli og allt sem hefur gerst síðan ég lokaði því síðast. Það er nítjándu öld uppfærð með látum. Og samt, nema skynfærin mín blekki mig, höfðu gömlu aldirnar og höfðu vald sitt sem aðeins „nútíminn" getur ekki drepið.

Seinna: að morgni 16. Maí. - guð varðveitir heilabilun mína, því að til þess minnkar ég. Öryggi og öryggi eru hluti af fortíðinni. Meðan ég bý hérna er aðeins eitt til að vona að ég geti ekki orðið vitlaus, ef ég er reyndar ekki vitlaus nú þegar. Ef ég er heilbrigður, þá er það vissulega brjálæðislegt að hugsa til þess að af öllum þeim illu hlutum sem liggja í leyni á þessum hatursfulla stað er talningin minn hrikalegasta; að fyrir hann einn geti ég leitað eftir öryggi, jafnvel þó að þetta sé aðeins á meðan ég get þjónað tilgangi hans. Mikill guð! Miskunnsamur guð! Leyfðu mér að vera rólegur, því að út af þeim vegi liggur brjálæði. Ég byrja að fá ný ljós á ákveðnum hlutum sem hafa undrað mig. Hingað til vissi ég aldrei alveg hvað shakespeare þýddi þegar hann bjó til þorp að segja: -

„töflurnar mínar! Fljótur, töflurnar mínar!

Það er mætt að ég setti það niður, "o.s.frv.

Í bili, líða eins og heilinn á mér hafi verið óhaggaður eða eins og
að áfallið væri komið sem hlýtur að ljúka við að afturkalla það,
sný ég mér að dagbókinni minni til að láta hvíla mig. Venjan að
koma nákvæmlega inn verður að hjálpa til við að róa mig.

Dularfulla viðvörun greifans hræddi mig um það leyti; það
hræðir mig meira núna þegar ég hugsa til þess, því að í
framtíðinni hefur hann óttalegt tak á mér. Ég skal óttast að efast
um það sem hann kann að segja!

Þegar ég hafði skrifað í dagbókina mína og hafði sem betur fer
skipt um bók og penna í vasanum fann ég fyrir syfju. Viðvörun
greifans kom í huga minn, en ég naut þess að óhlýðnast því.
Svefnkenndin var yfir mér og með henni er sá einbeitni sem
svefninn færir framúr. Mjúkt tunglskin róaðist, og breitt víðáttan
án þess að gefa tilfinningu fyrir frelsi sem endurnærði mig. Ég
ákvað að snúa ekki aftur í nótt til hinna drunglegu reimtu
herbergjanna, heldur að sofa hér, þar sem gamlar konur höfðu
setið og sungið og lifað sætu lífi meðan ljúf brjóst þeirra voru
dapur fyrir fólkið sitt í burtu í miðri ómældum styrjöldum. . Ég
teiknaði frábæran sófa út úr sínum stað nálægt horninu, svo að
þegar ég lá, gat ég horft á yndislega útsýnið austur og suður, og
hugsað og óhugnað fyrir rykið, samið mig fyrir svefninn. Ég geri
ráð fyrir að ég hljóti að hafa sofnað; ég vona það, en ég óttast,
því að allt sem fylgdi var ótrúlega raunverulegt - svo
raunverulegt að nú sit ég í breiðu, fullu sólarljósi morguns, ég
get ekki í það minnsta trúað því að allt hafi verið sofið.

Ég var ekki einn. Herbergið var það sama, óbreytt á nokkurn hátt
síðan ég kom inn í það; ég gat séð meðfram gólfinu, í ljómandi
tunglskini, eigin spor mín merkt þar sem ég hafði truflað langa

ryksöfnun. Í tunglskininu gegnt mér voru þrjár ungar konur, konur að klæðnaði sínum og háttum. Ég hélt á þeim tíma að ég hlýt að láta mig dreyma þegar ég sá þá, því þó tunglskinið væri á bak við þá kastaði þeir engum skugga á gólfið. Þeir komu nálægt mér og horfðu á mig í nokkurn tíma og hvísluðu síðan saman. Tveir voru dökkir og höfðu háar vatnsskemmdar nef, eins og talningin, og mikil dökk, götandi augu sem virtust vera næstum rauð þegar þeir voru í andstæðum við fölgul tunglið. Hitt var sanngjarnt, eins sanngjarnt og hægt er, með mikla bylgjaða massa af gullnu hári og augu eins og föl safír. Mér virtist einhvern veginn þekkja andlit hennar og vita það í tengslum við einhverja draumkennda ótta, en ég gat ekki rifjað upp í augnablikinu hvernig eða hvar. Allir þrír voru með ljómandi hvítar tennur sem ljómuðu eins og perlur gegn rúbínnum á mýflugum vörum. Það var eitthvað við þá sem urðu mér órólegir, sumir þráðu og um leið dauðans ótti. Ég fann í hjarta mínu vonda, brennandi löngun að þeir myndu kyssa mig með þessum rauðu vörum. Það er ekki gott að taka þetta fram, svo að það ætti einhvern daginn að hitta augu minu og valda henni sársauka; en það er sannleikurinn. Þeir hvísluðu saman, og þá hlógu þeir allir þrír - svo silfurgljáandi, tónlistarlegur hlátur, en eins erfitt og hljóðið hefði aldrei getað komist í gegnum mýkt manna varanna. Það var eins og óþolandi, náladofandi sætleikur vatnsgleraugna þegar leikið var af fyndnum höndum. Sanngjörn stúlkan hristi höfuðið koklega og hinar tvær hvöttu hana áfram. Einn sagði: -

"haltu áfram! Þú ert fyrst og við munum fylgja; þitt er rétt að byrja. "hinn bætti við: -

„hann er ungur og sterkur; það eru kossar fyrir okkur öll. "ég lagðist rólegur og horfði út undir augnhárin mín í kvöl af yndislegri eftirvæntingu. Sanngjörn stúlkan komst fram og beygði sig yfir mig þar til ég fann tilfinningu andardráttarins á mér. Ljúft það var í einum skilningi, elskan-ljúft, og sendi sömu náladofa í gegnum taugarnar og rödd hennar, en með beiskju undirliggjandi það ljúfa, bitur móðgun eins og maður lyktar í blóði.

Ég var hræddur við að hækka augnlokin, en horfði út og sá fullkomlega undir augnhárunum. Stelpan fór á hnén og beygði sig yfir mig, hreinlega hress. Það var vísvitandi voluptuousness sem var bæði spennandi og fráhrindandi, og þegar hún bogaði hálsinn, sleikti hún í raun varirnar eins og dýr, þar til ég gat séð í tunglsljósinu raka sem skín á skarlati varanna og á rauðu tungunni þegar það lappaði hvítar skarpar tennur. Neðri og neðri fóru höfuð hennar þegar varir fóru undir svið munns og höku og virtust vera að festast í hálsi á mér. Þá fór hún í hlé, og ég heyrði ólgandi tungu tungunnar þegar hún sleikti tennur og varir hennar og fann fyrir heitu andanum á hálsinum á mér. Þá byrjaði húð á hálsi á mér eins og hold manns gerir þegar höndin sem á að kitla nær hann nær - nær. Ég fann fyrir mjúku, skjálfandi snertingu varanna á ofurviðkvæmum húð hálsi mínum og hörðum beyglum tveggja beittra tanna, bara snerta og gera hlé þar. Ég lokaði augunum í svívirðilegri alsælu og beið - beið með hjartslátt.

En á því augnabliki sópaði önnur tilfinning í gegnum mig eins og fljótt og elding. Ég var meðvitaður um nærveru greifans og veru hans eins og lappaður í ofsaveður. Þegar augu mín opnuðust ósjálfrátt sá ég sterka hönd hans grípa grannan háls hinnar sanngjörnu konu og draga kraftinn aftur af krafti, bláu augun umbreyttu af heift, hvítu tennurnar glíma við reiði og glæsileg kinnar loga rauðar af ástríðu. En talningin! Aldrei ímyndaði ég mér svona reiði og heift, jafnvel illa anda gryfjunnar. Augu hans loguðu jákvætt. Rauða ljósið í þeim var tært eins og logar helvítis eldsins loguðu á bak við þá. Andlit hans var dauðans föl og línurnar á honum voru harðar eins og dregnar vír; þykku augabrúnirnar sem hittust yfir nefið virtust nú eins og upphitandi bar af hvítheitum málmi. Með grimmu sveipi af handleggnum hleypti hann konunni frá sér og hélt síðan til hinna, eins og hann væri að berja þá aftur; það var sama bráðkvadda látbragð sem ég hafði séð notað til úlfanna. Í rödd sem þótt lág og næstum í hvíslun virtist skera í loftið og hringi síðan um herbergið sagði hann: -

„hvernig þorir þú að snerta hann, einhver ykkar? Hvernig þorir þú að varpa augum á hann þegar ég hafði bannað það? Til baka, ég segi ykkur öllum! Þessi maður tilheyrir mér! Varist hvernig þú blandar þér við hann, eða þú verður að takast á við mig. "hin sæmilega stúlka, með hlátur af rifnum kokkabúskap, snéri sér að því að svara honum: -

„þú sjálfur elskaðir aldrei; þú elskar aldrei! "á þessu gengu hinar konurnar til liðs við sig og svo tindarlaus, harður, sálarlaus hlátur hringdi um stofuna að það varð mér næstum dauft að heyra; það virtist eins og ánægja fiendanna. Þá snerist talningunni, eftir að hafa horft á andlitið á mig og sagt í mjúku hvísli: -

„já, ég get líka elskað; þið sjálfir getið sagt það frá fortíðinni. Er það ekki svo? Jæja, nú lofa ég þér að þegar ég er búinn með hann að þú skulir kyssa hann að þínum vilja. Farðu nú! Farðu! Ég verð að vekja hann, því að það er vinna að vinna. "

„eigum við ekkert í nótt?" sagði einn þeirra með hlátri þegar hún benti á töskuna sem hann henti á gólfið og hreyfðist eins og það væri einhver lifandi hlutur í henni. Hann svaraði því til höfuðs. Ein af konunum stökk fram og opnaði hana. Ef eyrun mín blekkuðu mig ekki, þá var andköf og lágt kvein, eins og hjá hálfu möluðu barni. Konurnar lokuðu hring, meðan ég var ógeð af hryllingi; en þegar ég leit þá hurfu þeir og með þeim hrikalegi pokinn. Engar dyr voru nálægt þeim og þær hefðu ekki getað farið framhjá mér án þess að ég hafi tekið eftir því. Þeir virtust einfaldlega dofna út í geislunum í tunglskininu og fara út um gluggann, því að ég gat séð fyrir utan dimma, skuggaleg form fyrir augnablik áður en þau dofnuðu alveg.

Þá sigraði hryllingurinn mig og ég sökk meðvitundarlausan.

Iv. Kafla

Dagbók jonathan harkers - hélt áfram

Ég vaknaði í eigin rúmi mínu. Ef það var sem mig hafði ekki dreymt, verður talningin að hafa borið mig hingað. Ég reyndi að fullnægja mér um efnið, en gat ekki komist að neinum óumdeildum árangri. Vissulega voru viss lítil merki, svo sem að fötin mín voru brotin saman og lögð af á þann hátt sem ekki var venja mín. Klukkan mín var enn aflétt og ég er stranglega vanur að vinda það síðasta áður en ég fór að sofa og mörg slík smáatriði. En þetta er engin sönnun, því að það gæti hafa verið vísbending um að hugur minn væri ekki eins og venjulega, og af einhverjum orsökum hafði ég vissulega verið mikið í uppnámi. Ég verð að horfa til sönnunar. Af einu er ég feginn: ef það var að talan bar mig hingað og afklæddi mig, hlýtur hann að hafa verið flýttur í verkefni sínu, því að vasar mínir eru ósnortnir. Ég er viss um að þessi dagbók hefði verið ráðgáta fyrir hann sem hann hefði ekki kræklað. Hann hefði tekið eða eyðilagt það. Þegar ég lít um þetta herbergi, þó að það hafi verið mér svo fullur af ótta, þá er það nú eins konar helgidómur, því ekkert getur verið hrikalegra en þessar hræðilegu konur, sem voru - sem eru - að bíða eftir að sjúga blóð mitt.

18. Maí. - ég hef verið að leita að herberginu aftur í dagsljósi, því að ég verð að vita sannleikann. Þegar ég kom að dyrunum efst á stigann fannst mér hún lokuð. Það hafði verið svo knúíð svo þvingað gegn ruslinu að hluti tréverkanna var klofinn. Ég sá að ekki hafði verið skotið á boltann á læsingunni, en hurðin er fest

að innan. Ég óttast að það væri enginn draumur og verð að bregðast við þessu.

19. Maí. — ég er vissulega í stritunum. Í gærkvöldi bað greifinn mig í hæstu tónum um að skrifa þrjú bréf, þar sem eitt sagði að vinnu minni hér væri næstum búin og að ég ætti að byrja heima innan nokkurra daga, annað sem ég var að byrja næsta morgun frá því að bréfið, og það þriðja að ég var farinn frá kastalanum og kominn til bistritz. Ég myndi óánægja hafa gert uppreisn, en fannst að í núverandi ástandi væri það brjálæði að deila opinberlega með talningunni meðan ég er svo algerlega á hans valdi; og að neita væri að vekja tortryggni hans og vekja reiði sína. Hann veit að ég veit of mikið og að ég má ekki lifa, svo að ég sé honum ekki hættulegur; eina tækifæri mitt er að lengja tækifærin mín. Eitthvað getur komið fram sem gefur mér tækifæri til að komast undan. Ég sá í hans augum eitthvað af þeirri reiði sem safnaðist fram sem kom í ljós þegar hann rak þá glæsilegu konu frá honum. Hann útskýrði fyrir mér að færslur væru fá og óviss og að skrif mín núna myndi tryggja vini mínum vellíðan; og hann fullvissaði mig með svo miklum hrifningu að hann myndi vinna gegn síðari bréfunum, sem haldið yrði yfir á bistritz fram að réttum tíma, ef tækifæri myndi viðurkenna að ég hefði lengt dvöl mína, að til að andmæla honum hefði verið að skapa nýja tortryggni. Ég lét því eins og ég félli með skoðanir sínar og spurði hann hvaða dagsetningar ég ætti að setja á bréfin. Hann reiknaði út eina mínútu og sagði þá: -

„fyrsta ætti að vera 12. Júní, annað 19. Júní og þriðja júní 29.“

Ég þekki nú ævi minnar. Guð hjálpi mér!

28. Maí. — það er möguleiki á flótta eða í öllu falli að geta sent orð heim. Hljómsveit af szgany er komin í kastalann og er sett í herbúðirnar. Þessi szgany eru sígaunar; ég er með minnispunkta af þeim í bókinni minni. Þeir eru sérkennilegir þessum heimshluta, þó að þeir séu bandamenn venjulegra sígauna um allan heim. Það eru þúsundir þeirra í hungri og transylvaníu, sem eru nánast utan allra laga. Þeir hengja sig að jafnaði við einhvern mikinn aðalsmann eða drengjara og kalla sig við nafn hans. Þeir eru óttalausir og án trúarbragða, bjarga hjátrú og tala aðeins sína eigin afbrigði af rómönsku tungunni.

Ég skal skrifa nokkur bréf heim og reyna að fá þau til að láta þau vera send. Ég hef þegar talað við þá um gluggann minn til að hefja kynni. Þeir tóku hattana af og gerðu hlýðni og mörg merki, sem ég gat þó ekki skilið frekar en ég gæti talað tungumál þeirra ....

Ég hef skrifað bréfin. Mina er í styttu, og ég spyr einfaldlega mr. Hawkins til að eiga samskipti við hana. Við hana hef ég skýrt frá aðstæðum mínum, en án hryllinganna sem ég get bara gert ráð fyrir. Það myndi sjokkera hana og hræða hana til dauða ef ég afhjúpaði hjarta mitt fyrir henni. Ættu stafirnir ekki að vera með, þá skal telja ekki enn leyndarmál mitt eða umfang þekkingar minnar ....

Ég hef gefið stafina; ég kastaði þeim í gegnum gluggana á glugganum mínum með gullstykki og gerði hvaða merki ég gæti til að láta setja þær upp. Maðurinn, sem tók þá, þrýsti þeim að hjarta sínu og laut og setti þá í hettuna. Ég gæti ekki gert meira. Ég stal aftur til námsins og byrjaði að lesa. Þar sem talningin kom ekki inn, þá hef ég skrifað hér ....

Talningin er komin. Hann settist við hliðina á mér og sagði með sinni sléttustu rödd þegar hann opnaði tvo stafi:

„szgany hefur gefið mér þetta, en þó að ég viti ekki hvaðan þeir koma, skal ég að sjálfsögðu sjá um. Sjáðu! "- hann hlýtur að hafa litið á það -„ einn er frá þér og til vinar míns peter hawkins; hitt "- þar kom hann auga á undarlega táknin þegar hann opnaði umslagið og dökka svipinn kom í andlit hans og augu hans loguðu illilega -„ hitt er svívirðilegur hlutur, reiði yfir vináttu og gestrisni! Það er ekki undirritað. Jæja! Svo það skiptir okkur ekki máli. "og hann hélt rólega bréf og umslag í loga lampans þar til þau voru neytt. Þá hélt hann áfram: -

„bréfið til hawkins - að ég skal auðvitað senda áfram þar sem það er þitt. Bréf þín eru mér heilög. Fyrirgefning þinn, vinur minn, að ómeðvitað braut ég innsiglið. Munt þú ekki hylja það aftur? "hann hélt fram bréfinu til mín og rétti mér kurteisan boga hreint umslag. Ég gat aðeins vísað því áfram og afhent honum þögn. Þegar hann fór út úr herberginu heyrði ég lykilinn snúast mjúklega. Mínútu seinna fór ég yfir og reyndi það, og hurðin var læst.

Þegar klukkutími eða tveir eftir, greifinn kom hljóðlega inn í herbergið, vakti kom hans mig, því að ég hafði sofnað í sófanum. Hann var mjög kurteis og mjög hress á sinn hátt, og þar sem hann sá að ég hafði sofið, sagði hann: -

„svo, vinur minn, ertu þreyttur? Farðu í rúmið. Þar er öruggasta hvíldin. Ég hef kannski ekki ánægju af því að tala í nótt þar sem það eru mörg vinnubrögð við mig; en þú munt sofa, bið ég. "ég fór í herbergið mitt og fór að sofa, og undarlegt að segja, svaf án þess að dreyma. Örvæntingin hefur sínar róar.

31. Maí. — í morgun þegar ég vaknaði hélt ég að ég færi mér pappír og umslag úr pokanum mínum og geymi þau í vasanum, svo að ég gæti skrifað ef ég ætti að fá tækifæri, en aftur á óvart, aftur áfall!

Hver pappírsleppa var horfin og með henni voru allar minnismiðar mínar, minnisbækur mínar, sem varða járnbrautir og ferðalög, lánsbréfið mitt, í raun allt sem gæti nýst mér þegar ég var einu sinni fyrir utan kastalann. Ég sat og hugleiddi um hríð og þá kom einhver hugsun upp hjá mér og ég leitaði í portmanteau minn og í fataskápnum þar sem ég hafði sett fötin mín.

Fötin sem ég ferðaðist í var horfin og líka yfirfatnaðurinn minn og teppi; ég gæti ekki fundið nein spor af þeim hvar sem er. Þetta leit út eins og eitthvað nýtt skúrkaskap ....

17 júní. - í morgun, þegar ég sat á jaðri rúms míns og knúsaði gáfur mínar, heyrði ég án þess að sprunga af svipum og börðu og skafa á fótum hrossa upp á klettabrautina handan garðsins. Með gleði flýtti ég mér að glugganum og sá keyra inn í garðinn tvo frábæra leiter-vagna, hver teiknaðan af átta traustum hestum, og í höfuðið á hverju pari slóvakía, með breiða húfuna sína, frábært naglabelgaða belti, óhreint sauðskinnskinn og há stígvél. Þeir höfðu líka langar staurar í hendi. Ég hljóp til dyra og ætlaði að fara niður og reyna að ganga til liðs við þá í aðalsalnum, þar sem ég hélt að sú leið gæti verið opnuð fyrir þá. Aftur áfall: hurðin mín var fest að utan.

Þá hljóp ég út að glugganum og grét til þeirra. Þeir horfðu heimskulega á mig og bentu, en bara þá kom „hetman" szgany út og sá þá benda á gluggann minn, sagði eitthvað, sem þeir hlógu við. Héðan í frá myndi engin áreynsla mín, engin smávægileg gráta eða svívirðing, láta þá jafnvel líta á mig. Þeir sneru staðfastlega frá. Leiter-vagnarnir innihéldu mikla, ferkantaða kassa, með handföngum af þykku reipi; þetta var augljóslega tómt vegna þess hve slovakar tóku á þeim og með ómun þeirra þegar þeir voru fluttir gróflega. Þegar þeir voru allir losaðir og pakkaðir í mikla hrúgu í einu horni garðsins, fengu slovakkarnir peninga af szganyinu og spýttu í það til heilla, fór leti hver á höfuð hests síns. Stuttu seinna heyrði ég sprunga á svipum þeirra deyja í fjarska.

24 júní, fyrir morgnana. - í gærkvöldi fór greifinn frá mér snemma og læsti sig inni í sínu herbergi. Um leið og ég þorði hljóp ég upp vinda stigann og horfði út um gluggann sem opnaði suður. Ég hélt að ég myndi fylgjast með talningunni, því að það er eitthvað að gerast. Szgany eru fjórðungur einhvers staðar í kastalanum og vinna verk af einhverju tagi. Ég veit það, af og til heyri ég langt í burtu dempaða hljóð eins og af mattock og spade, og hvað sem það nú er, þá hlýtur það að vera endirinn á einhverju miskunnarlausu illsku.

Ég var búinn að vera við gluggann aðeins innan við hálftíma, þegar ég sá eitthvað koma út úr glugganum. Ég dró til baka og fylgdist vel með og sá allan manninn koma fram. Það var mér nýtt áfall að komast að því að hann hafði í fötunum sem ég hafði klæðst þegar ég ferðaðist hingað og henti yfir öxlina á hinni ógeðslegu tösku sem ég hafði séð konurnar taka frá sér. Það gæti verið enginn vafi á leit hans, og líka í plagginu mínu! Þetta er síðan nýja áætlunin hans um illsku: að hann muni leyfa öðrum að sjá mig, eins og þeir hugsa, svo að hann geti bæði skilið eftir sannanir fyrir því að ég hafi sést í bæjum eða þorpum sem senda inn mín eigin bréf og að öll illska sem hann kann að gera skal af heimamönnum rekja til mín.

Það vekur mig reiði að hugsa að þetta geti haldið áfram, og meðan ég er þeginn hér, sannur fangi, en án þeirrar verndar lögunum sem eru jafnvel réttur og huggun glæpamannsins.

Ég hélt að ég myndi horfa á endurkomu greifans og sat lengi hundleiðislega við gluggann. Þá fór ég að taka eftir því að það voru einhverjir flottir litlir flekkir sem svifu í geislum tunglskinsins. Þeir voru eins og minnstu rykkornin, og þeir hringuðu saman og söfnuðust saman í klösum á nebulous konar hátt. Ég horfði á þá með róandi tilfinningu og eins konar logn stal yfir mér. Ég hallaði mér aftur í faðminn í þægilegri stöðu, svo að ég gæti notið fullnýtingar á gambólgunni.

Eitthvað varð til þess að ég byrjaði, lágt, smávaxið æpandi af hundum einhvers staðar langt fyrir neðan í dalnum, sem var falið fyrir mínum augum. Háværara virtist það hringja í eyrum mínum og fljótandi rykhreyfingarnar til að taka ný lög við hljóðið þegar þau dönsuðu í tunglskininu. Mér fannst ég eiga í erfiðleikum með að vakna við einhverja kall af eðlishvötunum mínum; nei, mjög sál mín barðist og mín hálfs munaði næmni leitast við að svara kallinu. Ég var að verða dáleiddur! Fljótari og fljótari dansaði rykið; tunglgeislarnir virtust skjálfa þegar þeir fóru eftir mér í massa dimma handan við. Meira og meira söfnuðu þeir saman þangað til þeir virtust taka lítil fantómaform. Og þá byrjaði ég, vakandi og með fullt vit í skilningi mínum og hljóp öskrandi frá staðnum. Fantómaformin, sem voru að verða smám saman að veruleika úr tunglgeislunum, voru þau þriggja draugakvenna sem ég var dæmdur til. Ég flúði og leið nokkuð öruggari í mínu eigin herbergi, þar sem engin tunglskin var og þar sem lampinn brann björt.

Þegar nokkrar klukkustundir voru liðnar heyrði ég eitthvað hrærast í herbergi greifans, eitthvað eins og beittur kvöl kúgaði fljótt; og þá var þögn, djúp, hræðileg þögn, sem kældi mig. Með hjartslátti reyndi ég hurðina; en ég var lokaður inni í fangelsinu mínu og gat ekkert gert. Ég settist niður og grét einfaldlega.

Þegar ég sat heyrði ég hljóð í garðinum án þess - kvöl kváts konu. Ég hljóp út að glugganum og henti honum upp og kíkti út á milli stanganna. Þar var reyndar kona með ósnortið hár og hélt höndum sínum yfir hjarta sínu eins og eymd af hlaupum. Hún hallaði sér að horni hliðsins. Þegar hún sá andlit mitt við gluggann henti hún sér fram og hrópaði í rödd hlaðin ógn: -

„skrímsli, gefðu mér barnið mitt!"

Hún kastaði sér á hnén og lyfti upp höndunum og grét sömu orðin í tónum sem reif hjarta mitt. Þá reif hún hárið og barði á brjóstið og yfirgaf sig öll brot á eyðslusamri tilfinningu. Að lokum, kastaði hún sér fram, og þó ég gæti ekki séð hana, þá heyrði ég berja berar hendur hennar gegn hurðinni.

Einhvers staðar hátt í lofti, líklega á turninum, heyrði ég rödd greifans kalla á harða, málmhvíta hvísl. Símtali hans virtist svarað frá vítt og breitt með hávandi úlfa. Áður en margar mínútur voru liðnar, var pakkning af þeim hellt, eins og uppbyggð stífla þegar hún var frelsuð, um breiða innganginn í garði.

Það var ekkert grátur frá konunni, og æpandi úlfarnir var aðeins stuttur. Áður en langt um líður streyma þeir burt einir og sleikja varirnar.

Ég gat ekki vorkennt henni, því að ég vissi nú hvað varð um barnið hennar, og hún var betri dáin.

Hvað á ég að gera? Hvað get ég gert? Hvernig get ég sloppið við þessa hræðilegu hlutu nætur og myrkur og ótta?

25 júní, morgni. - það veit enginn fyrr en hann hefur þjáðst um nóttina hve ljúfur og elskandi hjarta hans og auga morguninn getur verið. Þegar sólin óx svo hátt í morgun að hún skall á toppinn á gáttinni miklu gegnt glugganum mínum, virtist mér hái bletturinn sem hún snerti eins og dúfan úr örkinni logaði þar. Ótti minn féll frá mér eins og það hefði verið gufufat sem leystist upp í hlýjunni. Ég verð að grípa til aðgerða af einhverju tagi meðan hugrekki dagsins er yfir mér. Í gærkveldi fór eitt af bréfum mínum eftir dagsetninguna, það fyrsta af þeim banvæna seríu sem er að útrýma mjög ummerki tilvistar minnar frá jörðu.

Láttu mig ekki hugsa um það. Aðgerð!

Það hefur alltaf verið á nóttunni að mér hefur verið blandað eða ógnað, eða á einhvern hátt í hættu eða í ótta. Ég hef enn ekki séð talninguna í dagsljósinu. Getur það verið að hann sefur þegar aðrir vakna, að hann gæti verið vakandi meðan þeir sofa? Ef ég gæti bara komist inn í herbergið hans! En það er engin möguleg leið. Hurðin er alltaf læst, engin leið fyrir mig.

Já, það er leið, ef maður þorir að taka það. Þar sem líkami hans hefur farið af hverju má ekki fara í annan lík? Ég hef sjálfur séð hann skríða úr glugganum hans. Af hverju ætti ég ekki að líkja eftir honum og fara inn um glugga hans? Líkurnar eru örvæntingarfullar, en þörf mín er enn örvænting. Ég skal hætta því. Í versta falli getur það aðeins verið dauði; og dauði manns er ekki kálfur og ótti það sem eftir lifir kann enn að vera opinn fyrir mér. Guð hjálpa mér í mínu verkefni! Bless, mín, ef ég mistakast; bless, trúfasti vinur minn og annar faðir; bless, allt og síðast allra mina!

Sama dag, seinna. - ég hef lagt mig fram, og guð, sem hjálpar mér, er kominn aftur örugglega inn í þetta herbergi. Ég verð að setja niður öll smáatriði í röð. Ég fór á meðan hugrekki mitt var ferskt beint að glugganum á suðurhliðinni og komst út um leið á þrönga stallgrind sem liggur um bygginguna hérna megin. Steinarnir eru stórir og gróflega skornir og steypuhræra hefur um tíma skolast burtu á milli. Ég tók af mér stígvélin og fór út á örvæntingarfullan hátt. Ég leit niður einu sinni til að tryggja að skyndilegur svipur á hrikalegu dýpi myndi ekki yfirstíga mig, en eftir það hélt ég augunum frá því. Ég vissi ágætlega stefnu og fjarlægð glugga greifans og bjó til það eins vel og ég gat, með hliðsjón af tækifærunum sem í boði voru. Mér fannst ég ekki svima — ég býst við að ég væri of spennt - og tíminn virtist fáránlega stuttur þar til ég fann mig standa við gluggatöfluna og reyna að hækka beltið. Ég fylltist þó óróleika þegar ég beygði mig og renndi fótunum fremst inn um gluggann. Þá leit ég í kringum mig eftir talningunni, en kom á óvart og með fögnuði. Herbergið var tómt! Það var varla innréttað með skrýtnum hlutum, sem virtust aldrei hafa verið notaðir; húsgögnin voru eitthvað á sama hátt og í suðurherbergjunum og voru þakin ryki. Ég leitaði að lyklinum en hann var ekki í læsingunni og ég gat ekki fundið hann neins staðar. Það eina sem ég fann var mikil hrúga af gulli í einu horninu - gull af öllum gerðum, rómverskir, breskir, austurrískir og ungverskir, og grískir og tyrkneskir peningar, þakið filmu af ryki, eins og það hefði legið lengi í jörðu. Ekkert af því sem ég tók eftir var minna en þrjú hundruð ára gamalt. Þar voru líka keðjur og skraut, sumar gimsteinar, en allar gamlar og litaðar.

Á einu horni herbergisins var þung hurð. Ég reyndi það, því að þar sem ég gat ekki fundið lykilinn að herberginu eða lykilinn að ytri hurðinni, sem var meginmarkmið leitarinnar, þá verð ég að gera frekari athugun, eða öll mín viðleitni væri til einskis. Það var opið og leiddi í gegnum steinagang að hringstiga sem gekk bratt niður. Ég steig niður og hugsaði varlega hvert ég fór, því stigunin var dökk og var aðeins upplýst með glufur í þungum múrverkum. Neðst var myrkur, göngulík göng, þar sem dauðans, sjúklega lykt kom, lyktin af gömlu jörðinni sem nýlega snerist. Þegar ég fór um leið lyktin nær og þyngri. Loksins opnaði ég þunga hurð, sem stóð ajar, og fann mig í gömlu, rústuðu kapellu, sem greinilega hafði verið notað sem kirkjugarður. Þakið var brotið og á tveimur stöðum voru þrep sem leiddu til hvelfinga, en jörðin var nýlega grafin yfir og jörðin sett í mikla trékassa, augljóslega þau sem slovakkarnir höfðu komið með. Það var enginn um og ég leitaði að frekari sölustöðum, en það var enginn. Þá fór ég yfir hvern tommu jarðar, svo að ég missi ekki tækifæri. Ég fór jafnvel niður í hvelfingarnar, þar sem dimmt ljós barðist, þó að það væri ótti fyrir mjög sál mína. Í tvö af þessum fór ég, en sá ekkert nema brot úr gömlum kistum og moldarhálsi; í þriðja, uppgötvaði ég hins vegar.

Þar, í einum af stóru kassunum, þar af voru fimmtíu alls, á haug nýgróinna jarða, lá telja! Hann var annaðhvort dauður eða sofandi, ég gat ekki sagt hver - því augun voru opin og grýtt, en án glerleika dauðans - og kinnarnar fengu hlýjuna í lífinu í gegnum alla fölleika þeirra; varirnar voru eins rauðar og alltaf. En engin merki voru um hreyfingu, engin púls, engin andardráttur, enginn hjartsláttur. Ég beygði mig yfir honum og reyndi að finna nein merki um líf en til einskis. Hann gæti ekki hafa legið þar lengi, því að jarðbundin lyktin hefði dottið á nokkrum klukkustundum. Við hlið kassans var hlíf hans, göt með götum hér og þar. Ég hélt að hann gæti haft lyklana á sér, en þegar ég fór að leita sá ég dauðu augun og í þeim, dauðum þó þeir væru, svo hatursfullt, þó meðvitundarlaust um mig eða nærveru mína, að ég flúði frá stað, og yfirgaf herbergi greifans við gluggann, skreið aftur upp um kastalavegginn. Með því að endurheimta herbergið mitt, henti ég mér andanum á rúmið og reyndi að hugsa ....

29. Júní. - í dag er dagsetning síðasta bréfs míns og talningin hefur tekið skref til að sanna að það væri ósvikið, því að aftur sá ég hann yfirgefa kastalann við sama glugga og í fötunum mínum. Þegar hann fór niður vegginn, eðla tíska, vildi ég að ég ætti

byssu eða eitthvert banvænt vopn, til þess að ég gæti eyðilagt hann; en ég óttast að ekkert vopn, sem unnið er ein með hendi mannsins, hefði nokkur áhrif á hann. Ég þorði ekki að bíða eftir að sjá hann koma aftur, því að ég óttaðist að sjá þessar skrýtnu systur. Ég kom aftur á bókasafnið og las þar þar til ég sofnaði.

Ég var vakinn af talningunni, sem leit á mig eins ógeðfellt og maður getur litið eins og hann sagði: -

„á morgun, vinur minn, verðum við að skilja. Þú snýrð aftur til fallega englands þíns, ég í einhverju starfi sem kann að hafa það enda að við hittumst aldrei. Bréfi þínu heima hefur verið sent; á morgun skal ég ekki vera hér, en allir verða tilbúnir til ferðar þinnar. Á morgnana koma szgany, sem hafa nokkrar erfiðar vinnu sína hér, og einnig koma nokkrar slovaks. Þegar þeir eru farnir, mun vagninn minn koma fyrir þig og bera þig í borgo passið til að mæta vandvirkni frá bukovina til bistritz. En ég er í vonum um að ég sjái meira af þér í drakúlu kastala. "mig grunaði hann og ákvað að prófa einlægni hans. Einlægni! Það virðist vera vanhelgun orðsins að skrifa það í sambandi við slíkt skrímsli, svo spurði hann punktlaus: -

„af hverju má ég ekki fara á kvöldin?"

„af því að, kæri herra, þjálfari minn og hestar eru í burtu í leiðangur."

„en ég myndi ganga með ánægju. Ég vil komast í burtu í einu. "hann brosti, svo mjúkt, slétt, diabolískt bros að ég vissi að það væri einhver bragð á bak við sléttleika hans. Sagði hann:-

„og farangurinn þinn?"

„mér er alveg sama um það. Ég get sent um það í annan tíma. "

Talan stóð upp og sagði, með ljúfu kurteisi sem lét mig nudda augun, það virtist svo raunverulegt: -

„þú enskan hefur orðatiltæki sem er mér hjartans mál, því andi hans er sá sem ræður drengjunum okkar: 'fagnaðu komunni; flýttu skilnaðargestinum. ' Komdu með mér, elsku ungi vinur minn. Þú skalt ekki bíða klukkutíma í húsi mínu gegn vilja þínum, þó að ég sé sorgmædd yfir því að fara og að þú þráir það skyndilega. Komdu! "með virðulegri þyngdarafl fór hann með lampanum á undan mér niður stigann og meðfram salnum. Skyndilega hætti hann.

„hark!"

Nálægt hönd kom æpandi margra úlfa. Það var næstum því eins og hljóðið spratt upp við hækkandi hönd hans, rétt eins og tónlist stórsveitar hljómsveitar virðist stökkva undir stjórn hljómsveitarstjórans. Eftir hlé í smá stund hélt hann áfram, á virðulegan hátt, út að hurðinni, dró aftur í sundur djarfa bolta, tók upp þungu keðjurnar og byrjaði að draga þær opnar.

Til mikillar undrunar sá ég að það var opið. Grunsamlega leit ég út um allt, en gat ekki séð neinn lykil af neinu tagi.

Þegar hurðin byrjaði að opnast, æpaði úlfurinn án hávær og reiðari; rauðu kjálkarnir þeirra, með tennandi tennur, og hispurslausir klær fæturna þegar þeir hoppuðu, komu inn um opnunarhurðina. Ég vissi þá að það var gagnslaust að berjast í augnablikinu gegn talningunni. Með slíkum bandamönnum sem þessum að hans stjórn gat ég ekkert gert. En samt hélt hurðin hægt að opna og aðeins lík greifans stóð í skarðinu. Allt í einu sló það mig að þetta gæti verið stundin og leiðin til dóms míns; ég átti að fá úlfunum og að eigin frumkvæði. Það var diabolical illska í hugmyndinni sem var nógu mikil fyrir talninguna og sem síðasta tækifæri hrópaði ég: -

"lokaðu hurðinni; ég skal bíða til morguns! "og huldi andlit mitt með höndum mínum til að fela tár mín af bitur vonbrigðum. Með einni sveiflu af kraftmiklum handlegg sínum, kastaði greifandanum hurðinni og stóru boltarnir klingjuðust og bergmáluðu um salinn þegar þeir skutu aftur inn á staðina sína.

Í þögn fórum við aftur á bókasafnið og eftir eina mínútu eða tvær fór ég í mitt eigið herbergi. Síðasta sem ég sá af telja drakúla var hann kyssti höndina á mig; með rautt sigurljós í augum hans og með brosi sem júdas í helvíti gætu verið stoltir af.

Þegar ég var inn í herberginu mínu og var að fara að leggjast, hélt ég að ég hafi heyrt hvísla við dyrnar hjá mér. Ég fór mjúklega að því og hlustaði. Nema eyrun mín blekkti mig, heyrði ég rödd greifans: -

„til baka, aftur, á þinn eigin stað! Þinn tími er ekki enn kominn. Bíddu! Vertu þolinmóður! Í nótt er mitt. Á morgnana er þitt! "það var lítið, ljúft hlátur og í reiði reif ég upp hurðina og sá án þess að þrjár hræðilegu konur sleikju varirnar. Þegar ég birtist tóku þeir allir þátt í hræðilegum hlátri og hlupu á brott.

Ég kom aftur inn í herbergið mitt og henti mér á hnén. Það er þá svo nálægt lokum? Á morgun! Á morgun! Herra, hjálpaðu mér og þeim sem ég er kær!

30 júní, morgun. - þetta geta verið síðustu orðin sem ég skrifa í þessari dagbók. Ég svaf til rétt fyrir dögun og þegar ég vaknaði kastaði ég mér á hnén, því að ég ákvað að ef dauðinn kæmi ætti hann að finna mig tilbúinn.

Loksins fannst mér þessi lúmska breyting í loftinu og vissi að morguninn var kominn. Þá kom hinn kærkomni hanakrúi og mér fannst ég vera öruggur. Með fegin hjarta opnaði ég dyrnar mínar og hljóp niður í salinn. Ég hafði séð að hurðin var ólæst og nú var flótti á undan mér. Með höndum sem skjálfta af ákafa, tók ég upp keðjurnar og dró til baka þær gríðarlegu boltar.

En hurðin myndi ekki hreyfa sig. Örvænting greip mig. Ég dró og dró að hurðinni og hristi hana þar til hún var gríðarmikil eins og hún var og skrölti í skápnum. Ég gat séð boltaskotið. Það hafði verið læst eftir að ég hætti í talningunni.

Þá tók villt löngun mig til að fá þann lykil í hvaða áhættu sem er, og ég ákvað þá og þar að skala vegginn aftur og öðlast herbergi greifans. Hann gæti drepið mig, en dauðinn virtist nú vera hamingjusamara val á illu. Án hlés hljóp ég upp að austur glugganum og skrapp niður vegginn, eins og áður, inn í herbergi greifans. Það var tómt, en það var eins og ég bjóst við. Ég gat ekki séð lykil hvar sem er, en gullhrúgan hélst. Ég fór um hurðina í horninu og niður vinda stigann og meðfram myrkrinu yfir í gamla kapelluna. Ég vissi nú nógu vel hvar ég ætti að finna skrímslið sem ég leitaði að.

Kassinn mikli var á sama stað, nálægt veggnum, en lokið var lagt á hann, ekki festur, heldur með neglurnar tilbúnar á sínum stað til að vera hamraðir heim. Ég vissi að ég verð að ná í líkamann að lyklinum, svo ég lyfti lokinu upp og lagði aftur að veggnum; og þá sá ég eitthvað sem fyllti mjög sálu mína með hryllingi. Þar lá greifinn, en útlit var fyrir að æskuár hans hefðu verið hálf endurnýjuð, því að hvíta hárið og yfirvaraskegg var breytt í dökk járngrátt; kinnarnar voru fyllri og hvíta húðin virtist rúbínrauð undir; munnurinn var rauðari en nokkru sinni fyrr, því á varirnar voru gigt af fersku blóði, sem streymdi frá munnvikum og hljóp yfir höku og háls. Jafnvel djúp, brennandi augu virtust vera á bólgnum holdum, því að hettur og pokar undir voru uppblásnir. Það virtist eins og öll ógeðslega skepnan væri hreinlega gróin með blóði. Hann lá eins og skítugur leech, þreyttur með endurtekningu sína. Ég skjálfði þegar ég beygði mig til að snerta hann og öll vit í mér gerðu uppreisn við snertinguna; en ég varð að leita, eða ég týndist. Komandi nótt gæti séð líkama minn veislu á svipaðan hátt og þessar skelfilegu þrjár. Ég fann um allan líkamann, en engin merki gat ég fundið um lykilinn. Þá stoppaði ég og skoðaði talninguna. Það var spottandi bros á uppblásnu andlitinu sem virtist vekja mig vitlausan. Þetta var sú vera sem ég var að hjálpa til við að flytja til london, þar sem hann gæti ef til vill um aldir framundan, meðal milljóna vaxandi milljóna, mettað girnd hans eftir blóði og búið til nýjan og sívaxandi hring hálf-djöfla til að baða sig á hjálparvana. Mjög hugsunin varð mér vitlaus. Hræðileg löngun kom í mig til að losa sig við heiminn af slíku skrímsli. Það var ekkert banvænt vopn við höndina, en ég greip skóflu sem verkamennirnir höfðu notað til að fylla málin, og lyftu því hátt, sló, með brúninni niður, á hatursfulla andlitið. En eins og ég gerði, þá sneri höfuðið við, og augun féllu á mig, með allan loga þeirra af basilisk hryllingi. Sjónin virtist lama mig og skóflan snérist í hendina á mér og horfði frá andlitinu og gerði aðeins djúpt gash fyrir enni. Skóflan féll frá hendi minni yfir kassann, og þegar ég dró það frá mér, náði flans blaðsins á brún loksins sem féll aftur og faldi hryllilega hlutinn fyrir sjóninni. Síðasti svipurinn sem ég hafði var af uppblásnu andlitinu, blóðlitaður og lagaður með glotti af illsku sem hefði haldið sínu fram í nethelvíti.

Ég hugsaði og hugsaði hvað ætti að vera næsta hreyfing mín, en heilinn virtist vera í eldi og ég beið með örvæntingarfullri tilfinningu yfir mér. Þegar ég beið heyrði ég í fjarska sígaunarsöng sungin af gleðilegum röddum sem nálguðust sig og í gegnum söng þeirra rúlla þung hjól og sprunga á svipum; szgany og slovaks sem greifinn talaði um voru að koma. Með síðasta blikinu í kring og á kassann sem innihélt viðurstyggilegan líkama, hljóp ég frá staðnum og fékk herbergi greifans, staðráðinn í að þjóta út á því augnabliki sem hurðin ætti að opna. Með þvinguðum eyrum, hlustaði ég og heyrði niðri mala lykilinn í stóra lásnum og falla aftan á þungu hurðina. Það hlýtur að hafa verið einhver önnur inngönguleið, eða einhver hafði lykil fyrir eina af læstu hurðunum. Þá kom hljóðið af mörgum fótum sem troða og deyja í burtu í einhverri leið sem sendi upp klingjandi bergmál. Ég snéri mér að því að renna aftur niður í átt að gröfinni, þar sem ég gæti fundið nýja innganginn; en á því augnabliki virtist koma ofbeldisfull andskoti vindur, og hurðin að vinda stiganum blés til með áfalli sem setti rykið frá loftrásunum sem fljúga. Þegar ég hljóp til að ýta honum opnum, fann ég að það var vonlaust hratt. Ég var aftur fangi og dómsnetið var að loka mér betur.

Eins og ég skrifa, þá er í göngunni fyrir neðan hljóð margra troða fætur og lóðin hrun sett niður þungt, eflaust kassarnir, með frakt þeirra jarðar. Það er hljóð af hamri; það er kassinn sem negldur er niður. Núna heyri ég þunga fætur troða aftur meðfram forstofunni og margir aðrir aðgerðalausir fætur koma á eftir þeim.

Hurðin er lokuð og keðjurnar skrölta; það er mala takkann í lásnum; ég heyri lykilinn draga til baka: þá opnast önnur hurð og lokast; ég heyri óspart lás og bolta.

Hark! Í garði og niður á grýttan hátt rúlla þungum hjólum, sprunga svipa og kór szgany þegar þeir fara út í fjarska.

Ég er ein í kastalanum með þessum hræðilegu konum. Hlæja! Mina er kona og það er ekkert sameiginlegt. Þeir eru djöflar gryfjunnar!

Ég skal ekki vera einn hjá þeim; ég skal reyna að stækka kastalavegginn lengra en ég hef enn reynt. Ég skal taka eitthvað af gullinu með mér, svo að ég vilji það seinna. Ég gæti fundið leið frá þessum hrikalega stað.

Og svo að heiman! Í burtu til hraðskreiðustu og næstu lestar! Burt frá þessum bölvaða stað, frá þessu bölvaða landi, þar sem djöfullinn og börn hans ganga enn með jarðneskum fótum!

Að minnsta kosti er miskunn guðs betri en þessi skrímsli og botnfallið er bratt og hátt. Við fótinn getur maður sofið - eins og maður. Bless, allt! Mín!

V. Kafla

Bréf frá ungfrú mina murray að sakna lucy westenra.

„9. Maí.

„elskulegasta lucy mín, -

„fyrirgefðu langa seinkun mína á ritstörfum en mér hefur einfaldlega verið ofviða vinnu. Stundum reynir á líf aðstoðarskólameistara. Ég þrái að vera með þér og við sjóinn, þar sem við getum talað saman frjálslega og byggt kastala okkar í loftinu. Ég hef unnið mjög mikið undanfarið, vegna þess að ég vil fylgjast með námi jonathans, og ég hef æft stuttmyndir mjög einbeittur. Þegar við erum gift, þá mun ég geta verið nytsamur fyrir jonatan, og ef ég get ritstýrt nógu vel get ég tekið niður það sem hann vill segja á þennan hátt og skrifað það fyrir hann á ritvélina, þar sem ég er líka að æfa mjög erfitt. Hann og ég skrifa stundum bréf í styttu og hann heldur dagbók um ferðir sínar til útlanda. Þegar ég er með þér skal ég halda dagbók á sama hátt. Ég meina ekki einn af þessum tveggja blaðsíðna viku vikum og á sunnudeginum-kreistu-í-horn-dagbók, heldur eins konar dagbók sem ég get skrifað í þegar mér líður. Ég geri ekki ráð fyrir að það verði mikill áhugi fyrir öðru fólki; en það er ekki ætlað þeim. Ég gæti sýnt það fyrir jonathan einhvern daginn ef það er í því eitthvað sem vert er að deila, en það er í raun æfingabók. Ég skal reyna að gera það sem ég sé að frú blaðamenn geri: viðtöl og skrifa lýsingar og reyna að muna samtöl. Mér er sagt að með smá æfingu geti menn munað allt sem fram fer eða að maður heyri sagt á daginn. Þó munum við sjá. Ég mun segja þér frá litlu áætlunum mínum þegar við hittumst. Ég hef bara haft nokkrar flýtilínur frá jonathan frá transylvaníu. Honum gengur vel og mun koma aftur eftir u.þ.b. Viku. Ég þrái að heyra allar fréttir hans. Það hlýtur að vera svo gaman að sjá undarleg lönd. Ég velti því fyrir mér hvort við - ég meina jonatan og ég - munum sjá þau saman. Þar hringir klukkan tíu. Bless.

„elskandi þinn

"mín.

„segðu mér allar fréttirnar þegar þú skrifar. Þú hefur ekki sagt mér neitt í langan tíma. Ég heyri sögusagnir, og sérstaklega um hávaxinn, myndarlegan, hrokkið hármann ??? "

Bréf, lucy westenra til mina murray.

"17, chatham street,

„miðvikudag.

„elskulegasta mín, -

„ég verð að segja að þú skattar mig mjög ósanngjarnan með því að vera slæmur samsvarandi. Ég skrifaði þér tvisvar síðan við skiljum og síðasta bréf þitt var aðeins þitt annað. Að auki, ég hef ekkert að segja þér. Það er í raun ekkert sem vekur áhuga þinn. Bærinn er mjög notalegur núna, og við förum heilmikið í myndasöfn og í gönguferðir og ríður í garðinum. Hvað varðar hávaxna, krullaða manninn, þá geri ég ráð fyrir að það hafi verið sá sem var með mér á síðasta poppi. Einhver hefur greinilega verið að segja sögur. Það var hr. Holmwood. Hann kemur oft til okkar og hann og mamma ganga mjög vel saman; þeir hafa svo margt til að tala um sameiginlegt. Við hittum fyrir nokkru mann sem myndi bara gera fyrir þig, ef þú værir ekki þegar trúlofaður jonathan. Hann er afbragðs partí, að vera myndarlegur, vel liðinn og af fæðingu. Hann er læknir og virkilega snjall. Bara fínt! Hann er aðeins níu og tuttugu og hann er með gífurlegt vitleysinga hæli allt undir sinni eigin umsjá. Herra. Holmwood kynnti hann fyrir mér, og hann kallaði hingað til að sjá okkur, og kemur oft núna. Ég held að hann sé einn einbeittasti maður sem ég hef séð og samt rólegastur. Hann virðist algerlega óhreyfanlegur. Ég get haft yndi af því hvaða yndislega vald hann verður að hafa yfir sjúklingum sínum. Hann hefur forvitinn vana að horfa einn beint í andlitið, eins og hann reyni að lesa hugsanir sínar. Hann reynir þetta mjög mikið með mér, en ég smjatta á sjálfan mig að hann hefur fengið erfiða hnetu til að sprunga. Ég veit það úr glasi mínu. Reynirðu einhvern tíma að lesa þitt eigið andlit? Ég geri það og ég get sagt þér að það er ekki slæmt nám og gefur þér meiri vandræði en þú getur vel haft í huga ef þú hefur aldrei prófað það. Hann segir að ég hafi efni á forvitnilegri sálfræðirannsókn og ég held auðmjúklega að ég geri það. Ég vek ekki, eins og þú veist, nægilegan áhuga á klæðnaði til að geta lýst nýju tískunni. Kjóll er ól. Það er slangur aftur, en alveg sama; arthur segir að á hverjum degi. Þar, það er allt út. Minn, við höfum sagt hvert annað okkar leyndarmál frá því að við vorum börn; við höfum sofið saman og borðað saman, og hlegið og grátið saman; og núna, þó ég hafi talað, langar mig að tala meira. Ó, mín, gastu ekki giskað á það? Ég elska hann. Ég roðnar þegar ég skrifa, því þó að ég telji að hann elski mig, þá hefur hann ekki sagt mér það með orðum. En ó, mín, ég elska hann; ég elska hann; ég elska hann! Þar, það gerir mér gott. Ég vildi óska þess að ég væri með þér, elskan, sitjandi við eldinn að afklæðast, eins og við vorum að sitja; og ég myndi reyna að segja þér hvað mér finnst. Ég veit ekki hvernig ég skrifa þetta jafnvel til þín. Ég er hræddur við að hætta, eða ég ætti að rífa bréfið upp, og ég vil ekki hætta, því ég vil segja ykkur öllum. Láttu mig heyra frá þér í einu og segðu mér allt sem þér finnst um það. Mín, ég verð að hætta. Góða nótt. Blessaðu mig í bænum þínum; og mín, biðjið hamingju minnar.

"lucy.

„ps — ég þarf ekki að segja þér að þetta er leyndarmál. Góða nótt aftur.

„l."

Bréf, lucy westenra til mina murray.

„24 maí.

„elskulegasta mín, -

„takk, og takk, og aftur takk fyrir ljúfa bréf þitt. Það var svo gaman að geta sagt þér og haft samúð þína.

„elskan mín, það rignir aldrei en það hellir niður. Hversu sannar gömlu spakmæli eru. Hérna er ég, sem verður tvítugur í september, og samt hafði ég aldrei tillögu fyrr en í dag, ekki raunverulega tillögu, og í dag hef ég haft þrjár. Bara fínt! Þrjár tillögur á einum degi! Er það ekki hræðilegt! Ég vorkenni, virkilega og sannarlega, fyrir tvo fátæku félaga. Ó, mín, ég er svo ánægð að ég veit ekki hvað ég á að gera við sjálfan mig. Og þrjár tillögur! En af góðærisskyni, segðu ekki neinum af stelpunum, eða þær myndu fá alls kyns eyðslusamar hugmyndir og ímynda sér sig slasaðar og hirða ef á fyrsta degi heima fengu þær ekki sex að minnsta kosti. Sumar stelpur eru svo einskis! Þú og ég, elskan mín, sem erum trúlofuð og ætlum að setjast fljótlega niður edrú í gömlum giftum konum, getum fyrirlitið hégóma. Jæja, ég verð að segja þér frá þessum þremur, en þú verður að geyma það leynd, elskan, frá öllum, nema auðvitað jónatan. Þú munt segja honum, af því að ég myndi segja arthur, ef ég væri á þínum stað. Kona ætti að segja eiginmanni sínum allt - finnst þér það ekki, elskan? - og ég hlýt að vera sanngjörn. Karlar eins og konur, vissulega konur þeirra, til að vera alveg jafn sanngjarnar og þær eru; og konur, ég er hræddur, eru ekki alltaf alveg eins sanngjarnar og þær ættu að vera. Jæja, elskan mín, númer eitt kom rétt fyrir hádegismat. Ég sagði þér frá honum, dr. John seward, vitleysingur-hæli maðurinn, með sterka kjálka og góða enni. Hann var mjög kaldur út á við, en var kvíðinn öllu eins. Hann hafði greinilega verið að skella sér í alls kyns smá hluti og minntist þeirra; en honum tókst næstum því að setjast niður á silkihúfu sinni, sem menn gera almennt ekki þegar þeir eru flottir, og þegar hann vildi koma fram á vellíðan, hélt hann áfram að spila með lancet á þann hátt sem gerði það að verkum að ég næstum öskraði. Hann talaði við mig, mín, mjög beint. Hann sagði mér hversu kær ég væri honum, þó að hann hefði þekkt mig svo lítið, og hvert líf hans væri með mér til að hjálpa og hressa hann. Hann ætlaði að segja mér hversu óhamingjusamur hann væri ef mér væri ekki annt um hann, en þegar hann sá mig gráta sagðist hann vera skepna og myndi ekki bæta við núverandi vandræði mín. Þá braut hann af sér og spurði hvort ég gæti elskað hann í tíma; og þegar ég hristi höfuðið skalf hann, og síðan spurði hann mig með nokkrum hik hvort ég væri nú þegar að hugsa um einhvern annan. Hann orðaði það mjög fallega og sagði að hann vildi ekki koma því trausti frá mér, heldur aðeins að vita það, því að ef hjarta konu væri laust gæti karlmaður átt von. Og svo, mín, mér fannst eins konar skylda að segja honum að það væri einhver. Ég sagði honum það aðeins, og þá stóð hann upp, og hann leit mjög sterkur út og mjög alvarlegur þar sem hann tók báðar hendur mínar í sínar hendur og sagðist vona að ég yrði ánægður, og að ef ég vildi einhvern tíma vinkonu verð ég að telja hann ein af mínum bestu. Ó, mín elskan, ég get ekki hjálpað að gráta: og þú verður að afsaka að þetta bréf er allt útilokað. Að vera lagt til er allt mjög fínt og allt svoleiðis, en það er alls ekki gleðilegt þegar þú verður að sjá fátækan náunga, sem þú veist að elskar þig heiðarlega, fer í burtu og lítur á alla sundurlausa og að vita það, sama hvað hann segir í augnablikinu, þá lendir þú alveg út úr lífi hans. Elskan mín, ég verð að hætta hér eins og er, mér líður svo ömurlega, þó ég sé svo ánægð.

„kvöld.

„arthur er nýfarinn og mér líður betur en þegar ég hætti, svo ég geti haldið áfram að segja þér frá deginum. Jæja, elskan mín, númer tvö kom eftir hádegismat. Hann er svo ágætur náungi, bandaríkjamaður frá texas, og hann lítur svo ungur út og svo ferskur að það virðist næstum ómögulegt að hann hafi verið á svo mörgum stöðum og átt slík ævintýri. Ég samhryggist lélegri desdemona þegar henni var dreift svo hættulegum straumi í eyrað, jafnvel af svörtum manni. Ég geri ráð fyrir að við konur erum svo huglausar að við teljum að maður muni bjarga okkur frá ótta og við giftum okkur. Ég veit núna hvað ég myndi gera ef ég væri karl og vildi láta stelpu elska mig. Nei, ég geri það ekki, því að þar var mr. Morris sagði okkur sögur sínar og arthur sagði aldrei neinar, og samt - elskan mín, ég er nokkuð fyrri. Herra. Quincey bls. Morris fann mig einn. Það virðist sem maður finni alltaf stelpu ein. Nei, hann gerir það ekki, því að arthur reyndi tvisvar að gera tækifæri og ég hjálpaði honum allt sem ég gat; ég skammast mín ekki fyrir að segja það núna. Ég verð að segja þér fyrirfram að herra. Morris talar ekki alltaf slangur - það er að segja, hann gerir það aldrei við ókunnuga eða á undan þeim, því að hann er mjög vel menntaður og hefur framúrskarandi hegðun - en hann komst að því að það skemmti mér að heyra hann tala amerískan slang og alltaf þegar ég var staddur og enginn var fyrir áfalli sagði hann svo fyndna hluti. Ég er hræddur, elskan mín, hann verður að finna allt upp, því það passar nákvæmlega hvað annað sem hann hefur að segja. En þetta er leið sem slangur hefur. Ég veit ekki sjálfur hvort ég muni nokkurn tíma tala slangur; ég veit ekki hvort arthur hefur gaman af því enda hef ég aldrei heyrt hann nota neitt enn sem komið er. Jæja, herra. Morris settist við hliðina á mér og leit út eins ánægður og glaður og hann gat, en ég gat séð það sama að hann var mjög kvíðinn. Hann tók hönd mína í hendina og sagði alltaf svo ljúft: -

"sakna lucy, ég veit að ég er ekki nógu góður til að stjórna fixins á litlu skónum þínum, en ég giska á að ef þú bíður þangað til þú finnur mann sem er að þú munt fara með þeim sjö ungu konur með lampana þegar þú hættir. Ætlarðu ekki bara að taka saman við hliðina á mér og láta okkur fara langa veginn saman og keyra í tvöföldu beisli? '

„Jæja, hann leit svo vel út og var svo glaður að það virtist ekki vera svo erfitt að neita honum eins og aumingja dr. Sjór; svo ég sagði, eins létt og ég gat, að ég vissi ekki neitt um hitching, og að ég væri ekki brostinn við að beisla yfirleitt ennþá. Þá sagðist hann hafa talað á léttan hátt og vonað að ef hann hefði gert mistök við að gera það á svo grafalvarlegu, svo örlagaríku tilefni fyrir hann, myndi ég fyrirgefa honum. Hann leit virkilega alvarlegur út þegar hann var að segja það, og ég gat ekki annað en fundið fyrir svolítið alvarlegum tilfinningum - ég veit, mina, þú munt halda mér ógeðslega daðra - þó að ég gæti ekki hjálpað að finna fyrir eins konar upphefð að hann var númer tvö á einum degi. Og svo, elskan mín, áður en ég gat sagt orð byrjaði hann að hella upp fullkomnu straumi af kærleiksskap og lagði hjarta hans og sál að fótum mínum. Hann leit svo ákaft út fyrir að ég mun aldrei aftur hugsa um að maður verði alltaf að vera fjörugur og aldrei ákafur því að hann er stundum glaður. Ég geri ráð fyrir að hann hafi séð eitthvað í andlitinu á mér sem athugaði hann, því að hann hætti skyndilega og sagði með eins konar karlmannlegri kappsemi að ég hefði getað elskað hann fyrir ef ég hefði verið frjáls: -

„lucy, þú ert heiðarleg hjarta, ég veit. Ég ætti ekki að vera hérna að tala við þig eins og ég er núna ef ég trúði þér ekki hreinu skítkasti, allt til dýptar í sál þinni. Segðu mér, eins og einn góður náungi við annan, er einhver annar sem þér þykir vænt um? Og ef það er, mun ég aldrei gera þér erfitt fyrir um hársbreidd, en ef þú lætur mig verða mjög trúaður vinur. '

„Kæri mín, elskan mín, af hverju eru menn svona göfugir þegar við konur erum svo litlir verðugir fyrir þá? Hérna var ég næstum að gera grín að þessum stórhuga, sanna heiðursmanni. Ég brast í tárum - ég er hræddur, elskan mín, þú munt halda að þetta sé mjög sláandi bréf á fleiri vegu en einum - og mér leið mjög illa. Af hverju geta þeir ekki látið stúlku giftast þremur körlum, eða eins mörgum og vilja hana, og bjargað öllum þessum vandræðum? En þetta er villutrú, og ég má ekki segja það. Ég er feginn að segja að þó ég væri að gráta gat ég skoðað mr. Hugrakkir augu morris, og ég sagði honum beint: -

„já, það er einhver sem ég elska, þó að hann hafi ekki sagt mér ennþá að hann elski mig meira að segja." ég hafði rétt á því að tala við hann svo hreinskilnislega, því að nokkuð ljós kom í andlit hans og hann rétti báðar hendur sínar og tók mínar - ég held að ég hafi sett þær í hans - og sagði á hjartanlega hátt: -

„þetta er hugrakk stelpa mín. Það er betra að vera seinn til að vinna þig en að vera í tíma fyrir aðrar stelpur í heiminum. Ekki gráta, elskan mín. Ef það er fyrir mig, þá er ég hörð hneta að sprunga; og ég tek það upp. Ef þessi annar náungi þekkir ekki hamingju hans, þá myndi hann betra leita fljótt, eða hann verður að eiga við mig. Litla stelpa, heiðarleiki þinn og plokkur hefur gert mig að vini og það er sjaldgæfara en elskhugi; það er einhvern veginn óeigingjarnara. Elskan mín, ég ætla að fara ansi einmana göngu milli þessa og ríki koma. Munt þú ekki gefa mér einn koss? Það verður eitthvað að halda myrkrinu af og til. Þú getur, þú veist, ef þér líkar, að þessi góði náungi - hann hlýtur að vera góður náungi, elskan minn og fínn náungi, eða þú gætir ekki elskað hann - hefur ekki talað enn. " það vann mig alveg, mín, því að hann var hugrakkur og ljúfur og göfugur líka keppinautur - var það ekki? - og hann var svo dapur; svo ég hallaði mér yfir og kyssti hann. Hann stóð upp með tvær hendur mínar í sér og þegar hann leit niður í andlitið á mér - ég er hræddur um að ég hafi roðnað mjög - sagði hann: -

„litla stelpa, ég held í höndina á þér og þú hefur kysst mig og ef þessir hlutir verða okkur ekki vinir mun það aldrei gera. Þakka þér fyrir ljúfa heiðarleika mína og bless. ' Hann reiddi hönd mína og tók upp hattinn, fór beint út úr herberginu án þess að líta til baka, án társ eða skjálftans eða hlés; og ég græt eins og barn. Ó, af hverju verður maður svona óhamingjusamur þegar það eru fullt af stelpum um hverjir myndu dýrka sjálfan hann jörðina? Ég veit að ég myndi gera það ef ég væri frjáls - aðeins ég vil ekki vera frjáls. Elskan mín, þetta kemur mér alveg í uppnám og mér finnst ég ekki geta skrifað um hamingjuna bara í einu eftir að hafa sagt þér það; og ég vil ekki segja frá tölunni þrjú fyrr en allir geta verið ánægðir.

„alltaf elskandi þinn

"lucy.

„ps — ó, um númer þrjú — ég þarf ekki að segja þér frá númer þrjú, þarf ég ekki? Þar að auki var þetta allt svo ruglað; það virtist aðeins andartak frá því að hann kom inn í herbergið þar til báðir handleggirnir voru um mig og hann kyssti mig. Ég er mjög, mjög ánægður og veit ekki hvað ég hef gert til að eiga það skilið. Ég verð aðeins að reyna í framtíðinni að sýna að ég er ekki vanþakklátur guði fyrir alla gæsku hans við mig í að senda mér svona elskhuga, slíkan eiginmann og slíkan vin.

"bless."

Dr. Dagbók frá frásögn.

(geymd í hljóðritun)

25 maí. - ebast sjávarföll í dag. Get ekki borðað, get ekki hvílt, svo dagbók í staðinn. Síðan ég var endurræddur í gær hef ég eins

konar tóma tilfinningu; ekkert í heiminum virðist nægjanlega mikilvægt til að vera þess virði að gera .... Þar sem ég vissi að eina lækningin við þessu tagi var vinna fór ég niður á meðal sjúklinganna. Ég valdi einn sem hefur veitt mér rannsókn af miklum áhuga. Hann er svo fyndinn að ég er staðráðinn í að skilja hann eins vel og ég get. Í dag virtist ég verða nær en nokkru sinni fyrr hjarta leyndardóms hans.

Ég yfirheyrði hann betur en ég hafði gert áður með það fyrir augum að gera mig að meistara staðreyndum ofskynjunar hans. Á þann hátt sem ég gerði, var ég nú eitthvað af grimmd. Ég virtist vilja halda honum við brjálæðinginn - hlut sem ég forðast hjá sjúklingum eins og ég vildi mynni helvítis.

(minn., undir hvaða kringumstæðum myndi ég ekki forðast gryfju helvítis?) Omnia romæ venalia sunt. Helvíti er með sitt verð! Sögn. Kvoða. Ef það er eitthvað á bakvið þetta eðlishvöt, þá er það dýrmætt að rekja það á eftir nákvæmni, svo ég hefði betra að hefja það, -

Rm renfield, ætat 59. — sönnu skapgerð; mikill líkamlegur styrkur; sjúklega spennandi; tímabil dimma, endar á einhverri föst hugmynd sem ég get ekki gert út úr. Ég geri ráð fyrir að sjálft hið ósvikna geðslag og truflandi áhrif ljúki í andlega fullunninni áferð; hugsanlega hættulegur maður, líklega hættulegur ef óeigingjarn. Hjá eigingjörnum mönnum er varúð eins öruggur vopn fyrir óvini sína og sjálfan sig. Það sem ég hugsa um á þessum tímapunkti er, þegar sjálfið er fasti punkturinn, þá er jafnvægiskrafturinn í jafnvægi við miðflóttaþræðina; þegar skylda, orsök osfrv., er fasti punkturinn, er síðarnefndi krafturinn í fyrirrúmi, og aðeins slys eða röð slysa geta jafnvægi á því.

Bréf, quincey bls. Morris til hon. Arthur holmwood.

„25 maí.

„mín kæra list, -

„við höfum sagt garni við herbúðirnar í búrunum; og klæddi sár hver annars eftir að hafa reynt að lenda við marquesana; og drukkinn heilsufar á strönd titicaca. Það eru fleiri garn að segja, og önnur sár er að lækna, og annað heilsufar til að vera drukkinn. Munt þú ekki láta þetta vera á tjaldsvæðinu mínu á morgun? Ég hika ekki við að spyrja þig, þar sem ég veit að ákveðin kona er trúlofuð ákveðinni kvöldmatarveislu og að þú ert frjáls. Það verður aðeins einn annar, gamli félaginn okkar við kóreu, tjakkur. Hann kemur líka, og við viljum bæði blanda grátum okkar yfir vínbikarinn og drekka heilsu af öllu hjarta til hamingjusamasta mannsins í öllum heiminum sem hefur unnið það göfugasta hjarta sem guð hefur gert og best að vinna. Við lofum ykkur innilegar samúðarkveðjur og kærleiksríkar kveðjur og heilsu jafn sönn og eigin hægri hönd. Við munum báðir sverja að skilja þig eftir heima ef þú drekkur of djúpt til ákveðins par af augum. Koma!

„þinn, eins og alltaf og alltaf,

„quincey bls. Morris. "

Símskeyti frá arthur holmwood til quincey á bls. Morris.

„26. Maí.

„tel mig í hvert skipti. Ég ber skilaboð sem gera bæði eyrun þín náranlegan.

„list."

Kafla vi

Dagbók mina murray

24. Júlí. Whitby. — lucy hitti mig á stöðinni, leit út fyrir að vera sætari og yndislegri en nokkru sinni fyrr, og við keyrðum upp að húsinu við hálfmána þar sem þau eru með herbergi. Þetta er yndislegur staður. Litla áin, esk, rennur í gegnum djúpan dal sem breiðist út þegar hún kemur nálægt höfninni. Mikil viaduct rennur yfir, með háum bryggjum, þar sem útsýnið virðist einhvern veginn lengra í burtu en raun ber vitni. Dalurinn er fallega grænn og hann er svo brattur að þegar þú ert á háu landinu beggja vegna horfirðu beint yfir hann, nema þú sért nálægt því að sjá þig niður. Hús í gamla bænum - hliðin frá okkur - eru öll rauðþak og virðast hlaðið hvert öðru upp eins og myndirnar sem við sjáum af nürnberg. Rétt yfir bænum er rústin whitby abbey, sem var rekin af dönunum, og sem er vettvangur hluti af „marmion," þar sem stúlkan var byggð upp í veggnum. Það er göfugasta rúst, af gríðarlegri stærð og full af fallegum og rómantískum bitum; það er goðsögn um að hvít kona sést í einum glugganum. Milli hennar og bæjarins er önnur kirkja, sóknin ein, kringlótt sem er stór kirkjugarður, allt fullt af legsteinum. Þetta er í mínum huga flottasti staðurinn í hvítum, því hann liggur rétt yfir bænum og hefur fulla útsýni yfir höfnina og allt upp í flóann þar sem nesið sem kallast kettleness teygir sig út í sjóinn. Það stígur svo bratt niður yfir höfnina að hluti bankans hefur fallið frá og sumar grafirnar eyðilagðar. Á einum stað teygir sig hluti af grjóthleðslu grafarinnar út yfir sandbrautina langt undir. Það eru göngur, með sæti við hliðina á þeim, um kirkjugarðinn; og fólk fer og sest þar allan daginn og horfir á fallegt útsýni og nýtur gola. Ég mun koma og sitja hér

mjög oft sjálfur og vinna. Reyndar skrifa ég núna, með bókina á hnénu, og hlusta á ræðu þriggja gamalla manna sem sitja við hliðina á mér. Þeir virðast ekkert gera allan daginn en setjast hér upp og tala.

Höfnin liggur fyrir neðan mig, með, að lengra megin, einn langur granítveggur sem teygir sig út í sjóinn, með feril út á enda hans, í miðri því er viti. Þungur sjávarveggur rennur meðfram honum. Nálægt hliðinni, sjávarveggurinn gerir olnbogann krókinn öfugt og endinn á honum er einnig vitinn. Milli bryggjanna tveggja er þröngt opnun í höfnina, sem þá breikkar skyndilega.

Það er gott við hátt vatn; en þegar sjávarföllin eru komin út, gengur það að engu, og þar er eingöngu straumur eskarinnar, sem liggur á milli sandsbökka, með klettum hér og þar. Fyrir utan höfnina hér til hliðar rís í um hálfa mílu mikið rif, þar sem beitt brúnin rennur beint út frá aftan suður vitanum. Í lok þess er bau með bjöllu, sem sveiflast í vondu veðri og sendir inn sorglegt hljóð á vindinn. Þeir hafa þjóðsögu um að þegar skip er týnt heyrast bjalla út á sjó. Ég verð að spyrja gamla manninn um þetta; hann er að koma þessa leið ....

Hann er fyndinn gamall maður. Hann hlýtur að vera afskaplega gamall, því að andlit hans er allt krullað og brenglað eins og gelta tré. Hann segir mér að hann sé næstum hundrað og að hann hafi verið sjómaður í fiskveiðiflotanum á grænlandi þegar barist var um vatnsló. Hann er, ég er hræddur, mjög efins maður, því að þegar ég spurði hann um bjöllurnar á sjónum og hvítu konuna í klaustrið sagði hann mjög brosmild: -

„ég myndi ekki finna masel um þá, sakna. Þá verða allir þreyttir. Huga, ég segi ekki að þeir hafi aldrei verið það, en ég segi að þeir voru ekki á mínum tíma. Þeir eru allir mjög góðir fyrir komur og tripparar, svona, en ekki fyrir fallega unga dömu eins og þig. Þá fótur-fólk frá york og leeds sem eru alltaf að borða og lækna herrin er 'drinkin' te og 'lookin' til að kaupa ódýr þota myndi creed aught. Ég velti því fyrir mér að masel hafi látið sér detta í hug að segja lygar fyrir þá - jafnvel dagblöðin, sem eru full af fíflalestri. "ég hélt að hann væri góður einstaklingur til að læra áhugaverða hluti af, svo að ég spurði hann hvort honum myndi detta í hug að segja mér eitthvað frá hvalveiðinni í gamla daga. Hann var bara að gera upp við sig til að byrja þegar klukkan sló sex og hvarflaði hann að því að komast upp og sagði:

„ég verð að klára aldur heim núna, sakna. Ömmudóttur minni þykir ekki gaman að fá að bíða þegar teið er tilbúið, því það tekur mig tíma að troða upp úr grösinni, því að þar er margt af þeim; an ', sakna, mig skortir maga timbur ósjálfrátt við klukkuna. "

Hann hobbaði í burtu, og ég sá hann flýta sér eins vel og hann gat niður tröppurnar. Skrefin eru frábær aðgerð á staðnum. Þeir leiða frá bænum upp að kirkjunni, það eru hundruðir þeirra - ég veit ekki hversu margir - og þeir vinda upp í viðkvæmri ferli; hallinn er svo mildur að hestur gæti auðveldlega gengið upp og niður þá. Ég held að þeir hljóti upphaflega að hafa haft eitthvað með abdýrið að gera. Ég skal fara heim líka. Lucy fór í heimsókn með móður sinni og þar sem þær voru aðeins skylduskyldur fór ég ekki. Þeir munu vera heima eftir þetta.

1. Ágúst. - ég kom hingað fyrir klukkutíma síðan með lucy og við áttum athyglisverðasta ræðu við gamla vin minn og hina tvo sem alltaf koma og ganga til liðs við hann. Hann er augljóslega herra véfréttur þeirra og ég ætti að halda að hann hafi verið á sínum tíma einræðisherra. Hann mun ekki viðurkenna neitt og hallar öllum niður. Ef hann getur ekki rökstutt þá þá leggur hann þá í einelti og tekur síðan þögn sína fyrir samkomulag við skoðanir sínar. Lucy leit ljúflega út í hvíta grasinu sínu; hún hefur fengið fallegan lit síðan hún hefur verið hér. Ég tók eftir

því að gömlu mennirnir töpuðu engum tíma við að koma upp og sátu nálægt henni þegar við settumst niður. Hún er svo ljúf við gamalt fólk; ég held að þeir hafi allir verið ástfangnir af henni á staðnum. Jafnvel gamli maðurinn minn féll fram og stangast ekki á við hana, heldur gaf mér tvöfalt hlut í staðinn. Ég fékk hann um þjóðsögurnar og hann fór strax í einskonar ræðu. Ég verð að reyna að muna það og setja það niður: -

„þetta er allt fíflasaga, læsa, hlutabréf og tunnu; það er það sem það er, nú ekki annað. Þessi banna „sköflum" og „boh-drauga og" barguests og „bogles" og „all anent" þau eru aðeins til þess fallin að setja bairns og „svimandi konur a-belderin". Þeir eru nútíma en loftbólur. Þeir, allir „grims" og „sign" og „warnin", verða allir fundnir upp af parsons og „ógeðfelldum beuk-líkama" og „járnbrautasmiðum" til að spilla „scunner hafflin" og „til að fá fólk til að gera eitthvað" sem þeir gera ekki hneigðist til. Það gerir mig ómakan að hugsa um þá. Hvers vegna, það er þá sem vill ekki láta höggva þá á grafsteina, ekki innihald prenta, liggur á pappír og prédikar þá úr ræðustól. Líttu hér umhverfis ykkur hvað þér viljið; allir steans, halda uppi höfðinu eins vel og þeir geta af stolti sínu, er acant - einfaldlega tumblin 'niður með vægi o' lygarnar skrifuðu á þá, 'hér liggur líkaminn' eða 'heilagt fyrir minninguna' skrifaði um þau öll, en 'í næstum helmingi þeirra eru alls ekki nein lík; og „minningarnar um þær baunuðu ekki um klípu af neftóbakinu, miklu minna heilagt. Lygar þeim öllum, ekki neitt 'en lygar af einni eða annarri gerð! Minn goggi, en það verður quare scowderment á dómsdegi þegar þeir koma saman í dauðasárunum, allir saman „tryin" til að draga legsteinana sína með sér til að sanna hversu góðir þeir voru; sumir þeirra trimmlin 'og ditherin', með höndum sínum sem dozzened 'slippy frá lyin' í sjónum að þeir geta ekki einu sinni halda grup þeirra '.

Ég gat séð af sjálfum ánægjulegu lofti gamla náungans og hvernig hann leit út fyrir að fá samþykki krafta sinna sem hann var að „sýna fram á", svo ég setti inn orð til að halda honum áfram: -

„ó, herra. Swales, þú getur ekki verið alvarlegur. Vissulega eru þessir legsteinar ekki allir rangir? "

"yabblins! Það geta verið fátækir fáir ekki rangt, savin 'þar sem þeir gera út fólkið of gott; því að til eru menn, sem halda að smyrslskál sé eins og hafið, ef það væri aðeins þeirra eigið. Allt er aðeins lygar. Lít þú nú hér; þú kemur hingað ókunnugur, og 'þú sérð þennan kirk-garth. "ég kinkaði kolli, því að mér fannst betra að samþykkja, þó að ég skildi ekki alveg mállýskuna hans. Ég vissi að það hafði eitthvað með kirkjuna að gera. Hann hélt áfram: „og þú sammála því að allir þessir steinar séu óheiðarlegir menn sem hér eru hamingjusamir, snóðu snaggar?" ég staðfesti aftur. „þá er það bara þar sem lygin kemur inn. Af hverju, það eru stig af þessum lagstöfum sem eru í dag eins og gamall bacca-kassi dúns á föstudagskvöld." hann ýtti á einn félaga sinn og þeir hlógu allir. "og goginn minn! Hvernig gætu þeir verið annars? Horfðu á þann, aftasta aftan við bjórbankann: lestu hann! "ég fór og las: -

"edward spencelagh, skipstjóri á sjó, myrtur af sjóræningjum við strendur andres, apríl 1854, ætlað. 30. "þegar ég kom til baka hr. Sveiflur héldu áfram: -

„hver leiddi hann heim, velti því fyrir mér, að hafa hann hingað? Myrtur fyrir strönd andres! Og þú sagðir að líkami hans lægi undir! Hvers vegna, ég gæti nefnt ykkur tugi sem beinin liggja í grænlensku höfunum fyrir ofan "- hann benti norður á bóginn -„ eða þar sem straumarnir kunna að hafa rekið þá. Þar eru steinarnir umhverfis yður. Þið getið með ungum augum ykkar lesið smáa letrið um lygarnar héðan. Þessi braithwaite lowrey - ég þekkti föður sinn, týndur í hinu líflega utan grænlands árið '20; eða andrew woodhouse, drukknaði í sömu höf árið 1777; eða john paxton, drukknaði af kveðju frá kapli ári síðar; eða gamlar john rawlings, sem afi hans sigldi með mér, drukknaði í finlandsströnd árið '50. Heldurðu að allir þessir menn verði að flýta sér að hvítum þegar lúðan hljómar? Ég á mér antherums á bak við það! Ég segi ykkur að þegar þeir komu hingað myndu þeir vera jommlin 'og' jostlin 'hvert annað þannig að það yrði eins og bardagi upp á ísnum í gamla daga, þegar við myndum vera hver við annan frá dagsbirtu til myrkur, „reynandi" að binda niður niðurskurðinn okkar með ljósi aurora borealis. "þetta var greinilega staðbundið ánægju, því gamli maðurinn festi sig í kringum það og fagnaðarerindin hans gengu til liðs við hann.

„en," sagði ég, „þú ert vissulega ekki alveg rétt, því að þú byrjar á þeirri forsendu að allt aumingja eða andi þeirra verði að taka legsteina sína með sér á dómsdegi. Heldurðu að það verði raunverulega nauðsynlegt? "

„jæja, hvað eiga þeir annars að vera legsteinar? Svaraðu mér það, sakna! "

„til að gleðja ættingja sína, geri ég ráð fyrir."

„ætlið þér að gleðja ættingja sína!" sagði hann með mikilli spotti. „hvernig mun það gleðja ættingja sína að vita að lygar eru skrifaðar yfir þá og að allir á staðnum vita að þeir eru lygar?" hann benti á stein við fætur okkar sem lagður var niður sem hella, sem sætið á var hvíldur, nálægt brún bjargsins. „lestu lygarnar á þessum þrusu," sagði hann. Bréfin voru á hvolfi til mín þaðan sem ég sat, en lucy var meira á móti þeim, svo hún hallaði sér yfir og las: -

„heilagt fyrir minningu george canon, sem lést, í von um glæsilega upprisu, 29. Júlí 1873, sem féll úr klettunum við kettleness. Gröf þessi var reist af sorgardrjúfri móður sinni til elskulegs sonar hennar. „hann var eini sonur móður sinnar og hún var ekkja." í raun, herra. Swales, ég sé ekki neitt mjög fyndið í því! "sagði hún ummæli sín mjög alvarlega og nokkuð alvarlega.

„þér sjáið ekki fyndið! Ha! Ha! En það er vegna þess að þið gabbið ekki sorgina „móðirin var helvítis köttur sem hataði hann vegna þess að hann var ötull - venjulegur lamiter sem hann var - og" hann hataði hana svo að hann framdi sjálfsmorð til þess að hún gæti ekki fáðu tryggingu sem hún lagði á líf hans. Hann blés nærri höfðinu á sér með gömlum musket sem þeir höfðu til að skemma kráka með. „ekki fyrir kráka þá, því að það færðu legubönndin og dúpurnar til sín. Þannig féll hann af steinunum. Og varðandi vonir um glæsilega upprisu hef ég oft heyrt hann segja masel 'að hann vonaði að hann færi til helvítis, því að móðir hans var svo from að hún myndi vera viss um að fara til himna, og' gerði hann ekki ég vil ekki bæta við sig þar sem hún var. Nú er það ekki að neinu leyti að standa "- hann hamraði hann með stafnum sínum þegar hann talaði -„ lygispakki? Og mun það ekki gera gabriel keckle þegar geordie kemur pantin 'upp grjónin með tombstean jafnvægi á búran hans, og biður að það verði tekið sem sönnunargögn! "

Ég vissi ekki hvað ég ætti að segja, en lucy snéri samtalinu eins og hún sagði og reis upp: -

„ó, af hverju sagðir þú okkur frá þessu? Það er uppáhalds sætið mitt og ég get ekki skilið það eftir; og nú finn ég að ég verð að sitja yfir sjálfsmorðsgröfinni. "

„það skaðar þig ekki, fallegi minn; og 'það getur gert lélega geordie gladsome að hafa klippt svo við að sitja í fanginu. Það mun ekki meiða þig. Af hverju, ég hef setið hérna undanfarin tuttugu ár og hefur það ekki skaðað mig. Skuluð þér ekki rekast á þá sem liggja undir ykkur, eða það liggur ekki heldur! Það er kominn tími til að þið verðið skíthræddir þegar þið sjáið legsteinana hlaupa á braut með, og staðinn beran eins og stubbasvið. Þar er klukkan, 'ég verð klíka. Þjónustu mína við ykkur, dömur! "og burt hobbaði hann.

Lucy og ég sat um stund og það var allt svo fallegt á undan okkur að við tókum hendur þegar við sátum; og hún sagði mér aftur frá arthur og væntanlegt hjónaband þeirra. Það gerði mig bara svolítið hjartveikan, því að ég hef ekki heyrt frá jonathan í heilan mánuð.

Sama dag. Ég kom hingað upp einn, því að ég er mjög sorgmæddur. Það var ekkert bréf fyrir mig. Ég vona að það geti ekki verið neitt mál með jonathan. Klukkan hefur rétt slegið níu. Ég sé ljósin dreifð um allan bæinn, stundum í röðum þar sem göturnar eru, og stundum einsdæmi; þeir hlaupa rétt upp í eskina og deyja í burtu í ferlinum í dalnum. Vinstra megin við mig er útsýnið afskorið af svörtum þaklínu gamla hússins við abbey. Kindurnar og lömbin eru að drepast á túnum í burtu fyrir aftan mig, og það er klapp á klaufum asna upp á malbikaða veginum fyrir neðan. Hljómsveitin á bryggjunni leikur á harða vals á góðri stund og lengra meðfram bryggjunni er fundur hjálpræðishers í bakgötu. Hvorug hljómsveitanna heyrir hitt, en hérna upp heyri ég og sé þær báðar. Ég velti því fyrir mér hvar jonathan er og hvort hann sé að hugsa um mig! Ég vildi að hann væri hér.

Dr. Dagbók frá frásögn.

5. Júní. — tilfelli renfield verður áhugaverðara því meira sem ég fæ að skilja manninn. Hann hefur ákveðna eiginleika mjög að mestu þróaðir; eigingirni, leynd og tilgangur. Ég vildi óska þess að ég gæti komist að því sem er hlutur þess síðarnefnda. Hann virðist hafa eitthvað upptekið fyrirætlun af eigin raun, en hvað það er veit ég ekki enn. Endurleysandi gæði hans eru ást á dýrum, þó vissulega hefur hann svo forvitnilegar beygjur í því að ég ímynda mér stundum að hann sé aðeins óeðlilega grimmur. Gæludýr hans eru af skrýtnum toga. Bara núna er áhugamál hans

að veiða flugur. Hann hefur um þessar mundir það magn að ég
hef haft sjálfur til að setja út. Mér til undrunar braust hann ekki
út í heift, eins og ég bjóst við, heldur tók málið á einfaldan
alvara. Hugsaði hann í smá stund og sagði þá: „má ég eiga þrjá
daga? Ég skal hreinsa þá burt. "auðvitað sagði ég að það myndi
gera. Ég verð að horfa á hann.

18. Júní. - hann hefur nú snúið huganum að köngulær og fengið
nokkra mjög stóra félaga í kassa. Hann heldur áfram að fóðra
þær með flugunum og fjölda þeirra síðarnefndu er að verða
skynsamlega að minnka, þó að hann hafi notað helming matar
síns í að laða að fleiri flugur utan úr herberginu sínu.

1. Júlí. - köngulær hans eru nú að verða eins mikil viðbjóð og
flugurnar hans og í dag sagði ég honum að hann yrði að losa sig
við þær. Hann leit mjög dapur á þetta, svo ég sagði að hann yrði
að hreinsa út nokkra af þeim, hvað sem því líður. Hann sætti sig
glaðlega í þessu og ég gaf honum sama tíma og áður til
lækkunar. Hann viðbjó mig mikið á meðan hann var með honum,
því að þegar hræðileg blástursfluga, uppblásin af einhverjum
hráfæðimat, suðaði inn í herbergið, náði hann því, hélt því á
svipstundu í nokkra stund á milli fingurs og þumalfingur og áður
en ég vissi hvað hann ætlaði að gera, setja það í munninn og
borðaði það. Ég skamma hann fyrir það, en hann hélt því fram
hljóðlega að það væri mjög gott og mjög heilnæmt; að þetta var
líf, sterkt líf og gaf honum líf. Þetta gaf mér hugmynd, eða
ráðgátuna um einn. Ég verð að horfa á hvernig hann losnar við
köngulærnar sínar. Hann hefur greinilega einhverja djúpa vanda í
huga sínum, því að hann geymir smá nótnabók þar sem hann er
alltaf að hripa niður eitthvað. Heilar blaðsíður af því eru fylltar
með fjöldanum af tölum, venjulega stökum tölum bætt saman í
lotur, og síðan heildartölurnar sem bætt er við í lotur aftur, eins

og hann væri að „fókusera" einhverja frásögn, eins og endurskoðendur orða það.

8. Júlí. - það er aðferð í brjálæði hans og leyndarhugmyndin í mínum huga fer vaxandi. Það mun vera heil hugmynd fljótlega, og þá, ó, meðvitundarlaus heilun! Þú verður að gefa vegginn til meðvituðs bróður þíns. Ég hélt í burtu frá vini mínum í nokkra daga, svo að ég gæti tekið eftir því ef einhver breyting varð. Hlutirnir eru eins og þeir voru nema að hann hefur skilið við nokkur gæludýr sín og fengið nýtt. Honum hefur tekist að fá spurningu og hefur þegar tamið hann að hluta. Leið hans til að temja er einföld, því nú þegar hefur köngulærunum fækkað. Þeim sem eftir eru eru þó vel gefnir því að hann færir samt flugurnar inn með því að freista þeirra með matnum.

19. Júlí. - við erum að þróast. Vinur minn er nú með heila nýlendu af spörum, og flugur hans og köngulær eru næstum því eytt. Þegar ég kom inn hljóp hann til mín og sagðist vilja spyrja mig mikils hylli - mjög, mjög mikill hylli; og þegar hann talaði, féll hann á mig eins og hundur. Ég spurði hann hvað þetta væri, og hann sagði, með eins konar hrifningu í rödd sinni og bar:

„kettlingur, ágætur lítill, sléttur, fjörugur kettlingur, sem ég get spilað með og kennt, og fóðrað - og fóðrað - og fóðrað!" ég var ekki óundirbúinn þessari beiðni, því ég hafði tekið eftir því hvernig gæludýrum hans fór að fjölga stærð og lífskraftur, en mér var alveg sama um að falleg fjölskylda hans af tamnum spörum yrði þurrkaður út með sama hætti og flugurnar og köngulærnar; svo ég sagði að ég myndi sjá um það, og spurði hann hvort hann vildi ekki frekar eiga kött en kettling. Ákafa hans sveik hann þegar hann svaraði: -

„ó, já, mig langar í kött! Ég bað aðeins um kettling til að þú ættir ekki að neita mér um kött. Það vildi enginn? Neita mér um kettling? "ég hristi höfuðið og sagði að um þessar mundir óttaðist ég að það væri ekki hægt, en að ég myndi sjá um það. Andlit hans féll, og ég gat séð viðvörun um hættu í því, því að það var skyndilega grimmt, hliðarlangt útlit sem þýddi dráp. Maðurinn er vanþróaður manndráp. Ég skal prófa hann með núverandi þrá hans og sjá hvernig það gengur; þá skal ég vita meira.

22:00 - ég hef heimsótt hann aftur og fundið hann sitja í horni og sauð upp. Þegar ég kom inn kastaði hann sér á kné fyrir mér og bað mig að láta hann eiga kött; að hjálpræði hans var háð því. Ég var hins vegar staðfastur og sagði honum að hann gæti ekki haft það, því næst fór hann orðalaust og settist niður og nagaði fingurna, í horninu þar sem ég hafði fundið hann. Ég skal sjá hann á morgnana snemma.

20. Júlí. - heimsótti renfield mjög snemma áður en fundarmaður fór í umferðirnar. Fann hann upp og humma lag. Hann var að dreifa sykri sínum, sem hann hafði bjargað, út um gluggann og var greinilega farinn að taka flugu sína aftur; og byrjar það glaðlega og með góðri náð. Ég leit í kringum mig eftir fuglunum sínum og sá ekki þá spurði hann hvar þeir væru. Hann svaraði, án þess að snúa við, að þeir hefðu allir flogið burt. Það voru nokkrar fjaðrir um herbergið og á koddann hans dropi af blóði. Ég sagði ekkert, en fór og sagði gæslumanninum að tilkynna mér hvort það væri eitthvað skrýtið við hann á daginn.

11:00 - aðstoðarmaðurinn var nýkominn til mín til að segja að renfield hafi verið mjög veikur og verið með ógeð á öllu fjöðrum. „mín trú er, læknir,“ sagði hann, „að hann hafi borðað fuglana sína og að hann hafi bara tekið og borðað hráan!“

23:00 - ég gaf renfield sterka ópíat í nótt, nóg til að láta hann jafnvel sofa, og tók vasabókina frá sér til að skoða það. Tilhugsuninni sem hefur verið að suða um heila minn undanfarið er lokið og kenningin sannað. Sjálfsvígshugleiðingin mín er sérkennileg. Ég mun þurfa að finna upp nýja flokkun fyrir hann og kalla hann zoöphagous (lífeyðandi) vitfirring; það sem hann þráir er að taka á sig eins mörg líf og hann getur og hann hefur lagt sig fram til að ná því upp á uppsafnaðan hátt. Hann gaf margar flugur til einnar kóngulóar og margar köngulær til eins fugls, og vildi þá að köttur borðaði fuglana marga. Hvað hefðu verið síðari skref hans? Það væri næstum þess virði að ljúka tilrauninni. Það mætti gera ef aðeins væri nægjanlegur málstaður. Menn hnepptu við upplifun og líta samt til árangurs í dag! Af hverju ekki að efla vísindin í erfiðustu og lífsnauðsynlegu hliðinni - þekkingu á heila? Hefði ég jafnvel leyndarmál eins slíks huga - hélt ég lyklinum að ímyndunarafli jafnvel vitleysings - gæti ég komið eigin vísindagreinum mínum yfir á tónsvið samanborið við lífeðlisfræði byrðar-sandersons eða heilaþekking ferju væri sem ekkert . Ef aðeins væri nægilegur málstaður! Ég má ekki hugsa of mikið um þetta, eða ég gæti freistast; góð mál gæti snúið mælikvarðanum með mér, því að ég gæti ekki verið of sérstakur heili, meðfæddur?

Hversu vel maðurinn rökstuddi; vitleysingar gera alltaf innan eigin verksviðs. Ég velti því fyrir mér hve mörg líf hann metur mann, eða hvort hann sé aðeins einn. Hann hefur lokað reikningnum á nákvæmastan hátt og í dag byrjað að taka nýtt met. Hve mörg okkar byrja nýtt met með hverjum degi lífs okkar?

Mér virðist aðeins í gær að allt líf mitt endaði með nýju voninni minni og að ég byrjaði að nýju. Svo verður það þangað til að mikill upptökutækið leggur mig saman og lokar höfuðbókarreikningnum mínum með jafnvægi í hagnað eða tap. Ó, lucy, lucy, ég get ekki reiðst þér og ég get ekki reiðst vinur minn sem hamingjan er þín; en ég verð aðeins að bíða eftir vonlausum og vinna. Vinna! Vinna!

Ef ég gæti aðeins haft eins sterkan málstað og fátækur vitlaus vinur minn þar - góð, óeigingjarn ástæða til að láta mig vinna - þá væri það hamingjan.

Dagbók mina murray.

26. Júlí. - ég kvíði og það róar mig að tjá mig hér; það er eins og að hvísla að sjálfum sér og hlusta á sama tíma. Og það er líka eitthvað við styttu táknin sem gerir það frábrugðið því að skrifa. Ég er óánægður með lucy og jonathan. Ég hafði ekki heyrt frá jonathan í nokkurn tíma og hafði miklar áhyggjur; en í gær kæri mr. Hawkins, sem er alltaf svo góður, sendi mér bréf frá honum. Ég hafði skrifað og spurt hann hvort hann hefði heyrt það og hann sagði að meðfylgjandi hefði nýlega borist. Það er aðeins lína dagsett frá kastala dracula, og segir að hann sé rétt að byrja heima. Það er ekki eins og jonathan; ég skil það ekki og það gerir mig óróan. Þá hefur lucy, þrátt fyrir að henni líði vel, nýlega tekið til gamalla vana sinn að ganga í svefni. Móðir hennar hefur talað við mig um það og við höfum ákveðið að ég læsi hurðinni á herberginu okkar á hverju kvöldi. Frú. Westenra hefur fengið hugmynd um að svefngöngumenn fari alltaf út á þök húsa og meðfram brúnum kletta og verða þá skyndilega vaknaðir og falla yfir með örvæntingarfullri gráti sem bergmálar út um allt. Aumingja elskan, hún er náttúrulega kvíða vegna lucy og hún segir mér að eiginmaður hennar, faðir lucy, hafi haft sömu venju;

að hann myndi fara á fætur um nóttina og klæða sig og fara út, ef honum yrði ekki hætt. Lucy á að giftast á haustin og hún er nú þegar að skipuleggja kjólana sína og hvernig húsinu hennar verður komið fyrir. Ég samhryggist henni, því að ég geri það sama, aðeins jónatan og ég mun byrja í lífinu á mjög einfaldan hátt og verð að reyna að ná báðum endum saman. Herra. Holmwood — hann er heiðurinn. Arthur holmwood, eini sonur herra godalming - kemur hingað mjög fljótlega - um leið og hann getur yfirgefið bæinn, því að faðir hans gengur ekki mjög vel, og ég held að kæri lucy sé að telja stundirnar þar til hann kemur. Hún vill fara með hann upp í sætið á kirkjugarði klettinum og sýna honum fegurð whitby. Ég þori að það er biðin sem truflar hana; hún mun vera í lagi þegar hann kemur.

27. Júlí. - engar fréttir frá jonathan. Ég er orðinn ansi órólegur við hann, en af hverju ætti ég að vita það ekki; en ég vildi óska þess að hann myndi skrifa, ef þetta væri aðeins ein lína. Lucy gengur meira en nokkru sinni fyrr, og á hverju kvöldi er ég vakinn af því að hún flytur um herbergið. Sem betur fer er veðrið svo heitt að hún verður ekki köld; en samt er kvíðinn og sífellt að vakna farinn að segja til mín og ég fer sjálfur í taugarnar á mér og vaknar. Þakka guði, heilsan hjá lucy heldur áfram. Herra. Holmwood hefur skyndilega verið kallaður til að hringja til að sjá föður sinn sem hefur verið tekinn alvarlega veikur. Lucy frets við frestun þess að sjá hann, en það snertir ekki útlit hennar; hún er trifle stouter og kinnar hennar yndislega rósbleikar. Hún hefur misst það óverulegu útlit sem hún hafði. Ég bið að það muni allt endast.

3. Ágúst. — önnur vika er liðin og engar fréttir frá jonathon, ekki einu sinni til herra. Hawkins, sem ég hef heyrt frá. Ó, ég vona að hann sé ekki veikur. Hann hefði örugglega skrifað. Ég lít á

síðasta bréf hans, en það fullnægir mér einhvern veginn ekki. Það les ekki eins og hann og samt eru það skrif hans. Það eru engin mistök af því. Lucy hefur ekki gengið mikið í svefni sínum síðustu vikuna, en það er einkennilegur styrkur um hana sem ég skil ekki; jafnvel í svefni virðist hún horfa á mig. Hún reynir hurðina og finnur hana læstan, gengur um stofuna og leitar að lyklinum.

6. Ágúst. - þrjá daga í viðbót og engar fréttir. Þessi spenna er að verða hrikaleg. Ef ég vissi bara hvert ég ætti að skrifa eða hvert ég ætti að fara ætti ég að vera auðveldari; en enginn hefur heyrt jonathan orð síðan það síðasta bréf. Ég verð aðeins að biðja guð um þolinmæði. Lucy er skemmtilegri en nokkru sinni fyrr en gengur að öðru leyti vel. Gærkvöld var mjög ógnandi og segja sjómennirnir að við séum í stormi. Ég verð að reyna að horfa á það og læra veðurskilti. Dagurinn í dag er grár dagur og sólin eins og ég skrifa er falin í þykkum skýjum, hátt yfir ketness. Allt er grátt - nema græna grasið, sem virðist vera smaragd á meðal þess; grátt jarðbundið berg; grá ský, klædd við sólbrun við ystu brún, hanga yfir gráa sjónum, sem sandpunktarnir teygja sig í eins og gráir fingur. Sjórinn steypist inn yfir grunnar og sandhæðirnar með öskrandi, dempaðar í sjóþokum sem reka inn í landið. Sjóndeildarhringurinn glatast í gráum mistri. Allt er víðáttan; skýin eru hrúguð upp eins og risastór björg, og það er „brool" yfir sjónum sem hljómar eins og einhver fyrirburður um dóma. Dimmar tölur eru á ströndinni hér og þar, stundum hálfklæddar í þoku og virðast „menn eins og tré ganga." fiskibátarnir keppa um heim og rísa og dýfa í jörðina bólgna þegar þeir sópa inn í höfnina, að beygja sig að skopunum. Hér kemur gamall mr. Svölum. Hann er að gera beint fyrir mig, og ég sé, hvernig hann lyftir hattinum, að hann vilji tala ....

Ég hef verið nokkuð snortinn af breytingunni á aumingja gamla manninum. Þegar hann settist við hliðina á mér sagði hann á mjög ljúfan hátt: -

„mig langar að segja þér eitthvað, sakna." ég sá að hann var ekki ánægður, svo ég tók fátæku gömlu hrukkuðu höndina í mitt og bað hann að tala fullkomlega; svo sagði hann og lét hönd sína í minni:

„ég er hræddur, elskan mín, að ég hlýt að hafa hneykslað þig af öllu illu sem ég hef sagt um dauða og þess háttar í margar vikur; en ég meinti þá ekki og ég vil að þið munið það þegar ég er farinn. Við hljótum fólk sem er fíflað og með annan fótinn eftir krok-hooalinu, viljum ekki alveg hugsa um það og við viljum ekki finna fyrir því skítkasti; þess vegna hef ég tekið ljós á því, svo að ég myndi hressa hjarta mitt aðeins. En, herra elskið ykkur, sakna, ég er ekki hræddur við að deyja, ekki smá; aðeins ég vil ekki deyja ef ég get hjálpað því. Minn tími verður að vera nálægt því núna, því að ég er aud, og hundrað ár er of mikið fyrir alla menn að búast; og ég er svo nálægt því að áheyrnarfulltrúinn er þegar farinn að blása í sig læri. Sjáið, ég get ekki komist út úr venjunni á koffíni um þetta allt í einu; skaflarnir munu væla eins og þeir eru vanir. Einhvern dag mun bráðum engill dauðans hljóma á básúnuna fyrir mig. En ekki gera þér kveðju, elskan mín! "- því að hann sá að ég grét -„ ef hann ætti að koma í nótt þá myndi ég ekki neita að svara kalli hans. Fyrir lífið er í öllu falli bara að bíða eftir einhverju öðru en því sem við erum að gera; og dauðinn er allt sem við getum með réttu treyst á. En ég er ánægður, því að þetta kemur mér, elskan mín og kemur fljótt. Það getur verið að það komi á meðan við erum að horfa og undra okkur. Kannski er það í þeim vindi út yfir hafið sem færir með sér tap og flak, og sárt vanlíðan og sorglegt hjarta. Líta! Sjáðu! "hrópaði hann skyndilega. „það er eitthvað í þeim vindi og í svakalegum beyont sem hljómar, lítur út og smakkar og lyktar eins og dauðinn. Það er í loftinu; mér finnst það koma. Herra, láttu mig svara glaðlega þegar kallið mitt kemur! "hann hélt upp faðm sínum guðrækinn og reisti hattinn. Munnur hans hreyfðist eins og hann væri að biðja. Eftir nokkurra mínútna þögn stóð hann upp, hristi hönd í mig og blessaði mig og sagði bless og hobbaði af stað. Þetta snerti mig allt og reiddi mig mjög.

Ég var feginn þegar strandgæslan kom með njósnaglasið undir handleggnum. Hann hætti að tala við mig, eins og hann gerir alltaf, en hélt allan tímann áfram að horfa á undarlegt skip.

„ég get ekki komið henni út," sagði hann; „hún er rússnesk, að hennar sögn; en hún bankar um á hinseginasta hátt. Hún kann ekki hug sinn svolítið; hún virðist sjá storminn koma, en getur ekki ákveðið hvort hún muni hlaupa upp norður í víðavangi, eða setja hér inn. Líta þangað aftur! Hún er stýrt voldugum undarlega, því að henni er ekki sama um höndina á hjólinu; breytist um það bil með hverju vindi. Við heyrum meira af henni áður en á morgun. "

Kafli vii

Skorið úr „dagritinu" 8. Ágúst

(límt í dagbók mina murray.)

Frá bréfritara.

Whitby.

Einn mesti og skyndilegasti óveður á plötunni hefur nýlega verið upplifaður hér með árangur bæði undarlegur og einstæður. Veðrið hafði verið nokkuð sultry, en ekki að nokkru leyti óalgengt í ágústmánuði. Laugardagskvöldið var eins fínt og alltaf var vitað og mikill líkami frígesta lagði upp í gær í heimsóknir til mulgrave skóga, robin hood's bay, rig mill, runwick, staithes og hinar ýmsu ferðir í whitby hverfinu. Gufuskipin emma og scarborough fóru í ferðir upp og niður með ströndinni og óvenjulegt var „að trippa" bæði til og frá whitby. Dagurinn var óvenju fínn fram eftir hádegi, þegar einhverjir slúðrar, sem tíðkja kirkjugarðinn í austurkletti, og horfðu frá því yfirburðarríki á breitt sópið sem sjáanlegt er fyrir norðan og austan, vöktu skyndilega sýningu „hryssna" - halar "hátt á himni til norðvesturs. Vindurinn var þá að blása frá suðvestur í vægum gráðu sem á barometrískri tungu er raðað „nr. 2: létt gola. "landhelgisgæslan, sem var á vakt, gerði þegar í stað skýrslu og einn gamall fiskimaður, sem í meira en hálfa öld hefur fylgst með veðurskilti frá austurbrúninni, spáði með eindregnum hætti að skyndilegt óveður yrði. Nálgun sólsetursins var svo mjög falleg, svo glæsileg í fjöldanum af glæsilegum skýjum, að það var nokkuð samkoma á göngunni meðfram klettinum í gamla kirkjugarðinum til að njóta fegurðarinnar. Áður en sólin dýfði undir svarta massa ketleness, stóð djarflega yfir vestri himni, var niðurleið hans merkt með ótal skýjum af öllum sólarlagslitum - logi, fjólublár, bleikur, grænn, fjólublár og öll blær af gulli; með hér og þar sem fjöldinn er ekki stór, en að því er virðist alger myrkur, í alls konar stærðum, eins og lýst er sem stórum skuggamyndum. Reynslan týndist ekki á málurunum og eflaust munu nokkrar af skissum „aðdraganda stormsins mikils" þokka ra og ri veggi í maí næst. Meira en einn skipstjóri komst að því þá og þar að „steinbíturinn" eða „múlinn hans", eins og þeir nefna hina ýmsu flokka báta, yrðu áfram í höfninni þar til óveðrið var liðið. Vindurinn féll alveg frá um kvöldið og á miðnætti var dauður logn, brennandi hiti og sá ríkjandi styrkur sem, þegar kemur að þrumuveðri, hefur áhrif á einstaklinga sem eru viðkvæmir. Það voru fá ljós í sjónum á sjónum, því jafnvel gufuskipin, sem yfirleitt „knúsa" ströndina svo vel, héldu vel við sjóinn, en fáir fiskibátar voru í sjónmáli. Eina seglin sem vart var eftir var erlendur skonnorti með öll segl sett, sem virtist ætla að fara vestur á bóginn. Heimska eða fáfræði yfirmanna hennar var afkastamikið ummæli þegar hún hélst í sjónmáli og leitast var við að gefa henni merki um að draga úr segli í ljósi hættu hennar.

Áður en nóttin var lögð niður sást hún með seglum sem flautuðu lauslega þegar hún rúllaði varlega á bylgjandi bólg sjávar,

„eins aðgerðalaus og málað skip á máluðu sjó.“

Skömmu fyrir klukkan tíu jókst kyrrð loftsins nokkuð kúgandi og þögnin var svo mikil að ósigur sauðfjár inn í landinu eða gelta á hundi í bænum heyrðist greinilega og hljómsveitin á bryggjunni, með líflegt frönskt loft, var eins og ósamræmi í mikilli sátt þögn náttúrunnar. Litlu eftir miðnætti kom undarlegt hljóð frá sjónum og hátt yfir höfuð byrjaði loftið að bera undarlega, daufa, hola uppörvun.

Þá brotnaði stormurinn án fyrirvara. Með hraðskreytingu sem virtist á sínum tíma ótrúleg og jafnvel ómögulegt að átta sig á henni, varð allur þáttur náttúrunnar í einu samviskaður. Öldurnar hækkuðu í vaxandi heift, hvor um sig ná náungi sínum, þar til á mjög fáum mínútum var glersjó undanfarið eins og öskrandi og eyðandi skrímsli. Hvítkryddaðar öldur slógu geðveikt á sléttu sandinum og hlupu upp hilluskýlana; aðrir brutu yfir bryggjurnar og hrindu með látum sínum ljóskornum vitanna sem rísa upp frá endanum á hvorri bryggjunni í whitby höfninni. Vindurinn öskraði eins og þruma og blés af svo miklum krafti að það var með erfiðleikum að jafnvel sterkir menn héldu fótum sínum eða héldust fastir í grimmri festingu við járnstöngina. Fannst nauðsynlegt að hreinsa allar bryggjurnar frá fjöldanum sem áhorfendur höfðu gert, ella hefði banaslysum næturinnar verið aukin margvíslega. Til að bæta við erfiðleika og hættur samtímans komu fjöldi sjóþoku inn á landið - hvít, blaut ský, sem hrífast af með draugalegum hætti, svo þakklát og rökum og köldum að það þurfti en lítið ímyndunaraflið til að halda að andar þeirra sem týndust á sjónum snertu lifandi bræður sína með óbeinum höndum dauðans og margir hristust þegar kransar sjómisturs hrífast af. Stundum hreifðist mistur og sjást sjóinn í nokkurri fjarlægð í glampa eldingarinnar, sem nú kom þykkur og hratt, eftir svo skyndilega þrumuský, að allur himinninn yfir höfuð virtist skjálfa undir áfalli fótspor stormurinn.

Sumar af þeim atriðum sem þannig komu í ljós voru af ómældum glæsibrag og af mikilli áhuga - sjórinn, sem rennur fjöllum hátt, kastaði himinhvolfinu með hverri bylgju mikill fjöldi hvíts froða, sem stormurinn virtist hrifsast af og hvirfa sig út í geiminn; hér og þar fiskibátur, með tusku af segli, sem keyrir vitlaus til skjóls áður en sprengja; nú og aftur hvítum vængjum stormviðrandi sjófugls. Á toppi austurklifsins var nýja leitarljósið tilbúið til tilrauna en hafði ekki enn verið reynt. Yfirmennirnir, sem sáu um það, komust í réttan farveg og í hléum á rjúpandi þokunni hrífast með honum yfirborð sjávar. Einu sinni eða tvisvar var þjónusta hennar skilvirkust, eins og þegar fiskibátur, með byssuvél undir vatni, hljóp inn í höfnina, með leiðsögn skjólsins, til að forðast hættuna á að streyma gegn bryggjunum. Þegar hver bátur náði öryggi hafnarinnar var hróp af gleði frá fjöldanum á landinu, hróp sem virtist í smá stund kljúfa vindinn og var síðan hrint í burtu í þjóta sinni.

Áður en langt um líður uppgötvaði leitarljósið í fjarlægð skonnortu með öll segl sett, að því er virðist sama skipið og orðið var við fyrr um kvöldið. Vindurinn hafði um þessar mundir stutt til austurs og það var skjálfa meðal áhorfendanna á klettinum þegar þeir áttuðu sig á þeirri hræðilegu hættu sem hún nú var í. Á milli hennar og hafnarinnar lá hið mikla flata rif sem svo mörg góð skip hafa af og til orðið fyrir, og með vindinum sem blés frá núverandi fjórðungi, væri það alveg útilokað að hún skyldi sækja inngang hafnarinnar. Það var nú næstum klukkutíminn í fjöru, en öldurnar voru svo miklar að í trogum þeirra voru grunnar strandarinnar næstum sýnilegar og skonnortinn, með öll segl sett, hljóp með svo miklum hraða að með orðum eins gamalt salt, „hún verður að ná sér einhvers staðar, ef það væri bara í helvíti." síðan kom önnur þjóða af sjóþoku, meiri en nokkru sinni hingað til - fjöldi þakkláts misturs, sem virtist loka á alla hluti eins og grá brún, og skildi menn aðeins eftir að heyra líffæri til að heyra, vegna öskrunar stormsins og hrun þrumunnar, og mikill uppgangur hinna voldugu bunga kom í gegnum raka gleymskuna enn háværari en áður. Geislum leitarljóssins var haldið fast við hafnarmynnið yfir austur bryggjuna, þar sem búist var við áfallinu, og menn biðu andardráttar. Vindurinn færðist skyndilega til norðausturs og leifar sjóþokunnar bráðnuðu í sprengjunni; og síðan, mirabile dictu, milli bryggjanna, stökk frá öldu til að veifa þegar það hljóp á höfuðhraða, hrífast hinn undarlega skonnortu fyrir sprengjuna, með allt segl sett og öðlaðist öryggi hafnarinnar. Leitarljósið fylgdi henni og skjálfti hljóp í gegnum alla sem sáu hana, því að límd við stjórnvölinn var lík, með hallandi höfuð, sem sveif hræðilega til og frá við hverja hreyfingu skipsins. Ekki var hægt að sjá neina aðra mynd á þilfari. Mikil ótti kom öllum við þegar þeir gerðu sér grein fyrir því að skipið, eins og með kraftaverki, hafði fundið höfnina, ómeðhöndlað nema með hendi dauðs manns! Þó fór allt fram hraðar en það þarf til að skrifa þessi orð. Skonnortinn staldraði ekki við, heldur hljóp yfir höfnina, lagði sig fram við þá uppsöfnun af sandi og möl sem skolast af mörgum sjávarföllum og mörgum óveðrum í suðausturhorni bryggjunnar sem steig undir austurkletti, þekkt á staðnum sem tate hill bryggju.

Það var auðvitað talsverð heilahristing þegar skipið keyrði upp á sandhauginn. Hver sparni, reipi og dvöl var þvingaður, og einhver af „topphamrinum" hrundi niður. En undarlegast af öllu, strax þegar ströndin var snert, gríðarlegur hundur spratt upp á þilfar neðan frá, eins og hann var skotinn upp við heilahristinginn og hljóp fram og stökk úr boga á sandinn. Að fara beint að bröttum kletti, þar sem kirkjugarðurinn hangir yfir akrein að austur bryggjunni svo bratt að einhverjir flatir legsteinarnir - „þrusar-steinar" eða „gegnumsteinar", eins og þeir kalla þá í hvítum þjóðmálum - reyndar verkefni þar sem hinn upptekinn klettur hefur fallið frá hvarf hann í myrkrinu, sem virtist efldist rétt handan áherslunnar í leitarljósinu.

Það gerðist svo að enginn var um þessar mundir á tate hill bryggjunni, þar sem öll þau sem húsin eru í nálægð voru annað hvort í rúminu eða voru úti á hæðum fyrir ofan. Þannig var strandgæslan á vakt austan megin við höfnina, sem þegar hljóp niður að litlu bryggjunni, fyrstur til að klifra um borð. Mennirnir sem unnu í leitarljósinu, eftir að hafa skírað innganginn að höfninni án þess að sjá neitt, kveiktu síðan ljósið á hinum forfalla og hélt því þar. Strandgæslan hljóp aftan og þegar hann kom við hlið hjólsins beygði hann sig til að skoða það og hrökklaðist um leið eins og undir skyndilegum tilfinningum. Þetta virtist vekja almenna forvitni og nokkuð margir fóru að hlaupa. Það er ágæt leið frá vesturkletti við togbrúna til tate hill bryggju, en samsvarandi þinn er nokkuð góður hlaupari og kom vel á undan mannfjöldanum. Þegar ég kom, fann ég þó þegar komið var saman á bryggjunni mannfjölda, sem strandgæslan og lögreglan neituðu að leyfa að koma um borð. Að leyfi yfirmanns bátsmannsins leyfði ég, eins og samsvarandi þínum, að klifra upp á þilfari og var einn af litlum hópi sem sá hinn dauða sjómann á meðan hann var reiddur að hjólinu.

Það var ekki skrýtið að strandgæslan hafi komið á óvart, eða jafnvel horfið, því að ekki oft hefur slík sjón sést. Maðurinn var einfaldlega festur í höndunum, bundinn hver á fætur öðrum við talara um hjólið. Milli innri handar og viðar var krossfesting, perlusettið, sem það var fest á, var um bæði úlnliði og hjól og allt haldið fast við bindissnúrurnar. Aumingja náunginn kann að hafa verið sestur í einu, en blakt og sláandi segl hafði unnið í gegnum stýrið á hjólinu og dregið hann fram og til baka, svo að snúrurnar, sem hann var bundinn við, höfðu skorið kjötið að beininu . Nákvæm athugasemd var gerð um stöðu mála og læknir - skurðlæknir jm caffyn, 33 ára, á austur elliot-stað - sem kom strax á eftir mér, lýsti því yfir, að lokinni skoðun, að maðurinn hefði verið dauður í tæpa tvo daga. Í vasanum var flaska, vandlega korkaður, tómur nema fyrir lítinn pappírsrúllu, sem reyndist vera viðbætið við annálinn. Strandgæslan sagði að maðurinn hljóti að hafa bundið sínar hendur og fest hnúta með tönnunum. Sú staðreynd að strandgæslumaður var fyrstur um borð gæti bjargað nokkrum fylgikvillum síðar á aðdáunarheimilinu; fyrir landhelgisgæslu getur ekki krafist björgunar sem er réttur fyrsta borgarans sem fer inn í úrskurð. Nú þegar eru lagatungurnar þó að gusast, og einn ungur laganemi er að fullyrða hátt að réttindi eigandans séu þegar algjörlega fórnað, eignum hans er haldið í bága við lög um veðsetningar, þar sem stýriarminn, sem embættismerki, ef ekki sönnun, um framselda vörslu, er haldin í dauðum hendi. Það er óþarfi að segja að hinn látni stýrimaður hefur verið fjarlægður með lotningu frá þeim stað þar sem hann hélt sína virðulegu vakt og deild til dauðadags - stöðugleika eins göfug og hinna ungu casabianca - og sett í líkhúsið til að bíða eftir fyrirspurn.

Þegar er skyndilegur stormur að líða, og grimmd þess dregst saman; mannfjöldi dreifir heim og himinninn er farinn að roðna yfir yorkshire-völlunum. Ég skal senda með tímanum fyrir næsta tölublað nánari upplýsingar um hið afsétta skip sem fann leið sína svo kraftaverka í höfn í óveðrinu.

Whitby

9. Ágúst. — framhald undarlegrar komu tjónþola í óveðrinu í gærkveldi er næstum meira óvænt en hluturinn sjálfur. Það kemur í ljós að skonnortan er rússnesk frá varna, og er kölluð demeter. Hún er nær eingöngu í kjölfestu af silfri sandi, með aðeins lítið magn af farmi - fjöldi frábærra trékassa fylltir með mold. Þessi farmur var sendur til hvítleiks lögmanns, hr. Sf billington, af 7, hálfmáninn, sem fór í morgun um borð og tók formlega til eignar vöruna sem honum var sent. Rússneski ræðismaðurinn, líka, starfar fyrir leigufélagið, tók formlega til eignar skipið og greiddi öll hafnargjöld osfrv. Ekkert er nú talað um það í dag nema undarlega tilviljun; hafa embættismenn viðskiptaráðs verið ákafastir við að sjá að farið hefur verið eftir gildandi reglugerðum. Þar sem málið á að vera „níu daga undur" eru þau augljóslega staðráðin í því að engin ástæða verður fyrir

kvörtun eftir það. Mikill áhugi var erlendis á hundinum sem lenti þegar skipið sló og fleiri en fáir félagar í spca, sem er mjög sterkur í hvítum, hafa reynt að kynnast dýrinu. Til almennra vonbrigða var það þó ekki að finna; það virðist hafa horfið algerlega úr bænum. Það getur verið að það hafi verið hræddur og lagt leið sína í aurana, þar sem hann er enn að fela sig í skelfingu. Það eru einhverjir sem líta með ótta við slíkan möguleika, svo að seinna ætti það í sjálfu sér að verða hættulegt, því að það er augljóslega grimmur skepna. Snemma í morgun fannst stór hundur, hálfgróinn mastiff, sem tilheyrir kolakaupmanni skammt frá tate hill bryggjunni, látinn í akbrautinni gegnt garði húsbónda síns. Það hafði barist og augljóslega hafði átt villimannlegan andstæðing, því að hálsi hans var rifinn og magi hans rifinn eins og með villimannaklo.

Síðar. — af góðmennsku stjórnar eftirlitsmanns viðskipta hefur mér verið leyft að líta yfir annálabókina sem var í röð allt að innan þriggja daga, en innihélt ekkert sérstakt áhugamál nema um staðreyndir um að vantaði menn. Mesti áhuginn er þó hvað varðar pappírinn sem er að finna í flöskunni sem framleiddur var í dag við fyrirspurnina; og undarlegri frásögn en þau tvö á milli þróast það hefur ekki verið mér mikið að rekast. Þar sem engin ástæða er til að leyna er mér leyfilegt að nota þau og sendi þér í samræmi við það afrit, einfaldlega að sleppa tæknilegum upplýsingum um sjómennsku og ofurbíl. Það virðist næstum eins og búið væri að grípa til skipstjórans með einhvers konar oflæti áður en hann lenti vel í bláu vatni og að þetta hefði þróast stöðugt um siglinguna. Auðvitað verður að taka fullyrðingu mína með grana, þar sem ég er að skrifa frá fyrirmælum ráðherra rússneska ræðismannsins, sem þýddi vinsamlega fyrir mig, að tíminn væri stuttur.

Log af "demeter."

Varna að hvítum.

Skrifað 18. Júlí, hlutirnir svo undarlegir gerast, að ég skal halda nákvæmar athugasemdir framvegis þar til við lendum.

Þann 6. Júlí kláruðum við að taka farm, silfursand og kassa af jörðu. Um hádegisbilið siglt. Austanvindur, ferskur. Áhöfn, fimm hendur ... Tveir félagar, elda og ég sjálfur (skipstjóri).

Þann 11. Júlí við dögun kom bosphorus inn. Um borð í tyrkneskum tollverði. Backsheesh. Allt rétt. Í gangi klukkan 16

Þann 12. Júlí um dardanelles. Fleiri tollverðir og fánabátur af verndarsveitarmanni. Backsheesh aftur. Vinna yfirmanna ítarlega, en fljótleg. Langar okkur brátt. Í myrkrinu farið í eyjaklasann.

Þann 13. Júlí síðastliðinn kom cape matapan. Áhöfn óánægð með eitthvað. Virtist hræddur, en vildi ekki tala út.

Þann 14. Júlí var nokkuð kvíða áhöfn. Menn allir stöðugir félagar, sem sigldu með mér áður. Félagi gat ekki komist að því hvað var rangt; þeir sögðu honum aðeins að það væri eitthvað og gengu yfir sig. Maki missti skap sitt með einum þeirra um daginn og sló hann. Bjóst við hörðum deilum, en allt var rólegt.

Þann 16. Júlí félaga tilkynnti um morguninn að einn af áhöfnum, petrofsky, væri saknað. Gat ekki gert grein fyrir því. Tók larboard horfa á átta bjöllur í gærkveldi; var létt af abramoff, en fór ekki í koju. Menn niðurfallnir en nokkru sinni fyrr. Allir sögðust búast við einhverju af því tagi, en myndu ekki segja meira en að það væri eitthvað um borð. Félagi að verða mjög óþolinmóður við þá; óttaðist nokkur vandræði framundan.

Þann 17. Júlí í gær kom einn mannanna, olgaren, í skála minn og á óskaplegan hátt treysti ég mér að hann teldi að það væri undarlegur maður um borð í skipinu. Hann sagði að á vakt sinni hefði hann verið í skjóli fyrir aftan þilfarihúsið, þar sem það var rigningstormur, þegar hann sá hávaxinn, þunnan mann, sem var ekki eins og einhver áhöfn, koma upp félaga-leiðina og farðu meðfram þilfarinu áfram og hvarf. Fylgdi hann varlega, en þegar hann kom að bogum fann enginn og lúgurnar voru allar lokaðar. Hann var í læti af hjátrúarfullri ótta og ég er hræddur um að læti breiðist út. Til að draga það úr skal ég í dag leita allt skipið vandlega frá stilki til skut.

Seinna um daginn safnaði ég saman allri áhöfninni og sagði þeim, þar sem þeir héldu greinilega að það væri einhver í skipinu, við myndum leita frá stilki til skut. Fyrsti félagi reiður; sagði að það væri heimska og að gefast upp á svona heimskulegum hugmyndum myndi gera mennina vanvirtir; sagðist ætla að taka þátt í því að halda þeim úr vandræðum með handtöng. Ég lét hann taka við stjórnvölnum, meðan hinir hófu ítarlega leit, allt fylgst með ljóskerum: við skildum ekkert horn órannsakað. Þar sem aðeins voru stóru trékassarnir, það voru engin skrýtin horn þar sem maður gat falið sig. Menn voru mjög léttir þegar þeir voru að leita og fóru aftur til starfa glaðlega. Fyrsti stýrimaður scowled, en sagði ekkert.

22. Júlí. - gróft veður síðustu þrjá daga og allar hendur uppteknar af seglum - enginn tími til að vera hræddur. Menn virðast hafa gleymt ótta sínum. Félagi kát aftur og allt á góðum kjörum. Lofuðu menn fyrir vinnu í vondu veðri. Framhjá gibralter og út um sund. Allt gott.

24. Júlí. —það virðist nokkurt dómsmál yfir þessu skipi. Þegar stutt í höndina, og gengið inn í kexvíkina með villt veður framundan, og enn í gærkvöldi týndist annar maður — hvarf. Eins og í fyrsta, kom hann af vaktinni og sást ekki aftur. Menn allir í læti af ótta; sendi kringlóttan robin og bað um að hafa tvöfaldan vakt þar sem þeir óttast að vera einir. Félagi reiður. Óttast að það verði einhver vandræði, þar sem annað hvort hann eða mennirnir munu beita einhverju ofbeldi.

28. Júlí. - fjórir dagar í helvíti, slá til í eins konar malarstræti og vindurinn stormur. Enginn svefn hjá neinum. Menn allir slitnir. Veit varla hvernig á að stilla vakt þar sem enginn passaði að halda áfram. Annar stýrimaður bauðst til að stýra og horfa á og láta menn hrifsa af sér nokkurra klukkustunda svefn. Vindur minnkar; höf enn frábær, en finnst þau minna, þar sem skipið er stöðugt.

29. Júlí. - annar harmleikur. Hafði eina vakt í nótt, þar sem áhöfnin var of þreytt til að tvöfalda sig. Þegar morgunvaktin kom á stokk gat enginn fundið nema stýrimann. Vakti hróp, og allir komu á þilfari. Ítarlega leit, en enginn fann. Eru núna án annar stýrimaður og áhöfn í læti. Félagi og ég samþykktum að fara vopnaðir héðan í frá og bíða eftir neinu merki um orsök.

30. Júlí. - í gærkveldi. Gladdist að við erum að nálgast england. Veður fínt, öll segl stillt. Lét af störfum slitna; svaf hljóðlega; vakinn af félaga sem sagði mér að bæði vakandi maður og stýrimaður sé saknað. Aðeins sjálf og félagi og tvær hendur eftir til að vinna skipið.

1. Ágúst. — tveggja daga þoka, og ekki siglt sjón. Hafði vonað þegar á ensku rásinni væri hægt að gefa merki um hjálp eða komast inn einhvers staðar. Ekki hafa vald til að vinna segl, verður að hlaupa fyrir vindi. Þora ekki að lækka, eins og gat ekki hækkað þá aftur. Við virðumst reka til einhvers hræðilegs dóms. Félagi nú meira afmoraliseraður en annað hvort karlmanna. Sterkari eðli hans virðist hafa unnið innbyrðis gegn sjálfum sér. Karlar eru ofar ótta, vinna þétt og þolinmóðir, með það sem verst er gert. Þeir eru rússneskir, hann roumanian.

2. Ágúst, miðnætti. - vaknaði úr nokkurra mínútna svefni með því að heyra gráta, virðist fyrir utan höfnina mína. Gat ekkert séð í þoku. Hljóp á þilfari og hljóp á móti stýrimanni. Segir mér heyrt gráta og hljóp, en engin merki um mann á vakt. Enn einn farinn. Herra, hjálpaðu okkur! Félagi segir að við verðum að vera framhjá doverum, eins og á augnabliki af þokulyftingum sá hann

norður fyrir land, rétt eins og hann heyrði manninn hrópa. Ef svo er erum við nú komin út í norðursjó, og aðeins guð getur leiðbeint okkur í þokunni, sem virðist flytja með okkur; og guð virðist hafa yfirgefið okkur.

3. Ágúst. — um miðnætti fór ég til að létta manninn við stýrið og þegar ég kom að því fann enginn þar. Vindurinn var stöðugur, og þegar við hlupum á undan honum var ekkert að gabba. Ég þorði ekki að skilja það eftir, hrópaði svo eftir makanum. Eftir nokkrar sekúndur hljóp hann upp á þilfar í flannels sínum. Hann leit villtur auga og haggard, og ég óttast mjög ástæðu hans hefur gefist. Hann kom nærri mér og hvíslaði hástöfum með munninn að eyranu eins og að óttast að loftið gæti heyrt: „það er hér; ég veit það núna. Á vaktinni í gærkveldi sá ég það, eins og maður, hár og þunnur og svakalega fölur. Það var í bogunum og horfði út. Ég læðist á bak við það og gaf honum hnífinn minn; en hnífurinn fór í gegnum hann, tómur eins og loftið. "og þegar hann talaði tók hann hnífinn og rak hann áreynslulaust út í geiminn. Þá hélt hann áfram: „en það er hér, og ég mun finna það. Það er í bið, kannski í einum af þessum kassa. Ég mun skrúfa þá einn af öðrum og sjá. Þú vinnur hjálminn. "og með viðvörunarbragð og fingurinn á vörinni fór hann undir. Þar spratt upp úfinn vindur, og ég gat ekki yfirgefið hjálminn. Ég sá hann koma út á þilfari aftur með verkfærakista og lukt og fara niður framaklukkuna. Hann er vitlaus, áþreifanlegur, ógeðslegur, og það er ekki gagn að ég reyni að stöðva hann. Hann getur ekki meitt þessa stóru kassa: þeir eru reiknaðir sem „leir" og að draga þá um er eins skaðlaus hlutur og hann getur gert. Svo hérna verð ég áfram og hugsa um stjórnvölinn og skrifa þessar athugasemdir. Ég get bara treyst á guð og beðið þangað til þokan verður. Þá, ef ég get ekki stýrt til neinnar hafnar með vindinn sem er, þá skal ég höggva á segl og liggja hjá og gefa merki um hjálp ....

Það er næstum því öllu lokið núna. Rétt eins og ég var að byrja að vona að stýrimaðurinn myndi koma rólegri út - því að ég heyrði hann slá í gegn í einhverju í haldinu og vinnan er góð fyrir hann - þar kom skyndilega, óttaslegin öskra upp, sem lét blóð mitt renna kalt, og upp á þilfari kom hann eins og skotinn úr byssu - ofsafenginn brjálæðingur, með augun rúllandi og andlitið krampað af ótta. "bjargaðu mér! Bjargaðu mér! "hrópaði hann og leit þá um á teppi þokunnar. Skelfing hans sneri að örvæntingu og í stöðugri röddu sagði hann: „þú hefðir betur komið líka, skipstjóri, áður en það er of seint. Hann er þar. Ég þekki leyndarmálið núna. Sjórinn mun bjarga mér frá honum, og það er allt sem er eftir! "áður en ég gat sagt orð, eða haldið áfram til að grípa hann, spratt hann á tjarnargarðinn og henti honum vísvitandi í sjóinn. Ég geri ráð fyrir að ég þekki leyndarmálið líka núna. Það var þessi brjálæðingur sem hafði losað sig við mennina einn í einu, og nú hefur hann fylgt þeim sjálfur. Guð hjálpi mér! Hvernig á ég að gera grein fyrir öllum þessum hryllingi þegar ég kem til hafnar? Þegar ég kem til hafnar! Verður það einhvern tíma?

4. Ágúst. - enn þoka, sem sólarupprásin getur ekki stungið upp. Ég veit að það er sólarupprás vegna þess að ég er sjómaður, af hverju veit ég það ekki? Ég þorði ekki að fara undir, ég þorði ekki að yfirgefa stjórnvölinn; svo hérna alla nóttina dvaldi ég og í dimmri nóttina sá ég það - hann! Guð fyrirgefi mér, en stýrimaðurinn var rétt að stökkva fyrir borð. Það var betra að deyja eins og maður; að deyja eins og sjómaður í bláu vatni sem enginn getur mótmælt. En ég er skipstjóri og má ekki yfirgefa skipið mitt. En ég skal bögga þennan óeðli eða skrímsli, því að ég mun binda hendur mínar við hjólið þegar styrkur minn byrjar að mistakast, og ásamt þeim mun ég binda það sem hann - það! - þora ekki að snerta; og þá, kominn góður vindur eða villa, ég

mun bjarga sál minni og heiðri mínum sem skipstjóri. Ég verð
veikari og nóttin er að líða. Ef hann getur horft á mig í andlitið
aftur, þá hef ég kannski ekki tíma til að bregðast við .... Ef við
erum brotin, gæti hugsanlega fundist þessi flaska og þeir sem
finna fyrir því skilja kannski; ef ekki, ... Jæja, þá munu allir
menn vita að ég hef verið sannur traust mitt. Guð og blessuð
meyjan og hinir heilögu hjálpa fátækri fáfróðri sál að reyna að
gera skyldu sína ....

Auðvitað var dómurinn opinn. Það eru engin sönnunargögn til að
kynna; og hvort maðurinn sjálfur hafi framið morðin eða ekki, er
nú enginn að segja til um. Fólkið hér heldur nánast út um allt að
skipstjórinn sé einfaldlega hetja og honum verði gefin opinber
útför. Þegar er komið fyrir, að lík hans verði tekið með lest af
bátum upp eskina í stykki og síðan flutt aftur til tate hill
bryggjunnar og upp í klausturstigana; því að hann verður
jarðaður í kirkjugarðinum á bjarginu. Eigendur meira en hundrað
báta hafa þegar gefið upp í nöfnum sínum að vilja fylgja honum
til grafar.

Aldrei hefur fundist ummerki um hundinn mikla; þar sem mikill
harmur er yfir því að með almenningsálitið í núverandi ástandi
myndi hann, að ég tel, vera ættleiddur af bænum. Á morgun mun
sjá jarðarförina; og svo mun enda á „ráðgáta hafsins".

Dagbók mina murray.

8. Ágúst. - lucy var mjög eirðarlaus alla nóttina og ég gat líka
ekki sofið. Óveðrið var óttaslegið og þegar það hrópaði hátt
meðal reykháfa potanna lét það mig gysa. Þegar skörp blása kom
virtist hún vera eins og fjarlæg byssa. Undarlega nóg vaknaði
lucy ekki; en hún stóð upp tvisvar og klæddi sig. Sem betur fer

vaknaði ég í tíma og tókst að afklæða hana án þess að vekja hana og fékk hana aftur í rúmið. Það er mjög skrýtinn hlutur, þessi svefngangandi, því um leið og vilji hennar er hnekkt á einhvern líkamlegan hátt, hverfur ætlun hennar, ef einhver er, og hún skilar sér nánast nákvæmlega við venjuna í lífi hennar.

Snemma morguns fórum við bæði upp og fórum niður í höfnina til að athuga hvort eitthvað hefði gerst í nótt. Það voru mjög fáir um, og þó sólin væri björt og loftið bjart og ferskt, stóru, ljótu öldurnar, sem virtust dökkar sjálfar vegna þess að froðan sem toppaði þá var eins og snjór, þvingaði sig inn um mjóan munninn í höfninni - eins og einelti maður sem gengur í gegnum mannfjöldann. Einhvern veginn fannst mér ég feginn að jonatan væri ekki á sjónum í gærkveldi heldur á landi. En, ó, er hann á landi eða sjó? Hvar er hann, og hvernig? Ég verð óttasleginn yfir honum. Ef ég bara vissi hvað ég ætti að gera og gæti gert hvað sem er!

10. Ágúst. - útför fátækra sjóforingja í dag var mest sársaukafull. Hver bátur í höfninni virtist vera þar og kistan var flutt af skipstjóra allt frá tate hill bryggjunni upp í kirkjugarðinn. Lucy kom með mér, og við fórum snemma í gamla sætið okkar, á meðan bátaskipin fóru upp með ánni til viadútsins og komu niður aftur. Við höfðum fallegt útsýni og sáum ganginn nánast alla leið. Aumingja náunginn var lagður til hvíldar alveg nálægt sæti okkar svo að við stóðum á því þegar tíminn bar og sá allt. Léleg lucy virtist mikið í uppnámi. Hún var eirðarlaus og órólegur allan tímann og ég get ekki annað en hugsað mér að draumur hennar á nóttunni sé að segja frá henni. Hún er nokkuð skrýtin í einu: hún mun ekki viðurkenna að mér er ástæða fyrir eirðarleysi; eða ef það er, þá skilur hún það ekki sjálf. Það er viðbótarorsök hjá þeim aumingja gamla herra. Swales fannst látinn í morgun í sæti okkar, háls hans var brotinn. Hann hafði greinilega, eins og læknirinn sagði, fallið aftur í sætið í einhvers

konar hræðslu, því að það var svipur á ótta og skelfingu í andliti hans sem mennirnir sögðu létu þá gysa. Aumingja kæri gamli maður! Kannski hafði hann séð dauðann með deyjandi augum! Lucy er svo ljúf og næm að hún finnur fyrir áhrifum meira en annað fólk. Bara núna var hún alveg í uppnámi af litlum hlut sem ég lét ekki mikið eftir mér þó ég sé sjálfur mjög hrifin af dýrum. Einn af mönnunum sem komu hingað hingað til að leita að bátunum var fylgt eftir með hundinum hans. Hundurinn er alltaf með honum. Þeir eru báðir rólegir einstaklingar og ég sá manninn aldrei reiðan né heyrði hundinn gelta. Meðan á þjónustunni stóð kom hundurinn ekki til húsbónda síns, sem var í sætinu hjá okkur, heldur hélt nokkrum metrum frá, gelta og æpandi. Húsbóndi hennar talaði við það varlega og síðan harkalega og síðan reiðilega; en það myndi hvorki koma né hætta að láta í sér heyra. Það var í einskonar heift, með augun villt, og öll hárin hennar gusu út eins og skotti kattar þegar kisa er á stríðsstígnum. Loksins reiddist maðurinn líka, hoppaði niður og sparkaði í hundinn, og tók hann síðan við hálsinn á hálsinum og dró hálfa og kastaði honum hálfan á legsteininn sem sætið er fest á. Um leið og það snerti steininn, þá varð aumingja rólegur og féll allt í skjálfta. Það reyndi ekki að komast burt, heldur sveigðist niður, skjálfti og kvaðmaði og var í svo mikilli ógnvekjandi ástandi að ég reyndi, þó án áhrifar, að hugga það. Lucy var líka full af samúð, en hún reyndi ekki að snerta hundinn, heldur horfði á hann á svívirðilegan hátt. Ég óttast mjög að hún sé of ofnæm til þess að fara um heiminn án vandræða. Hún dreymir um þessa nótt, ég er viss. Allt samsöfnun hlutanna - skipið stýrði í höfn af dauðum manni; afstaða hans, bundin við hjólið með krossfestingu og perlum; snerta jarðarför; hundurinn, nú trylltur og nú í skelfingu - mun allir hafa efni á draumum sínum.

Ég held að það sé best fyrir hana að fara líkamlega þreytt út í náttúruna, svo ég fer með hana í langa göngutúr við klettana til að ræna hettu og aftur. Hún ætti ekki að hafa mikla tilhneigingu til að ganga í svefni þá.

Kafli viii

Dagbók mina murray

Sama dag kl 23 - ó, en ég er þreyttur! Ef það væri ekki það að ég hefði gert dagbók mína að skyldu ætti ég ekki að opna hana í nótt. Við skemmtum okkur konunglega. Lucy, eftir smá stund, var í samkynhneigð anda, ég held, að sumum kæru kýr sem komu nef í átt að okkur í akri skammt frá vitanum og hræddu vitin út úr okkur. Ég tel að við höfum gleymt öllu nema auðvitað persónulegum ótta og það virtist þurrka leirskífuna hreina og gefa okkur ný byrjun. Við höfðum höfuðborg „alvarlegt te" í robin hood's bay í sætu litlu gamaldags gistihúsi, með bogaglugga rétt yfir þangklædda björg strandarins. Ég tel að við hefðum átt að hneyksla „nýju konuna" með lyst okkar. Menn eru umburðarlyndari, blessaðu þá! Þá gengum við heim með nokkrar, eða öllu heldur margar, stöðvanir til að hvíla okkur og með hjörtu okkar fullar af stöðugum ótta af villtum nautum. Lucy var virkilega þreytt og við ætluðum að skríða niður í rúm eins fljótt og við gátum. Unga sýningarstjórinn kom hins vegar inn og frú. Westenra bað hann um að vera í kvöldmatnum. Lucy og ég hafði bæði barist fyrir því með rykugum mölaranum; ég veit að það var hörð barátta af minni hálfu og ég er alveg hetjulegur. Ég held að biskuparnir verði einhvern daginn að taka sig saman og sjá til þess að rækta upp nýjan flokk sýningarstjóra, sem taka ekki kvöldmat, sama hvernig þeim er þrýst á og hverjir vita hvenær stelpur eru þreyttar. Lucy er sofandi og andar mjúklega. Hún hefur meiri lit í kinnunum en venjulega, og lítur út, ó, svo sæt. Ef mr. Holmwood varð ástfanginn af því að hún sá hana aðeins í teiknisklefanum, ég velti því fyrir mér hvað hann myndi segja ef hann sæi hana núna. Sumir af „nýju konunum" rithöfundar munu einhvern daginn hefja hugmynd um að karlar og konur ættu að fá að sjá hvort annað sofandi áður en þeir leggja til eða samþykkja. En ég býst við að nýja konan muni ekki láta framhjá sér taka í framtíðinni; hún mun gera tillöguna sjálf. Og fallegt starf sem hún mun vinna úr því líka! Það er einhver huggun í því. Ég er svo ánægð í nótt, því að kæra lucy virðist betri. Ég trúi því virkilega að hún hafi snúið horninu og að við séum komin yfir vandræði hennar við að dreyma. Ég ætti að vera nokkuð ánægð ef ég bara vissi hvort jonatan .... Guð blessi hann og varðveiti hann.

11. Ágúst, klukkan 3 - dagbók aftur. Ekki sofa núna, svo ég get eins skrifað. Ég er of órólegur til að sofa. Við höfum haft slíkt ævintýri, svo pirrandi reynsla. Ég sofnaði um leið og ég hafði lokað dagbókinni minni .... Allt í einu varð ég vakandi og settist upp, með hræðilega tilfinningu fyrir ótta yfir mér og af einhverri tómleikatilfinningu í kringum mig. Herbergið var dimmt, svo ég gat ekki séð rúm lucy; ég stal yfir og fann fyrir henni. Rúmið var tómt. Ég kveikti á eldspýtu og fann að hún var ekki í herberginu. Hurðin var lokuð, en ekki læst, eins og ég hafði skilið eftir hana. Ég óttaðist að vekja móður hennar, sem hefur verið meira en venjulega veik undanfarið, kastaði svo á sig fötum og var tilbúin að leita til hennar. Þegar ég var að fara úr herberginu sló það mig að fötin sem hún klæddist gætu gefið mér vísbendingu um draumatrú sína. Búningskjól myndi þýða hús; kjól, utan. Búningskjól og kjóll voru báðir á sínum stað. „guði sé lof," sagði ég við sjálfan mig, „hún getur ekki verið langt, þar sem hún er aðeins á náttfötunum." ég hljóp niður og horfði í stofuna. Ekki þarna! Þá leit ég í öll önnur opin herbergi hússins, með sívaxandi ótta kæla hjarta mitt. Loksins kom ég að hurðinni og fannst hún opin. Það var ekki opið, en aflás læsingarinnar hafði ekki lent. Íbúar hússins gættu þess að læsa hurðum á hverju kvöldi, svo ég óttaðist að lucy hlýtur að hafa farið út eins og hún var. Það var enginn tími til að hugsa um hvað gæti gerst; óljós, ofmeistari ótti

skyggði á allar upplýsingar. Ég tók stórt, þungt sjal og hljóp út. Klukkan var sláandi eins og ég var í hálfmáni og það var engin sál í sjónmáli. Ég hljóp meðfram norðurveröndinni en sá engin merki um hvíta myndina sem ég bjóst við. Við brún vestur klettans fyrir ofan bryggjuna leit ég yfir höfnina að austan kletti, í von eða ótta - ég veit ekki hver - að sjá lucy í uppáhaldssætinu okkar. Þar var bjart fullt tungl, með þungum svörtum, akandi skýjum, sem hentu allri sögunni í hverfulan diorama af ljósi og skugga þegar þeir sigldu yfir. Eitt augnablik eða tvö gat ég ekki séð neitt, þar sem skuggi ský skýldi st. Kirkja mary og allt í kringum hana. Þá þegar skýið fór framhjá gat ég séð rústir klaustursins koma í ljós; og þegar brún þröngt ljósabands eins skörp og sverðskurður hreyfðist með, urðu smám saman sýnileg kirkjan og kirkjugarðurinn. Hver sem væntingar mínar voru, þá varð það ekki fyrir vonbrigðum, því þar, í uppáhaldssætinu okkar, sló silfurljós tunglsins hálf-liggjandi mynd, snjóhvítt. Komu skýsins var of fljótt til að ég sá mikið, því skuggi lokaðist á ljós nánast strax; en mér virtist sem eitthvað dimmt stæði á bak við sætið þar sem hvíta myndin skein og beygði sig yfir það. Hvað það var, hvort sem maður eða dýrið, gat ég ekki sagt; ég beið ekki eftir að fá að líta í viðbót, heldur flaug niður bröttu tröppurnar að bryggjunni og með fiskmarkaðinum að brúnni, sem var eina leiðin til að ná austur kletti. Bærinn virtist sem dauður, því að ekki sá ég sál; ég gladdist að svo var, því að ég vildi ekki vitna um slæmt ástand lucy. Tíminn og vegalengdin virtust óþrjótandi, og hnén mín skjálfandi og andardrátturinn minn var erfiður þegar ég sló saman endalausu tröppurnar að klaustrið. Ég hlýtur að hafa gengið hratt, og samt virtist mér eins og fætur mínir væru vegnir með blýi, og eins og allir liðir í líkama mínum væru ryðgaðir. Þegar ég kom næstum á toppinn gat ég séð sætið og hvíta myndina, því að ég var nú nógu nálægt til að greina það jafnvel í gegnum álögur skugga. Það var án efa eitthvað, langt og svart, sem beygði sig yfir hálfu liggjandi hvítu myndinni. Ég kallaði í ótta, "lucy! Lucy! "og eitthvað vakti höfuð og þaðan sem ég var gat ég séð hvítt andlit og rautt, glampandi augu. Lucy svaraði ekki og ég hljóp áfram að dyrum kirkjugarðsins. Þegar ég kom inn var kirkjan á milli mín og sætisins og í eina mínútu missti ég sjónar á henni. Þegar ég kom í ljós aftur, skýið var liðið, og tunglskinið sló svo snilldarlega að ég gat séð lucy helming liggja með höfuðið liggjandi aftan á sætinu. Hún var alveg ein og það voru ekki merki um neinn lifandi hlut í því.

Þegar ég beygði mig yfir hana gat ég séð að hún var enn sofandi. Varir hennar voru skildar, og hún andaði - ekki mjúklega eins og venjulega hjá henni, heldur í löngum, þungum andköfum, eins og hún leitist við að ná lungunum fullum við hvert andardrátt. Þegar ég kom nálægt lagði hún hönd sína í svefninn og dró kraga náttklæðisins nærri hálsi. Meðan hún gerði það kom svolítið skjálfandi í gegnum hana, eins og hún fann fyrir kulda. Ég henti hlýja sjalinu yfir hana og teiknaði kantana um háls hennar, því að ég óttaðist að hún ætti ekki að fá dauðans kuld úr næturloftinu, klædd eins og hún var. Ég óttaðist að vekja hana allt í einu, svo til að hafa lausar hendur mínar til að hjálpa henni, festi ég sjalið við háls hennar með stórum öryggispinna; en ég hlýt að hafa verið klaufalegur í kvíða mínum og klípað hana eða stungið hana með því að við og við, þegar öndun hennar varð hljóðlátari lagði hún höndina að hálsi á henni og grenjaði. Þegar ég hafði hana vafið vandlega lagði ég skóna mína á fæturna og byrjaði síðan mjög varlega að vekja hana. Í fyrstu svaraði hún ekki; en smátt og smátt varð hún órólegri í svefni sínum, andast og andvarpaði af og til. Loksins, þegar tíminn leið og af mörgum öðrum ástæðum, vildi ég fá hana heim í einu, hristi ég hana af meiri krafti, þar til hún loksins opnaði augun og vaknaði. Hún virtist ekki vera hissa á að sjá mig, enda vissi hún auðvitað ekki allt í einu hvar hún var. Lucy vaknar alltaf fallega og jafnvel á slíkum tíma, þegar líkami hennar hlýtur að hafa verið kældur af kulda, og hugur hennar nokkuð agndofa við að vakna óklæddur í kirkjugarði á nóttunni, missti hún ekki náðina. Hún skalf aðeins og hélt fast við mig; þegar ég sagði henni að koma samstundis með mér heim reis hún orðalaust, með hlýðni barns. Þegar við gengum framhjá meiddist mölin á fótum mínum og lucy tók eftir mér. Hún hætti og vildi heimta að ég tæki skóna mína; en ég myndi ekki. Þegar við komum að göngustígnum fyrir utan kirkjugarðinn, þar sem vatns poll var, sem var eftir af óveðrinu, daufaði ég fótum mínum með drullu, notaði hvern fótinn í snúning á hinum, svo að þegar við fórum heim, enginn , ef við ættum að hitta einhvern, ætti að taka eftir berum fótum mínum.

Örlög studdi okkur og við komum heim án þess að hitta sál. Eitt sinn sáum við mann, sem virtist ekki alveg edrú, liggja framhjá götu fyrir framan okkur; en við földum okkur í dyrum þar til hann var horfinn upp í op eins og hér eru, brattir litlir lokar, eða „wynds," eins og þeir kalla þá á skotlandi. Hjarta mitt sló svo hátt allan tímann að stundum hélt ég að ég ætti að daufa. Ég fylltist kvíða vegna lucy, ekki aðeins fyrir heilsuna, svo að hún ætti ekki að verða fyrir váhrifum, heldur af orðspori sínu ef sagan ætti að verða vindur. Þegar við komum inn og vorum búnir að þvo fæturna og höfðu sagt þakklætisbæn saman lagði ég hana í rúmið. Áður en hún sofnaði spurði hún - meira að segja ákaft fyrir mig - að segja ekki neinum, móður sinni, orð um svefngönguævintýri sitt. Ég hikaði fyrst við að lofa; en þegar ég hugsa um heilsufar móður sinnar og hvernig þekking á slíku myndi hrjá hana og hugsa líka um hvernig slík saga gæti orðið brengluð - nei, óskeikul myndi - ef hún ætti að leka út, ég taldi viturlegra að gera það. Ég vona að ég hafi gert það rétt. Ég hef læst hurðinni og lykillinn er bundinn við úlnliðinn minn, svo að ég verði ef til vill ekki að trufla mig aftur. Lucy sofnar hljóðlega; viðbragð dögunar er hátt og langt yfir hafið ....

Sama dag, hádegi. - allt gengur vel. Lucy svaf þar til ég vakti hana og virtist ekki einu sinni hafa breytt um hlið hennar. Ævintýri kvöldsins virðist ekki hafa skaðað hana; þvert á móti, það hefur komið henni til góða, því hún lítur betur út í morgun en hún hefur gert í margar vikur. Mér þætti leitt að taka eftir því að klaufaskapur minn með öryggispinninn særði hana. Reyndar, það gæti hafa verið alvarlegt, því að húð hennar í hálsi var stungin. Ég hlýt að hafa klemmt upp lausa húð og fest hana, því að það eru tveir litlir rauðir punktar eins og prik, og á bandinu á næturdressunni hennar var blóðdropi. Þegar ég baðst afsökunar og hafði áhyggjur af því, hló hún og klappaði mér og sagðist ekki einu sinni finna fyrir því. Sem betur fer getur það ekki skilið eftir sig ör þar sem það er svo pínulítið.

Sama dag, nótt. - við gengum yfir glaðan dag. Loftið var heiðskírt og sólin björt og það var kaldur gola. Við tókum hádegismatinn okkar til að grafa skóga, frú. Westenra keyrir við veginn og lucy og ég geng eftir klettastígnum og geng með henni við hliðið. Mér leið svolítið leiðinlegt sjálf, því að ég gat ekki annað en upplifað hversu alveg hamingjusamur það hefði verið ef jonathan hefði verið með mér. En þar! Ég verð aðeins að vera þolinmóður. Um kvöldið röltum við út á spilavítisveröndina og heyrðum góða tónlist eftir spohr og mackenzie og fórum snemma að sofa. Lucy virðist afslappaðri en hún hefur verið í nokkurn tíma og sofnaði í einu. Ég skal læsa hurðinni og festa lykilinn eins og áður, þó ég reikni ekki með neinum vandræðum í nótt.

12. Ágúst. — væntingar mínar voru rangar, því tvisvar um nóttina var ég vakinn af lucy sem reyndi að komast út. Hún virtist, jafnvel í svefni, vera svolítið óþolinmóð við að finna hurðina lokaða og fór aftur að sofa undir eins konar mótmælum. Ég vaknaði með döguninni og heyrði fuglana kvitta fyrir utan gluggann. Lucy vaknaði líka, og ég var feginn að sjá, var jafnvel betri en fyrri morguninn. Allur gamalli glettni hans virtist vera kominn aftur og hún kom og sniglaði sér við hlið mér og sagði mér allt um arthur. Ég sagði henni hversu kvíða ég var gagnvart jonathan og síðan reyndi hún að hugga mig. Jæja, henni tókst

nokkuð, því þó að samúð geti ekki breytt staðreyndum getur það hjálpað til við að gera þær bærilegri.

13. Ágúst. - annar rólegur dagur og að sofa með lykilinn á úlnliðnum eins og áður. Aftur vaknaði ég um nóttina og fann að lucy sat uppi í rúminu, enn sofandi og benti á gluggann. Ég stóð upp hljóðlega og dró til hlið blindan og horfði út. Það var ljómandi tunglskin og mjúk áhrif ljóssins yfir hafið og himininn - sameinuð saman í einni miklu, hljóðlátu leyndardómi - voru falleg umfram orð. Milli mín og tunglskinsins flísaði mikil kylfa, kom og fór í miklum hvirfilhringjum. Einu sinni eða tvisvar kom það nokkuð nálægt, en var held ég hrædd við að sjá mig og flissaði í burtu yfir höfnina í átt að klaustrið. Þegar ég kom aftur út um gluggann hafði lucy lagst niður aftur og sofið í friði. Hún hrærði ekki aftur alla nóttina.

14. Ágúst. — á austurkletti, lesa og skrifa allan daginn. Lucy virðist hafa orðið eins ástfangin af staðnum eins og ég er og það er erfitt að koma henni frá henni þegar tími er kominn að koma heim í hádegismat eða te eða kvöldmat. Síðdegis kom hún með fyndna athugasemd. Við vorum að koma heim í kvöldmat og vorum komin efst á tröppurnar upp frá vestur bryggjunni og stoppuðum til að skoða útsýnið, eins og við gerum almennt. Sólarlagið, lágt niður á himni, var bara að falla á bak við kettleness; rauða ljósinu var kastað yfir á austur klettinn og gamla klaustrið, og virtist baða allt í fallegum rósrauðum ljóma. Við þögðum í smá stund og skyndilega muldraði lucy eins og við sjálfa sig: -

„rauðu augu hans aftur! Þau eru alveg eins. "þetta var svo skrýtin tjáning, með því að koma neitt af neinu, að það brá mig alveg. Ég drap sig svolítið, til þess að sjá lucy vel án þess að virðast stara á hana og sá að hún var í hálf draumkenndu ástandi, með skrýtið svip á andlitinu sem ég gat ekki alveg gert út; svo ég sagði ekkert, en fylgdi augum hennar. Hún virtist horfa yfir í okkar eigin sæti, en þar var dökk persóna sem sat ein. Ég var svolítið hissa á mér, því að það virtist í augnabliki eins og útlendingurinn hefði mikil augu eins og logandi loga; en annað útlit dreifði blekkingunni. Rauða sólarljósið skein á gluggum st. Kirkjan mary á bak við sæti okkar, og þegar sólin dýfði var bara næg breyting á ljósbrotum og speglun til að það virtist eins og ljósið hreyfðist. Ég vakti athygli lucy á sérkennilegum áhrifum og hún varð sjálf með byrjunina, en hún leit sorgmædd allt eins út; það gæti hafa verið að hún hafi hugsað um þessa hræðilegu nótt þarna uppi. Við vísum aldrei til þess; svo ég sagði ekkert og við fórum heim að borða. Lucy var með höfuðverk og fór snemma að sofa. Ég sá hana sofandi og fór sjálfur í smá göngutúr; ég gekk meðfram klettunum að vestanverðu og var full af sætri sorg, því að ég var að hugsa um jonathan. Þegar heim var komið - það var þá bjart tunglskin, svo bjart að þó framhlið hluta okkar hálfmánar væri í skugga, þá mátti allt sjá vel - ég kastaði upp augu við gluggann okkar og sá höfuð lucy halla sér út. Ég hélt að kannski væri hún að leita að mér, svo ég opnaði vasaklútuna mína og veifaði henni. Hún tók ekki eftir eða hreyfði neitt. Einmitt þá skreið tunglskinið um horn hússins og ljósið féll á gluggann. Þar var greinilega lucy með höfuðið liggjandi upp við hlið gluggasúlunnar og augun lokuð. Hún var sofandi fljótt og hjá henni, sem sat við gluggatöfluna, var eitthvað sem leit út eins og góður fugl. Ég var hræddur um að hún gæti fengið kuldahroll, svo ég hljóp upp á við, en þegar ég kom inn í herbergið var hún að flytja aftur í rúmið sitt, sofnað og andaði þungt; hún hélt hendinni að hálsi, eins og til að verja hana fyrir kulda.

Ég vakti hana ekki, heldur lagði hana hlýlega upp; ég hef gætt þess að hurðin sé læst og glugginn festur á öruggan hátt.

Hún lítur svo ljúft út þegar hún sefur; en hún er fölari en vani er, og það er teiknað, haggað útlit undir augunum sem mér líkar ekki. Ég óttast að hún sé órólegur við eitthvað. Ég vildi óska þess að ég gæti komist að því hvað það er.

15. Ágúst. — hækkaði seinna en venjulega. Lucy var sein og þreytt og svaf eftir að okkur var hringt. Við komumst skemmtilega á óvart í morgunmatnum. Faðir arthur er betri og vill að hjónabandið brjótist brátt. Lucy er full af rólegri gleði og móðir hennar er fegin og því miður í einu. Seinna um daginn sagði hún mér orsökina. Henni þykir sorg að missa lucy eins og sínar eigin, en hún gleðst yfir því að hún mun brátt eiga einhvern til að vernda hana. Aumingja elskan, elsku dama! Hún játaði mér að hún hafi fengið dánarheimild sína. Hún hefur ekki sagt lucy, og lét mig lofa leynd; læknir hennar sagði henni að innan fárra mánaða yrði hún að deyja, því hjarta hennar er að veikjast. Hvenær sem er, jafnvel núna, væri skyndilegt áfall að drepa hana. Ah, okkur var skynsamlegt að halda frá henni málum hrikalegs nætursveins lucy.

17. Ágúst. - engin dagbók í tvo heila daga. Ég hef ekki haft hjartað til að skrifa. Einhvers konar skuggalegur pall virðist vera að koma yfir hamingju okkar. Engar fréttir af jonathan og lucy virðist veikjast á meðan samverustundir móður hennar eru að tölu. Ég skil ekki að lucy hverfi eins og hún er að gera. Hún borðar vel og sefur vel og nýtur fersks lofts; en allan tímann dofnar rósin í kinnar hennar og hún verður veikari og daufari dag frá degi; á nóttunni heyri ég hana andast eins og eftir lofti. Ég geymi lykilinn að hurðinni okkar alltaf við úlnliðinn á kvöldin en hún stendur upp og gengur um stofuna og sest við opna gluggann. Í gærkvöldi fannst mér hún halla sér út þegar ég vaknaði og þegar ég reyndi að vekja hana gat ég ekki; hún var

dauf. Þegar mér tókst að endurheimta hana var hún eins veik eins og vatn og grét hljóðalaust milli langra, sársaukafullra báráttu fyrir andardrætti. Þegar ég spurði hana hvernig hún kæmist að glugganum hristi hún höfuðið og snéri sér undan. Ég treysti því að henni líði illa gæti ekki verið frá þeim óheppni priki öryggisprjónans. Ég leit á hálsinn á henni núna þegar hún lagðist sofandi og pínulítil sárin virðast ekki hafa gróið. Þeir eru enn opnir, og, ef eitthvað, stærri en áður, og brúnir þeirra eru daufir hvítir. Þeir eru eins og litlir hvítir punktar með rauða miðju. Nema þeir grói innan dags eða tveggja skal ég krefjast þess að læknirinn sjái til þeirra.

Bréf, samuel f. Billington & son, solicitors, whitby, to messrs. Carter, paterson & co., london.

„17. Ágúst.

„kæru herrar, -

„hér með vinsamlegast fáðu reikning á vörum sem sendar eru með mikilli norðurlestarstöð. Það sama skal afhenda á carfax, nálægt purfleet, strax við móttöku á krossi vörustöðvar konungs. Húsið er sem stendur tómt, en meðfylgjandi vinsamlegast finndu lykla, sem allir eru merktir.

„þú munt vinsamlegast leggja kassana, fimmtíu að tölu, sem mynda sendingu, í bygginguna sem er að hluta til eyðilögð og eru hluti hússins og merkt„ a "á grófri skýringarmynd meðfylgjandi. Umboðsmaður þinn mun auðveldlega þekkja staðinn, þar sem það er hin forna kapella höfðingjasetursins. Vörurnar fara með lestinni klukkan 9:30 í nótt og verða þær komnar á kross konungs klukkan 4:30 á morgun síðdegis. Eins og viðskiptavinur okkar óskar eftir að afhendingin fari fram eins fljótt og auðið er, verðum við skylda af því að þú hefur lið tilbúið við kóngakross á þeim tíma sem nefndur er og flytur vöruna strax á ákvörðunarstað. Til að koma í veg fyrir töf sem hægt er með reglubundnum kröfum um greiðslur í deildum þínum, fylgjum við tékki hér með fyrir tíu pund (£ 10), móttöku þeirra vinsamlegast viðurkenndu. Ætti gjaldið að vera minna en þessi upphæð geturðu skilað jafnvægi; ef meira er, munum við í einu senda ávísun um mun á því að heyra frá þér. Þú verður að skilja lyklana eftir að koma í aðal sal hússins, þar sem rétthafi getur fengið þá til að fara inn í húsið með afritunarlykli sínum.

„biðjið, ekki takið okkur eins mikið og viðskiptamörk með því að þrýsta á ykkur á allan hátt til að nota ítrasta leiðangur.

„við erum, kæru herrar,

„dyggilega þinn,

„samuel f. Billington & son. "

Bréf, messr. Carter, paterson & co., london, to messrs. Billington & son, whitby.

„21. Ágúst.

„kæru herrar, -

„við biðjum að viðurkenna 10 pund sem hafa borist og skila 1 17 pundum. 9d, fjárhæð afgangs, eins og sést á mótteknum reikningi hér með. Vörur eru afhentar nákvæmlega í samræmi við fyrirmæli og lyklarnir skilin eftir í pakka í aðalsalnum, samkvæmt fyrirmælum.

„við erum, kæru herrar,

"virðingarfyllst.

„pro carter, paterson & co."

Dagbók mina murray.

18. Ágúst. - ég er ánægður í dag og skrifa sitjandi í sætinu í kirkjugarðinum. Lucy er alltaf svo miklu betri. Í gærkvöldi svaf hún vel alla nóttina og truflaði mig ekki einu sinni. Rósirnar virðast koma þegar aftur á kinnar hennar, þó að hún sé ennþá döpur föl og horfin. Ef hún væri á einhvern hátt anæmísk gæti ég skilið það, en hún er það ekki. Hún er í samkynhneigð anda og full af lífi og glaðværð. Öll sjúkleg hörmung virðist hafa farið frá henni, og hún hefur bara minnt mig, eins og mig vantaði einhverja áminningu, um nóttina og að það væri hér, í þessu einasta sæti, fann ég hana sofandi. Þegar hún sagði mér að hún bankaði leikandi með hælinn á skottinu á steinplötunni og sagði: -

„fátæku litlu fæturnir mínir létu þá ekki mikið úr mér! Ég þori aumingja gamla mr. Swales hefði sagt mér að það væri vegna þess að ég vildi ekki vekja geordie. "þar sem hún var í svona tjáskiptum húmor, spurði ég hana hvort henni hefði dreymt um alla nóttina. Áður en hún svaraði, kom það ljúfa, kúgaða útlit í ennið á henni, sem arthur - ég kalla hann arthur af vana sínum - segir að hann elski; og reyndar furða ég mig ekki á að hann geri það. Þá hélt hún áfram á hálfgerðum draumum eins og reyndi að rifja það upp fyrir sjálfum sér: -

„mig dreymdi ekki alveg; en þetta virtist allt vera raunverulegt. Ég vildi aðeins vera hér á þessum stað - ég veit ekki af hverju, því að ég var hræddur við eitthvað - ég veit ekki hvað. Ég man, þó ég geri ráð fyrir að ég hafi sofnað, farið um götur og yfir brúna. Fiskur hoppaði um leið og ég fór og hallaði mér til að horfa á hann og ég heyrði fullt af hundum æpa - allur bærinn virtist vera fullur af hundum sem allir væla í einu - þegar ég fór upp stigann. Þá átti ég óljós minning um eitthvað langt og dökkt með rauð augu, alveg eins og við sáum í sólsetrinu, og eitthvað mjög ljúft og mjög beiskt allt í kringum mig í einu; og þá virtist ég sökkva í djúpt grænt vatn, og það var söngur í eyrum mér, eins og ég hef heyrt að það sé að drukkna menn; og þá virtist allt líða hjá mér; sál mín virtist fara út úr líkama mínum og fljóta um loftið. Ég virðist muna að þegar vestur vitinn var rétt undir mér, og þá var eins konar kvöl, eins og ég væri í jarðskjálfti, og ég kom aftur og fann að þú hristir líkama minn. Ég sá þig gera það áður en ég fann fyrir þér. "

Þá fór hún að hlæja. Það virtist mér svolítið óþægilegt og ég hlustaði andlaust á hana. Mér leist ekki alveg á það og hélt að það væri ekki betra að hafa hugann á því, svo við héldum áfram að öðrum greinum og lucy var eins og hennar gamla sjálf aftur. Þegar við komum heim hafði ferskt gola strokað hana upp og fölar kinnar hennar voru rosalegri. Móðir hennar gladdist þegar hún sá hana og við eyddum öll mjög ánægjulegu kvöldi saman.

19. Ágúst. - gleði, gleði, gleði! Þó ekki sé öll gleði. Loksins fréttir af jonathan. Kæri náungi hefur verið veikur; þess vegna skrifaði hann ekki . Ég er ekki hræddur við að hugsa það eða segja það, nú þegar ég veit það. Herra. Hawkins sendi mér á bréfið og skrifaði sjálfum sér, ó, svo vinsamlega. Ég er að fara á morgnana og fara til jonathan og hjálpa til við að hjúkra hann ef nauðsyn krefur og koma honum heim. Herra. Hawkins segir að það myndi ekki vera neitt slæmt ef við myndum giftast þarna úti. Ég hef grátið yfir bréfi góðu systur þangað til ég finn að það er blautt á barm mínum, þar sem það liggur. Það er af jonathan og hlýtur að vera mér hjartað næst, því að hann er í hjarta mínu. Ferðin mín er öll kortlögð og farangurinn minn tilbúinn. Ég er aðeins að taka eina klæðabreytingu; lucy mun koma skottinu

mínu til london og geyma það þangað til ég sendi eftir því, því það getur verið að ... Ég verð ekki að skrifa meira; ég verð að halda því til að segja við jonathan, maðurinn minn. Bréfið sem hann hefur séð og snert verður að hugga mig þar til við hittumst.

Bréf, systur agatha, sjúkrahús st. Jósef og ste. Mary, buda-pesth, að sakna wilhelmina murray.

„12. Ágúst.

"kæra frú,-

„ég skrifa eftir löngun mr. Jonathan harker, sem er sjálfur ekki nógu sterkur til að skrifa, þó að hann gangi vel, þökk sé guði og st. Jósef og ste. Mary. Hann hefur verið í umsjá okkar í næstum sex vikur og þjáðst af ofbeldi í heila. Hann óskar mér að koma ást sinni á framfæri og segja að með þessari færslu skrifa ég fyrir hann til mr. Peter hawkins, exeter, að segja með virðingarfullri virðingu sinni að hann sé aumur á seinkun sinni og að öllum störfum hans sé lokið. Hann mun þurfa nokkurra vikna hvíld í gróðurhúsum okkar í fjöllunum, en mun síðan snúa aftur. Hann vill að ég segi að hann hafi ekki haft næga peninga með sér og að hann vilji greiða fyrir dvöl sína hér, svo að aðrir, sem þurfa, skuli ekki vilja leita aðstoðar.

"trúðu mér,

„þín, með samúð og öllum blessunum,

"systir agatha.

„ps — sjúklingur minn er sofandi, ég opna þetta til að láta þig vita meira. Hann hefur sagt mér allt um þig og að þú munt brátt verða kona hans. Allar blessanir til ykkar beggja! Hann hefur fengið óttalegt áfall - svo segir læknirinn okkar - og í óráði hans hafa gormar verið hrikalegir; af úlfum og eitri og blóði; af draugum og djöflum; og ég óttast að segja hvað. Vertu ávallt varkár með hann að það gæti ekkert verið til að vekja hann af þessu tagi í langan tíma; ummerki slíkra veikinda sem hans deyja ekki létt í burtu. Við hefðum átt að skrifa fyrir löngu, en við vissum ekkert af vinum hans, og það var ekkert á honum sem nokkur gat skilið. Hann kom í lestina frá klausenburg og varðstjóranum var sagt frá stöðvarstjóranum þar að hann hljóp inn á stöðina og hrópaði eftir miða heim. Þar sem þeir sáu af ofbeldisfullri framkomu sinni að hann var enskur, gáfu þeir honum miða fyrir lengstu stöð á leiðinni þangað sem lestin náði.

„vertu viss um að honum er vel sinnt. Hann hefur unnið öll hjörtu með ljúfri sinni og ljúfmennsku. Honum gengur sannarlega vel og ég efast ekki um að í nokkrar vikur verði hann allur. En vertu varkár fyrir hann af öryggi. Það eru, ég bið guð og st. Jósef og ste. Mary, mörg, mörg, gleðileg ár hjá ykkur báðum. "

Dr. Dagbók frá frásögn.

19. Ágúst. - undarleg og skyndileg breyting á renfield í gærkvöldi. Um klukkan átta byrjaði hann að æsa sig og þefa af sér eins og hundur gerir þegar hann stillti sér. Þátttakandinn varð fyrir áfalli hans og að vita áhuga minn á honum hvatti hann til að tala. Hann ber venjulega virðingu fyrir fundarmanninum og stundum nothæfur; en í nótt, segir maðurinn mér, var hann alveg hrokafullur. Myndi alls ekki láta sér detta í hug að tala við hann. Allt sem hann myndi segja var: -

„ég vil ekki tala við þig: þú telur ekki núna; meistarinn er við höndina. "

Fundarmaður heldur að það sé einhver skyndileg form trúarbragða sem hefur gripið hann. Ef svo er verðum við að horfa upp á kvörn, því að sterkur maður með manndráp og trúarbrögð getur í einu verið hættulegur. Samsetningin er hrikaleg. Klukkan níu heimsótti ég sjálfur. Afstaða hans til mín var sú sama og við fundarmanninn; í hans háleita sjálfsupplifun virtist munurinn á mér og aðstoðarmanni ekkert vera. Það lítur út eins og trúarlegt oflæti, og hann mun brátt hugsa að hann sé sjálfur guð. Þessi óendanlega greinarmunur á milli manns og manna er of lítilfjörlegur til alls almáttugs veru. Hvernig þessir brjálæðingar láta af sér! Hinn raunverulegi guð tekur eftir, svo að ekki verði spörur að detta. En guðinn, sem skapaður er úr hégómi mannsins, sér engan mun á örn og spörfugli. Ó, ef menn bara vissu!

Í hálftíma eða meira endurnærðist renfield í auknum mæli. Ég lét ekki eins og ég væri að horfa á hann, en ég hélt ströngum eftirliti öll eins. Allt í einu kom þessi tilfinnanlegu svipur í augu hans sem við sjáum alltaf þegar brjálæðingur hefur gripið hugmynd, og með henni vakti höfuðið og bakið sem hælisfólk kynnist svo vel. Hann varð nokkuð hljóðlátur og fór og settist á brún rúmið sínar af störfum og horfði út í geiminn með skortur á ljóma augum. Ég hélt að ég myndi komast að því hvort sinnuleysi hans væri raunveruleg eða aðeins gert ráð fyrir, og reyndi að leiða hann til að tala um gæludýr sín, þema sem hafði aldrei náð að vekja athygli hans. Í fyrstu svaraði hann ekki, en sagði þegar til vill: -

„angra þá alla! Mér er sama um þinna um þá. "

"það sem ég sagði. „ætlarðu ekki að segja mér að þér sé sama um köngulær?" (köngulær um þessar mundir eru áhugamál hans og glósubókin fyllist með dálkum litlum tölum.) Við þessu svaraði hann ráðgátur: -

„brúðarmeyjarnar fagna augunum sem bíða komu brúðarinnar; en þegar brúðurin nálgast sig, þá skína ambáttirnar ekki fyrir augun fyllt. "

Hann vildi ekki útskýra sjálfan sig, en sat fast í sæti sínu í rúminu sínu allan tímann sem ég var hjá honum.

Ég er þreyttur í nótt og lítillátur. Ég get ekki annað en hugsað um lucy og hvernig mismunandi hlutir gætu hafa verið. Ef ég sef ekki í einu, chloral, nútíma morpheus — c_2hcl_3o. H_2o! Ég verð að passa mig að láta það ekki vaxa að vana. Nei, ég skal ekki taka neitt í nótt! Ég hef hugsað um lucy, og ég skal ekki vanvirða hana með því að blanda þeim tveimur saman. Ef þörf er á, í nótt skal vera svefnlaus ...

Seinna. — feginn að ég tók upplausnina; gladder að ég hélt því til haga. Ég hafði látið kasta á mér og hafði heyrt klukkuna slá aðeins tvisvar, þegar næturvörðurinn kom til mín, sendur upp úr deildinni til að segja að renfield hefði sloppið. Ég henti fötunum mínum og hljóp niður um leið; sjúklingur minn er of hættulegur einstaklingur til að reika um. Þessar hugmyndir hans gætu unnið hættulega með ókunnugum. Aðstoðarmaðurinn beið mín. Hann sagðist ekki hafa séð hann ekki tíu mínútum áður, að því er virðist sofandi í rúminu sínu, þegar hann hafði horft í gegnum athugunargildruna í hurðinni. Athygli hans var kallað á hljóðið af glugganum sem var lokinn út. Hann hljóp til baka og sá fætur hans hverfa út um gluggann og hafði þegar sent upp fyrir mig. Hann var aðeins í næturgírnum sínum og getur ekki verið langt undan. Aðstoðarmaðurinn hélt að það væri gagnlegra að fylgjast með hvert hann ætti að fara en að elta hann þar sem hann gæti misst sjónar á honum meðan hann kom út úr húsinu við dyrnar. Hann er fyrirferðarmikill maður og gat ekki komist út um gluggann. Ég er þunnur, svo að með hjálp hans fór ég út, en fætur fremst og, eins og við vorum aðeins nokkrir fet yfir jörðu, lentum ómeiddir. Aðstoðarmaðurinn sagði mér að sjúklingurinn hefði farið til vinstri og tekið beina línu, svo ég hljóp eins hratt og ég gat. Þegar ég kom í gegnum trébeltið, sá ég hvíta mynd mæla háa múrinn sem skilur forsendur okkar frá hinu eyðibýli.

Ég hljóp til baka um leið og sagði varðmanninum að fá strax þrjá eða fjóra menn og fylgja mér inn í forsendur carfax, ef vinur okkar gæti verið hættulegur. Ég fékk sjálfur stiga og fór yfir vegginn, datt niður hinum megin. Ég sá að mynd renfields hvarf aðeins á bak við horn hússins, svo ég hljóp á eftir honum. Lengst upp að húsinu fannst mér hann þrýsta þétt við gömlu járnheilu eikardyrnar í kapellunni. Hann var að tala, greinilega við einhvern, en ég var hræddur við að fara nógu nálægt því að heyra hvað hann var að segja, svo að ég gæti ekki hrætt hann, og hann ætti að hlaupa af stað. Að elta villandi býflugur er ekkert að því að fylgja naktum vitleysingi þegar sleppi er á honum! Eftir nokkrar mínútur gat ég hins vegar séð að hann tók ekki eftir neinu í kringum sig og fór svo að komast nær honum - því meira sem menn mínir höfðu nú farið yfir vegginn og voru að loka honum inni. Ég heyrði hann segja: -

„ég er hér til að gera tilboð þitt, herra. Ég er þræll þinn, og þú munt umbuna mér, því að ég mun vera trúr. Ég hef dýrkað þig langt og langt í burtu. Nú þegar þú ert nálægt, bíð ég skipana þinna, og þú munt ekki fara framhjá mér, munt þú, kæri húsbóndi, í dreifingu þinni góðu hluti? "

Hann er eigingjarn gamall betlari hvað sem því líður. Hann hugsar um brauðin og fiska jafnvel þegar hann trúir því að hann sé í raunverulegri nærveru. Oflæti hans gera ótrúlega samsetningu. Þegar við lokuðum á hann barðist hann eins og tígrisdýr. Hann er gríðarlega sterkur, því að hann var líkari villidýri en maður. Ég sá aldrei vitleysing í slíkum ofsóknum af reiði áður; og ég vona að ég verði ekki aftur. Það er miskunn að við höfum komist að styrk hans og hættu á góðri stund. Með styrk og festu eins og hann, gæti hann hafa unnið villt verk áður en hann var búinn. Hann er öruggur í öllu falli. Jack sheppard sjálfur gat ekki losað sig við sund-vesti sem heldur honum aðhaldi og hann er hlekkjaður við vegginn í bólstruðu herberginu. Stundum er hróp hans hræðilegt, en þögnin sem fylgja fylgja banvænni, því að hann þýðir morð í hverri beygju og hreyfingu.

Einmitt núna sagði hann samfellda orð í fyrsta skipti: -

„ég skal vera þolinmóður, herra. Það kemur - kemur - kemur! "

Svo ég tók vísbendingu og kom líka. Ég var of spennt að sofa, en þessi dagbók hefur róað mig og mér finnst ég fá svefn í nótt.

Kafla ix

Bréf, mina harker til lucy westenra.

„buda-pesth, 24. Ágúst.

„elskulegasta lucy mín, -

„ég veit að þú verður áhugasamur um að heyra allt sem hefur gerst síðan við skildum á járnbrautarstöðina á hvítum bæ. Jæja, elskan mín, ég fór í skrokkinn allt í lagi og náði bátnum til hamborgar og svo lestinni hingað. Mér finnst ég varla geta rifjað upp neitt af ferðinni, nema að ég vissi að ég væri að koma til jonathan, og að eins og ég ætti að þurfa að fara í hjúkrun, þá hefði ég betra að fá allan svefninn sem ég gat .... Ég fann kæri einn, ó, svo þunnur og fölur og veikburða. Öll ályktunin hefur farið úr augum hans og sú hljóðláta reisn sem ég sagði þér var í andliti hans hvarf. Hann er aðeins flak af sjálfum sér og hann man ekki eftir neinu sem hefur komið fyrir hann í langan tíma. Að minnsta kosti vill hann að ég trúi því og ég skal aldrei spyrja. Hann hefur fengið eitthvað hræðilegt áfall og ég óttast að það gæti skattlagt lélega heila hans ef hann myndi reyna að rifja það upp. Systir agatha, sem er góð skepna og fædd hjúkrunarfræðingur, segir mér að hann hafi gusað af hrikalegum hlutum meðan hann var á hausnum. Ég vildi að hún segði mér hver þau væru; en hún myndi aðeins krossa sig og segja að hún myndi aldrei segja frá; að ravings sjúka voru leyndarmál guðs og að ef hjúkrunarfræðingur í gegnum köllun sína ætti að heyra þá, þá ætti hún að virða traust sitt. Hún er ljúf, góð sál, og daginn eftir, þegar hún sá að mér var í vandræðum, opnaði hún myndefnið aftur og eftir að hafa sagt að hún gæti aldrei minnst á það sem aumingja mín kæri óraði fyrir, bætti hún við: „ég get sagt þér þetta mikið, elskan mín: að það var ekki um neitt sem hann hefur gert rangt sjálfur; og þú, eins og kona hans til að vera, hefur enga ástæðu til að hafa áhyggjur. Hann hefur ekki gleymt þér né því sem hann skuldar þér. Ótti hans var mikill og hræðilegur hlutur, sem enginn dauðlegur getur meðhöndlað. " ég trúi því að kæra sál hafi haldið að ég gæti verið afbrýðisamur svo að fátæku elskan mín hefði ekki orðið ástfangin af annarri stelpu. Hugmyndin um að ég sé afbrýðisamur um jónatan! Og samt, elskan mín, leyfðu mér að hvísla, ég fann gleði í gegnum mig þegar ég vissi að engin önnur kona var vandræði. Ég sit núna við rúmið hans, þar sem ég sé andlit hans á meðan hann sefur. Hann er að vakna! ...

„þegar hann vaknaði bað hann mig um úlpuna sína, þar sem hann vildi fá eitthvað úr vasanum; ég spurði systur agatha, og hún kom með alla hluti hans. Ég sá að meðal þeirra var nótnabókin hans og ætlaði að biðja hann um að láta mig skoða það - því að ég vissi þá að ég gæti fundið einhverja vísbendingu um vandræði hans - en ég býst við að hann hljóti að hafa séð ósk mína í augum mínum því að hann sendi mig út um gluggann og sagðist vilja vera alveg einn í smá stund. Þá kallaði hann mig aftur og þegar ég kom hafði hann höndina yfir nótnabókina og sagði við mig mjög hátíðlega: -

„'wilhelmina" - ég vissi þá að hann var í dauðans dauðanum, því að hann hefur aldrei kallað mig undir því nafni síðan hann bað mig um að giftast honum - „þú veist, elskan, hugmyndir mínar um traust eiginmanns og eiginkonu: það ætti verið ekkert leyndarmál, engin leynd. Ég hef fengið mikið áfall og þegar ég reyni að hugsa um hvað það er þá finn ég fyrir mér að höfuðið snúist um og ég veit ekki hvort þetta var allt raunverulegt eða að dreyma um vitlausan mann. Þú veist að ég hef fengið heilahita og það er að vera vitlaus. Leyndarmálið er hér, og ég vil ekki vita af því. Ég vil taka líf mitt hér með hjónabandi okkar. ' Því að elskan mín, við höfðum ákveðið að giftast um leið og formsatriðum er lokið. 'Ertu til í, wilhelmina, að deila fáfræði minni? Hér er bókin. Taktu það og geymdu það, lestu það ef þú vilt, en láttu mig aldrei vita; nema vissulega ætti að koma einhver hátíðleg skylda yfir mig til að fara aftur til beiskra stunda, sofandi eða vakandi, heilbrigð eða vitlaus, sem hér er skráð. ' Hann féll örmagna aftur, og ég setti bókina undir koddann hans og kyssti hann. Ég hef beðið systur agatha að biðja yfirmanninn um að láta brúðkaupið okkar vera síðdegis í dag og bíð eftir svari hennar ....

„hún hefur komið og sagt mér að höfðingi ensku trúboðskirkjunnar hafi verið sendur til. Við verðum að giftast eftir klukkutíma, eða um leið og jónatan vaknar ....

„lucy, tíminn er liðinn. Mér líður mjög hátíðlega en mjög, mjög ánægð. Jónatan vaknaði aðeins eftir klukkustundina, og allt var tilbúið, og hann settist upp í rúminu og stóð uppi með kodda. Hann svaraði „ég mun" staðfastlega og sterklega. Ég gat varla talað; hjarta mitt var svo fullt að jafnvel þessi orð virtust kæfa mig. Elsku systurnar voru svo góðar. Vinsamlegast guð, ég mun aldrei, aldrei gleyma þeim né heldur þá alvarlegu og ljúfu ábyrgð sem ég hef tekið á mig. Ég verð að segja þér frá brúðkaupsgjöfinni minni. Þegar höfðingi og systurnar höfðu skilið mig eftir með eiginmanni mínum - ó, lucy, það er í fyrsta skipti sem ég skrifa orðin „maðurinn minn" - skildi mig eftir með eiginmanni mínum, tók ég bókina undir koddann hans og vafði það upp í hvítan pappír og batt það með svolítið fölbláu borði sem var um háls minn og innsiglaði það yfir hnútinn með þéttingarvaxi og fyrir innsiglið mitt notaði ég giftingarhringinn minn. Þá kyssti ég það og sýndi eiginmanni mínum það og sagði honum að ég myndi halda því þannig, og þá væri það útvortis og sýnilegt tákn fyrir okkur alla okkar líf sem við treystum hvert öðru; að ég myndi aldrei opna það nema fyrir hans eigin ást eða fyrir einhverja strangar skyldur. Þá tók hann hönd mína í hendina, og ó, lucy, það var í fyrsta skipti sem hann tók í hönd konu sinnar og sagði að það væri það kærasta í öllum heiminum og að hann myndi fara í gegnum alla fortíðina aftur til að vinna það, ef þess þarf. Aumingja kæran ætlaði að hafa sagt hluta af fortíðinni, en hann getur ekki hugsað sér tíma enn og ég skal ekki velta því fyrir mér hvort í fyrstu blandi hann ekki aðeins mánuðinn heldur árið.

„jæja, elskan mín, hvað gat ég sagt? Ég gat aðeins sagt honum að ég væri hamingjusömasta kona í öllum heiminum og að ég hefði ekkert að gefa honum nema mér, lífi mínu og trausti mínu, og að með þessu fór ást mín og skylda alla daga minnar lífið. Og elskan mín, þegar hann kyssti mig og dró mig til sín með fátækum veikum höndum, þá var þetta eins og mjög hátíðlegt veð milli okkar ....

„lucy elskan, veistu af hverju ég segi þér þetta? Það er ekki aðeins vegna þess að þetta er allt ljúft fyrir mig, heldur vegna þess að þú hefur verið og erst mér mjög kær. Það voru forréttindi mín að vera vinur þinn og leiðsögumaður þegar þú komst úr skólastofunni til að búa þig undir heim lífsins. Ég vil að þú sjáir núna og með augu mjög hamingjusamrar eiginkonu, hvert skyldan hefur leitt mig; þannig að í þínu eigin giftu lífi gætirðu líka verið hamingjusamur eins og ég er. Elskan mín, vinsamlegast almáttugur guð, líf þitt getur verið allt sem það lofar: langur sólskinadagur, án harður vindur, engin gleymd skylda, engin vantraust. Ég má ekki óska þér sársauka, því það getur aldrei verið; en ég vona að þú verðir alltaf jafn ánægður og ég er núna. Bless, elskan mín. Ég skal senda þetta í einu og skrifa þér ef til vill mjög fljótt aftur. Ég verð að hætta, því jónatan er að vakna - ég verð að fara með eiginmanni mínum!

„þín sívinsæla

"mina harker."

Bréf, lucy westenra til mina harker.

„whitby, 30. Ágúst.

„elskulegasta mín, -

„ásthöf og milljónir kossa og gætirðu fljótt verið heima hjá þér með manninum þínum. Ég vildi óska þess að þú gætir komið nógu fljótt heim til að vera hjá okkur hér. Sterka loftið myndi brátt endurheimta jonathan; það hefur alveg endurheimt mig. Ég er með matarlyst eins og kormóna, er full af lífi og sef vel. Þú munt vera feginn að vita að ég hef alveg gefist upp á því að ganga í svefni. Ég held að ég hafi ekki hrært út úr rúminu mínu í viku, það er þegar ég lenti einu sinni í því á nóttunni. Arthur segir að ég sé að fitna. Við the vegur, ég gleymdi að segja þér að arthur er hér. Við erum með svona göngutúra og akstur, og ríður og reri og tennis og veiðum saman; og ég elska hann meira en nokkru sinni fyrr. Hann segir mér að hann elski mig meira, en ég efast um að í fyrstu sagði hann mér að hann gæti ekki elskað mig meira en hann gerði þá. En þetta er bull. Þar er hann og kallar til mín. Svo ekki meira bara eins og stendur frá ást þinni

"lucy.

„ps — móðir sendir ást sína. Hún virðist betri, aumingja elskan.

„psp - við eigum að giftast 28. September."

Dr. Dagbók frá frásögn.

20. Ágúst. - tilfelli renfield verður enn áhugaverðara. Hann hefur nú svo langt þagnað að það eru galdrar stöðvunar frá ástríðu hans. Fyrstu vikuna eftir árásina var hann ævarandi ofbeldi. Eina nótt, þegar tunglið hækkaði, varð hann rólegur og hélt áfram að mögla við sjálfan sig: „nú get ég beðið; nú get ég beðið. "fundarmaðurinn sagði mér það, svo ég hljóp niður um leið til að kíkja á hann. Hann var enn í sundlaugarbakkanum og í bólstruðu herberginu, en niðursoðinn svipur hafði horfið frá andliti hans og augu hans höfðu eitthvað af gömlum málflutningi þeirra - ég gæti næstum sagt, „kramið" - þrautin. Ég var ánægður með núverandi ástand hans og beindi því til að honum yrði létt. Fundarmenn hikuðu við, en fóru að lokum fram óskir mínar án mótmæla. Það var undarlegt að sjúklingurinn hafði næga húmor til að sjá vantraust sitt, því að þegar hann kom nálægt mér, sagði hann í hvíslun, um leið og horfði fúrlega á þá: -

„þeir halda að ég gæti meitt þig! Ímyndaðu mér að meiða þig! Fíflin! "

Það var einhvern veginn róandi fyrir tilfinningarnar að finna mig sundraða jafnvel í huga þessa fátæka vitfirringar frá hinum; en öllu sama fylgi ég ekki hugsun hans. Er ég að taka það fram að ég á nokkuð sameiginlegt með honum, svo að við eigum sem sagt að standa saman; eða á hann að græða á mér svo gott sem heimskulegt að líðan mín er honum nauðsynleg? Ég verð að komast að því síðar. Í nótt mun hann ekki tala. Jafnvel tilboðið á kettling eða jafnvel fullvaxinn kött mun ekki freista hans. Hann mun aðeins segja: „ég legg engan hlut í ketti. Ég hef meira að hugsa um núna og ég get beðið; ég get beðið."

Eftir smá stund fór ég frá honum. Aðstoðarmaðurinn segir mér að hann hafi verið hljóðlátur þangað til rétt fyrir dögun og að þá hafi hann byrjað að verða órólegur og lengst af ofbeldisfullur, þar til hann loksins féll í paroxysm sem þreytti hann svo hann sveif í eins konar dái.

... Þrjár nætur hefur það sama gerst - ofbeldisfullur allan daginn, þá hljóðlátur frá tunglupprás til sólarupprásar. Ég vildi óska þess að ég gæti fengið smá vísbendingu um málstaðinn. Það virðist næstum eins og það hafi verið einhver áhrif sem komu og fóru. Ánægð hugsun! Við skulum í kvöld leika á vitlausan hátt gegn vitlausum. Hann slapp áður án hjálpar okkar; í nótt skal hann flýja með því. Við munum gefa honum tækifæri og hafa mennina tilbúnir til að fylgja því eftir ef þess er krafist.

23. Ágúst .— „hið óvænta gerist alltaf." hversu vel ísraeli þekkti lífið. Fuglinn okkar þegar hann fann búrið opið myndi ekki fljúga, svo allt lúmskt fyrirkomulag okkar var til einskis. Hvað sem því líður höfum við sannað eitt; að álögin í kyrrðinni endast hæfilegan tíma. Við munum í framtíðinni geta auðveldað skuldabréf hans í nokkrar klukkustundir á hverjum degi. Ég hef gefið fyrirmælum kvöldsins aðeins fyrirmæli um að loka honum í bólstraða herberginu, þegar hann er rólegur, þar til klukkutíma fyrir sólarupprás. Líkami fátæku sálarinnar mun njóta léttir,

jafnvel þó að hugur hans kunni ekki að meta það. Hark! Hið óvænta aftur! Ég er kölluð; sjúklingurinn hefur enn einu sinni sloppið.

Seinna. - annað kvöldævintýri. Renfield beið listilega þar til fundarmaðurinn kom inn í herbergið til að skoða. Þá hljóp hann út framhjá honum og flaug niður ganginn. Ég sendi orð fyrir fundarmenn til að fylgja eftir. Aftur fór hann inn í forsendur eyðibýlisins og við fundum hann á sama stað og pressuðum á móti gömlu kapelludyrunum. Þegar hann sá mig, varð hann tryllltur og ekki hefðu fundarmenn gripið hann tímanlega hefði hann reynt að drepa mig. Þegar við héldum honum gerðist undarlegur hlutur. Hann minnkaði skyndilega viðleitni sína, og þá varð skyndilega logn. Ég leit ósjálfrátt um, en sá ekkert. Þá náði ég auga sjúklingsins og fylgdi því eftir, en gat ekki rakið neitt þegar það leit út í tunglsléttan himin nema stóra kylfu, sem flautaði hljóðláta og draugalega leið sína til vesturs. Geggjaður hjólar og flýgur venjulega um, en þessi virtist ganga beint áfram, eins og hann vissi hvert hann var á leiðinni eða hafði einhverja ætlun sína. Sjúklingurinn varð rólegri á hverju augnabliki og sagði um þessar mundir: -

„þú þarft ekki að binda mig; ég skal fara hljóðlega! "við komum aftur til húss án vandræða. Mér finnst að það sé eitthvað ógnvænlegt í ró sinni og skal ekki gleyma þessari nótt ....

Dagbók lucy westenra

Hillingham, 24. Ágúst. - ég verð að líkja eftir minni og halda áfram að skrifa það. Þá getum við átt langar viðræður þegar við hittumst. Ég velti því fyrir mér hvenær það verður. Ég vildi óska þess að hún væri með mér aftur, því að mér líður svo illa. Í gærkvöldi virtist ég dreyma aftur alveg eins og ég var á hvítum. Kannski er það loftbreytingin, eða að komast aftur heim. Það er allt myrkur og skelfilegt fyrir mig, því að ég man ekkert; en ég er fullur af óljósum ótta og mér líður svo veikur og slitinn. Þegar arthur kom í hádegismat leit hann mjög sorgmæddur út þegar hann sá mig og ég hafði ekki andann á því að reyna að vera hress. Ég velti því fyrir mér hvort ég gæti sofið í herbergi móður í nótt. Ég skal koma með afsökun og reyna.

25. Ágúst. - önnur slæm nótt. Móðir virtist ekki taka tillögu minni. Hún virðist sjálf ekki of vel og eflaust óttast hún að hafa áhyggjur af mér. Ég reyndi að halda mér vakandi og tókst um stund; en þegar klukkan sló tólf vakti það mig úr blund, svo að ég hlýt að hafa sofnað. Það var eins konar klóra eða blakt við gluggann, en mér datt það ekki í hug, og eins og ég man ekki meira, þá geri ég ráð fyrir að ég verði þá að hafa sofnað. Fleiri slæmir draumar. Ég vildi óska þess að ég mundi eftir þeim. Í morgun er ég hrikalega veik. Andlit mitt er svakalegt föl og hálsi minn sársaukar mig. Það hlýtur að vera eitthvað athugavert við lungu mína, því að mér sýnist ég aldrei fá nóg loft. Ég skal reyna að hressa þegar arthur kemur, annars veit ég að hann verður ömurlegur að sjá mig.

Bréf, arthur holmwood til dr. Sjór.

„albemarle hótel, 31. Ágúst.

„minn kæri tjakkur, -

„ég vil að þú gerir mér greiða. Lucy er veik; það er að segja, hún er með engan sérstakan sjúkdóm, en hún lítur hræðilega út og versnar með hverjum deginum. Ég hef spurt hana hvort það sé einhver ástæða; ég þori ekki að biðja móður sína, því að trufla huga fátæku konunnar um dóttur sína í núverandi heilsufari væri banvænt. Frú. Westenra hefur fullvissað mig um að mál hennar sé talað - hjartasjúkdómur - þó léleg lucy viti það ekki ennþá. Ég er viss um að það er eitthvað að bráð í huga elsku stúlkunnar minnar. Ég er næstum annars hugar þegar ég hugsa til hennar; að horfa á hana gefur mér kval. Ég sagði henni að ég ætti að biðja þig um að sjá hana, og þó að hún hafi byrlað í fyrstu - ég veit hvers vegna, gamli náungi - þá samþykkti hún loksins. Það verður sársaukafullt verkefni fyrir þig, ég veit, gamli vinur, en það er hennar vegna, og ég má ekki hika við að spyrja, eða þú að bregðast við. Þú ert að koma í hádegismat á morgun á morgun, klukkan tvö, til að vekja engan grun hjá frú. Westenra, og eftir hádegismat mun lucie nota tækifærið og vera einn með þér. Ég mun koma inn í te og við getum farið saman; ég fyllist kvíða og langar að hafa samráð við þig eins fljótt og ég get eftir að þú hefur séð hana. Ekki mistakast!

„arthur."

Símskeyti, arthur holmwood að frásögn.

„1. September.

"er kallað til að hitta föður minn sem er verri. Er að skrifa. Skrifaðu mér að fullu eftir kvöldinu til að hringja. Víra mig ef nauðsyn krefur. "

Bréf frá dr. Saur til arthur holmwood.

„2. September.

„kæri gamli náungi minn, -

„hvað varðar heilsu sakna westenra þá flýta ég mér að láta vita í einu að að mínu mati er ekki um neina starfræna röskun að ræða eða neina mein sem ég veit um. Á sama tíma er ég alls ekki sáttur við útlit hennar; hún er sárlega ólík því sem hún var þegar ég sá hana síðast. Auðvitað verður þú að hafa í huga að ég hafði ekki fullt tækifæri til prófs eins og ég ætti að óska; mjög vinátta okkar gerir svolítið erfitt sem ekki einu sinni læknavísindi eða siður geta brúað yfir. Ég ætti að segja þér nákvæmlega hvað gerðist og láta þig draga, að einhverju leyti, eigin ályktanir. Ég skal þá segja það sem ég hef gert og legg til að gera.

„mér fannst sakna westenra í að því er virðist hommi. Móðir hennar var til staðar og á nokkrum sekúndum komst ég að því að hún reyndi allt sem hún vissi um að villa um fyrir móður sinni og koma í veg fyrir að hún kvíði. Ég efast ekki um að hún giska á, ef hún veit það ekki , hvaða varúðarþörf er. Við héldum hádegismat ein og þegar við öll höfðum til að vera hress, fengum við eins konar umbun fyrir erfiði okkar einhverja glaðværð á meðal okkar. Þá frú. Westenra fór að leggjast og lucy var eftir hjá mér. Við fórum inn í búð hennar og þar til við komum þangað var glatt hennar áfram, því að þjónarnir voru að koma og fara. Um leið og hurðinni var lokað féll gríman þó úr andliti hennar og hún sökk niður í stól með miklu andvarpi og faldi augun með hendinni. Þegar ég sá að mikil andi hennar hafði brugðist nýtti ég um leið viðbrögð hennar til að greina. Hún sagði við mig mjög ljúft: -

„ég get ekki sagt þér hvernig mér þykir vænt um að tala um sjálfan mig. ' Ég minnti hana á að traust læknis var heilagt en að þú varst mjög kvíðinn fyrir henni. Hún hélt áfram með merkingu mína um leið og lagði það mál niður með orði. Segðu arthur allt sem þú velur. Mér er ekki sama, en allt fyrir hann! ' Svo ég er alveg frjáls.

„ég gat auðveldlega séð að hún er nokkuð blóðlaus, en ég gat ekki séð venjuleg merki um blóðleysi og fyrir tilviljun gat ég reyndar prófað gæði blóði hennar, því að opna glugga sem var stífur snúrur gaf leið, og hún klippti hönd sína örlítið með brotnu gleri. Það var í sjálfu sér lítið mál, en það gaf mér greinilega möguleika, og ég tryggði mér nokkra dropa af blóði og hef greint þær. Eigindleg greiningin gefur alveg eðlilegt ástand og sýnir, að ég ætti að álykta, í sjálfu sér kröftugt heilsufar. Í öðrum líkamlegum málum var ég nokkuð sáttur við að það er engin þörf fyrir kvíða; en þar sem það hlýtur að vera orsök einhvers staðar þá hef ég komist að þeirri niðurstöðu að það hlýtur að vera eitthvað andlegt. Hún kvartar undan erfiðleikum við að anda á fullnægjandi hátt stundum og þungum, daufum svefni, með drauma sem hræða hana, en varðandi það sem hún man ekki eftir neinu. Hún segir að sem barn hafi hún labbað í svefni sínum og að þegar hún var í hvítum kom venjan aftur, og að hún hafi einu sinni gengið út um nóttina og farið til austur kletta, þar sem fröken murray fann hana; en hún fullvissar mig um að seint hefur vaninn ekki skilað sér. Ég er í vafa og hef gert það besta sem ég veit um; ég hef skrifað til gamla vinkonu minnar og meistara, prófessors van helsing, í amsterdam, sem veit eins mikið um óskýra sjúkdóma og hver sem er í heiminum. Ég hef beðið hann um að koma og þegar þú sagðir mér að allir hlutir ættu að vera á þínu valdi hef ég minnst á hann hver þú ert og samskipti þín við sakna westenra. Þetta, elsku náungi minn, er í hlýðni við óskir þínar, því að ég er aðeins of stoltur og ánægður með að gera allt sem ég get fyrir hana. Van helsing myndi, ég veit, gera hvað sem er fyrir mig af persónulegum ástæðum, svo, sama á hvaða grundvelli hann kemur, verðum við að taka á móti óskum hans. Hann er virðist handahófskenndur maður en þetta er vegna þess að hann veit hvað hann er að tala betur en nokkur annar. Hann er heimspekingur og frumspekingur og einn af fullkomnustu vísindamönnum samtímans; og hann hefur, held ég, alveg opinn huga. Þetta með járntaug, geðveiki í ísbrekkunni, óeðlileg upplausn, sjálfsstjórn og umburðarlyndi upphafin frá dyggðum til blessana og hið fínasta og sannasta hjarta sem slær - þetta mynda búnað hans fyrir hið göfuga verk sem hann er að gera fyrir mannkynið - vinna bæði í orði og starfi, því skoðanir hans eru jafn breiðar og alúðleg samúð hans. Ég segi þér þessar staðreyndir að þú gætir vitað af hverju ég treysti slíku til hans. Ég hef beðið hann um að koma strax. Ég skal sjá ungfrú vestanvert á morgun. Hún er að hitta mig í búðunum, svo að ég gæti ekki brugðið móður sinni við því of snemma að endurtaka símtalið mitt.

„þinn alltaf,

„john seward.“

Bréf, abraham van helsing, md, d. Ph., d. Lit., o.s.frv., til dr. Sjór.

„2. September.

"góðvinur minn,-

„þegar ég hef fengið bréf þitt, þá er ég nú þegar að koma til þín. Með gæfu get ég skilið eftir í einu, án þess að það sé einhverjum þeirra sem hafa treyst mér. Voru heppnir aðrir, þá var það slæmt fyrir þá sem hafa treyst, því að ég kem til vinkonu minnar þegar hann hringir í mig til að hjálpa þeim sem hann heldur kæri. Segðu vinkonu þinni að þegar sá tími þú sýgur af sári mínu svo snögglega eitrið af kornbragði úr hnífnum að hinn vinur okkar, of kvíðinn, lét renna, gerðir þú meira fyrir hann þegar hann vill hafa hjálpartæki mitt og þú kallar eftir þeim en öllum mikil gæfa hans gat gert. En ánægja bætist við að gera fyrir hann, vin þinn; það er þér að koma. Hef síðan herbergi fyrir mig á austur hótelinu, svo að ég gæti verið nálægt því, og vinsamlegast gerðu það þannig að við sjáum ungu konuna ekki of seint á morgun, því líklegt er að ég þurfi að snúa aftur hér um nóttina. En ef þörf

krefur skal ég koma aftur eftir þrjá daga og vera lengur ef það
þarf. Þangað til bless, vinur minn john.

„van helsing."

Bréf, dr. Saur til hon. Arthur holmwood.

„3. September.

„mín kæra list, -

„van helsing er kominn og farinn. Hann kom með mér til
hillingham og fann að samkvæmt ákvörðun lucys var móðir
hennar með hádegismat, svo að við vorum ein með henni. Van
helsing gerði mjög vandlega skoðun á sjúklingnum. Hann skal
tilkynna mér, og ég skal ráðleggja þér, því auðvitað var ég ekki
til staðar allan tímann. Hann er, óttast ég, mikið áhyggjufullur,
en segist verða að hugsa. Þegar ég sagði honum frá vináttu okkar
og hvernig þú treystir mér í málinu sagði hann: 'þú verður að
segja honum allt sem þér finnst. Segðu honum hvað mér finnst,
ef þú getur giskað á því, ef þú vilt. Nei, ég er ekki að grínast.
Þetta er ekkert grín, heldur líf og dauði, kannski meira. " ég
spurði hvað hann meinti með því að hann væri mjög alvarlegur.
Þetta var þegar við vorum komin aftur í bæinn og hann var að
borða kaffibolla áður en hann byrjaði aftur heim til amsterdam.
Hann vildi ekki gefa mér frekari vísbendingu. Þú mátt ekki
reiðast mér, list, vegna þess að einbeittni hans þýðir að öll gáfur
hans vinna að henni. Hann mun tala nógu skýrt þegar tími gefst,
vertu viss. Svo ég sagði honum að ég myndi einfaldlega skrifa
frásögn af heimsókninni okkar, rétt eins og ef ég væri að gera
lýsandi sérgrein fyrir daglega telegrafann. Hann virtist ekki taka
eftir því, en sagði að smutsinn í london væri ekki svo slæmur
eins og áður var þegar hann var námsmaður hér. Ég á að fá

skýrsluna hans á morgun ef hann getur mögulega gert það. Í öllu falli á ég að hafa bréf.

„jæja, varðandi heimsóknina. Lucy var glaðari en daginn sem ég sá hana fyrst og leit vissulega betur út. Hún hafði misst eitthvað af hrikalegu útliti sem reiddi þig svo upp og öndun hennar var eðlileg. Hún var mjög ljúf við prófessorinn (eins og hún er alltaf) og reyndi að láta honum líða vel; þó ég gæti séð að aumingja stúlkan barðist hart fyrir því. Ég trúi að van helsing hafi séð það líka, því að ég sá skjótan svip undir runnóttum augabrúnum hans sem ég vissi af gamalli. Þá byrjaði hann að spjalla um alla hluti nema okkur sjálf og sjúkdóma og með svo óendanlegri arfleifð að ég gat séð lélegheit lésks lucys af fjörum renna saman í raunveruleikann. Þá, án nokkurrar breytinga, færði hann samtalið varlega í heimsókn sína og sagði ágætlega: -

„kæri ungi ungi minn, ég hef svo mikla ánægju af því að þú ert svo elskaður. Það er mikið, elskan mín, alltaf voru það það sem ég sé ekki. Þeir sögðu mér að þú værir niðri í andanum og að þú værir hrikalega föl. Við þá segi ég: „púff!“ og hann laut fingrunum að mér og hélt áfram: „en þú og ég skal sýna þeim hversu rangir þeir eru. Hvernig getur hann það — og hann benti á mig með sama útliti og látbragði og það sem hann benti mér einu sinni á bekkinn sinn, eða réttara sagt á eftir tilteknu tilefni sem hann minnir mig aldrei á - „veit ekki neitt af ungum dömum? Hann hefur sína frú til að leika við og koma þeim aftur til hamingju og þeim sem elska þá. Það er margt að gera, og ó, en það eru umbun, að því leyti að við getum veitt slíka hamingju. En ungu dömurnar! Hann á enga konu né dóttur, og hinir ungu segja sig ekki hinum ungu, heldur þeim gömlu, eins og mér, sem þekkt hafa svo margar sorgir og orsakir þeirra. Svo, elskan mín, við sendum hann í burtu til að reykja sígarettuna í garðinum, og þú og ég hef lítið talað við okkur sjálf. ' Ég tók vísbendingu og rölti um og nú kom prófessorinn að glugganum og kallaði mig inn. Hann leit grafalvarlegur út en sagði: „ég hef farið vandlega í skoðun, en það er engin starfhæf ástæða. Með þér er ég sammála því að mikið blóð hefur tapast; það hefur verið, en er það ekki. En skilyrði hennar eru á engan hátt blóðleysi. Ég hef beðið hana um að senda mér vinnukonu sína, svo að ég spyrji bara einnar eða tveggja spurninga, svo að ég gæti ekki átt möguleika á að missa af engu. Ég veit vel hvað hún mun segja. Og samt er ástæða; það er alltaf ástæða fyrir öllu. Ég verð að fara heim og hugsa. Þú verður að senda símskeyti til mín á hverjum degi; og ef ástæða er, þá mun ég koma aftur. Sjúkdómurinn - því að ekki gengur vel er sjúkdómur - vekur áhuga minn og sætu unga elskan, hún vekur áhuga minn líka. Hún heillar mig og fyrir hana, ef ekki fyrir þig eða sjúkdóm, þá kem ég. '

„Eins og ég segi þér myndi hann ekki segja meira, jafnvel ekki þegar við vorum einir. Og svo núna, list, þú veist allt sem ég veit. Ég skal fylgjast með ströngum. Ég treysti að fátæki faðir þinn fylgi. Það hlýtur að vera hræðilegur hlutur fyrir þig, elsku gamli náungi minn, að vera settur í svona stöðu milli tveggja manna sem eru þér báðir svo kærir. Ég þekki hugmynd þína um skyldu gagnvart föður þínum og þú hefur rétt fyrir þér að halda fast við hana; en ef þörf er á, skal ég senda þér orð til að koma strax til að lúsa; svo vertu ekki of kvíði nema þú heyrir frá mér. "

Dr. Dagbók frá frásögn.

4. September. - zoöphagous sjúklingur heldur enn áhuga okkar á honum. Hann var aðeins með eitt útbrot og það var í gær á óvenjulegum tíma. Rétt fyrir hádegi á hádegi fór hann að verða eirðarlaus. Aðstoðarmaður vissi einkennin og kallaði um leið aðstoð. Sem betur fer komu mennirnir á hlaupum og voru rétt í tíma, því á hádegisbilinu varð hann svo ofbeldisfullur að það þurfti allan styrk til að halda honum. Á um það bil fimm mínútum fór hann að verða meira og rólegri og sökk að lokum í eins konar depurð, í því ástandi sem hann hefur haldið áfram hingað til. Aðstoðarmaðurinn segir mér að öskrin hans í

paroxysminu hafi verið virkilega hræðileg; ég fann hendurnar á mér fullar þegar ég kom inn, og fór með nokkra af hinum sjúklingunum sem voru hræddir við hann. Reyndar get ég alveg skilið áhrifin, því hljóðin trufluðu mig jafnvel þó ég væri í nokkurri fjarlægð. Það er nú eftir matartímann á hæli og enn sem komið er situr sjúklingur minn í horni og rýkur, með daufa, djarfa, vonda svip í andlitinu, sem virðist frekar gefa til kynna en að sýna eitthvað beint. Ég get ekki alveg skilið það.

Seinna. - önnur breyting hjá sjúklingi mínum. Klukkan fimm leit ég inn á hann og fannst hann vera eins ánægður og ánægður og hann var áður. Hann var að veiða flugur og borða þær og fylgdist með handtaka hans með því að gera naglamerki á jaðri hurðarinnar á milli brúnanna. Þegar hann sá mig, kom hann og baðst afsökunar á slæmri framkomu sinni og bað mig á mjög auðmjúkan og skringilegan hátt um að vera leiddur aftur til síns eigin herbergi og að hafa minnispunkann sinn aftur. Mér datt það í hug að húmorast fyrir honum: svo hann er kominn aftur inn í herbergið sitt með gluggann opinn. Hann hefur sykur af teinu sínu dreift út um gluggasúluna og uppsker alveg fluguuppskeru. Hann er nú ekki að borða þær heldur setur þá í kassa, eins og gamall, og er þegar að skoða hornin í herberginu sínu til að finna kónguló. Ég reyndi að fá hann til að ræða um síðustu daga, því öll vísbending um hugsanir hans væri mér gríðarlega hjálp; en hann myndi ekki rísa. Eitt augnablik eða tvö leit hann mjög dapur út og sagði í eins konar fjarlægri rödd, eins og hann sagði það frekar við sjálfan sig en mig:

"um allt! Um allt! Hann hefur yfirgefið mig. Engin von á mér núna nema ég geri það fyrir mig! "snéri hann mér þá skyndilega á einbeittan hátt og sagði:,, læknir, verður þú ekki mjög góður við mig og lætur mig fá aðeins meira af sykri? Ég held að það væri gott fyrir mig. "

„og flugurnar?" sagði ég.

"já! Flugunum líkar það líka, og ég kann vel við flugurnar; þess vegna líkar mér það. "og það er til fólk sem veit svo lítið að hugsa til þess að brjálæðingar rífast ekki. Ég keypti honum tvöfalt framboð og lét hann eins hamingjusaman mann eins og ég geri ráð fyrir, að allir í heiminum. Ég vildi óska þess að ég gæti farið með hugann.

Miðnætti. - önnur breyting á honum. Ég hafði verið að sjá ungfrú westenra, sem mér fannst miklu betra, og var nýkominn heim og stóð við okkar eigin hlið og horfði á sólarlagið, þegar enn einu sinni heyrði ég hann æpa. Þar sem herbergi hans er hérna megin við húsið gat ég heyrt það betur en á morgnana. Það var mér áfall að snúa mér frá hinni frábæru reyktu fegurð sólseturs yfir london með lúrid ljósin og blekkskuggana og alla stórkostlegu blær sem koma á fölskum skýjum eins og á fölsku vatni og gera sér grein fyrir öllum svakalegri hörku í mín eigin kalda steinbygging, með auð sinn af öndun eymd og mitt eigið auðn hjarta til að þola allt. Ég náði til hans rétt eins og sólin var að fara niður og frá glugganum hans sá rauði diskurinn sökkva. Þegar það sökk varð hann minna og minna æði; og rétt eins og það dýfði rann hann frá höndum sem héldu honum, óvirkum massa, á gólfið. Það er þó yndislegt hvað vitsmunalegir ráðandi kraftar vitleysinga hafa, því innan nokkurra mínútna stóð hann upp nokkuð rólega og leit í kringum sig. Ég gaf merki um að fundarmenn myndu ekki halda honum, því að ég kvíði að sjá hvað hann myndi gera. Hann fór beint út að glugganum og burstaði sykurmola út; tók hann þá fluguboxið sitt, tæmdi það fyrir utan og henti kassanum; þá lokaði hann glugganum og fór yfir og settist á rúmið sitt. Allt þetta kom mér á óvart, svo að ég spurði hann: „ætlarðu ekki að halda flugum lengur?"

„nei," sagði hann; „ég er veikur af öllu þessu rusli!" hann er vissulega frábærlega áhugaverð rannsókn. Ég vildi óska þess að ég gæti fengið innsýn í huga hans eða orsök skyndilegs ástríðu hans. Stöðva; það getur verið vísbending um allt saman, ef við getum fundið hvers vegna dagsins í dag kom paroxysmas hans á hádegi og við sólsetur. Getur það verið að það hafi illkynja áhrif sólarinnar á tímabilum sem hafa áhrif á ákveðin náttúrur - eins og stundum á tunglið öðrum? Við skulum sjá.

Símskeyti, fráveitu, london, til van helsing, amsterdam.

„4. September. - sjúklingur enn betri í dag."

Símskeyti, fráveitu, london, til van helsing, amsterdam.

„5. September. - sjúklingur batnaði mjög. Góð matarlyst; sefur náttúrulega; góðan anda; litur kemur aftur. "

Símskeyti, fráveitu, london, til van helsing, amsterdam.

„6. September. - hræðileg breyting til hins verra. Komdu í einu; missir ekki klukkutíma. Ég held yfir símskeyti til holmwood þar til ég hef séð þig. "

Kafla x

Bréf, dr. Saur til hon. Arthur holmwood.

„6. September.

„mín kæra list, -

„fréttir mínar í dag eru ekki svo góðar. Lucy í morgun hafði farið aðeins aftur. Það er þó eitt gott sem stafar af því; frú. Westenra var náttúrulega kvíða varðandi lucy og hefur ráðfært mig við mig um hana. Ég nýtti tækifærið og sagði henni að gamli húsbóndinn minn, van helsing, mikill sérfræðingurinn, væri að koma til að vera hjá mér og að ég myndi setja hana í hans umsjón ásamt mér; svo nú getum við komið og farið án þess að hræða hana óþarflega mikið, því að áfall fyrir hana myndi þýða skyndilegan dauða, og þetta, í veiku ástandi lucy, gæti verið hörmulegt fyrir hana. Við erum varin í erfiðleikum, öll okkar, aumingja gamli náungi minn; en, vinsamlegast guð, við munum komast í gegnum þau allt í lagi. Ef einhver þörf er, þá skal ég skrifa, svo að ef þú heyrir ekki frá mér, taki það sem sjálfsögðum hlut að ég sé einfaldlega að bíða eftir fréttum. Í flýti

Þitt alltaf,

„john seward.“

Dr. Dagbók frá frásögn.

7. September. — það fyrsta sem van helsing sagði við mig þegar við hittumst á liverpool götunni var: -

„hefurðu sagt eitthvað við unga vinkonu okkar elskhuga hennar?“

„nei," sagði ég. „ég beið þar til ég hafði séð þig, eins og ég sagði í símskeyti mínu. Ég skrifaði honum bréf þar sem hann sagði einfaldlega að þú værir að koma, þar sem ungfrú westenra væri ekki svo vel og að ég ætti að láta vita hvort þörf væri. "

„rétt, vinur minn," sagði hann, „alveg rétt! Betra að hann vissi ekki enn sem komið er; kannski mun hann aldrei vita það. Ég bið þess; en ef þess er þörf, þá mun hann vita allt. Og, góði vinur minn john, leyfðu mér að vara þig. Þú takast á við brjálæðingana. Allir menn eru vitlausir á einn eða annan hátt; og að því leyti sem þú tekur á kyrrþekju með vitfirringum þínum, þá skaltu líka gera við vitfirringa guðsins - umheiminn. Þú segir ekki vitfirringunum þínum hvað þú gerir né hvers vegna þú gerir það; þú segir þeim ekki hvað þér finnst. Þannig að þú skalt varðveita þekkingu á sínum stað, þar sem hún getur hvílt sig - þar sem hún kann að safna sinni tegund í kringum sig og rækta. Þú og ég munum enn halda því sem við vitum hér og hér. "hann snerti mig við hjartað og á ennið og snerti sig síðan á sama hátt. „ég hef sjálfur hugsanir um þessar mundir. Seinna skal ég þróast fyrir þér. "

„af hverju ekki núna?" spurði ég. „það getur verið gott; við getum komist að einhverri ákvörðun. "hann stoppaði og leit á mig og sagði: -

„vinur minn john, þegar kornið er ræktað, jafnvel áður en það hefur þroskast - meðan mjólkin á móður jörðinni er í honum, og sólskinið hefur ekki enn byrjað að mála hann með gulli sínu, vínberinn dregur hann í eyrað og nudda hann á milli grófar hendur hans og blása í burtu græna hismið og segja við þig: 'sjáðu! Hann er gott korn; hann mun skera góða uppskeru þegar tími gefst. ' "Ég sá ekki forritið og sagði honum það. Hann svaraði honum og tók eyra mitt í höndina og togaði það leikandi, eins og hann var löngu búinn að gera á fyrirlestrum, og sagði: „góður maðurinn segir þér það af því að hann veit, en ekki fyrr en þá. En þú finnur ekki að góður búmaðurinn grafir upp gróðursett korn sitt til að sjá hvort hann vex; þetta er fyrir börnin sem leika við búfjárrækt og ekki fyrir þau sem taka því með í starfi lífs síns. Sjáumst núna, vinur john? Ég hef sáð korninu mínu, og náttúran hefur verk sín til að gera það spretta; ef hann spírar yfirleitt, þá er einhver loforð; og ég bíð þangað til eyrað byrjar að bólgna. "hann brotnaði af, því að hann sá greinilega að ég skildi. Þá hélt hann áfram og mjög alvarlega: -

„þú varst alltaf vandaður námsmaður og málabókin þín var sífellt fullari en hin. Þú varst þá aðeins námsmaður; nú ert þú húsbóndi, og ég treysti því að góð venja hafi ekki mistekist. Mundu, vinur minn, að þekkingin er sterkari en minningin og við ættum ekki að treysta hinum veikari. Jafnvel þó að þú hafir ekki haldið góðum árangri, leyfðu mér að segja þér að þetta tilfelli af okkar elskulegu sakni er það sem gæti verið - huga, segi ég að gæti verið - af svo miklum áhuga fyrir okkur og aðra að allir hinir mega ekki láta hann sparka geislinn, eins og þjóðir þínir segja. Taka þá vel eftir því. Ekkert er of lítið. Ég ráðleggja þér, skráðu jafnvel efasemdir þínar og álit. Hér á eftir kann að vekja áhuga þinn að sjá hversu satt þú giskar á. Við lærum af mistökum, ekki af árangri! "

Þegar ég lýsti einkennum lucy - eins og áður, en óendanlega meira áberandi - leit hann mjög alvarlegur út, en sagði ekkert. Hann tók með sér poka þar sem voru mörg hljóðfæri og fíkniefni, „ógeðfelld fylgihlutur góðs viðskipta okkar," eins og hann kallaði einu sinni, í einum af fyrirlestrum sínum, búnað prófessors í lækningavinnunni. Þegar okkur var sýnt í frv. Westenra hitti okkur. Henni var brugðið, en ekki næstum því eins og ég bjóst við að finna hana. Náttúran í einu góðgerðar skapi hennar hefur vígt að jafnvel dauðinn hefur mótefni gegn eigin skelfingum. Hér, í tilviki þar sem eitthvert áfall getur reynst banvænt, eru málin þannig skipuð að af einhverjum orsökum eða öðrum, hlutirnir sem eru ekki persónulegir - jafnvel ekki hræðilegi breytingin á dóttur sinni sem hún er svo tengd við - virðist ekki ná til hennar. Það er eitthvað á þann hátt sem náttúran safnar um erlenda líkama umslag einhvers ónæms vefja sem getur verndað illu það sem það myndi annars skaða með snertingu. Ef þetta er skipulögð eigingirni, þá ættum við að staldra við áður en við fordæmum einhvern fyrir löstur egóismans, því að það getur verið dýpri rót fyrir orsakir þess en við þekkjum.

Ég notaði þekkingu mína á þessum áfanga andlegrar meinafræði og setti reglu um að hún ætti ekki að vera til staðar með lucy eða hugsa meira um veikindi sín en algerlega var krafist. Hún samþykkti fúslega, svo fúslega að ég sá aftur hönd náttúrunnar berjast fyrir lífinu. Van helsing og mér var sýnt upp í herbergi lucy. Ef ég var hneykslaður þegar ég sá hana í gær, skelfdist ég þegar ég sá hana í dag. Hún var hræðileg, krítótt föl; rauði virtist hafa farið jafnvel frá vörum hennar og tannholdi og bein andlitsins stóðu áberandi; öndun hennar var sárt að sjá eða heyra. Andlit van van helsing varð eins og marmari og augabrúnirnar drógust saman þar til þær nánast snertu um nef hans. Lucy lá hreyfingarlaus og virtist ekki hafa styrk til að tala, svo um tíma vorum við öll þögul. Þá benti van helsing á mig og við fórum varlega út úr herberginu. Á því augnabliki sem við höfðum lokað hurðinni steig hann fljótt meðfram ganginum að næstu hurð, sem var opin. Þá dró hann mig fljótt inn með sér og lokaði hurðinni. „guð minn!" sagði hann; „þetta er hræðilegt. Það er enginn tími til að týnast. Hún mun deyja vegna þess að blóð vill til að halda hjartaaðgerðum eins og það ætti að vera. Það verður að vera blóðgjöf í einu. Er það þú eða ég? "

„ég er yngri og sterkari, prófessor. Það hlýtur að vera ég. "

„vertu þá tilbúinn í einu. Ég mun koma með töskuna mína. Ég er tilbúinn. "

Ég fór niður með honum og þegar við fórum var bankað á ganginn. Þegar við komum í salinn var ambáttin nýbúinn að opna dyrnar og arthur steig hratt inn. Hann hljóp upp til mín og sagði í ákafa hvísli: -

„jack, ég var svo kvíðinn. Ég las milli línanna í bréfinu þínu og hef verið í kvöl. Pabbinn var betri, svo ég hljóp hingað til að sjá sjálfan mig. Er ekki sá heiðursmaður dr. Van helsing? Ég er þér svo þakklátur, herra, fyrir að koma. "þegar auga prófessorsins hafði logað á hann hafði hann verið reiður vegna truflana hans á slíkum tíma; en nú, þegar hann tók í sínar staðföstu hlutföll og viðurkenndi sterka unga karlmennskuna sem virtist koma frá honum, glampuðu augu hans. Án hlés sagði hann alvarlega þegar hann rétti fram höndina:

„herra, þú ert kominn í tíma. Þú ert elskhugi elsku saknaðar okkar. Hún er slæm, mjög, mjög slæm. Nei, barnið mitt, farðu ekki svona. "því að hann varð skyndilega fölur og settist í stól næstum yfirliðinn. „þú ert að hjálpa henni. Þú getur gert meira en nokkurn veginn sem lifir og hugrekki þitt er þín besta hjálp. "

„hvað get ég gert?" spurði arth hæs. "segðu mér, og ég skal gera það. Líf mitt er hennar og ég myndi gefa síðasta blóðdropanum í líkama minn fyrir hana. "prófessorinn hefur mjög gamansama hlið og ég gæti úr gamalli þekkingu greint snefil af uppruna sínum í svari sínu: -

„ungi herra minn, ég spyr ekki eins mikið og það ekki - síðast!"

„hvað á ég að gera?" það kom eldur í augu hans og opinn nös hans skjálfaði af ásetningi. Van helsing lamdi hann á öxlina. „komdu!" sagði hann. „þú ert maður og það er maður sem við viljum. Þú ert betri en ég, betri en john vinur minn. "arthur leit ráðvilltur út og prófessorinn hélt áfram með því að útskýra á vinsamlegan hátt: -

„ung ungfrú er slæm, mjög slæm. Hún vill hafa blóð, og blóð verður hún að hafa eða deyja. Vinur minn john og ég höfum haft samráð; og við erum að fara að framkvæma það sem við köllum blóðgjöf - til að flytja frá fullum æðum eins til tóma æðanna sem furu fyrir hann. John átti að gefa blóð sitt, þar sem hann er ungur og sterkari en ég "- hvar tók arthur í hönd mína og reiddi hana hart í hljóði -„ en nú ertu hér, þú ert betri en við, gömul eða ung, sem stritir mikið í heimi hugsunarinnar. Taugar okkar eru ekki svo lognar og blóð okkar ekki svo bjart en þitt! "arthur snéri sér að honum og sagði: -

„ef þú bara vissir hversu glaður ég myndi deyja fyrir hana myndirðu skilja――"

Hann stoppaði, með eins konar kæfu í röddinni.

„góði strákur!" sagði van helsing. „að svo miklu leyti sem ekki er komið muntu vera ánægður með að þú hefur gert allt fyrir hana sem þú elskar. Komdu nú og þegðu. Þú skalt kyssa hana einu sinni áður en það er búið, en þá verður þú að fara; og þú verður að fara á skiltið mitt. Segðu engin orð við frú; þú veist hvernig það er með hana! Það má ekki vera neitt áfall; einhver þekking á þessu væri ein. Koma!"

Við fórum öll upp í herbergi lucy. Arthur eftir stefnu hélst úti. Lucy sneri höfðinu og leit á okkur, en sagði ekkert. Hún var ekki sofandi, en hún var einfaldlega of veik til að gera átakið. Augu hennar töluðu til okkar; það var allt. Van helsing tók ýmislegt úr töskunni sinni og lagði þá á lítið borð utan sjónar. Þá blandaði hann fíkniefni og kom í rúmið og sagði glaðlega: -

„nú, litla sakna, hérna er lyfið þitt. Drekktu það af, eins og gott barn. Sjá, ég lyfti þér svo að það er auðvelt að kyngja. Já. "hún hafði lagt sig fram með góðum árangri.

Það vakti furðu mína hversu langan tíma lyfið tók að verka. Þetta markaði reyndar umfang veikleika hennar. Tíminn virtist endalaus þar til svefninn byrjaði að flimra í augnlokum hennar.

Um síðir, þó tók fíkniefnið að sýna styrk sinn; og hún féll í djúpum svefni. Þegar prófessorinn var ánægður kallaði hann arthur inn í herbergið og bað hann taka af sér úlpuna. Þá bætti hann við: „þú mátt taka þennan litla koss þegar ég flyt yfir borðið. Vinur john, hjálpaðu mér! "svo hvorugt okkar leit á meðan hann beygði sig yfir hana.

Van helsing snéri sér að mér og sagði:

„hann er svo ungur og sterkur og af blóði svo hreinn að við þurfum ekki að treysta það."

Þá með skjótum, en með algerri aðferð, van helsing framkvæmdi aðgerðina. Þegar blóðgjöfin fór yfir eitthvað eins og lífið virtist koma aftur í kinnar fátækra lucy, og í gegnum vaxandi fölleika arthur virtist gleði andlits hans algerlega skína. Eftir smá stund byrjaði ég að kvíða því að blóðmissir voru að segja frá arthur, sterkur maður eins og hann var. Það gaf mér hugmynd um hvaða kerfi hræðilegt stofn lucy hlýtur að hafa gengist undir að það sem veiktist arthur endurheimti hana aðeins að hluta. En andlit prófessorsins var stillt, og hann stóð vakandi í hendi og með augun föst núna á sjúklinginn og nú á arthur. Ég heyrði mitt hjarta slá. Um þessar mundir sagði hann með mjúkri rödd: „ekki hræra strax. Það er nóg. Þú sækir hann; ég mun líta til hennar. "þegar öllu var lokið gat ég séð hve mikið arthur var veiktur. Ég klæddi sárin og tók í handlegginn til að koma honum á brott, þegar van helsing talaði án þess að snúa við - maðurinn virðist hafa augu aftan í höfðinu: -

„hinn hugrakki elskhugi, held ég, á skilið annan koss, sem hann mun hafa um þessar mundir." og þegar hann hafði lokið aðgerð sinni aðlagaði hann koddann að höfði sjúklingsins. Eins og hann gerði svo mjóa svarta flauelbandið sem hún virðist alltaf bera um háls hennar, spennt með gömlu demantaspennu sem elskhugi hennar hafði gefið henni, var dreginn svolítið upp og sýndi rautt merki á hálsi hennar. Arthur tók ekki eftir því, en ég gat heyrt djúpa hvæsingu innankennds andardráttar sem er ein af leiðum van helsing til að svíkja tilfinningar. Hann sagði ekkert í augnablikinu, en snéri sér að mér og sagði: „taktu nú af okkar hugrakka unga elskhuga, gefðu honum hafnarvínið og láttu hann leggjast niður um stund. Hann verður þá að fara heim og hvíla sig, sofa mikið og borða mikið, svo að hann verði ráðinn af því sem hann hefur gefið ást sinni. Hann má ekki vera hér. Halda! Augnablik. Ég get tekið undir það, herra, að þú hefur áhyggjur af niðurstöðu. Þá færðu það með þér að aðgerðin á alla vegu vel. Þú hefur bjargað lífi hennar að þessu sinni og þú getur farið heim og hvílt þig í huga að allt sem getur verið er. Ég skal segja henni allt þegar henni líður vel; hún mun engu að síður elska þig fyrir það sem þú hefur gert. Bless."

Þegar arthur var farinn fór ég aftur inn í herbergið. Lucy var sofandi varlega, en öndun hennar var sterkari; ég gat séð mótaröðina hreyfast þegar brjóst hennar hækkaði. Við rúmstokkinn sat van helsing og horfði vandlega á hana. Flauelbandið huldi aftur rauða merkið. Spurði ég prófessorinn í hvíslun: -

„hvað gerir þú af því merki á hálsi hennar?"

„hvað gerirðu af því?"

„ég hef ekki skoðað það ennþá," svaraði ég og hélt áfram að missa hljómsveitina. Rétt yfir ytri húðkúða voru tveir stungur, ekki stórir, en ekki heilbrigðir. Það voru engin merki um sjúkdóm, en brúnirnar voru hvítar og slitnar, eins og með einhverri rifnun. Það hvarflaði í einu að mér að þetta sár, eða hvað sem það var, gæti verið leiðin til þess augljósa blóðtaps; en ég yfirgaf hugmyndina um leið og hún myndaðist, því slíkt gæti ekki verið. Allt rúmið hefði verið rennblaut í skarlati með blóði sem stúlkan hlýtur að hafa misst til að skilja eftir svona fölleika sem hún hafði gert fyrir blóðgjöfina.

„jæja?" sagði van helsing.

„jæja," sagði ég, „ég get ekkert gert úr því." prófessorinn stóð upp. „ég verð að fara aftur til amsterdam í nótt," sagði hann. „það eru bækur og það sem ég vil. Þú verður að vera hér alla nóttina og þú mátt ekki láta sjón þína líða frá henni. "

„á ég hjúkrunarfræðing?" spurði ég.

„við erum bestu hjúkrunarfræðingarnir, þú og ég. Þú fylgist með alla nóttina; sjá að hún er vel gefin og að ekkert truflar hana. Þú mátt ekki sofa alla nóttina. Seinna getum við sofið, þú og ég. Ég kem aftur eins fljótt og auðið er. Og þá getum við byrjað. "

„gæti byrjað?" sagði ég. „hvað í ósköpunum meinarðu?"

„við munum sjá!" svaraði hann, þegar hann flýtti sér út. Hann kom aftur augnabliki síðar og setti höfuðið inn um dyrnar og sagði með viðvörunarfingri uppi:

„mundu að hún er ákæran þín. Ef þú yfirgefur hana og skaðar þig, þá skalt þú ekki sofa auðvelt hér á eftir! "

Dr. Dagbók frá sjóni - hélt áfram.

8. September. — ég sat uppi alla nóttina með lucy. Ópíötin unnu sjálfa sig í átt að rökkri og hún vaknaði náttúrulega; hún leit aðra veru út en hún hafði verið fyrir aðgerðina. Andi hennar var meira að segja góður og hún var full af lífsgleði, en ég gat séð vísbendingar um algera framhleypni sem hún hafði gengist undir. Þegar ég sagði frú. Westenra að dr. Van helsing hafði fyrirskipað að ég ætti að sitja uppi með henni, hún náði að bjarga hugmyndinni og benti á endurnýjaðan styrk dóttur sinnar og framúrskarandi anda. Ég var hins vegar staðfastur og bjó mig

undir langa vöku mína. Þegar vinnukona hennar hafði undirbúið hana fyrir nóttina kom ég inn, hafði í millitíðinni borðað kvöldmat og tók sæti við náttborð. Hún mótmælti ekki á nokkurn hátt , heldur horfði á mig þakklátlega þegar ég kom auga hennar. Eftir langan tíma virtist hún sökkva í svefn, en virtist með átaki draga sig saman og hristi það af sér. Þetta var endurtekið nokkrum sinnum með meiri fyrirhöfn og með styttri hléum eftir því sem tíminn leið. Það var greinilegt að hún vildi ekki sofa, svo ég tók á viðfangsefninu í einu: -

„viltu ekki fara að sofa?“

„nei; ég er hræddur."

"hræddur við að fara að sofa! Afhverju? Það er blessunin sem við öll þráum. "

„ah, ekki ef þú varst eins og ég - ef svefninn var þér sálugi!“

„forsaga hryllings! Hvað í ósköpunum meinarðu? "

"ég veit ekki; ó, ég veit það ekki. Og það er það sem er svo hræðilegt. Allur þessi veikleiki kemur mér í svefn; þar til ég óttast mjög hugsunina. "

„en elsku stelpa mín, þú mátt sofa í nótt. Ég er hér að horfa á þig og get lofað því að ekkert mun gerast. "

„ah, ég get treyst þér!“ ég greip tækifærið og sagði: „ég lofa þér að ef ég sé vísbendingar um slæma drauma mun ég vekja þig um leið.“

"þú munt? Ó, ætlarðu það virkilega? Hversu góður þú ert mér. Þá mun ég sofa! “og næstum því orðinu lét hún djúpt andúð léttast og sökk aftur, sofandi.

Alla nóttina fylgdist ég með henni. Hún hrærði aldrei, en svaf áfram og áfram í djúpum, friðsælum, lífgefandi, heilsubætandi svefni. Varir hennar voru svolítið skildar, og brjóst hennar hækkuðu og féllu með reglulegu millibili. Það var bros á andlit hennar og það var greinilegt að engir slæmir draumar voru komnir til að trufla hugarró hennar.

Snemma morguns kom vinnukona hennar, og ég skildi hana eftir í hennar umsjá og fór með mig heim aftur, því að ég var kvíðinn af mörgu. Ég sendi stuttan vír til van helsing og til arthur og sagði þeim frábæra árangur aðgerðarinnar. Eigin verk mín, með margvíslegum vanskilum, tók mig allan daginn til að hreinsa; það var dimmt þegar mér tókst að spyrjast fyrir um dýraheilbrigðissjúklinginn minn. Skýrslan var góð; hann hafði verið nokkuð rólegur undanfarinn dag og nótt. Símskeyti kom frá van helsing í amsterdam meðan ég var í kvöldmatnum, sem stakk upp á því að ég ætti að vera á nótt í hillingham, þar sem það gæti verið vel að vera til staðar og fullyrti að hann færi eftir næturpóstinn og mundi ganga snemma til mín á morgnana.

9. September. — ég var ansi þreyttur og slitinn þegar ég kom til hillingham. Í tvær nætur hafði ég varla kippt svefni og heila mín var farin að finna fyrir doða sem markar þreytu í heila. Lucy var uppi og í glaðværð. Þegar hún hristi mig í hönd leit hún beitt í andlitið á mér og sagði: -

"nei situr upp á nóttu hjá þér. Þú ert slitinn. Mér gengur ágætlega aftur; reyndar er ég; og ef einhver á að sitja, þá er það ég sem mun sitja uppi með þér. "ég mundi ekki rökstyðja málið, heldur fór og borðaði kvöldmatinn minn. Lucy kom með mér, og lífgað af heillandi nærveru sinni lagði ég framúrskarandi máltíð og fékk nokkur glös af höfninni sem var meira en frábært. Þá tók lucy mig uppi og sýndi mér herbergi við hliðina á sínu eigin, þar sem notalegur eldur logaði. „nú," sagði hún, „þú verður að vera hér.

Ég skal láta þessa hurð opna og dyrnar mínar líka. Þú getur legið í sófanum því ég veit að ekkert myndi valda neinum ykkar lækna að fara að sofa á meðan það er sjúklingur fyrir ofan sjóndeildarhringinn. Ef ég vil hafa eitthvað, þá kalla ég til þín, og þú getur komið til mín í einu. "ég gat ekki annað en getað gengið, því að ég var,, hundþreyttur "og hefði ekki getað setið upp hefði ég reynt. Svo þegar hún endurnýjaði loforð sitt um að hringja í mig ef hún ætti að vilja eitthvað, þá lá ég í sófanum og gleymdi öllu.

Dagbók lucy westenra.

9. September. - mér líður svo vel í nótt. Ég hef verið svo ömurlega veikburða að að geta hugsað og hreyft mig er eins og að finna fyrir sólskini eftir langan tíma í austanvind úr stálhimni. Einhvern veginn líður arthur mjög, mjög nálægt mér. Mér virðist að nærvera hans sé hlý við mig. Ég geri ráð fyrir að það sé að veikindi og veikleiki séu eigingirni og snúi innri augum okkar og samúð með okkur sjálfum, meðan heilsa og styrkur veita ástinni í taumana og í hugsun og tilfinningum getur hann villst þangað sem hann vill. Ég veit hvar hugsanir mínar eru. Ef arthur bara vissi! Elskan mín, elskan mín, eyru þín verða að kippast við þegar þú sefur eins og mín vaknar. Ó, hin sæla hvíld í gærkveldi! Hvernig ég svaf, með því kæri, góði dr. Saur að horfa á mig. Og í nótt skal ég ekki óttast að sofa, þar sem hann er nálægt hendinni og innan hringja. Þakka öllum fyrir að vera svo góðir við mig! Guði sé lof! Góða nótt, arthur.

Dr. Dagbók frá frásögn.

10. September. - ég var meðvitaður um hönd prófessorsins á höfðinu og byrjaði að vakna allt á einni sekúndu. Það er eitt af því sem við lærum í hæli, hvað sem því líður.

„og hvernig er sjúklingur okkar?"

„jæja, þegar ég fór frá henni, eða öllu heldur þegar hún fór frá mér," svaraði ég.

„komdu, við skulum sjá," sagði hann. Og saman fórum við inn í herbergið.

Blindur var niðri, og ég fór til að hækka hana varlega, meðan van helsing steig, með mjúku, kattarlegu slitinu, upp í rúmið.

Þegar ég vakti upp blindan og sólarljósið á morgun streymdi herbergið, heyrði ég litla hvæsingu prófessorsins, og vitandi um sjaldgæfur þess, dauðans ótti skaust um hjarta mitt. Þegar ég fór framhjá flutti hann til baka og upphrópun hans af hryllingi, „gott í himmel!" þurfti enga fullnustu frá svívirðu andliti sínu. Hann rétti upp höndina og benti á rúmið, og járn andlit hans var teiknað og ashvítt. Mér fannst hnén byrja að skjálfa.

Þar á rúminu, að því er virðist í sviffli, lá léleg lucy, hryllilegri hvít og dökkleit en nokkru sinni fyrr. Jafnvel varirnar voru hvítar og tannholdið virtist hafa minnkað aftur frá tönnunum eins og við sjáum stundum í líki eftir langvarandi veikindi. Van helsing reisti fótinn til að stimpla í reiði, en eðlishvöt lífs hans og öll langa venjaárin stóðu honum og lagði hann niður mjúklega. „fljótur!" sagði hann. „komdu með brennivínið." ég flaug til borðstofunnar og kom aftur með ágræðsluna. Hann bleytti lélegu hvítu varirnar með því og saman nudduðum við lófa og úlnlið og hjarta. Hann fann fyrir hjarta hennar og eftir nokkur augnablik af kvalandi spennu sagði: -

„það er ekki of seint. Það slær, þó en feebly. Öll störf okkar eru afturkölluð; við verðum að byrja aftur. Hér er enginn ungur arthur; ég verð að kalla til þín sjálfur að þessu sinni, vinur john. "þegar hann talaði var hann að dýfa í töskuna sína og framleiða hljóðfærin til blóðgjafar; ég hafði tekið frá mér kápuna og rúllað upp skyrtu erminni. Það var enginn möguleiki á ópíati eins og er, og engin þörf á einum; og svo, án tafar um stund, hófum við aðgerðina. Eftir nokkurn tíma - það virtist ekki stuttur tími, að frárennsli blóðs, sama hversu fúslega það er gefið, er hræðileg tilfinning - van helsing hélt upp viðvörunarfingri. „ekki hrærið," sagði hann, „en ég óttast að hún geti vaknað með vaxandi styrk; og það myndi gera hættu, ó, svo mikil hætta. En ég skal fara varlega. Ég skal gefa maríu sprautu. "hann hélt síðan áfram, hratt og fimur, til að framkvæma ásetning sinn. Áhrifin á lucy voru ekki slæm, því að dauft virtist flétta lúmskur í fíkniefnasvefninn. Það var með tilfinningu um persónulegt stolt að ég gat séð daufan lit lit stela aftur í bleiku kinnar og varir. Enginn maður veit, fyrr en hann upplifir það, hvað það er að finna fyrir eigin lífsblóði dregið í æðar konunnar sem hann elskar.

Prófessorinn horfði á mig gagnrýnislaust. „það mun gera," sagði hann. „þegar?" rifjaði ég upp. „þú tókst miklu meira úr myndlist." sem hann brosti sorglegt bros þegar hann svaraði: -

„hann er elskhugi hennar, unnusta hennar. Þú hefur vinnu, mikla vinnu, til að vinna fyrir hana og aðra; og nútíðin mun duga. "

Þegar við stöðvuðum aðgerðina sótti hann lucy, meðan ég beitti stafrænum þrýstingi á minn eigin skurð. Ég lagðist á laggirnar, meðan ég beið eftir frítíma sínum til að sinna mér, því að mér fannst ég vera dauf og svolítið veik. Með því að hann batt sár mitt upp og sendi mig niður til að fá mér glas af víni. Þegar ég fór úr herberginu, kom hann á eftir mér og hálf hvíslaði: -

„huga, ekkert verður að segja um þetta. Ef ungur elskhugi okkar ætti að mæta óvænt, eins og áður, engin orð til hans. Það myndi í senn hræða hann og öfunda hann líka. Það hlýtur að vera enginn. Svo! "

Þegar ég kom aftur leit hann vandlega á mig og sagði síðan: -

„þú ert ekki verri. Farðu inn í herbergið og leggðu þig í sófa þínum og hvíldu þig um stund; borðaðu svo mikinn morgunmat og komdu hingað til mín. "

Ég fylgdi skipunum hans, því að ég vissi hversu rétt og vitrir þeir voru. Ég hafði lagt mitt af mörkum og nú var næsta skylda mín að halda uppi styrk minn. Mér leið mjög veik og í veikleikanum missti eitthvað af undruninni yfir því sem hafði komið upp. Ég sofnaði hins vegar í sófanum og velti því aftur og aftur fyrir mér hvernig lucy hefði gert slíka afturför og hvernig hún hefði getað tæmst af svo miklu blóði og engin merki hvar sem er til að sýna fyrir það. Ég held að ég hljóti að hafa haldið áfram undrun minni í draumum mínum, því að sofandi og vakandi, hugsanir mínar komu alltaf aftur til litlu stungurnar í hálsi hennar og tötralegu, útblásnu útliti brúnanna - pínulítið þó þær væru það.

Lucy svaf langt fram á daginn og þegar hún vaknaði var hún nokkuð vel og sterk, þó ekki nærri eins mikið og daginn áður. Þegar van helsing hafði séð hana, fór hann út í göngutúr og lét mig hafa umsjón með ströngum lögbannum um að ég skyldi ekki fara frá henni í smá stund. Ég heyrði rödd hans í salnum og spurði leiðarinnar að næstu símaskrifstofu.

Lucy spjallaði við mig frjálslega og virtist alveg meðvitundarlaus um að nokkuð hefði gerst. Ég reyndi að hafa hana skemmtan og áhuga. Þegar móðir hennar kom til hennar, virtist hún ekki taka eftir neinum breytingum, en sagði við mig þakklæti:

„við skuldum þér svo mikið, dr. Saur, fyrir allt sem þú hefur gert, en þú verður nú að gæta þess að vinna ekki of mikið sjálfur. Þú ert að líta bleik sjálfur. Þú vilt að kona hjúkrist og passi þig aðeins; sem þú gerir! "þegar hún talaði, snéri lucy skarpskyggni, þó að það væri aðeins augnablik, því fátæku, sóuðu bláæðin hennar gátu ekki staðið lengi svo ófleygt holræsi í höfuðið. Viðbrögðin komu í óhóflegri bleikju þegar hún sneri mér að því að beita mér. Ég brosti og kinkaði kolli og lagði fingurinn á varirnar; með andvarpi, sökk hún aftur innan um koddana.

Van helsing kom aftur eftir nokkrar klukkustundir og sagði við mig núna: „farðu nú heim og borðar mikið og drekkur nóg. Gerðu þig sterkan. Ég verð hér í nótt og ég mun sitja uppi með litla saknað sjálfan mig. Þú og ég verðum að fylgjast með málinu og við verðum að hafa enga aðra til að vita. Ég hef alvarlegar ástæður. Nei, ekki spyrja þá; hugsaðu hvað þú vilt. Óttastu ekki að hugsa jafnvel það sem ekki er líklegt. Góða nótt."

Í salnum komu tvær vinnukonur til mín og spurðu hvort þær eða annað þeirra gætu ekki setið upp með miss lucy. Þeir báðu mig um að láta þá; og þegar ég sagði að það væri dr. Ósk van helsing um að annaðhvort hann eða ég ættum að sitja uppi, þeir báðu mig nokkuð pítískt að fara í frammi við „erlenda herramanninn." ég var mjög snortinn af góðmennsku þeirra. Kannski er það vegna þess að ég er veik um þessar mundir, og kannski vegna þess að það var vegna lucys, að hollustu þeirra birtist; fyrir aftur og aftur hef ég séð svipuð tilvik af góðmennsku konu. Ég kom aftur hingað í tíma fyrir seinan kvöldmat; fóru umferðir mínar - allt vel; og settu þetta niður á meðan þú bíður eftir svefni. Það er að koma.

11. September. — síðdegis fór ég til hillingham. Fannst van helsing í ágætum anda, og lucy miklu betra. Stuttu eftir að ég var kominn, kom stór pakka erlendis frá fyrir prófessorinn. Hann opnaði það með miklum hughrifum - sjálfsagt gert ráð fyrir - og sýndi mikið búnt af hvítum blómum.

„þetta er fyrir þig, sakna lucy," sagði hann.

"fyrir mig? Ó, dr. Van helsing! "

„já elskan mín, en ekki fyrir þig að leika með. Þetta eru lyf. "hér skapaði lucy þreytandi andlit. „nei, en þeir eiga ekki að taka afkok eða ógleðilegt form, svo að þú þarft ekki að þreyta það svo heillandi nef, eða ég skal benda á vin minn arthur á hvaða vesen hann gæti þurft að þola að sjá svo mikla fegurð að hann elskar svo mikið brenglast. Ah, fallega sakna mín, sem færir svo fallegu nef allt beint aftur. Þetta er lyf, en þú veist ekki hvernig. Ég set hann í gluggann þinn, ég geri ansi krans og hengi hann um háls þinn, svo að þú sefur vel. Ó já! Þeir, eins og lótusblómið, láta vanda þinn gleymast. Það lyktar svo eins og vatnið í lethe og þeim unglingaflóði sem landvinningurinn leitaði að í floridas og finnur hann allt of seint. "

Meðan hann var að tala hafði lucy verið að skoða blómin og lykta þau. Nú henti hún þeim niður og sagði með hálf hlátri og hálf ógeði: -

„ó, prófessor, ég trúi því að þú sért bara að setja brandara á mig. Hvers vegna, þessi blóm eru aðeins algeng hvítlaukur. "

Mér til undrunar, van helsing reis upp og sagði af allri hörku sinni, járnkjálkasettinu og runnum augabrúnum hans:

„ekkert smá hjá mér! Ég djók aldrei! Það er sorglegur tilgangur í öllu sem ég geri; og ég vara þig við því að þú hindrar mig ekki. Gættu þín fyrir aðra ef ekki fyrir þína eigin. "þegar hann sá lélega lucy hræddan, eins og hún gæti vel, hélt hann áfram varlega:„ ó, litla sakna, elskan mín, óttast mig ekki. Ég geri aðeins til góðs; en þú ert mikil dyggð í þessum svo algengu blómum. Sjá, ég legg þær sjálfur inn í herbergið þitt. Ég geri sjálfan mig að kransinum sem þú átt að klæðast. En hvass! Ekki að segja öðrum sem vekja svo forvitnilegar spurningar. Við verðum að hlýða og þögn er hluti af hlýðni; og hlýðni er að færa þig sterkan og vel í kærleiksríkan faðm sem bíða þín. Sit nú kyrrt um stund. Komdu með mér, vinur john, og þú skalt hjálpa mér að þétta herbergið með hvítlauknum mínum, sem er alla leið frá haarlem, þar sem vanderpool vinur minn ala upp jurt í glerhúsum sínum allt árið. Ég þurfti að telegraph í gær, eða þeir hefðu ekki verið hér. "

Við fórum inn í herbergið og tókum blómin með okkur. Aðgerðir prófessorsins voru vissulega skrýtnar og ekki að finna í neinni lyfjaskráningu sem ég hef nokkurn tíma heyrt talað um. Fyrst festi hann upp gluggana og festi þá örugglega; næst, tók handfylli af blómunum, nuddaði hann þeim um allt sjerpinn, eins og til að tryggja að sérhver andskoti loft sem gæti komist inn væri hlaðinn hvítlaukslyktinni. Síðan með nuddinu nuddaði hann um allt hurðina, að ofan, neðan, og við hvora hlið, og umkringdi arininn á sama hátt. Þetta virtist mér groteskt og nú sagði ég: -

„jæja, prófessor, ég veit að þú hefur alltaf ástæðu fyrir því sem þú gerir, en þetta vekur vissulega furðu mína. Það er vel að við höfum engan efasemdarmann hér, eða hann myndi segja að þú værir að vinna einhverja álög til að koma í veg fyrir illan anda. "

„kannski er ég það!" svaraði hann hljóðlega þegar hann byrjaði að búa til kransinn sem lucy var að klæðast um háls hennar.

Við biðum síðan meðan lucy bjó til salerni hennar um nóttina, og þegar hún var í rúminu kom hann og festi sjálfur krans hvítlauk um háls hennar. Síðustu orðin sem hann sagði við hana voru: -

„passaðu þig að trufla það ekki; og jafnvel þótt herbergið líði nálægt, ekki opna gluggann eða hurðina í nótt. "

„ég lofa," sagði lucy, „og þakka þér báðir þúsund sinnum fyrir alla miskunn þína við mig! Ó, hvað hef ég gert til að blessa svona vini? "

Þegar við fórum úr húsinu í flugunni minni, sem beið mín, sagði van helsing: -

„í nótt get ég sofið í friði og sofið sem ég vil - tvær nætur í ferðalögum, mikið lestur daginn eftir og mikill kvíði daginn sem á eftir að fylgja og nótt til að setjast upp, án þess að blikna. Á morgun að morgni snemma þú kallar á mig, og við komum saman til að sjá ansi saknað okkar, svo miklu sterkari fyrir „álög" mitt sem ég hef vinnu. Ho! Ho! "

Hann virtist svo vissur um að ég, man eftir sjálfstrausti mínu tveimur kvöldum áður og með banale niðurstöðunni, fann fyrir ótta og óljósum skelfingu. Það hlýtur að hafa verið veikleiki minn sem varð til þess að ég hikaði við að segja vini mínum frá því, en mér fannst þetta öllu meira, eins og óhreint tár.

Kafla xi

Dagbók lucy westenra.

12. September. - hversu góðir eru þeir allir fyrir mig. Ég elska alveg að elsku dr. Van helsing. Ég velti því fyrir mér hvers vegna hann var svona kvíðinn yfir þessum blómum. Hann hræddi mig jákvætt, hann var svo grimmur. Og samt hlýtur hann að hafa haft rétt fyrir mér, því að ég finn huggun frá þeim nú þegar. Einhvern veginn óttast ég ekki að vera ein í nótt og ég get farið að sofa án ótta. Mér dettur ekki í hug að flakka út fyrir gluggann. Ó, hræðileg barátta sem ég hef átt í svefni svo oft seint; sársaukinn við svefnleysið, eða sársaukinn við óttann við svefninn, með svo óþekktum hryllingi sem það hefur gert fyrir mig! Hve blessaðir eru sumir, sem hafa ekki ótta eða líf óttast; sem svefn er blessun sem kemur á hverju kvöldi og færir ekkert nema ljúfa drauma. Jæja, hérna er ég í nótt, vonast eftir svefni, og ligg eins og

ophelia í leikritinu, með „jómfrúar kríur og jómfrú." mér líkaði aldrei áður við hvítlauk en í nótt er það yndislegt! Það er friður í lyktinni; mér finnst svefninn þegar koma. Góða nótt allir.

Dr. Dagbók frá frásögn.

13. September. - hringdi í berkeley og fann van helsing, eins og venjulega, allt til tíma. Flutningurinn sem pantaður var frá hótelinu beið. Prófessorinn tók pokann sinn, sem hann hefur alltaf með sér núna.

Láta allt vera sett nákvæmlega niður. Van helsing og ég kom til hillingham klukkan átta. Þetta var yndislegur morgun; björtu sólskinin og öll ferska tilfinning snemma hausts virtist eins og ljúka árlegu starfi náttúrunnar. Laufin voru að snúa að alls kyns fallegum litum, en voru ekki enn farin að falla frá trjánum. Þegar við komum inn hittum við frú. Westenra kemur út úr morgunherberginu. Hún er alltaf snemma riser. Hún heilsaði okkur innilega og sagði: -

„þú munt vera feginn að vita að lucy er betra. Elsku barnið er enn sofandi. Ég leit inn í herbergið hennar og sá hana, en fór ekki inn, svo að ég ætti ekki að trufla hana. "prófessorinn brosti og leit nokkuð fagnandi út. Hann nuddaði hendur sínar saman og sagði: -

"aha! Ég hélt að ég hefði greint málið. Meðferð mín er að virka, "sem hún svaraði:

„þú mátt ekki taka sjálfan þig allan, læknir. Ríki lucy í morgun er að hluta til vegna mín. "

„hvernig meinarðu, frú?" spurði prófessorinn.

„jæja, ég kvíði kæra barni um nóttina og fór inn í herbergið hennar. Hún svaf vel - svo hljóðlega að jafnvel komu mín vakti hana ekki. En herbergið var ógeðslega troðið. Það var mikið af þessum hræðilegu, sterklyktandi blómum alls staðar og hún hafði reyndar fullt af þeim um hálsinn. Ég óttaðist að þung lyktin yrði of mikið fyrir elsku barnið í veiku ástandi, svo ég tók þá alla í burtu og opnaði smá glugga til að hleypa inn smá fersku lofti. Þú munt vera ánægður með hana, ég er viss. "

Hún flutti af stað inn í boudoirinn sinn þar sem hún borðaði venjulega snemma. Eins og hún hafði talað, horfði ég á andlit prófessorsins og sá það verða grátt. Hann hafði getað haldið sjálfsstjórn sinni meðan fátæka konan var viðstödd, því að hann þekkti ástand hennar og hversu skaðlegt áfall væri; hann brosti reyndar til hennar þegar hann hélt opinni hurðinni til að hún færi inn í herbergið hennar. En þegar hún var horfin dró hann mig skyndilega og með valdi inn í borðstofuna og lokaði hurðinni.

Þá sá ég í fyrsta skipti á ævinni van helsing brotna niður. Hann rétti upp hendurnar yfir höfðinu í eins konar mállausri örvæntingu og sló síðan lófana saman á hjálparvana hátt; loksins settist hann niður á stól og lagði hendur fyrir andlitið og byrjaði að gráta, með háum, þurrum sob sem virtist koma frá mjög rekki hjarta hans. Þá rétti hann upp handleggina aftur, eins og að höfða til alls alheimsins. "guð! Guð! Guð! "sagði hann. „hvað höfum við gert, hvað hefur þetta lélega gert, að við erum svo sár? Eru örlög meðal okkar enn, send niður frá heiðnum heimi til forna, að slíkir hlutir hljóta að vera og á þann hátt? Þessi aumingja móðir, öll óvitandi og allt það besta sem henni dettur í hug, gerir slíkt sem missir dóttur sína líkama og sál; og við megum ekki segja henni, við megum ekki einu sinni vara hana við, eða hún deyr, og þá deyja bæði. Ó, hvernig við erum ofsóttar! Hvernig eru öll völd djöflanna gegn okkur! "hann stökk skyndilega á fætur. „komdu, " sagði hann, „komdu, við verðum að sjá og bregðast við. Djöflar eða engir djöflar, eða allir djöflarnir í einu, það skiptir ekki máli; við berjumst við hann alla eins. "hann fór að forstofuhurðinni fyrir pokann sinn; og saman fórum við upp í herbergi lucy.

Enn og aftur teiknaði ég blindan á meðan van helsing fór í rúmið. Að þessu sinni byrjaði hann ekki þar sem hann horfði á lélega andlitið með sömu hræðilegu vaxbleikju og áður. Hann klæddist hörku sorg og óendanlegri samúð.

„eins og ég bjóst við," muldraði hann, með þeim hvæsandi innblástur, sem þýddi svo mikið. Án nokkurs orðs fór hann og læsti hurðinni og byrjaði síðan að setja á litla borðið hljóðfærin fyrir enn eina aðgerð við blóðgjöf. Ég var fyrir löngu búinn að átta mig á nauðsyninni og byrjaði að taka af mér kápuna en hann stöðvaði mig með viðvörunarhönd. „nei!" sagði hann. „í dag verður þú að starfa. Skal ég veita. Þú ert nú þegar veikari. "þegar hann talaði tók hann frá sér kápuna og rúllaði upp skyrtu erminni.

Aftur aðgerðin; aftur fíkniefnið; aftur smá lit á hinni aska kinnar og reglulega öndun heilbrigðs svefns. Í þetta skiptið horfði ég á meðan van helsing réð sig og hvíldist.

Um þessar mundir nýtti hann sér tækifæri til að segja frú. Westenra að hún megi ekki fjarlægja neitt úr herbergi lucy án þess að ráðfæra sig við hann; að blómin væru læknisfræðileg gildi og að öndun lyktar þeirra væri hluti af lækningakerfinu. Þá tók hann við afgreiðslu málsins sjálfur og sagði að hann myndi vaka í nótt og það næsta og myndi senda mér orð hvenær ég ætti að koma.

Eftir aðra klukkustund vaknaði lucy úr svefni hennar, fersk og björt og virðist ekki vera verri vegna hennar hræðilegu vandræðagangs.

Hvað þýðir þetta allt? Ég er farinn að velta því fyrir mér hvort löng venja mín meðal geðveikra sé farin að segja til um eigin heila.

Dagbók lucy westenra.

17. September. - fjóra daga og nætur friðar. Ég er orðinn svo sterkur að ég þekki varla sjálfan mig. Það er eins og ég hafi farið í gegnum langa martröð og var ný vakin til að sjá fallega sólskinið og finna fyrir fersku lofti morgunsins í kringum mig. Ég hef lítil hálfminning um langa, kvíða tíma bið og ótta; myrkur þar sem ekki einu sinni var sársauki vonar til að gera núverandi vanlíðan meira áberandi: og síðan langa galdra gleymskunnar og hækkandi aftur til lífsins sem kafari sem kemur upp í gegnum mikla vatnspressu. Þar sem dr. Van helsing hefur verið með mér, öll þessi slæmu draumar virðast vera liðin; hávaðinn sem notaði til þess að hræða mig úr vitsmunum mínum - flappið við gluggana, fjarlægar raddir sem virtust mér svo nálægt, hörðu hljóðin sem komu frá ég veit ekki hvaðan og bauð mér að gera ég veit ekki hvað - hafa allt hætti. Ég fer í rúmið núna án þess að óttast svefn. Ég reyni ekki einu sinni að vera vakandi. Ég er orðinn ansi hrifinn af hvítlauknum og kassakaka kemur til mín á hverjum degi frá haarlem. Í nótt dr. Van helsing er á förum, þar sem hann þarf að vera í einn dag í amsterdam. En ég þarf ekki að fylgjast með; ég er nógu vel til að vera í friði. Þakka guði fyrir sakir móður, og elsku arthur, og fyrir alla vini okkar sem hafa verið svo góðir! Ég mun ekki einu sinni finna fyrir breytingunni, því í gærkvöldi dr. Van helsing svaf í stólnum sínum mikinn tíma. Ég fann hann sofandi tvisvar þegar ég vaknaði; en ég óttaðist ekki að fara að sofa aftur, þó að grisjurnar eða geggjaðirnir eða eitthvað slappi næstum reiður við gluggagluggana.

„blöðin í verslunarmiðstöðinni," 18. September.

Slappi úlfurinn.

Hættulegt ævintýri viðmælanda okkar.

Viðtal við gæslumanninn í dýragarðinum.

Eftir margar fyrirspurnir og næstum jafn margar synjanir og með því að nota orðin „pall mall gazette" sem einskonar talisman, náði ég að finna verndaraðila hlutans í dýragarðinum í úlfadeildinni. Thomas bilder býr í einu af sumarhúsunum í girðingunni fyrir aftan fílhúsið og sat bara við teið sitt þegar ég fann hann. Thomas og kona hans eru gestrisin fólk, aldraðir og án barna og ef sýnishornið sem ég naut af gestrisni þeirra er af meðallagi góður verður líf þeirra að vera ansi þægilegt. Markvörðurinn mætti ekki í það sem hann kallaði „viðskipti" fyrr en kvöldmáltíðin var liðin og við vorum öll ánægð. Þá þegar borðið var hreinsað og hann hafði kveikt í pípunni sinni sagði hann: -

„nú, herra, geturðu haldið áfram og beðið mig hvað þú vilt. Þú munt taka mig fram við að leita aftur að því að tala um einstaklinga sem eru fullir af máltíðum. Ég gef úlfunum og sjakalunum og hyenunum í öllum deildunum okkar teinu áður en ég fer að spyrja þá spurninga. "

„hvernig meinarðu, spyrðu þá spurninga?" ég spurði, óskhyggja um að fá hann í talandi húmor.

„það er ein leið með þeim að fara yfir„ ærinn með stönginni; að klóra í sér heyrn er annað, þegar gents eins og flush vill svolítið sýna-orf til þeirra galsa. Mér er ekki svo hugur við steypuna - „ittin" með stöng áður en ég svífur í kvöldmatnum; en ég bíð þangað til þeir eru búnir að auglýsa sherry sitt og kawffee, ef svo má segja, áður reyni ég áfram með eyrnalokkinn. Huga að þér, "bætti hann heimspekilega við„, það er samningur af sama toga hjá okkur og í þeim teiknimyndum. Hérna ert þú að koma og arskin 'af mér spurningum um viðskipti mín, og ég það ógeð eins og það aðeins fyrir blóma þinn' 'arf-quid myndi ég' a 'séð þig blása skothríð' fyrir ég myndi svara. Ekki einu sinni þegar þú vaktir áhuga á mér kaldhæðnislegum ef ég vildi að þú vaktir yfirlögregluþjónn ef þú gætir beðið mig spurninga. Án brota sagði ég yer að fara á ell? "

"þú gerðir."

"þegar þú sagðir að þú myndir tilkynna mig um að nota óheiðarlegt tungumál sem„ þýddi "fyrir mig á eadinu; en 'arf-quid gerði það allt í lagi. Ég var ekki að fara að berjast, svo ég beið eftir matnum og gerði með „uglunni minni" eins og úlfarnir, ljónin og tígrisdýrin gera. En, elskaðu listina þína, núna þegar gamla 'oomaninn hefur fest klumpur af tertökunni sinni í mér,' skolaði mig út með blómstrandi 'gömlu tepellunni sinni og ég hef kveikt á hupinu, þú gætir klórað mér eyrun fyrir allt sem þú ert þess virði og mun ekki einu sinni skjóta frá mér. Keyrðu ásamt spurningum þínum. Ég veit hvað þú ert að koma, þessi „slapp úlfur."

„nákvæmlega. Ég vil að þú gefir mér sýn þína á það. Segðu mér bara hvernig það gerðist; og þegar ég veit staðreyndirnar fæ ég þig til að segja það sem þú telur að væri orsökin fyrir því og hvernig þú heldur að öllu málinu ljúki. "

"allt í lagi, guv'nor. Þessi 'ere fjallar um' söguna. Þessi úlfur sem við kölluðum bersicker var einn af þremur gráum sem komu frá noregi til jamrach, sem við keyptum af honum fyrir fjórum árum. Hann var ágætur hagur og úlfur sem gaf aldrei vandræðum með að tala um. Ég er meira hissa á því að ég vil komast út né heldur neitt annað fjör á staðnum. En þar geturðu ekki treyst úlfum hvorki né konum. "

„er þér ekki sama, herra!" braut inn frú. Tom, með glaðan hlæja. „það er hugur að teiknimyndunum svo lengi að það blæs ef hann er ekki eins og gamall úlfur er sjálfur! En það er enginn „armur inn". "

„jæja, herra, það var um það bil tveimur klukkustundum eftir að ég fór í gær þegar ég heyrði truflun mína fyrst. Ég var að gera got í apahúsinu fyrir unga puma sem er veik; en þegar ég heyrði yelpin 'og' owlin 'kem ég strax frá. Það var bersicker a-tearin 'eins og vitlaus hlutur á börunum eins og hann vildi komast út. Það var ekki mikið af fólki um daginn og nálægt hönd var aðeins einn maður, hávaxinn, þunnur karl með „líka nef og áberandi skegg, með nokkur hvít hár á sér. Hann var með örfát, kalt útlit og rauð augu, og ég tók eins konar misþyrmingu á honum, því að það virtist vera eins og það væri eins og þeir voru hirðir á. Hann 'hvítir krakkahanskar á' er 'og er, og hann benti mér á fjandmennina og segir:' gæslumaður, þessir úlfar virðast vera í uppnámi yfir einhverju. '

„Kannski ert það þú," segir ég, því að mér líkaði ekki loftið eins og hann gefur sjálfan sig. Hann varð ekki reiður, eins og ég gerði, en hann brosti eins konar vanvirðandi bros, með munninn fullan af hvítum, beittum tönnum. „ó nei, þeir myndu ekki eins og mig," segir e.

„já, já, það myndu þeir," segir ég, líkja eftir honum. „þeir hafa alltaf gaman af því að bein eða tveir hreinsa tennurnar um turtíma, sem þú,, er fullur af. "

„jæja, þetta var skrýtið en þegar fjandmennirnir sjá okkur tala saman lögðu þeir sig og þegar ég fór til bersicker lét ég mig strjúka eyrum eins og alltaf. Að þar kemst maður yfir, og blessaður en ef hann lagði ekki í höndina og strýkur eyrum gamla úlfsins líka!

„„, tyke care "segir ég. 'Bersicker er fljótur.'

„það er alveg sama,“ segir hann. 'Ég er vanur' em! '

„Ert þú sjálfur í bransanum?“ ég segi, aflétta mér 'hjá, fyrir mann sem stundar úlfa, forfeður, er gæslumaður góður vinur.

„nei“ segir hann, „ekki alveg í bransanum, en ég hef búið til gæludýr af nokkrum.“ og með því lyftir hann 'eins perlít og herra og gengur í burtu. Gamall bersicker kep 'a-lookin' slagari 'im till' e var úr augsýn, og fór þá og lagðist í horn og vildi ekki koma við 'ole heveninginn. Jæja, mesta nótt, svo fljótt sem tunglið var að hjalla, fóru úlfarnir allir af stað. Það er ekkert fyrir þá að 'ugla á. Það var enginn nálægt, nema einn sem augljóslega kallaði hund sem er einhvers staðar út úr garðinum í þjóðgarðinum. Einu sinni eða tvisvar fór ég út að sjá að allt var í lagi og það var og þá hætti „uglan“. Rétt fyrir klukkan tólf kíkti ég aðeins á áður en ég snéri mér inn, an, brjóstmynd mér, en þegar ég kem á móti gamla búrinu í bersicker sé ég teinin brotin og snúin og búrið tómt. Og það er allt sem ég veit til að votta. “

„sá einhver annar eitthvað?“

„einn af garðyrkjufólki okkar var umsvifamikill um það leyti frá,, herbúningi “þegar hann sér stóran gráan hund koma út um brún garðyrkjunnar. Að minnsta kosti, svo segir hann, en ég gef ekki mikið fyrir það sjálfur, því að ef hann gerði það sagði hann aldrei orð um það við missis sinn þegar hann fékk umboð og það var aðeins eftir að úlfurinn komst undan var kunnugt um, og við höfðum verið uppi alla nóttina í garðinum í bersicker, að hann mundi eftir að hafa séð hvað sem er. Mín eigin trú var sú að „armony" auglýsingin færi í „ead hans".

„nú, herra. Myndir, geturðu á nokkurn hátt gert grein fyrir flótta úlfsins? "

„jæja, herra," sagði hann með grunsamlega lítillæti, „ég held að ég geti; en ég veit ekki að þú verðir ánægður með kenninguna. "

„vissulega skal ég gera það. Ef maður eins og þú, sem þekkir dýrin af reynslunni, getur ekki hættu neitt ágiskun yfirleitt, hver er jafnvel að reyna? "

„jæja, herra, ég geri grein fyrir því með þessum hætti; mér sýnist að úlfur hafi sloppið - einfaldlega vegna þess að hann vildi komast út. "

Frá hjartnæmum hætti sem bæði thomas og kona hans hlógu að gríninu gat ég séð að það hefði áður þjónað og að öll skýringin væri einfaldlega vandaður selja. Ég gat ekki tekist á við badyage með verðugum thomas, en ég hélt að ég vissi vissari leið til hjarta hans, svo ég sagði: -

„nú, herra. Myndir, við munum líta svo á að fyrri hálfleikur hafi gengið upp og þessi bróðir hans bíður þess að verða sagður þegar þú hefur sagt mér hvað þú heldur að muni gerast. "

„jæja, herra," sagði hann hratt. „þið munuð vita, ég veit, fyrir a-kaffín af ykkur, en gamla konan hér blikkaði til mín, sem var eins mikið og að segja mér að halda áfram."

„jæja, ég hef aldrei!" sagði gamla konan.

„mín skoðun er þessi: að,, úlfur úlfur er a-'idin "af einhvers staðar. Gard'ner wot man ekki eftir því að hann væri a-gallopin 'norðar hraðar en hestur gat farið; en ég trúi honum ekki, því að herra, úlfar stökkva ekki framar né hundar, þeir eru ekki byggðir þannig. Úlfar eru fínir hlutir í sögubók, og ég vil líka að þeir komi í pakkninga og séu að gera eitthvað sem er meira sagað en þeir geta gert djöfulinn úr hávaða og saxað það upp, hvað sem það nú er. En, blessi þig, í raunveruleikanum er úlfur aðeins lítil skepna, ekki hálf svo snjall eða djörf eins og góður hundur; og ekki hálfur fjórðungur svo mikil barátta í 'im. Þessi er ekki verið notaður til að berjast fyrir eða jafnvel til að veita sjálfum sér vitneskju um, og meira eins og hann sé einhvers staðar umhverfis garðinn og -idid 'a' a-shiverin ', og ef hann hugsar yfirleitt, veltir fyrir þér hvar hann á að fá sér morgunmatinn frá; eða kannski er hann kominn niður á svæði og er í kolakjallara. Auga mitt, mun einhver kokkur ekki byrja romm þegar hún sér græna augu hans skína á hana út úr myrkrinu! Ef hann getur ekki fengið mat þarf hann að leita að því og hugsanlega getur hann hugsað sér að slátra sér í slátrara í tæka tíð. Ef hann gerir það ekki, og einhver hjúkrunarfræðingur fer í orf með hermanni, leavin 'af hinfantinu í perambulator-ja, þá ætti ég ekki að vera undrandi ef manntalið er eitt barnið minna. Það er allt og sumt."

Ég var að afhenda honum hálfa fullvalda ríkið, þegar eitthvað kom upp við gluggann, og mr. Andlit myndir tvöfaldaði náttúrulega lengd sína með óvörum.

„guð blessi mig!" sagði hann. "ef það er ekki gamall bersicker kominn aftur með 'sjálfum sér!'

Hann gekk til dyra og opnaði hana; ónauðsynleg framganga virtist mér. Ég hef alltaf haldið að villt dýr líti aldrei svo vel út eins og þegar einhver hindrun fyrir áberandi endingu er á milli okkar; persónuleg reynsla hefur eflst frekar en dregið úr þeirri hugmynd.

Þegar öllu er á botninn hvolft er það ekkert eins og venja, því hvorki myndir né kona hans héldu meira af úlfinum en ég ætti að gera af hundi. Dýrið sjálft var jafn friðsælt og vel hagkvæmt og faðir allra mynda úlfa - quondam vinur rauða reiðhúfunnar, meðan hún flutti sjálfstraust sitt til maska.

Öll leikmyndin var órjúfanleg blanda af gamanmyndum og pathos. Hinn vondi úlfur, sem í hálfan dag hafði lamað london og sett öll börnin í bænum skjálfandi í skónum sínum, var þar í eins konar þunglyndislegu skapi og var tekið á móti og klappað eins og eins konar vulpine týndur sonur. Gamlir myndir skoðuðu hann út um allt af mikilli einlægni og þegar hann var búinn að hætta með eftirlíking sinn sagði: -

„þar vissi ég að fátæki gamli hópurinn myndi lenda í einhvers konar vandræðum; sagði ég það ekki alla tíð? Hér er höfuð hans allt skorið og fullt af brotnu gleri. Það hefur verið farið yfir einhvern blómstrandi vegg eða annað. Það er feiminn að fólk er leyft að toppa veggi sína með brotnum flöskum. Þetta er það sem kemur út úr því. Komdu með, bersicker. "

Hann tók úlfinn og læsti honum í búri, með kjötstykki sem fullnægði, í hvaða magni sem er, grunnskilyrðum fitukálfsins og fór að tilkynna.

Ég fór líka til að tilkynna einu einkareknar upplýsingar sem gefnar eru í dag varðandi undarlega flóttann í dýragarðinum.

Dr. Dagbók frá frásögn.

17. September. - ég var trúlofaður eftir kvöldmatinn í náminu við að setja upp bækur mínar, sem með því að ýta á aðra vinnu og margar heimsóknirnar í lucy, höfðu því miður verið vanskil. Skyndilega var hurðin sprungin og inn hljóp sjúklingur minn með andlit hans brenglað af ástríðu. Ég var að þruma, því að hlutur sem sjúklingur að fá af sjálfsdáðum í rannsókn

yfirlögregluþjóns er næstum óþekktur. Án hlé á augabragði lagði hann beint að mér. Hann var með matarhníf í hendinni og þegar ég sá að hann var hættulegur reyndi ég að hafa borðið á milli okkar. Hann var þó of fljótur og of sterkur fyrir mig; því áður en ég gat náð jafnvægi hafði hann slegið á mig og skorið vinstri úlnliðinn frekar alvarlega. Áður en hann gat slá aftur, komst ég þó í rétt minn og hann dreifðist á bakinu á gólfinu. Úlnliðurinn minn blæddi frjálslega og nokkuð lítil laug streymdi á teppið. Ég sá að vinur minn hafði ekki í hyggju að gera frekari fyrirhöfn og upptekinn við að binda mér úlnliðinn og fylgjast varlega með framsóknarmyndinni allan tímann. Þegar fundarmenn hlupu inn og við beindum athygli hans að honum, veikindi hans jákvætt. Hann lá á maganum á gólfinu og sleikti upp, eins og hundur, blóðið sem féll frá sárum úlnliðnum mínum. Hann var auðveldlega tryggður og mér til undrunar fór hann með fundarmönnunum með kyrrlátum hætti og endurtók einfaldlega aftur og aftur: „blóðið er lífið! Blóðið er lífið! "

Ég hef ekki efni á að missa blóð bara eins og er; ég hef misst of mikið of seint vegna líkamlegs góðs af mér, og þá er langvarandi álag veikinda lucy og hræðilegu stig hans að segja frá mér. Ég er of spennt og þreytt og ég þarf hvíld, hvíld, hvíld. Hamingjusamlega van helsing hefur ekki kallað mig, svo ég þarf ekki að láta af mér svefninn; í nótt gat ég ekki verið án þess.

Símskeyti, van helsing, antwerpen, til fráveitu, carfax.

(sent til carfax, sussex, þar sem engin sýsla er gefin; afhent seint um tuttugu og tvo tíma.)

„17. September. - ekki vera hjá hillingham í nótt. Ef þú horfir ekki allan tímann oft skaltu heimsækja og sjá að blóm eru eins sett; mjög mikilvægt; ekki mistakast. Skal vera með þér eins fljótt og auðið er eftir komu. "

Dr. Dagbók frá frásögn.

18. September. - rétt til lestar til london. Komu símskeyts van van helsing fyllti mig óánægju. Heila nótt týnd, og ég veit af biturri reynslu hvað getur gerst á einni nóttu. Auðvitað er mögulegt að allt geti gengið vel, en hvað gæti hafa gerst? Vissulega er það einhver hræðileg dómsmáttur sem hangir yfir okkur að öll möguleg slys ættu að hindra okkur í öllu sem við reynum að gera. Ég skal taka þennan strokka með mér, og þá get ég lokið við færsluna á hljóðritara lucy.

Minnisblað eftir lucy westenra.

17. September. Nótt. - ég skrifa þetta og læt það sjást, svo að enginn geti fyrir nokkru lent í vandræðum í gegnum mig. Þetta er nákvæm skrá yfir það sem átti sér stað í nótt. Mér finnst ég deyja úr veikleika og hef varla styrk til að skrifa, en það verður að gera ef ég dey í aðgerðinni.

Ég fór að sofa eins og venjulega og passaði að blómin væru sett sem dr. Van helsing leikstýrði, og sofnaði fljótlega.

Mér var vaknað við blaktið við gluggann, sem byrjað var eftir svefngönguna á bjargbrúnni þegar hvítan bjargaði mér, og sem ég þekki svo vel. Ég var ekki hræddur en ég vildi óska þess að dr. Sjór var í næsta herbergi - eins og dr. Van helsing sagðist vera - svo að ég gæti hafa hringt í hann. Ég reyndi að fara að sofa, en gat það ekki. Þá kom til mín hinn gamli ótti við svefn, og ég ákvað að vaka. Andstyggilegur svefn myndi reyna að koma þá þegar ég vildi það ekki; svo þegar ég óttaðist að vera einn, opnaði ég dyrnar mínar og kallaði: „er einhver þarna?", það var ekkert svar. Ég var hræddur við að vekja móður og lokaði svo dyrunum mínum aftur. Þá úti í kjarrinu heyrði ég eins konar öskra eins og hundur, en grimmari og dýpri. Ég fór út um gluggann og horfði út, en gat ekki séð neitt nema stóra kylfu, sem greinilega hafði beðið vængi sína gegn glugganum. Svo ég fór aftur að sofa, en ákvað að fara ekki að sofa. Nú opnaði hurðin og móðir leit inn; þar sem ég sá að ég flutti að ég var ekki sofandi, kom inn og settist við mig. Hún sagði við mig enn ljúfari og mjúkari en vani:

„ég var órólegur við þig elskan og kom inn til að sjá að þú varst í lagi."

Ég óttaðist að hún kuldi við það að sitja þar og bað hana að koma inn og sofa hjá mér, svo hún kom í rúmið og lagðist við hliðina á mér; hún tók ekki af sér búningskjólinn, því að hún sagði að hún myndi aðeins vera í smá stund og fara síðan aftur í sitt eigið rúm. Þegar hún lá þarna í fanginu á mér, og ég í hennar, kom flappið og buffið að glugganum aftur. Hún var hrædd og svolítið hrædd og hrópaði: „hvað er það?" ég reyndi að gera hana friðsælan og tókst að lokum og hún lagðist hljóðlega; en ég gat heyrt lélegt hjarta hennar slá enn hræðilega. Eftir smá stund var aftur lágt öskrað út í runni og stuttu seinna varð hrun við gluggann og mikið brotið gler var varpað á gólfið. Gluggi blindur blés aftur með vindinum sem hljóp inn, og í ljósopinu á brotnu rúðunum var höfuð mikils, glatt grár úlfs. Móðir hrópaði af ótta og barðist upp í sitjandi líkamsstöðu og greip villt um allt sem myndi hjálpa henni. Meðal annars greip hún krans af blómum sem dr. Van helsing krafðist þess að ég færi um hálsinn á mér og reif það frá mér. Í eina eða tvær sekúndu settist hún upp og benti á úlfinn og það kom undarlegur og hræðilegur gurglingur í hálsi hennar; þá féll hún yfir - eins og elding laust og höfuð hennar sló á ennið mitt og lét mig svima í eitt augnablik eða tvö. Herbergið og öll umferð virtust snúast um kring. Ég hélt augunum mínum fast á gluggann, en úlfurinn dró höfuðið aftur og heill mýgrútur af litlum blettum virtist koma og sprengja inn um brotna gluggann og hjóla og hringa um eins og rykstólpinn sem ferðamenn lýsa þegar það er simoon í eyðimörkinni. Ég reyndi að hræra, en það var einhver álög á mér og lélegur líkami móður minnar, sem virtist vera orðinn kaldur nú þegar - því að kæra hjarta hennar var hætt að berja - þyngdi mig; og ég mundi ekki meira um stund.

Tíminn virtist ekki langur, en mjög, mjög hræðilegur, þar til ég náði meðvitund aftur. Einhvers staðar nálægt, tifandi leið bjalla; hundarnir um allt hverfið öskruðu; og í runnum okkar, að því er virðist rétt fyrir utan, var sungið kvöldstund. Ég var svifinn og heimskur af sársauka og skelfingu og máttleysi, en hljóðið á næturgalanum virtist sem rödd látinnar móður minnar koma aftur til að hugga mig. Hljóðin virtust hafa vakið vinnukonurnar líka, því að ég gat heyrt bera fætur þeirra klappa fyrir utan hurðina mína. Ég kallaði til þeirra, og þeir komu inn, og þegar þeir sáu hvað hafði gerst, og hvað það var sem lá yfir mér á rúminu, öskruðu þeir út. Vindurinn hljóp inn um brotinn glugga og hurðin skellti að. Þeir lyftu líki elsku móður minnar frá og lögðu hana, þakinn með blaði, á rúmið eftir að ég stóð upp. Þau voru öll svo hrædd og kvíðin að ég leiðbeindi þeim um að fara í matsalinn og fá hvert glas af víni. Hurðin flaug opin augnablik og lokað aftur. Ambáttirnar öskruðu og fóru síðan í líkama til borðstofunnar; og ég lagði blóm sem ég átti á brjóst móður minnar. Þegar þeir voru þar mundi ég hvað dr. Van helsing hafði sagt mér það, en mér leist ekki á að fjarlægja þá, og að auki myndi ég láta nokkra þjóna sitja uppi með mér núna. Ég var hissa á því að vinnukonurnar kæmu ekki aftur. Ég hringdi í þá, en fékk ekkert svar, svo ég fór í matsalinn til að leita að þeim.

Hjarta mitt sökk þegar ég sá hvað hafði gerst. Þeir fjórir lágu hjálparvana á gólfinu og anda þungt. Ágræðslan af sherry var á borðinu hálf full, en það var hinsegin, stíf lykt um það bil. Ég var grunsamlegur og skoðaði ágræðsluna. Það lyktaði af laudanum

og þegar ég leit á skenkinn fann ég að flaskan sem læknir
móðurinnar notar fyrir hana - ó! Notaði — var tóm. Hvað á ég að
gera? Hvað á ég að gera? Ég er kominn aftur inn í herbergi með
móður. Ég get ekki yfirgefið hana, og ég er ein, nema fyrir
svefnþjóna, sem einhver hefur drukknað. Ein með dauðum! Ég
þori ekki að fara út, því að ég heyri lágt væla úlfsins gegnum
brotna gluggann.

Loftið virðist fullt af blettum, fljóta og hringsnúast í drættinum
frá glugganum og ljósin brenna blá og lítil. Hvað á ég að gera?
Guð verji mig fyrir skaða í nótt! Ég skal fela þetta blað í
brjóstinu á mér þar sem þeir finna það þegar þeir koma til að
leggja mig út. Elsku móðir mín farin! Það er kominn tími að ég
fer líka. Bless, kæri arthur, ef ég ætti ekki að lifa af í nótt. Guð
geymi þig, elskan, og guð hjálpi mér!

Kafla xii

Dr. Dagbók frá frásögn

18. September. — ég keyrði um leið til hillingham og kom
snemma. Með leigubílnum mínum við hliðið fór ég upp í avenue
ein. Ég bankaði varlega og hringdi eins hljóðlega og mögulegt
var, því að ég óttaðist að trufla lucy eða móður hennar og vonaði
að koma aðeins þjón fyrir dyrnar. Eftir smá stund, fann ekkert
svar, bankaði ég og hringdi aftur; samt ekkert svar. Ég bölvaði
leti þjónanna að þeir skyldu leggjast á klukkutíma - því klukkan
var klukkan tíu - og hringdi svo og bankaði aftur, en
óþolinmóðari en samt án svara. Hingað til hafði ég kennt aðeins
um þjóna, en nú fór hræðileg ótta að ráðast á mig. Var þetta auðn
en annar hlekkur í dómarakeðjunni sem virtist teyma sig þétt í
kringum okkur? Var það vissulega hús dauðans sem ég hafði

komið til of seint? Ég vissi að nokkrar mínútur, jafnvel sekúndur af seinkun, gætu þýtt klukkustundir af hættu á lucy, ef hún hefði aftur fengið einn af þessum ógnvekjandi köstum; og ég fór um húsið til að prófa hvort ég gæti fundið fyrir tilviljun færslu hvar sem er.

Ég fann enga leið til inngöngu. Hver gluggi og hurð var fest og læst, og ég sneri aftur niður á veröndina. Þegar ég gerði það, heyrði ég hraðskreiðan fótinn á hraðfleygum hrossum. Þeir stoppuðu við hliðið og nokkrum sekúndum síðar hitti ég van helsing hlaupandi upp í avenue. Þegar hann sá mig, andaðist· hann:

„þá varst það þú og nýkominn. Hvernig hefur hún það? Erum við of sein? Fékkstu ekki símanið mitt? "

Ég svaraði eins hratt og samhangandi og ég gat um að ég hefði aðeins fengið símskeyti hans snemma morguns og hafði ekki tapað mínútu í að koma hingað og að ég gæti ekki látið neinn í húsinu heyra í mér. Hann staldraði við og lyfti hattinum þegar hann sagði hátíðlega: -

„þá óttast ég að við erum of sein. Guðs mun verða gert! "með sinni venjulegu bataferli hélt hann áfram:„ komdu. Ef engin leið er opin til að komast inn verðum við að búa til slíka. Tími er allt í öllu fyrir okkur núna. "

Við fórum um aftan við húsið, þar var eldhúsgluggi. Prófessorinn tók litla skurðsjá úr máli sínu og rétti mér það, benti á járnstöngina sem vörðust um gluggann. Ég réðst á þá í einu og hafði mjög fljótt skorið í gegnum þrjár þeirra. Þá ýttum við með löngum, þunnum hníf aftur á festingar á beljunum og opnuðum gluggann. Ég hjálpaði prófessornum við og fylgdi honum. Það var enginn í eldhúsinu eða í þjónustuklefunum, sem voru nálægt höndunum. Við reyndum öll herbergin þegar við fórum með og í borðstofunni, lítillega upplýst með geislaljósum í gegnum gluggana, fundum fjórar þjónustukonur liggjandi á gólfinu. Það var engin þörf á að hugsa þá látna, því að öndun þeirra og hörð lykt af laudanum í herberginu skildu engan vafa um ástand þeirra. Van helsing og ég leit á hvort annað, og þegar við fluttum á brott sagði hann: „við getum farið með þau seinna." síðan fórum við upp í herbergi lucy. Eitt augnablik eða tvö biðum við á hurðinni til að hlusta, en það var ekkert hljóð sem við gátum heyrt. Með hvítum andlitum og skjálfandi höndum opnuðum við hurðina varlega og fórum inn í herbergið.

Hvernig skal ég lýsa því sem við sáum? Í rúminu lágu tvær konur, lucy og móðir hennar. Sú síðarnefnda lá lengst í, og hún var þakin hvítu blaði, en brúnin hafði verið blásin til baka af drættinum í gegnum brotna gluggann og sýndi teiknaðu, hvítu andlitið, með skelfingu útlit á það. Við hlið hennar lá lucy, með andlit hvítt og enn meira teiknað. Blómin sem höfðu verið um háls hennar fundum við faðm móður hennar og háls hennar var ber og sýndi tvö litlu sárin sem við höfðum tekið eftir áður, en litu hrikalega hvít og flísótt út. Án orða beygði prófessorinn sig yfir rúminu og höfuð hans snerti næstum brjóst lélegs lucy; þá snéri hann skjótt við höfuð sér, eins og á þann sem hlustar, og stökk á fætur, hrópaði hann til mín: -

„það er ekki of seint ennþá! Fljótur! Fljótur! Komdu með brennivínið! "

Ég flaug niður og kom aftur með það og passaði að lykta og smakka það, svo að það væri heldur ekki drukknað eins og ágræðslan af sherry sem ég fann á borðinu. Ambáttirnar voru enn að anda, en meira eirðarlaus, og ég ímyndaði mér að fíkniefnið væri að slitna. Ég gisti ekki til að ganga úr skugga um það, en kom aftur til van helsing. Hann nuddaði brennivínið, eins og við annað tækifæri, á varir hennar og góma og á úlnliðum hennar og lófum hennar. Hann sagði við mig: -

„ég get gert þetta, allt sem er hægt um þessar mundir. Þú ferð að vekja þessar vinnukonur. Flettu þeim í andlitið með blautt handklæði og flettu þeim hart. Láttu þá fá hita og eld og heitt bað. Þessi aumingja sál er næstum eins köld og hjá henni. Hún mun þurfa að vera upphituð áður en við getum gert eitthvað meira. "

Ég fór í einu og fann litla erfiðleika við að vekja þrjár af konunum. Sú fjórða var aðeins ung stúlka og lyfið hafði greinilega haft meiri áhrif á hana, svo ég lyfti henni upp í sófa og lét hana sofa. Hinir voru dasaðir í fyrstu, en þegar minningu kom aftur til þeirra, grétu þau og grátaðu á hysterískan hátt. Ég var hins vegar ströng við þá og vildi ekki láta þá tala. Ég sagði þeim að eitt líf væri nógu slæmt til að tapa og að ef þeir seinkuðu myndu þeir fórna sakna lúsíu. Svo, grátandi og grátandi fóru þeir um leið, hálfklæddir eins og þeir voru og útbjuggu eld og vatn. Sem betur fer lifðu eldar og ketilseldar enn og ekki skorti heitt vatn. Við fengum okkur bað og bárum lucy út eins og hún var og settum hana í það. Meðan við vorum upptekin við að gabba útlimina hennar var bankað á hurðina. Ein vinnukona hljóp af stað, flýtti sér í fleiri föt og opnaði það. Þá kom hún aftur og hvíslaði að okkur að til væri herramaður sem væri kominn með skilaboð frá mr. Holmwood. Ég bað hana einfaldlega segja honum að hann yrði að bíða, því að við gætum séð engan núna. Hún fór burt með skilaboðin, og upptekin af starfi okkar, ég hreinn gleymdi öllu honum.

Ég sá aldrei af allri minni reynslu prófessorinn vinna svona dauðans alvöru. Ég vissi - eins og hann vissi - að þetta var bardaga við dauðann og sagði honum það í hlé. Hann svaraði mér á þann hátt sem ég skildi ekki, en með ströngustu svip sem andlit hans gæti klæðst:

„ef þetta væri allt, þá myndi ég hætta hér þar sem við erum núna og láta hana hverfa í friði, því að ég sé ekkert ljós í lífinu yfir sjóndeildarhringnum." hann hélt áfram með vinnu sína með, ef mögulegt var, endurnýjuð og æði. Þrótti.

Nú fórum við báðir að vera meðvitaðir um að hitinn var farinn að hafa einhver áhrif. Hjarta lucy sló smáatrið meira heyranlegt við stethoscope, og lungu hennar höfðu merkjanlega hreyfingu. Andlit van helsing geislaði næstum því og þegar við lyftum henni úr baðinu og rúlluðum henni í heitt lak til að þurrka hana sagði hann við mig: -

„fyrsti ávinningurinn er okkar! Kíktu til konungs! "

Við fórum með lucy inn í annað herbergi, sem nú hafði verið undirbúið, og lögðum hana í rúmið og neyddum nokkra dropa af brennivíni niður í háls hennar. Ég tók eftir því að van helsing batt mjúka silki vasaklút um háls hennar. Hún var enn meðvitundarlaus og var alveg jafn slæm og við hefðum nokkurn tíma séð hana, ef ekki verri.

Van helsing kallaði á eina konuna og sagði henni að vera hjá henni og ekki taka augun af henni fyrr en við komum aftur og benti mér síðan út úr herberginu.

„við verðum að hafa samráð um hvað eigi að gera," sagði hann þegar við fórum niður stigann. Í salnum opnaði hann borðstofudyrnar og við fórum inn og lokaði dyrunum vandlega fyrir aftan sig. Gluggunum hafði verið opnað, en blindurnar voru þegar komnar niður, með þeirri hlýðni við siðareglur dauðans sem bresk kona lægri flokka fylgist alltaf stíft með. Að -herbergi var því dimly dökk. Það var þó nógu létt fyrir okkar tilgang. Sternness van vaning var dálítið létt af ráðaleysi. Hann pyntaði greinilega hugann við eitthvað, svo ég beið augnablik, og hann talaði: -

„hvað eigum við að gera núna? Hvert eigum við að leita til hjálpar? Við verðum að fá annað blóðgjöf og það fljótlega, eða líf þess arma stúlku verður ekki þess virði að kaupa klukkutíma. Þú ert þegar búinn; ég er líka búinn. Ég óttast að treysta þessum konum, jafnvel þó þær hefðu hugrekki til að leggja fram. Hvað eigum við að gera fyrir einhvern sem mun opna æðarnar fyrir henni? "

„hvað er málið með mig?"

Röddin kom frá sófa yfir herberginu og tónar þess færðu hjarta mínu léttir og gleði, því að þeir voru quincey morris. Van helsing byrjaði reiðilega við fyrsta hljóðið, en andlit hans mýktist og feginn svipur kom í augu hans þegar ég hrópaði: „quincey morris!" og hljóp að honum með útréttum höndum.

„hvað kom með þig hingað?" hrópaði ég þegar hendur okkar hittust.

„ætli listin sé orsökin."

Hann rétti mér símskeyti: -

„hef ekki heyrt frá frágangi í þrjá daga og er mjög kvíðinn. Get ekki farið. Faðir enn í sama ástandi. Sendu mér orð hvernig lucy er. Tefjið ekki. — holmwood. "

„ég held að ég hafi bara komist í tímann. Þú veist að þú þarft aðeins að segja mér hvað ég á að gera. "

Van helsing hljóp fram og tók í höndina og horfði honum beint í augun eins og hann sagði: -

„blóð hugraks manns er það besta á þessari jörð þegar kona er í vandræðum. Þú ert maður og engin mistök. Jæja, djöfullinn vinnur kannski gegn okkur fyrir allt sem hann er þess virði, en guð sendir okkur menn þegar við viljum þá. "

Enn og aftur fórum við í gegnum þennan ógeðslega aðgerð. Ég hef ekki hjartað til að fara í gegnum smáatriðin. Lucy hafði fengið hræðilegt áfall og það sagði henni meira en áður, því þó að nóg af blóði færi í æðar hennar svaraði líkami hennar ekki meðferðinni eins vel og við önnur tækifæri. Barátta hennar aftur inn í lífið var eitthvað ógnvekjandi að sjá og heyra. Verkun bæði hjarta og lungna batnaði hins vegar og van helsing gerði sprautu undir húð eins og áður og með góðum áhrifum. Dauf hennar varð djúpstæð slemmu. Prófessorinn horfði á meðan ég fór niður með quincey morris og sendi einni af meyjunum til að borga einn af stýrimönnunum sem biðu. Ég lét quincey liggja eftir að hafa fengið mér glas af víni og sagði kokkinum að búa sig til góðan morgunmat. Þá kom hugsun yfir mig, og ég fór aftur í herbergið þar sem lucy var núna. Þegar ég kom mjúklega inn fann ég van helsing með blaði eða tvo af pappírsbréfum í hendi sér. Hann hafði greinilega lesið það og var að hugsa það um leið og hann sat með höndina á augabrúninni. Í andliti hans horfði á ljótan ánægju eins og sá sem hefur eflaust leyst. Hann rétti mér blaðið og sagði aðeins: „það datt úr brjóstinu á lucy þegar við bárum hana í baðið."

Þegar ég hafði lesið það stóð ég og horfði á prófessorinn og spurði hann eftir hlé: „í guðs nafni, hvað þýðir það allt? Var hún, eða er hún, vitlaus; eða hvers konar hræðileg hætta er það? "ég var svo ráðvilltur að ég vissi ekki hvað ég ætti að segja meira. Van helsing rétti fram höndina og tók blaðið og sagði: -

"ekki vandræðum með það núna. Gleymdu því um þessar mundir. Þú munt vita og skilja þetta allt á góðum tíma; en það verður seinna. Og hvað er það sem þú komst til mín til að segja? "þetta leiddi mig aftur til staðreyndar og ég var allt sjálfur aftur.

„ég kom til að tala um dánarvottorð. Ef við hegðum okkur ekki rétt og skynsamlega, þá getur verið um fyrirspurn að ræða og það yrði að framleiða pappír. Ég er í vonum um að við þurfum ekki að spyrjast fyrir, því ef við hefðum það myndi örugglega drepa lélega lucy, ef ekkert annað gerði. Ég veit, og þú veist, og hinn læknirinn sem sótti hana veit, að frú. Westenra var með hjartasjúkdóm og við getum staðfest að hún hafi dáið af honum. Við skulum fylla út skírteinið í einu, og ég skal fara með það sjálfur til skrásetjara og fara áfram til fyrirtækisins. "

„gott, ó vinur minn john! Vel hugsað um! Sakna sannarlega lucy, ef hún er dapur í fjandanum sem fylgir henni, er allavega hamingjusöm í vinunum sem elska hana. Einn, tveir, þrír, allir opna æðarnar fyrir henni, fyrir utan einn gamlan mann. Ah já, ég veit, vinur john; ég er ekki blindur! Ég elska þig öllu meira fyrir það! Farðu nú. "

Í salnum hitti ég quincey morris, með símskeyti fyrir arthur sagði honum að frú. Westenra var dáin; að lucy hafði líka verið veik, en gekk nú betur; og ég og van van helsing voru með henni. Ég sagði honum hvert ég væri að fara, og hann flýtti mér út, en eins og ég ætlaði sagði:

„þegar þú kemur aftur, jack, má ég eiga tvö orð með ykkur öllum?" ég kinkaði kolli og svaraði og fór út. Ég fann enga erfiðleika við skráninguna og skipulagði við fyrirtækjamanninn um að koma upp á kvöldin til að mæla fyrir kistuna og gera ráðstafanir.

Þegar ég kom aftur beið quincey eftir mér. Ég sagði honum að ég myndi sjá hann um leið og ég vissi um lucy og fór upp í herbergið hennar. Hún svaf enn og prófessorinn virtist ekki hafa færst frá sæti sínu við hlið hennar. Frá því að setja fingurinn á varirnar safnaði ég því saman að hann bjóst við að hún myndi vakna löngu áður og væri hræddur við að koma í veg fyrir náttúruna. Svo að ég fór niður til quincey og fór með hann inn í morgunverðarsalinn, þar sem blindurnar voru ekki dregnar niður, og sem var aðeins glaðari, eða öllu heldur hressari en hin herbergin. Þegar við vorum einir sagði hann við mig: -

„tjakkur saumaður, ég vil ekki skella mér á einhvers staðar þar sem ég hef engan rétt til að vera; en þetta er ekkert venjulegt mál. Þú veist að ég elskaði þá stúlku og vildi giftast henni; en þó að það sé allt liðinn og horfinn, get ég ekki annað en verið kvíðinn fyrir henni. Hvað er það sem er athugavert við hana? Hollendingurinn - og góður gamall náungi er hann; ég sé það - sagði, í það skiptið sem þið komuð inn í herbergið, að þið verðið að fá annað blóðgjöf og að bæði þið og hann væruð á þrotum. Nú veit ég vel að læknar þínir tala í myndavél og að maður má ekki búast við því að vita hvað þeir hafa samráð við í einrúmi. En þetta er ekkert algengt mál, og hvað sem það er þá hef ég gert mitt. Er það ekki svo? "

„það er svo," sagði ég og hélt áfram: -

„ég tek það fram að bæði þú og van helsing hafðir gert það sem ég gerði í dag. Er það ekki svo? "

„það er svo."

"og ég giska á að listin hafi verið í því líka. Þegar ég sá hann fyrir fjórum dögum niður á eigin stað leit hann hinsegin út. Ég hef ekki séð neitt dregið svona hratt niður þar sem ég var á pampasnum og var með meri sem ég var hrifinn af að fara í gras allt á nóttunni. Ein af stóru geggjunum sem þeir kalla vampírur hafði fengið hjá henni um nóttina, og hvað með gilið hans og æðin var opinn, það var ekki nóg blóð í henni til að láta hana standa upp, og ég varð að setja kúlu í gegn hana þegar hún lá. Jack, ef þú gætir sagt mér það án þess að svíkja sjálfstraust, þá var arthur sá fyrsti, er það ekki svo? "þegar hann talaði þá virtist aumingja náunginn hræðilegur. Hann var í pyndingum af spennu varðandi konuna sem hann elskaði og alger fáfræði hans um hina hræðilegu leyndardóm sem virtist umkringja hana efldi sársauka hans. Hjarta hans blæddi og það tók alla karlmennsku hjá honum - og það var konunglegur hluti þess líka - til að koma í veg fyrir að hann brotnaði niður. Ég staldraði við áður en ég svaraði, því að mér fannst ég mega ekki svíkja neitt sem prófessorinn vildi leynt halda; en þegar vissi hann svo mikið, og giskaði svo mikið, að það gæti engin ástæða verið til að svara ekki, svo ég svaraði í sömu setningu: „það er svo."

„og hversu lengi hefur þetta verið í gangi?"

„um það bil tíu dagar."

„tíu dagar! Þá giska ég, jack syðra, að þessi aumingja fallega skepna sem við öll elskum hefur haft í æðum hennar innan þess tíma blóð fjögurra sterkra manna. Maður á lífi, allur líkami hennar myndi ekki halda því. "þegar hann kom nálægt mér talaði hann í grimmri hálfvísu:„ hvað tók það út? "

Ég hristi höfuðið. „það," sagði ég, „er kjarninn. Van helsing er einfaldlega geðveikur yfir því og ég er á endanum hjá mér. Ég get ekki einu sinni hætta á ágiskun. Það hefur verið röð lítilla aðstæðna sem hafa hent öllum útreikningum okkar á að horfa sé almennilega á lucy . En þetta skal ekki eiga sér stað aftur. Hérna dveljum við þangað til allir hafa verið góðir - eða veikir. "quincey rétti fram höndina. „tel mig inn," sagði hann. „þú og hollenski maðurinn segir mér hvað ég á að gera, og ég geri það."

Þegar hún vaknaði seinnipartinn, var fyrsta hreyfing lucy að finna fyrir brjóstinu, og kom mér á óvart, pappírinn sem van helsing hafði gefið mér að lesa. Gaumgæfði prófessorinn hafði komið í staðinn þar sem hún kom frá, svo að hún ætti ekki að vera vakandi þegar hún vaknar. Augað hennar logaði svo á van helsing og á mig líka og gladdist. Þá horfði hún í kringum herbergið og sá hvar hún var, skjálfandi; hún hrópaði hátt og setti fátæku, þunna hendurnar fyrir fölu andlitinu. Við skildum báðir hvað það þýddi - að hún hafði gert sér fulla grein fyrir dauða móður sinnar; svo við reyndum hvað við gátum til að hugga hana. Eflaust létti samúð hennar nokkuð, en hún var mjög lítil í huga og andi og grét þegjandi og veikt í langan tíma. Við sögðum henni að annað hvort okkar eða beggja okkar yrðum áfram hjá henni allan tímann og það virtist hugga hana. Í átt að rökkri féll hún í blund. Hér átti sér stað mjög skrýtið. Meðan hún var enn sofandi tók hún pappírinn úr brjóstinu og reif það í tvennt. Van helsing steig fram og tók verkin frá sér. Samt sem áður, hélt hún áfram með það að rifna, eins og efnið væri enn í höndum hennar; loks lyfti hún höndunum og opnaði þau eins og hún dreifði brotunum. Van helsing virtist undrandi, og augabrúnir hans safnaðust eins og hugsað var, en hann sagði ekkert.

19. September. - alla gærkvöldin svaf hún vel, var alltaf hrædd við að sofa og eitthvað veikara þegar hún vaknaði af því. Prófessorinn og ég tók það í beygjum til að horfa og við skildum aldrei eftir henni í smá stund án eftirlits. Quincey morris sagði ekkert um fyrirætlun sína, en ég vissi að alla nóttina vaktaði hann um og um húsið.

Þegar dagurinn rann upp sýndi leitarljósið óeirðirnar í styrkleika lélegrar lucíu. Hún gat varla beygt höfuðið og litla næringin sem hún gat tekið virtist ekki gera henni neitt. Stundum svaf hún og bæði van helsing og ég tókum eftir muninum á henni, milli svefns og vöku. Meðan hún var sofandi leit hún sterkari út, þó að hún væri agalegri, og öndun hennar var mýkri; opinn munnur hennar sýndi föl tannholdið dregið aftur úr tönnunum sem litu þannig jákvætt út lengur og skarpari en venjulega; þegar hún vakti mýkt augganna breytti augljóslega tjáningunni, því að hún leit sjálf út, þó að hún væri deyjandi. Síðdegis bað hún um arthur og við telegrafuðum eftir honum. Quincey hélt af stað til móts við hann á stöðinni.

Þegar hann kom var klukkan nær klukkan sex og sólin var komin á fullt og hlýtt og rauða ljósið streymdi inn um gluggann og gaf meiri lit á fölu kinnarnar. Þegar hann sá hana var arthur einfaldlega að kæfa tilfinningar og enginn okkar gat talað. Á klukkustundum sem liðin voru, svefnfærin eða dauðsföllin sem liðu fyrir það höfðu aukist oftar, svo að hlé var gert á hléum þegar samtal var mögulegt. Nærvera arthur virtist þó virka sem örvandi; hún rambaði aðeins saman og talaði við hann bjartari en hún hafði gert síðan við komum. Hann dró sig líka saman og talaði eins hressilega og hann gat, svo að það besta væri gert úr öllu.

Klukkan var klukkan klukkan eitt og hann og van helsing sitja hjá henni. Ég á að létta þeim eftir stundarfjórðung, og ég er að slá þetta inn í hljóðritun lucy. Til klukkan sex eiga þeir að reyna að hvíla sig. Ég óttast að á morgun ljúki horfi okkar, því áfallið hefur verið of mikið; fátæka barnið getur ekki fylkað sér. Guð hjálpi okkur öllum.

Bréf, mina harker til lucy westenra.

(óopnað af henni.)

„17. September.

„elskulegasta lucy mín, -

„það virðist vera aldur síðan ég heyrði frá þér, eða reyndar síðan ég skrifaði. Þú munt fyrirgefa mér, ég veit, fyrir alla galla mína þegar þú hefur lesið allar fréttir mínar. Jæja, ég fékk eiginmann minn aftur í lagi; þegar við komum til exeter var bíll sem beið okkar og í honum, þó að hann hafi fengið árás á þvagsýrugigt, var mr. Hawkins. Hann fór með okkur í hús sitt, þar voru herbergi fyrir okkur öll falleg og þægileg, og við borðuðum saman. Eftir matinn hr. Hawkins sagði: -

„ótti minn, ég vil drekka heilsu þína og velmegun; og megi allar blessanir mæta ykkur báðum. Ég þekki ykkur bæði frá börnum og hef með ást og stolti séð ykkur vaxa úr grasi. Nú vil ég að þú búir til þín hérna hjá mér. Ég hef hvorki skilið eftir mig kjúkling né barn; allir eru horfnir og í mínum viljum hef ég yfirgefið þig allt. ' Ég hrópaði, lucy elskan, eins og jónatan og gamli maðurinn festu hendur. Kvöldið okkar var mjög, mjög gleðilegt.

„svo hér erum við, sett upp í þessu fallega gamla húsi, og bæði úr svefnherberginu mínu og í teiknimiðstöðinni get ég séð stóru ölmusu dómkirkjunnar nálægt, með stóru svörtu stilkunum sínum sem standa út við gamla gula stein dómkirkjunnar og ég heyri torfurnar kjálka og kjálka og þvæla og slúðra í allan dag, eftir táknunum - og mönnum. Ég er upptekinn, ég þarf ekki að segja þér það, raða hlutum og heimilishaldinu. Jonathan og mr. Hawkins eru uppteknir allan daginn; því nú þegar jonathan er félagi, hr. Hawkins vill segja honum allt um skjólstæðingana.

„hvernig líður móðir þín? Ég vildi óska þess að ég gæti hlaupið í bæinn í einn dag eða tvo til að sjá þig, elskan, en ég þori ekki að fara enn, með svo mikið á herðum mér; og jonathan vill líta eftir. Hann er farinn að setja eitthvað hold á beinin aftur, en hann veiktist hrikalega af löngum veikindum; jafnvel núna byrjar hann stundum úr svefni og vekur allt skjálfandi þar til ég get glatt hann aftur til venjulegs kyrrðar. Þó, guðs þakkir, þessi tækifæri aukast sjaldnar þegar líður á dagana og þau munu með tímanum líða undir lok, ég treysti. Og nú hef ég sagt þér fréttir mínar, leyfðu mér að spyrja þinna. Hvenær áttu að giftast, og hvar, og hver á að standa fyrir athöfninni, og hvað áttu að vera í, og á það að vera almennings eða einkabrúðkaup? Segðu mér allt frá því, elskan; segðu mér allt um allt, því að það er ekkert sem vekur áhuga þinn sem verður mér ekki kær. Jonathan biður mig um að senda „virðingarskyldu", en ég held að þetta sé ekki nógu gott frá yngri félaga mikilvægu fyrirtækisins hawkins & harker; og svo, eins og þú elskar mig, og hann elskar mig, og ég elska þig með öllum stemningum og tíðum sagnorðsins, sendi ég þér einfaldlega 'ást' hans í staðinn. Bless, elsku lucy mín, og allar blessanir á þig.

„þitt,

"mina harker."

Skýrsla frá patrick hennessey, md, mrcslkqcpi, o.s.frv., til john seward, md

„20. September.

„minn kæri herra, -

„í samræmi við óskir þínar fylgi ég skýrslu um skilyrðin fyrir öllu því sem er eftir á mér .... Varðandi sjúkling, renfield, það er meira að segja. Hann hefur fengið annað braust, sem gæti hafa haft hrikalegan endi, en eins og það var sem betur fer gerðist var eftirlitslaust með neinum óánægðum árangri. Síðdegis í dag vagn flutningsmanna með tveimur mönnum hringdi í tóma húsið sem liggur að okkar húsi - húsið sem, munið þið muna, sjúklingurinn hljóp tvisvar á brott. Mennirnir stoppuðu við hlið okkar til að spyrja porterinn um leið og þeir voru ókunnugir. Ég var sjálfur að horfa út um námsgluggann, reykja eftir matinn og sá einn þeirra koma upp í hús. Þegar hann fór framhjá glugganum í herberginu í renfield, byrjaði sjúklingurinn að meta hann innan frá og kallaði hann öll óheiðarleg nöfn sem hann gat lagt tunguna að. Maðurinn, sem virtist ágætis náungi, lét sér nægja með því að segja honum að „þegja fyrir grimmri betlara", þar sem maðurinn okkar sakaði hann um að ræna hann og vilja myrða hann og sagði að hann myndi hindra hann ef hann væri að sveifla fyrir því. Ég opnaði gluggann og skrifaði undir manninn til að taka ekki eftir því, svo að hann lét sér nægja eftir að hafa litið á staðinn og gert upp hug sinn um hvers konar stað hann hafði

fengið með því að segja: 'lor' blessi yer, herra, ég væri alveg
sama um það sem var sagt við mig í blómahúsi. Mér þykir
samúð að þér og áhugamaður um að hafa „búið í húsinu með
svona villidýri." þá spurði hann leið sína nógu borgaralega og ég
sagði honum hvar hlið tóma hússins væri; hann fór í burtu, eftir
hótanir og bölvanir og svívirðingar frá okkar manni. Ég fór niður
til að athuga hvort ég gæti fundið út hvaða orsök hann reiddi, þar
sem hann er venjulega svo vel hagaður maður, og nema
ofbeldisfullar passanir hans hafði aldrei neitt af því tagi gerst.
Mér fannst hann, til undrunar, nokkuð samsettur og mest snilld
að hætti hans. Ég reyndi að fá hann til að tala um atvikið, en
hann spurði mig blíðlega spurninga um hvað ég átti við og leiddi
mig til að trúa því að hann væri algjörlega óvitandi um málið.
Það var, því miður, að segja aðeins annað dæmi um sviksemi
hans, því að innan hálftíma frétti ég af honum aftur. Að þessu
sinni hafði hann brotist út um gluggann á herberginu sínu og var
að renna niður í avenue. Ég kallaði á fundarmennina til að fylgja
mér og hljóp á eftir honum, því að ég óttaðist að hann væri
viljandi af einhverju illsku. Ótti minn var réttlætanlegur þegar ég
sá sömu vagninn sem var liðinn áður en ég kom niður á veginn
og hafði á honum nokkra frábæra trékassa. Mennirnir þurrkuðu
enni sína og skoluðu í andlitið, eins og með ofbeldi. Áður en ég
gat komið til hans, hljóp sjúklingurinn að þeim og dró einn þeirra
úr vagninum og byrjaði að berja höfuð hans á jörðina. Ef ég
hefði ekki gripið hann bara á því augnabliki tel ég að hann hefði
drepið manninn þar og þá. Hinn náunginn stökk niður og sló
hann yfir höfuð með rassinn á enda þungu svipunnar. Það var
hræðilegt áfall; en honum virtist ekki hafa hugann við það,
heldur greip hann líka og glímdi við okkur þrjú, drógu okkur til
og frá eins og við værum kettlingar. Þú veist að ég er ekki með
léttvigt, og hinir voru báðir grófir menn. Í fyrstu var hann hljóður
í baráttu sinni; en þegar við fórum að ná tökum á honum og
fundarmennirnir lögðu á sig stráþéttan kápu byrjaði hann að
hrópa: „ég svekki þá! Þeir munu ekki ræna mig! Þeir mega ekki
myrða mig um tommur! Ég mun berjast fyrir herra mínum og
skipstjóra! ' Og alls kyns svipuð samhengislaus hráefni. Það var

með mjög töluverðum erfiðleikum að þeir fengu hann aftur í húsið og settu hann í bólstraða herbergið. Annar fundarmanna, harðger, var með fingurinn brotinn. Samt sem áður setti ég það allt í lagi; og honum gengur vel.

„flutningsmennirnir tveir voru í upphafi háværir í hótunum sínum um skaðabætur og lofuðu að rigna öllum refsingum löganna á okkur. Ógnum þeirra var samt blandað saman við einhvers konar óbeina afsökunarbeiðni fyrir ósigur þeirra tveggja af veikburða vitlausum manni. Þeir sögðu að ef það hefði ekki verið fyrir þann hátt sem styrk þeirra hefði verið varið í að bera og ala þungu kassana upp í vagninn hefðu þeir gert stutt verk úr honum. Þeir gáfu sem aðra ástæðu fyrir ósigri sínu óvenjulegu ástandi dróttst, sem þeim hafði verið fækkað vegna rykugs eðlis hernáms síns og ámælisverða fjarlægð frá vettvangi erfiða vinnu sinnar á öllum skemmtistöðum. Ég skildi alveg svíf þeirra, og eftir stíft glas af grog, eða öllu heldur af því sama, og með hvor fullvalda í hendi, litu þeir á árásina og sóru að þeir myndu lenda í verri brjálaður hverjum degi til ánægju að hitta svona „blómstra" góðan blæ "sem samsvarandi þinn. Ég tók nöfn þeirra og heimilisföng, ef það gæti verið þörf. Þau eru sem hér segir: - jack smollet, af leigu á dudding, vegi konungs george, mikill walworth og thomas snelling, peter peter róður, leiðarahöll, bethnal green. Þeir eru báðir í vinnu hjá harris & sonum, flutnings- og flutningafyrirtæki, appelsínugulur herragarður, soho.

„ég skal tilkynna þér hvert það mál sem vekur áhuga hér og skal tengja þig í einu ef það er eitthvað sem skiptir máli.

„trúðu mér, kæri herra,

„þinn innilega,

„patrick hennessey."

Bréf, mina harker til lucy westenra.

(óopnað af henni.)

„18. September.

„elskulegasta lucy mín, -

„svo sorglegt áfall hefur fallið okkur. Herra. Hawkins hefur dáið mjög skyndilega. Sumum þykir það ekki svo sorglegt fyrir okkur, en við höfðum bæði orðið svo ástfangin af honum að það virðist í raun og veru eins og við misstum föður. Ég þekkti hvorki föður né móður, svo að andlát elsku gamla mannsins er mér raunverulegt áfall. Jonathan er mjög vanlíðan. Það er ekki aðeins að hann finnur fyrir sorg, djúpri sorg vegna elsku, góða mannsins sem hefur vingast við hann alla sína ævi og hefur nú í lokin komið fram við hann eins og sinn eigin son og skilið hann eftir auðæfi sem fólki okkar hógværa færir upp er auður umfram drauminn um grimmdina, en jonathan finnur það á öðrum reikningi. Hann segir að ábyrgðin sem það leggi á hann geri hann kvíðinn. Hann byrjar að efast um sjálfan sig. Ég reyni að hressa hann upp og trú mín á hann hjálpar honum að hafa trú á sjálfum sér. En það er hér sem það alvarlega áfall sem hann upplifði segir honum mest. Ó, það er of erfitt að sætur, einfaldur, göfugur, sterkur eðli eins og hans - eðli sem gerði honum kleift með hjálp okkar, góða vinkonu að rísa úr klerki til skipstjóra á nokkrum árum - skyldi slasast svo að mjög kjarninn í styrk þess er horfinn. Fyrirgefðu mér, elskan, ef ég ber þér áhyggjur mínar í miðri eigin hamingju þinni; en, lucy elskan, ég verð að segja einhverjum frá því að álagið að halda uppi hraustu og glaðlegu útliti til að jonathan reynir mig, og ég hef engan hér sem ég get treyst. Ég óttast að koma upp til london, eins og við verðum að gera dagurinn eftir morgundaginn; fyrir aumingja mr. Hawkins lét eftir í vilja sínum að hann yrði jarðaður í gröfinni ásamt föður sínum. Þar sem engin tengsl eru yfirhöfuð verður jonathan að vera yfirsjári. Ég skal reyna að hlaupa til að sjá þig, elsku, ef aðeins í nokkrar mínútur. Fyrirgefðu mér fyrir að angra þig. Með öllum blessunum,

„elskandi þinn

"mina harker."

Dr. Dagbók frá frásögn.

20. September. - aðeins einbeitni og venja getur látið mig koma inn á nótt. Ég er of ömurlegur, of lágstemmdur, of veikur í heiminum og allt í honum, þar með talið lífinu sjálfu, til þess að mér væri alveg sama ef ég heyrði þessa stund flöggun vængjanna engils dauðans. Og hann hefur flappað þessum svakalegu vængjum í einhverjum tilgangi seint - móðir lucy og faðir arthur, og nú .... Láttu mig halda áfram með vinnuna mína.

Ég létti van helsing tilhlýðilega á vakt sinni vegna lucy. Við vildum að arthur færi einnig til hvíldar, en hann neitaði í fyrstu. Það var fyrst þegar ég sagði honum að við ættum að vilja að hann hjálpaði okkur á daginn og að við verðum ekki öll að brjóta niður vegna hvíldar, svo að lucy ætti ekki að líða, að hann samþykkti að fara. Van helsing var honum mjög góður. „komdu, barnið mitt," sagði hann; "komdu með mér. Þú ert veikur og veikburða og hefur haft mikla sorg og mikla andlega sársauka, svo og þann skatt á styrk þinn sem við vitum um. Þú mátt ekki vera einn; að vera einn er að vera fullur af ótta og viðvörun. Komdu í teiknisklefann, þar sem mikill eldur er, og það eru tveir sófar. Þú munt liggja á einum og ég á hinum og samúð okkar mun vera huggun hvert við annað, jafnvel þó að við tölum ekki, og jafnvel þó að við sofum. "arthur fór af stað með hann og varpaði aftur þrá í andlit lucy , sem lá í koddanum hennar, næstum hvítari en grasið. Hún lá alveg kyrr og ég leit um herbergið og sá að allt var eins og það ætti að vera. Ég sá að prófessorinn hafði framkvæmt í þessu herbergi, eins og í hinu, tilgangi sínum að nota hvítlaukinn; allur gluggaglímurinn reeked með það, og kringlótt háls á lucy, yfir silki vasaklútinn sem van helsing lét hana halda áfram, var gróft flísar af sömu lyktandi blómum. Lucy andaði nokkuð stertorously, og andlit hennar var á versta tíma, því að opinn munnur sýndi föl tannhold. Tennurnar í dimmu, óvissu ljósinu virtust lengri og skarpari en þær höfðu verið á morgnana. Einkum og sér í lagi, með einhverju bragði á ljósinu, voru hundar tennurnar lengri og skarpari en aðrar. Ég settist við hana og nú flutti hún órólega. Á sama augnabliki kom eins konar daufur blakt eða loftandi við gluggann. Ég fór mjúklega að því og kíkti út fyrir horn blindra. Það var fullt tunglskin og ég gat séð að hávaðinn var búinn til af mikilli kylfu sem hjólaði um - vafalaust laðað að ljósinu, þó svo dimmur - og annað slagið sló glugginn með vængjunum. Þegar ég kom aftur til sætis míns fann ég að lucy hafði hreyfst lítillega og hafði rifið hvítlauksblómin úr hálsi hennar. Ég skipti þeim eins vel og ég gat og sat og horfði á hana.

Núna vaknaði hún og ég gaf henni mat eins og van helsing hafði mælt fyrir um. Hún tók aðeins, og það let. Það virtist ekki vera með henni núna ómeðvitaða lífsbaráttan og styrk sem hingað til hafði einkennt veikindi hennar. Það sló mig eins og forvitni á því að þegar hún varð meðvituð pressaði hún hvítlauksblómin nálægt henni. Það var vissulega skrýtið að þegar hún lenti í því dauða ástandi, með sterka öndun, setti hún blómin frá sér; en að þegar hún vaknaði greip hún þá nálægt. Það var enginn möguleiki á að gera nein mistök varðandi þetta, því að á þeim löngum stundum sem fylgdi í kjölfarið hafði hún marga galdra af svefn og vöku og endurtók báðar aðgerðir margoft.

Klukkan sex kom van helsing til að létta mig. Arthur hafði þá dottið niður og lét hann miskunnsamlega sofa á. Þegar hann sá andlit lucy gat ég heyrt sissing innra með sér andardráttinn og

hann sagði við mig í hvössum hvísli: „dregið upp blindan; ég vil
hafa ljós! "síðan beygði hann sig niður og skoðaði hana náið
með andlitinu á lúsíum. Hann fjarlægði blómin og lyfti silki
vasaklútnum úr hálsi hennar. Þegar hann gerði það byrjaði hann
aftur og ég heyrði sáðlát hans, „mein gott!" þar sem það var
kvatt í hálsi hans. Ég beygði mig og horfði líka, og þegar ég tók
eftir einhverjum hinsegin slappaðist yfir mig.

Sárin í hálsinum voru alveg horfin.

Í heilar fimm mínútur stóð van helsing og horfði á hana, með
andlitið á sínu strangasta. Þá sneri hann sér að mér og sagði
rólega: -

„hún er að deyja. Það verður ekki langt núna. Það munar miklu,
merkið við mig hvort hún deyr meðvituð eða í svefni. Vekja
þann aumingja dreng, og láta hann koma og sjá þann síðasta;
hann treystir okkur og við höfum lofað honum. "

Ég fór í borðstofuna og vakti hann. Hann var dasaður í smá
stund, en þegar hann sá sólarljós streyma inn um brúnir
gluggahleranna hélt hann að hann væri seinn og lýsti ótta sínum.
Ég fullvissaði hann um að lucy væri enn sofandi, en sagði honum
eins varlega og ég gat að bæði van helsing og ég óttaðist að
endirinn væri nálægt. Hann huldi andlit sitt með höndunum og
renndi niður á hnén við sófann, þar sem hann var, kannski
mínútu, með höfuðið grafið og baðst fyrir á meðan axlirnar
hristust af sorg. Ég tók hann í höndina og vakti hann upp.
„komdu," sagði ég, „elsku gamli náungi minn, kallaið alla
styrkleika ykkar: það verður best og auðveldast fyrir hana."

Þegar við komum inn í herbergi lucy gat ég séð að van helsing
hafði með venjulegri hugsun sinni verið að koma málum í lag og
láta allt líta út eins ánægjulegt og mögulegt var. Hann hafði
jafnvel burstað hárið á lucy þannig að það lá á koddanum í

venjulegum sólríkum gára sínum. Þegar við komum inn í herbergið opnaði hún augun og sá hann, hvíslaði mjúklega: -

"arthur! Ó, ástin mín, ég er svo fegin að þú ert kominn! "hann hneigðist til að kyssa hana þegar van helsing bauð honum aftur. „nei," hvíslaði hann, „ekki ennþá! Haltu í hönd hennar; það mun hughreysta hana meira. "

Svo tók arthur í höndina á henni og kraup við hliðina á henni og hún leit best út með allar mjúku línurnar sem passa við engla fegurð auganna. Síðan lokuðust smám saman augun og hún sökk í svefn. Fyrir svolítið brjóstast brjóst hennar mjúklega og andardráttur hennar kom og fór eins og þreytt barns.

Og þá kom ósýnilega fram undarleg breyting sem ég hafði tekið eftir í nótt. Öndun hennar óx stertorous, munnurinn opnaði og föl tannhold, dregin aftur, gerði tennurnar líta lengri og skarpari en nokkru sinni fyrr. Á eins konar svefnvöku, óljósum, meðvitundarlausum hætti opnaði hún augun, sem voru nú dauf og hörð í senn, og sagði í mjúkri, djörfri rödd, eins og ég hafði aldrei heyrt frá vörum hennar: -

"arthur! Ó elskan mín, ég er svo fegin að þú ert kominn! Kysstu mig! "arthur beygði sig ákaft til að kyssa hana; en á því augnabliki van helsing, sem, eins og ég, hafði beðið rödd hennar, sveiflaðist á hann og náði honum um hálsinn með báðum höndum, dró hann til baka með heift af styrk sem ég hélt aldrei að hann hefði getað haft, og henti honum í raun næstum yfir herbergið.

„ekki fyrir líf þitt!" sagði hann; „ekki fyrir þína lifandi sál og hennar!" og hann stóð á milli þeirra eins og ljón í skefjum.

Arthur var svo hissa að hann vissi ekki eitt augnablik hvað hann ætti að gera eða segja; og áður en nokkur ofbeldi hvatti til að grípa hann áttaði hann sig á staðnum og tilefninu og stóð hljóður og beið.

Ég hélt augum mínum á lucy, eins og van helsing, og við sáum krampa eins og reiði flit eins og skuggi yfir andlit hennar; beittu tennurnar hampuðu saman. Þá lokuðust augun, og hún andaði þungt.

Mjög stuttu eftir að hún opnaði augun í allri mýkt þeirra og rétti út greyið, fölu, þunna höndina, tók van helsing hinn mikla brúna; teiknaði það henni og kyssti hana. „sanni vinur minn,“ sagði hún með daufri rödd, en með ósértækanlegum pathos, „sannur vinur minn og hans! Ó, verndaðu hann og gefðu mér frið! “

„ég sver það!“ sagði hann hátíðlega, hné á hliðina á henni og hélt upp hönd sinni, eins og sá sem skrái eið. Þá sneri hann sér að arthur og sagði við hann: „komdu, barnið mitt, taktu hönd hennar í þína og kysstu hana á ennið og aðeins einu sinni.“

Augu þeirra hittust í stað varanna; og svo skildu þau.

Lucy augun lokuð; og van helsing, sem fylgst hafði náið með, tók í hendur arthur og dró hann frá sér.

Og þá öndun lucy varð stertorous aftur, og í einu hætti það.

„það er allt,“ sagði van helsing. „hún er dáin!“

Ég tók arthur í handlegginn og leiddi hann á brott í teiknisklefanum, þar sem hann settist niður, og huldi andlitið með höndunum, grátandi á þann hátt sem næstum braut mig niður til að sjá.

Ég fór aftur inn í herbergið og fann van helsing horfa á lélega lucy og andlit hans var sterkara en nokkru sinni fyrr. Einhver breyting var á líkama hennar. Dauðinn hafði skilað hluta af fegurð hennar, því að augabrún hennar og kinnar höfðu endurheimt nokkrar flæðandi línur þeirra; jafnvel varirnar höfðu misst banvænan fölleika. Það var eins og blóðið, sem ekki var lengur þörf fyrir hjartaverk, hefði farið til að gera hörku dauðans eins lítið dónaleg og gæti verið.

„okkur fannst hún deyja meðan hún svaf,

Og sofandi þegar hún dó. "

Ég stóð við hlið van helsing og sagði: -

„ah, aumingja stelpa, loksins er friður fyrir henni. Það er endirinn! "

Hann snéri sér að mér og sagði af mikilli hátíðleika: -

"ekki svo; því miður! Ekki svo. Það er aðeins byrjunin! "

Þegar ég spurði hann hvað hann átti við hristi hann aðeins höfuðið og svaraði: -

„við getum ekkert gert enn sem komið er. Bíða og sjá."

Kafla xiii

Dr. Dagbók frá sjóni - hélt áfram.

Útförin var skipulögð næsta dag eftir, svo að lucy og móðir hennar gætu verið grafin saman. Ég sinnti öllum hrikalegum formsatriðum og framtaksmaðurinn í urbane sannaði að starfsfólk hans var hrjáð - eða blessað - með eitthvað af eigin óheiðarlegum dáleiðslu. Jafnvel konan sem sinnti síðustu embættum fyrir látna sagði mér á trúnaðarmál, bróður-fagmannlegan hátt, þegar hún var komin út úr dánarhólfinu: -

„hún býr til mjög fallegt lík, herra. Það eru alveg forréttindi að mæta á hana. Það er ekki of mikið að segja að hún muni veita okkur stofnun! "

Ég tók eftir því að van helsing hélt aldrei langt í burtu. Þetta var mögulegt vegna óraskaðs ástands á heimilinu. Það voru engir ættingjar við höndina; og þar sem arthur þurfti að vera kominn daginn eftir til að mæta í útför föður síns, gátum við ekki tilkynnt neinum sem hefði átt að bjóða. Undir kringumstæðum, van helsing og ég tók það á okkur að skoða blöð o.s.frv., að hann krafðist þess að líta yfir blöð lucy sjálfur. Ég spurði hann hvers vegna, því að ég óttaðist að hann, sem væri útlendingur, gæti ekki verið alveg meðvitaður um lagakröfur ensku og því gæti í fáfræði gert óþarfa vandræði. Hann svaraði mér:

"ég veit; ég veit. Þú gleymir því að ég er lögfræðingur jafnt sem læknir. En þetta er ekki að öllu leyti fyrir lögin. Þú vissir það, þegar þú forðaðist coroner. Ég hef meira en hann að forðast. Það geta verið fleiri blöð - eins og þetta. "

Þegar hann talaði tók hann úr vasabókinni minnisblaðið sem hafði verið í brjósti lucy og sem hún hafði rifið í svefni.

„þegar þú finnur eitthvað af lögfræðingnum sem er fyrir seint mr. Westenra, innsigla öll blöðin hennar og skrifaðu honum í nótt. Fyrir mig, ég fylgist með hér í herberginu og í gamla herbergi sakna lucy alla nóttina, og sjálfur leita ég að því sem kann að vera. Það er ekki vel að hugsanir hennar fari í hendur ókunnugra. "

Ég hélt áfram með minn hluta verksins og á annarri hálftíma hafði ég fundið nafn og heimilisfang mr. Westenra lögmaður og hafði skrifað honum. Öll pappírar aumingja voru í röð; voru gefnar skýrar leiðbeiningar varðandi greftrunarstað. Ég hafði varla innsiglað bréfið, þegar ég kom mér á óvart, gekk van helsing inn í herbergið og sagði: -

„get ég hjálpað þér, vinur john? Ég er frjáls og ef ég má, þá er þjónusta mín þér. "

„hefurðu það sem þú leitaðir að?" spurði ég og svaraði: -

„ég leitaði ekki eftir neinum sérstökum hlut. Ég vonaði aðeins að finna og finna að ég hafi allt sem var - aðeins nokkur bréf og nokkur minnisblað og ný dagbók hafin. En ég er með þær hér, og við munum nú segja ekkert um þá. Ég skal sjá þennan fátæka sveinn á morgun kvöld og með refsiaðgerðum sínum skal ég nota eitthvað. "

Þegar við höfðum lokið verkinu í höndunum sagði hann við mig: -

„og nú, vinur john, ég held að við leggjum upp í rúm. Við viljum sofa, bæði þú og ég, og hvíla okkur til að jafna sig. Á morgun verðum við mikið að gera, en í nótt er okkur engin þörf. Því miður! "

Áður en við kveiktum fórum við að skoða lélega lucy. Athafnamaðurinn hafði vissulega unnið verk sín vel, því að herberginu var breytt í litla kapellugarð. Þar var eyðimörk fallegra hvítra blóma og dauðinn var gerður eins lítið fráhrindandi og gæti verið. Endi slitablaðsins var lagður yfir andlitið; þegar prófessorinn beygði sig og snéri því varlega til baka fórum við báðir að fegurðinni á undan okkur, háu vaxkertin sýndu nægjanlegt ljós til að geta tekið það vel. Yndisleiki allrar lucy var kominn aftur til hennar í dauðanum og tímarnir sem liðnir voru í stað þess að skilja eftir leifar af „hnignandi fingrum rotnunarinnar" höfðu en endurheimt fegurð lífsins, þar til jákvætt gat ég ekki trúað mínum augum að ég væri að skoða lík.

Prófessorinn leit harðlega grafalvarlegur. Hann hafði ekki elskað hana eins og ég hafði og engin þörf var fyrir tár í augum hans. Hann sagði við mig: „vertu áfram þangað til ég kem aftur" og fór úr herberginu. Hann kom aftur með handfylli af villtum hvítlauk úr kassanum sem beið í salnum, en sem ekki hafði verið opnaður, og setti blómin meðal hinna á og við rúmið. Þá tók hann af hálsinum, inni í kraga sínum, smá gullkrossfestu og setti það yfir munninn. Hann endurheimti lakið á sinn stað og við komum burt.

Ég var að afklæðast í mínu eigin herbergi, þegar hann fór með forundraða tappa við dyrnar og byrjaði um leið að tala: -

„morguninn langar mig að þú færir mér kvöldið sett af hnífum eftir slátrun."

„verðum við að gera krufningu?" spurði ég.

"já og nei. Ég vil starfa, en ekki eins og þú heldur. Leyfi mér að segja þér það núna, en ekki orð við annan. Ég vil höggva af henni höfuðið og taka hjartað úr henni. Ah! Þú skurðlæknir og svo hneykslaður! Þú, sem ég hef séð án skjálfta af hendi eða hjarta, framkvæma líf og dauða sem gera afganginn skjálfa. Ó, en ég má ekki gleyma, elsku vinur minn john, að þú elskaðir hana; og ég hef ekki gleymt því, því það er ég sem mun starfa, og þú verður aðeins að hjálpa. Mig langar að gera það í nótt, en fyrir arthur má ég ekki; hann verður laus eftir útför föður síns á morgun og hann vill sjá hana - sjá hana. Þá, þegar hún er kistulaga tilbúin fyrir næsta dag, muntu og ég koma þegar allir sofa. Við munum skrúfa frá kistulokinu og gera aðgerðir okkar: og skipta síðan um allar, svo að enginn viti, nema við ein. "

„en af hverju að gera það yfirleitt? Stúlkan er dáin. Af hverju að limlesta lélega líkama sinn án þörf? Og ef það er engin nauðsyn á dauðsföllum og ekkert að græða á henni - ekkert gott fyrir hana, okkur, vísindin og mannlega þekkingu - hvers vegna gerirðu það? Án slíks er það monstrrous. "

Sem svar, lagði hann höndina á öxlina á mér og sagði með óendanlegri eymslum:

„vinur john, mér þykir leitt að fátæku blæðandi hjarta þitt; og ég elska þig meira vegna þess að það blæðir svo. Ef ég gæti, myndi ég taka á mig þá byrði sem þú ber. En það eru hlutir sem þú veist ekki, en sem þú munt vita og blessa mig fyrir að vita, þó að þeir séu ekki notalegir hlutir. John, barnið mitt, þú hefur verið vinur minn nú í mörg ár, og samt þekktir þú mig til að gera eitthvað án góðs málstaðar? Mér gæti skjátlast - ég er aðeins maður; en ég trúi á allt sem ég geri. Var það ekki af þessum orsökum sem þú sendir til mín þegar hin miklu vandræði komu? Já! Varstu ekki hissa, nei skelfdur, þegar ég vildi ekki láta arthur kyssa ást hans - þó hún væri að deyja - og hrifsaði hann af öllum mínum styrk? Já! Og samt sástu hvernig hún þakkaði mér, með svo fallegum deyjandi augum, rödd hennar líka, svo veik, og hún kyssti grófa gamla hönd mína og blessaði mig? Já! Og heyrðirðu ekki mig sverja loforð við hana um að hún lokaði augunum þakklát? Já!

„jæja, ég hef góða ástæðu núna fyrir allt sem ég vil gera. Þú hefur í mörg ár treyst mér; þú hefur trúað mér vikur liðnar, þegar það eru hlutirnir svo undarlegir, að þú gætir vel efast. Trúðu mér aðeins, vinur john. Ef þú treystir mér ekki, þá verð ég að segja hvað mér finnst; og það gengur kannski ekki vel. Og ef ég vinn - sem vinna skal ég, sama um traust eða ekkert traust - án þess að vinur minn treysti mér, þá vinn ég af miklu hjarta og finn, ó! Svo einmana þegar ég vil fá alla hjálp og hugrekki sem kunna að vera! "hann stansaði smá stund og hélt áfram hátíðlega:„ vinur john, það eru undarlegir og hræðilegir dagar fyrir okkur. Við skulum ekki vera tveir, heldur einn, svo að við vinnum að góðum árangri. Munt þú ekki hafa trú á mér? "

Ég tók í hönd hans og lofaði honum. Ég hélt hurðinni minni opnum þegar hann fór og horfði á hann fara inn í herbergið sitt og loka hurðinni. Þegar ég stóð án þess að hreyfa mig, sá ég einn vinnukonunnar fara hljóðalaust meðfram göngunni - hún hafði bakið í áttina til mín, sá mig ekki - og fór inn í herbergið þar sem lucy lá. Sjónin snerti mig. Alúð er svo sjaldgæf, og við erum svo þakklát þeim sem sýna það óspart þeim sem okkur þykir vænt um. Hérna var léleg stelpa sem lagði til hliðar þær skelfingar sem hún hafði náttúrlega til dauða til að fara að horfa ein á eftir húsfreyju húsfreyjunnar sem hún elskaði, svo að fátæki leirinn gæti ekki verið einmana fyrr en lagður til eilífs hvíldar ....

Ég hlýt að hafa sofið lengi og hljóðlega, því að það var víða dagsljós þegar van helsing vakti mig með því að koma inn í herbergið mitt. Hann kom að rúmstokknum mínum og sagði: -

„þú þarft ekki að vandræða um hnífana; við munum ekki gera það. "

„af hverju ekki?" spurði ég. Vegna þess að hátíðleiki hans kvöldið áður hafði hrifið mig mjög.

„vegna þess," sagði hann harðlega, „það er of seint - eða of snemmt. Sjáðu! "hér hélt hann upp litla gullnu krossinum. „þessu var stolið í nótt."

„hvernig, stolið," spurði ég undrandi, „þar sem þú ert með það núna?"

„af því að ég fæ það aftur frá einskis virði sem stal henni, frá konunni sem rændi dauðum og lifendum. Refsing hennar mun örugglega koma, en ekki í gegnum mig; hún vissi ekki að öllu leyti hvað hún gerði og þannig óvitandi, hún stal aðeins. Nú verðum við að bíða. "

Hann fór frá orðinu og lét mig hafa nýja ráðgátu til að hugsa um, nýja þraut til að glíma við.

Forsætisráðherrann var ömurlegur tími, en um hádegið kom lögfræðingurinn: mr. Marquand, of wholeman, sons, marquand & lidderdale. Hann var mjög snilld og mjög þakklátur fyrir það sem við höfðum gert og tók af okkur allar áhyggjur af smáatriðum. Í hádeginu sagði hann okkur að frú. Westenra hafði í nokkurn tíma búist við skyndilegum dauða frá hjarta sínu og hafði sett málefni hennar í algera röð; hann tilkynnti okkur að að undanskildum tilteknni meðfylgjandi eign föður lucy sem nú, í vanskilum með beina útgáfu, fór aftur til fjarlægrar útibús fjölskyldunnar væri allt bú, raunverulegt og persónulegt, látið algerlega eftir til arthur holmwood. Þegar hann hafði sagt okkur það mikið hélt hann áfram:

„í hreinskilni sagt gerðum við okkar besta til að koma í veg fyrir slíka vitnisburð og bentum á ákveðin viðbrögð sem gætu skilið dóttur hennar annaðhvort smávana eða ekki svo frjálsan eins og hún ætti að vera varðandi hjónaband. Reyndar ýttum við málinu svo langt að við lentum næstum í árekstri, því að hún spurði okkur hvort við værum eða værum ekki tilbúin að framkvæma óskir hennar. Auðvitað höfðum við þá ekki annan kost en að sætta okkur við. Við höfðum rétt fyrir okkur í meginatriðum og níutíu og níu sinnum af hundrað hefðum við átt að sanna með rökvísi atburðanna nákvæmni dóms okkar. Í hreinskilni sagt verð ég þó að viðurkenna að í þessu tilfelli hefði hvers konar ráðstöfun gert það ómögulegt að framkvæma óskir hennar. Því að með því að hún fyrirfór dóttur sinni hefði hin síðarnefnda eignast eignina og jafnvel ef hún hefði aðeins lifað af móður sinni eftir fimm mínútur, myndi eign hennar, ef ekki væri vilji - og vilji væri praktískt ómögulegt í slíku mál - hefur verið meðhöndlað við andlát hennar sem undir þörmum. Í því tilviki hefði herra guðrækni, þó svo kær vinur, ekki átt neina kröfu í heiminum; og erfingjarnir, sem voru afskekktir, væru ekki líklegir til að láta af réttlátum réttindum sínum af skynsamlegum ástæðum varðandi heila ókunnugan. Ég fullvissa þig, kæru herrar mínir, ég gleðst yfir niðurstöðunni, fullkomlega gladdist. "

Hann var góður náungi, en fagnandi hans yfir litla hlutanum - sem hann hafði opinberlega áhuga á - með svo miklum harmleik, var hlutkennsla í takmörkunum á samúðarkennd.

Hann var ekki lengi, en sagðist ætla að líta inn seinna um daginn og sjá herra guðsöfnun. Koma hans hafði okkur þó verið viss huggun þar sem það fullvissaði okkur um að við þyrftum ekki að óttast fjandsamlega gagnrýni vegna einhverra athafna okkar. Arthur var búist við klukkan fimm, svo litlu fyrir þann tíma heimsóttum við dauðadeildina. Það var svo sannarlega, því að nú lágu bæði móðir og dóttir í því. Athafnamaðurinn, sannur að iðn sinni, hafði gert það besta sem hann gat af vörum sínum og það var líkhúsloft um staðinn sem lækkaði andann í einu. Van helsing bauð að fylgja fyrrum fyrirkomulaginu og útskýrði að þar sem herra guðsókn væri að koma mjög fljótlega, væri það minna erfiðar tilfinningar hans að sjá allt sem var eftir af unnustu hans alveg einn. Athafnamaðurinn virtist hneykslaður á heimsku sinni og beitti sér fyrir því að endurheimta hlutina í því ástandi sem við fórum frá þeim kvöldið áður, svo að þegar arthur kom svo áföllum á tilfinningar hans, sem við gátum forðast, var bjargað.

Aumingja náungi! Hann leit örvæntingarfullur dapur og brotinn; meira að segja virtist hann hafa hrapað nokkuð undir álagi mikillar reynslunnar. Hann hafði, ég vissi, verið mjög raunverulegur og vandlátur tengdur föður sínum; og að missa hann og á slíkum tíma var honum biturt högg. Hjá mér var hann hlýr eins og alltaf og við van helsing var hann ljúflega kurteis; en ég gat ekki annað en séð að það væri einhver þvingun hjá honum. Prófessorinn tók það líka eftir og bauð mér að fara með hann uppi. Ég gerði það og skildi við hann við dyrnar í herberginu, þar sem mér fannst hann vilja vera alveg einn með henni, en hann tók í handlegginn á mér og leiddi mig inn og sagði huskily:

„þú elskaðir hana líka, gamli náungi; hún sagði mér allt um það og það var enginn vinur sem átti nánari stað í hjarta sínu en þú. Ég veit ekki hvernig á að þakka þér fyrir allt sem þú hefur gert fyrir hana. Ég get ekki hugsað enn .... "

Hér brotnaði hann skyndilega og kastaði handleggjunum um axlir mínar og lagði höfuðið á brjóstið á mér og grét: -

"ó, jakki! Tjakkur! Hvað á ég að gera! Allt lífið virðist horfið frá mér í einu og það er ekkert í heiminum fyrir mig að lifa. "

Ég huggaði hann eins vel og ég gat. Í slíkum tilvikum þurfa menn ekki mikla tjáningu. Handtak, hert handlegg yfir öxlina, snáði í einröddun, eru samúðarkveðjur sem hjarta mannsins þykir vænt um. Ég stóð kyrr og þögul þar til kvatt hans dó í burtu, og þá sagði ég mjúklega við hann: -

„komdu og skoðaðu hana."

Saman fórum við yfir í rúmið og ég lyfti grasinu frá andliti hennar. Guð! Hversu falleg hún var. Hver klukkustund virtist auka ástúð hennar. Það hræddi mig og undraði mig nokkuð; og hvað varðar arthur, féll hann skjálfti og loksins var hristur af vafa eins og með ævisögu. Loksins, eftir langa hlé, sagði hann við mig í daufri hvísla: -

„jack, er hún virkilega dáin?"

Ég fullvissaði hann því miður að svo væri og hélt áfram að stinga upp - því að mér fannst að svo hræðilegur vafi ætti ekki að hafa lífið í smástund lengur en ég gat hjálpað - að það gerðist oft að eftir andlát dauðans mýktust og jafnvel leystust upp í unglegur fegurð þeirra; að þetta var sérstaklega svo þegar dauðinn hafði verið á undan einhverjum bráðum eða langvarandi þjáningum. Það virtist alveg eyða öllum vafa og, eftir að hafa krjúpt við hliðina á sófanum í smá stund og horft á hana elskulega og lengi, hvarf hann til hliðar. Ég sagði honum að þetta hlýtur að vera bless, þar sem kistuna yrði að búa til; svo hann fór aftur og tók dauða hönd hennar í hans og kyssti hana og beygði sig yfir og kyssti enni hennar. Hann kom í burtu og horfði fegins hendi yfir öxlina á hana þegar hann kom.

Ég skildi hann eftir í teiknisklefanum og sagði van helsing að hann hefði sagt bless. Sá síðarnefndi fór í eldhúsið til að segja mönnum fyrirtækisins að fara í undirbúninginn og skrúfa kistuna upp. Þegar hann kom út úr herberginu sagði ég honum frá spurningu arthur og svaraði:

„ég er ekki hissa. Bara núna efaðist ég um stund sjálf! "

Við borðuðum öll saman og ég sá að léleg list var að reyna að gera það besta. Van helsing hafði þagað allan kvöldmatinn; en þegar við höfðum kveikt á vindlum okkar sagði hann -

„herra——"; en arthur truflaði hann: -

„nei, nei, ekki það, fyrir guð sakir! Ekki ennþá að neinu leyti. Fyrirgefðu mér, herra: ég ætlaði ekki að tala móðgandi; það er aðeins vegna þess að tap mitt er svo nýlegt. "

Prófessorinn svaraði mjög ljúft: -

„ég notaði þetta nafn aðeins vegna þess að ég var í vafa. Ég má ekki kalla þig 'mr.' og ég hef vaxið að elska þig - já elsku strákurinn minn, að elska þig - sem arthur. "

Arthur rétti fram höndina og tók gamla manninn innilega.

„hringdu í mig það sem þú vilt," sagði hann. „ég vona að ég gæti alltaf átt titil vinkonu. Og leyfi mér að segja að mér sé glatað orðum til að þakka þér fyrir gæsku þína við fátæku elsku mína. "hann stansaði smá stund og hélt áfram:„ ég veit að hún skildi gæsku þína enn betur en ég; og ef ég var dónalegur eða á einhvern hátt vildu á þeim tíma þá hegðaðir þú þér þannig - þú manst það "- prófessorinn kinkaði kolli -„ þú verður að fyrirgefa mér. "

Svaraði hann af mikilli vinsemd: -

„ég veit að það var erfitt fyrir þig að treysta mér alveg, því að þú treystir ofbeldi af þessu tagi þarf að skilja; og ég tek það fram að þú gerir það ekki - að þú getur ekki - treystir mér núna, því þú skilur ekki enn. Og það geta verið fleiri sinnum þar sem ég vil að þú treystir þér þegar þú getur ekki - og kann ekki - og get enn ekki skilið það. En sá tími mun koma að traust þitt mun vera heilt og fullkomið í mér og þegar þú munt skilja eins og sólarljósið skein í gegn. Þá skaltu blessa mig frá fyrstu til síðustu fyrir þína eigin sakir og annarra og fyrir hennar elsku sem ég sór að vernda. "

„og reyndar, herra," sagði arthur innilega, „ég mun að öllu leyti treysta þér. Ég veit og trúi að þú hafir mjög göfugt hjarta og þú ert vinur jacks og þú varst hennar. Þú skalt gera það sem þér líkar. "

Prófessorinn hreinsaði hálsinn nokkrum sinnum, eins og hann var að tala og sagði að lokum: -

„má ég spyrja þig eitthvað núna?"

„vissulega."

„þú veist að frú. Westenra skildi eftir þig allar eignir hennar? "

„nei, aumingja elskan; ég hugsaði aldrei um það. "

„og eins og það er allt þitt, hefur þú rétt til að takast á við það eins og þú vilt. Ég vil að þú gefir mér leyfi til að lesa öll pappíra og bréf sakna lucy. Trúðu mér, það er engin aðgerðalaus forvitni. Ég er með hvöt sem hún hefði samþykkt. Ég á þá alla hérna. Ég tók þau áður en við vissum að allt væri þitt, svo að engin undarleg hönd gæti snert þau - ekkert skrýtið auga horfði í gegnum orð inn í sál hennar. Ég skal varðveita þá, ef ég kann; jafnvel þú sérð þau kannski ekki ennþá, en ég skal varðveita þá. Ekkert orð mun týna; og á góðri stund mun ég gefa þeim aftur til þín. Það er erfitt sem ég spyr, en þú munt gera það, munt þú ekki, vegna lucy? "

Arthur talaði hjartanlega eins og sitt gamla sjálf:

„dr. Van helsing, þú mátt gera það sem þú vilt. Mér finnst að með því að segja þetta sé ég að gera það sem minn kæri hefði samþykkt. Ég skal ekki angra þig með spurningar fyrr en tíminn kemur. "

Gamli prófessorinn stóð upp eins og hann sagði hátíðlega: -

„og þú hefur rétt fyrir þér. Það verður sársauki fyrir okkur öll; en það verður ekki allur sársauki, né verður sá sársauki síðastur. Við og þú - þú mest af öllu, elsku strákurinn minn - verðum að fara í gegnum beiskt vatn áður en við náum sætinu. En við verðum að vera hugrakkir í hjarta og óeigingjarnir og gera skyldur okkar og allt mun verða vel! "

Ég svaf í sófa í herbergi arthur um nóttina. Van helsing fór alls ekki að sofa. Hann fór fram og til baka, eins og hann var að patrulla með húsið, og var aldrei úr augsýn herbergisins þar sem lucy lá í kistu hennar, stráð villtum hvítlauksblómum, sem sendi í gegnum lyktina af lilju og rós, þungt, yfirþyrmandi lykt inn í nótt.

Dagbók mina harkers.

22. September. — í lestinni til exeter. Jonatan sofandi.

Það virðist aðeins í gær að síðasta færslan var gerð, og samt hversu mikið á milli, í whitby og öllum heiminum á undan mér, jónatan í burtu og engar fréttir af honum; og núna, kvæntur jonathan, jonathan lögfræðingur, félagi, ríkur, skipstjóri í viðskiptum sínum, mr. Hawkins látinn og grafinn og jonathan með annarri árás sem gæti skaðað hann. Einhvern daginn gæti hann spurt mig um það. Niður það fer allt. Ég er ryðgaður í stuttorðinu mínu - sjáðu hvað óvænt velmegun gerir fyrir okkur - svo það getur verið eins og að fríska það upp aftur með æfingu hvort sem er ...

Þjónustan var mjög einföld og mjög hátíðleg. Þar voru aðeins okkur sjálfir og þjónarnir, einn eða tveir gamlir vinir hans frá exeter, london umboðsmaður hans og heiðursmaður sem var fulltrúi herra john paxton, forseta lögmannasamtakanna. Jonon og ég stóðum hönd í hönd og okkur fannst besti og kærasti vinur okkar farinn frá okkur ....

Við komum aftur í bæinn hljóðlega og tókum strætó til hyde park horninu. Jonathan hélt að það myndi vekja áhuga minn að fara í röðina um stund, svo við settumst niður; en þar voru mjög fáir, og það var sorglegt og auðn að sjá svo marga tóma stóla. Það fékk okkur til að hugsa um tóma stólinn heima; svo við stóðum upp og löbbuðum niður piccadilly. Jonathan hélt mér í handlegginn, eins og hann var í gamla daga áður en ég fór í skólann. Mér fannst það mjög óviðeigandi, því þú getur ekki haldið áfram í nokkur ár að kenna öðrum stúlkum siðareglur og decorum án þess að fótspor hennar bíti svolítið í sjálfan þig; en þetta var jonatan, og hann var maðurinn minn, og við þekktum engan sem sá okkur - og okkur var alveg sama hvort þeir gerðu það - svo við gengum. Ég var að horfa á mjög fallega stúlku, í stórum körfuhjólhatti, sem sat í victoria utan guiliano, þegar ég fann að jonathon festi handlegginn minn svo þéttan að hann meiddi mig, og hann sagði undir andanum: „guð minn!" ég er alltaf áhyggjufullur yfir jonathan, því að ég óttast að einhver taugaveiklun geti komið honum í uppnám; svo ég snéri mér fljótt að honum og spurði hann hvað það væri sem truflaði hann.

Hann var mjög fölur og augu hans virtust bulla út, hálf í skelfingu og hálf undrandi, horfði á háan, grannan mann, með goggótt nef og svartan yfirvaraskegg og áberandi skegg, sem var líka að fylgjast með fallegu stúlkunni. Hann leit svo hart á hana að hann sá hvorugt okkar og því hafði ég góða sýn á hann. Andlit hans var ekki gott andlit; það var erfitt og grimmt og tilfinningaríkt og stóru hvítu tennurnar hans, sem litu út fyrir að vera öllu hvítari vegna þess að varir hans voru svo rauðar, bentu eins og dýr. Jonathan hélt áfram að glápa á hann, þar til ég var hræddur um að hann myndi taka eftir því. Ég óttaðist að hann gæti farið að taka þetta illa, hann leit svo grimmur og viðbjóðslegur út. Ég spurði jonathan hvers vegna hann var truflaður og hann svaraði og greinilega hugsaði með mér að ég vissi eins mikið um það og hann: „sérðu hver það er?"

„nei elskan," sagði ég; „ég þekki hann ekki; hver er það? "svar hans virtist hneyksla mig og spennandi, því að það var sagt eins og hann vissi ekki að það væri mér, mín, sem hann talaði við:

„það er maðurinn sjálfur!"

Aumingja elskan var greinilega skíthrædd við eitthvað - mjög dauðhrædd; ég trúi því að ef hann hefði ekki haft mig til að halla mér að og styðja hann hefði hann dottið niður. Hann hélt áfram að glápa; maður kom út úr búðinni með lítinn böggul og gaf konunni, sem síðan rak burt. Myrkur maðurinn hélt augunum fast á hana, og þegar flutningurinn færðist upp piccadilly fylgdi hann í sömu átt og haglaði hansom. Jónatan hélt áfram að passa sig og sagði, eins og við sjálfan sig: -

„ég tel að það sé talan en hann er orðinn ungur. Guð minn, ef þetta er svo! Guð minn góður! Guð minn! Ef ég bara vissi! Ef ég bara vissi! "þá var hann að angra sig svo mikið að ég óttaðist að halda huganum um málið með því að spyrja hann spurninga, svo að ég þagði. Ég dró hann frá sér hljóðlega og hann, hélt í handlegginn á mér, kom auðveldlega. Við gengum aðeins lengra og fórum svo inn og sátum um stund í græna garðinum. Það var heitur dagur fyrir haustið og þar var þægilegt sæti á skuggalegum stað. Eftir að hafa horft á ekkert í nokkrar mínútur lokuðu augu jónatans og hann fór hljóðlega í svefn, með höfuðið á öxlinni á mér. Ég hélt að það væri bestur hlutur fyrir hann, svo að truflaði hann ekki. Á um það bil tuttugu mínútum vaknaði hann og sagði við mig nokkuð hressilega:

„af hverju, mín, hef ég sofnað! Ó fyrirgefðu mér fyrir að vera svona dónaleg. Komdu, og við munum fá okkur bolla af te einhvers staðar. "hann hafði greinilega gleymt öllu um hinn dökka ókunnuga, eins og í veikindum sínum hafði hann gleymt öllu því sem þessi þáttur hafði minnt hann á. Mér líkar ekki að þetta falli úr gleymsku; það getur valdið eða haldið áfram einhverjum meiðslum á heilanum. Ég má ekki spyrja hann, af ótta mun ég gera meira illt en gagn; en ég verð einhvern veginn að læra staðreyndir um utanlandsferð hans. Tíminn er kominn, óttast ég, þegar ég verð að opna þennan pakka og vita hvað er ritað. Ó, jónatan, þú veist, fyrirgefðu mér, ef ég geri rangt, en það er fyrir þína eigin ást.

Seinna. - sorglegt heimkoma á allan hátt - húsið tómt fyrir kæru sálina sem var okkur svo góð; jónatan er ennþá fölur og

svimaður við lítils háttar slit á illsku sinni; og nú símskeyti frá
van helsing, hver sem hann kann að vera: -

„þú verður sorgmæddur að heyra að frú. Westenra lést fyrir
fimm dögum og sú lucy dó í fyrradag. Þeir voru báðir grafnir í
dag. "

Ó, hvílík sorg er í fáum orðum! Aumingja frú. Westenra! Léleg
lucy! Horfinn, horfinn, aldrei aftur til okkar! Og fátækur, lélegur
arthur, að hafa misst slíka sætleika út úr lífinu! Guð hjálpi okkur
öllum að bera vandræði okkar.

Dr. Dagbók frá frásögn.

22. September. — það er út um allt. Arthur hefur farið aftur í
hringinn og tekið quincey morris með sér. Hvaða fínn náungi er
quincey! Ég trúi í hjarta mínum að hann hafi þjáðst eins mikið af
dauða lucy og allir okkar; en hann bar sig í gegnum það eins og
siðferðilegt víking. Ef ameríka getur haldið áfram að rækta menn
svona, þá mun hún vera völd í heiminum. Van helsing liggur og
hefur hvíldarundirbúning fyrir ferð sína. Hann fer yfir til
amsterdam í nótt, en segist snúa aftur á morgnana; að hann vilji
aðeins gera nokkrar ráðstafanir sem aðeins er hægt að gera
persónulega. Hann á að hætta með mér, ef hann getur; hann
segist hafa vinnu í london sem gæti tekið hann nokkurn tíma.
Aumingja gamli náungi! Ég óttast að álagið í liðinni viku hafi
jafnvel brotið niður járnstyrk hans. Allan þann tíma sem hann
var grafinn, gat ég séð, sett sjálfan sig hræðilegt aðhald. Þegar
öllu var á botninn hvolft stóðum við við hliðina á arthur, sem,
aumingja náungi, var að tala um þátt sinn í aðgerðinni þar sem
blóð hans hafði verið gefið í bláæð hans; ég gat séð andlit van
helsing vaxa hvítt og fjólublátt eftir beygjum. Arthur var að segja
að honum liði síðan þá eins og þau tvö hefðu verið raunverulega
gift og að hún væri kona hans í augum guðs. Enginn okkar sagði

orð um aðrar aðgerðir og enginn okkar mun nokkurn tíma gera það. Arthur og quincey fóru saman á stöðina, og van helsing og ég komum hingað. Á því augnabliki sem við vorum einir í vagninum vék hann að reglulegu samsvörun af móðursýki hann hefur neitað mér frá því að þetta væru móðursýki og krafðist þess að það væri aðeins kímnigáfa hans sem fullyrti sig við mjög hræðilegar aðstæður. Hann hló þar til hann grét, og ég varð að draga blindurnar svo að enginn ætti að sjá okkur og misdæma; og þá grét hann, þar til hann hló aftur; og hló og grét saman, rétt eins og kona gerir. Ég reyndi að vera ströng við hann, eins og kona er við aðstæður; en það hafði engin áhrif. Karlar og konur eru svo ólík í birtingarmynd taugastyrk eða veikleiki! Þá þegar andlit hans varð alvarlegt og strangt aftur spurði ég hann hvers vegna gleði hans og hvers vegna á slíkum tíma. Svar hans var á vissan hátt einkennandi fyrir hann, því að það var rökrétt og kraftmikið og dularfullt. Sagði hann:-

„ah, þú skilur það ekki, vinur john. Held ekki að ég sé ekki dapur, þó ég hlæi. Sjá, ég hef grátið jafnvel þegar hláturinn kafnaði mig. En held ekki meira að mér þyki það leitt þegar ég græt, fyrir hláturinn kemur hann alveg eins. Hafðu það alltaf með þér hláturinn sem bankar á dyrnar þínar og segir: 'má ég koma inn?' er ekki hinn sanni hlátur. Nei! Hann er konungur og hann kemur hvenær og hvernig honum líkar. Hann spyr engan mann; hann velur engan tíma við hæfi. Hann segir: "ég er hér." sjá, til dæmis syrg ég hjarta mitt fyrir þessari svo elskulegu ungu stúlku; ég gef blóð mitt fyrir hana, þó að ég sé gamall og slitinn; ég gef tíma mínum, kunnáttu minni, svefni; ég læt aðra þjáða mína vilja það svo hún gæti átt allt. Og samt get ég hlegið að henni mjög alvarleg - hlæja þegar leirinn úr spaða sextonsins fellur á kistu hennar og segir 'thud! Thud! ' Til hjarta míns, þar til það sendir blóðið frá kinninni minni til baka. Hjarta mitt blæddi fyrir þennan aumingja dreng - þessi kæri drengur, svo að á aldur minn eigin drengs hafði ég verið svo blessaður að hann lifði og með hár sitt og augu það sama. Þar, þú veist núna af hverju ég elska hann svona. Og samt þegar hann segir hlutina sem snertir eiginmannshjart minn fljótt og lætur föðurhjarta mitt þyrma að engum öðrum manni - ekki einu sinni til þín, vinur john, því að við erum meira í reynslu en faðir og sonur - jafnvel á slíkri stundu kom konungur til að hlæja að hann kom til mín og hrópar og grenjaði í eyranu á mér, „hér er ég! Hér er ég!' þar til blóðið kemur aftur og færðu eitthvað af sólskininu sem hann ber með sér í kinnina á mér. Ó, vinur john, þetta er skrýtinn heimur, sorglegur heimur, heimur fullur af eymd og vá og vandræðum; og samt þegar konungur hlær, lætur hann þá alla dansa við lagið sem hann leikur. Blæðandi hjörtu og þurr bein kirkjugarðsins og tár sem brenna þegar þau falla - dansa öll saman að tónlistinni sem hann gerir með þessum broslausa munni hans. Og trúðu mér, vinur john, að hann sé góður að koma og góður. Ah, við karlar og konur erum eins og reipi teiknuð af álagi sem draga okkur mismunandi leiðir. Þá koma tár; og eins og rigningin í reipunum, þá styrkja þau okkur, þangað til ef til vill að stofninn verður of mikill, og við brestum. En konungur hlær, hann kemur eins og sólskinið, og hann léttir aftur af álaginu; og við berum áfram með vinnu okkar hvað það kann að vera. "

Mér líkaði ekki að særa hann með því að láta eins og hann sæi ekki hugmynd hans; en þar sem ég skildi ekki enn orsök hláturs hans spurði ég hann. Þegar hann svaraði mér varð andlitið strangt og hann sagði í allt öðrum tón:

„ó, það var svakaleg kaldhæðni í þessu öllu - þessi svo yndislega dama skreytti með blómum, sem leit svo vel út eins og lífið, þar til ein af annarri veltum við fyrir okkur hvort hún væri sannarlega dáin; hún lagði í það svo fína marmarahús í þessum einmana kirkjugarði, þar sem hvíldu svo margir frændur hennar, lágu þar hjá móðurinni sem elskaði hana og sem hún elskaði; og þessi helga bjalla gengur! Tollur! Tollur! ' Svo sorglegt og hægt; og þessir helgu menn, með hvítum flíkum engilsins, sem þykjast lesa bækur, og samt sem áður augu þeirra aldrei á síðunni; og okkur öllum með bogið höfuð. Og allt fyrir hvað? Hún er dáin; svo! Er það ekki? "

„jæja, fyrir líf mitt, prófessor," sagði ég, „ég get ekki séð neitt til að hlæja að í öllu þessu. Af hverju skýring þín gerir það að erfiðari þraut en áður. En jafnvel þótt greftrunarþjónustan væri grínisti, hvað um lélega list og vandræði hans? Hvers vegna, hjarta hans var einfaldlega að brotna. "

„bara svo. Sagði hann ekki að blóðgjöf hans í bláæðum hafi gert hana að sannarlega brúði hans? "

„já, og þetta var ljúf og traustvekjandi hugmynd fyrir hann."

„alveg svo. En það var vandi, vinur john. Ef svo er, hvað með hina? Ho, ho! Þá er þessi svo ljúfa vinnukona pólýandrist, og ég, með fátæku konu mína látna fyrir mér, en á lífi samkvæmt lögum kirkjunnar, þó engin vit sé, öll horfin - meira að segja ég, sem er trúfastur eiginmaður þessarar nú-engu konu, er bigamisti . "

„ég sé ekki hvar brandarinn kemur þarna inn!" sagði ég; og mér fannst hann ekkert sérstaklega ánægður með að segja svona hluti. Hann lagði hönd sína á handlegg minn og sagði: -

„vinur john, fyrirgefðu mér ef mér þjáist. Ég sýndi ekki tilfinningum mínum öðrum þegar það myndi sárast, heldur aðeins þér, gamla vini mínum, sem ég get treyst. Ef þú hefðir getað litið mjög inn í hjarta mitt þegar ég vil hlæja; ef þú hefðir getað gert það þegar hláturinn kom; ef þú gætir gert það núna, þegar konungur hlær, hefur pakkað upp kórónu sinni, og allt það sem honum er að þakka - því að hann fer langt, langt í burtu frá mér og í langan, langan tíma - gætirðu kannski samúð mér mest af allt."

Ég var snortinn af eymslum hans og spurði hvers vegna.

„af því að ég veit!"

Og nú erum við öll dreifð; og í marga daga mun einmanaleiki sitja yfir þökum okkar með rjúpandi vængi. Lucy liggur í gröf frænda hennar, drottinsdauðs hús í einmana kirkjugarði, fjarri teygjandi london; þar sem loftið er ferskt og sólin rís yfir hampstead hæðinni, og þar sem villt blóm vaxa af eigin raun.

Svo ég geti klárað þessa dagbók; og guð veit bara hvort ég mun einhvern tíma byrja annan. Ef ég geri það, eða ef ég opna þetta aftur, verður það að takast á við mismunandi fólk og mismunandi þemu; því að hér í lokin, þar sem sagt er frá rómantíkinni í lífi mínu, segi ég aftur til að taka upp þráðinn í lífsstarfi mínu, segi ég miður og án vonar,

„finis."

„westminster blaðið" 25. September.

Leyndardómur hampstead.

Hverfið í hampstead er rétt eins og er nýtt með röð atburða sem virðast keyra á línum samsíða þeim sem þekktust fyrir rithöfundar fyrirsagna sem „kensington hryllingurinn" eða „stingandi konan" eða „konan á svörtu. "undanfarna tvo til þrjá daga hafa nokkur tilfelli komið upp af ungum börnum sem villtu sér að heiman eða vanræktu að snúa aftur frá leik sínum á heiðinni. Í öllum þessum tilvikum voru börnin of ung til að gera greinilega grein fyrir sjálfum sér, en samstaða afsakana þeirra er sú að þau höfðu verið hjá „blómakonu". Það hefur alltaf verið seint á kvöldin þegar þeirra hefur verið saknað, og í tvö skipti hafa börnin ekki fundist fyrr en snemma næsta morgun. Það er almennt gert ráð fyrir því í hverfinu að eins og fyrsta barnið sem saknað var gaf tilefni til þess að vera í burtu að „blómakona" hafi beðið hann um að fara í göngutúr hafi hin tekið upp setninguna og notað hana sem tilefni gefins. Þetta er eðlilegra þar sem uppáhaldsleikurinn hjá litlu börnunum um þessar mundir er að lokka hver annan af völdum. Upplýsingafulltrúi skrifar okkur að það sé afar fyndið að sjá nokkrar af pínulitlum töktunum sem þykjast vera „blómakonan". Sumir af karikaturistum okkar gætu, segir hann, tekið kennslustund í kaldhæðni grótesku með því að bera saman raunveruleikann og myndina. Það er aðeins í samræmi við almennar meginreglur um mannlegt eðli að „blómakonan" ætti að vera vinsæl hlutverk á þessum al fresco sýningum. Upplýsingafulltrúi okkar segir barnlaust að jafnvel ellen terry gæti ekki verið svo aðlaðandi eins og sum þessara litlu barna, sem eru andskotans frammi, þykjast og jafnvel ímynda sér að þau séu.

Þó er hugsanlega alvarleg hlið á spurningunni, því að sum börnin, reyndar öll sem saknað hefur verið á nóttunni, hafa verið örlítið rifin eða særð í hálsi. Sárin virðast eins og rottur eða lítill hundur gæti verið búinn til, og þó að það skipti ekki miklu máli hver fyrir sig, myndi það hafa tilhneigingu til að sýna fram á að hvað sem dýrið lendir í sér hafi það kerfi eða aðferð. Hefur lögreglunni á deildinni verið falið að fylgjast vel með villtum börnum, sérstaklega þegar þau eru mjög ung, í og við hampstaðiheiðina, og fyrir villta hund sem gæti verið um.

„westminster blaðið" 25. September.

Extra sérstakt.

Hampstead hryllingurinn.

Annað barn slasað.

„blómakonan."

Við höfum nýlega fengið upplýsingaöflun um að annað barn, sem saknað var í gærkveldi, uppgötvaðist aðeins seinnipart morguns undir brennandi runni við skyttuhliðina á hampstaðheiðinni, sem er kannski síður en svo í hinum hlutunum. Það er með sama örlítið sár í hálsi og hefur verið tekið eftir í öðrum tilvikum. Það var ógeðslega veikt og leit alveg bráðkvaddur út. Það var líka, þegar hún var endurreist að hluta, að segja frá því að vera lokkuð af „blómakonunni".

Kafla xiv

Dagbók mina harkers

23. September. —jonathan er betri eftir slæma nótt. Ég er svo feginn að hann hefur nóg að vinna, því að hann heldur huganum frá hræðilegu hlutunum; og ó, ég gleðst yfir því að hann er nú ekki veginn niður með ábyrgð nýrrar stöðu sinnar. Ég vissi að hann myndi vera sannur við sjálfan sig, og núna er ég stoltur af því að sjá jonathon minn hækka upp í hámarki framgangs síns og halda í alla staði með þeim skyldum sem koma á hann. Hann mun vera í burtu allan daginn þar til seint, því að hann sagðist ekki geta hádegismat heima. Heimilisstörfin mín eru búin, svo ég skal taka erlendu dagbókina hans og læsa mig inni í herberginu mínu og lesa það ....

24. September. — ég hafði ekki hjartað til að skrifa í gærkveldi; þessi hræðilegi skrá yfir jonathan olli mér svo. Aumingja elskan!

Hvernig hann hlýtur að hafa orðið fyrir, hvort sem það er satt eða aðeins hugmyndaflug. Ég velti því fyrir mér hvort það sé einhver sannleikur í því yfirleitt. Fékk hann heilahita og skrifaði síðan alla þessa hræðilegu hluti, eða hafði hann einhverja orsök fyrir þessu öllu? Ég geri ráð fyrir að ég muni aldrei vita það, því að ég þori ekki að opna efnið fyrir honum .... Og samt þann mann sem við sáum í gær! Hann virtist alveg viss um hann .... Aumingja náungi! Ég geri ráð fyrir að það hafi verið útförin sem setti hann í uppnám og sendi hugann aftur í einhverja hugsunarlest .... Hann trúir þessu öllu sjálfur. Ég man hvernig á brúðkaupsdegi okkar sagði hann: „nema einhver hátíðleg skylda komi yfir mig til að fara aftur til beiskra stunda, sofandi eða vakandi, vitlaus eða heilbrigð." það virðist vera í gegnum þetta allt einhver þráður samfellu ... ... Að óttalegur fjöldi var að koma til london .... Ef það ætti að vera, og hann kom til london, með ógeðslegar milljónir sínar .... Það getur verið hátíðleg skylda; og ef það kemur verðum við ekki að skreppa frá því .... Ég verð tilbúinn. Ég fæ vélina mína á þessari stundu og byrja að umrita. Þá verðum við tilbúin fyrir önnur augu ef þess er krafist. Og ef þess er óskað; þá, ef ég er tilbúinn, þá gæti lélegur jonathan ekki verið í uppnámi, því að ég get talað fyrir hann og aldrei látið hann hafa áhyggjur eða hafa áhyggjur af því. Ef einhvern tíma kemst jonathan alveg yfir taugaveiklunina, þá vill hann kannski segja mér frá þessu og ég get spurt hann spurninga og fundið út hlutina og séð hvernig ég get huggað hann.

Bréf, van helsing til frú. Harker.

„24. September.

(sjálfstraust)

"kæra frú,-

„ég bið þig fyrirgefðu skrif mín að því leyti að ég er svo langt vinur að ég sendi þér sorglegar fréttir af dauða miss lucy westenra. Af vinsemd herra godalming, hef ég umboð til að lesa bréf hennar og erindi, því að ég hef miklar áhyggjur af vissum málum sem eru afar mikilvæg. Í þeim finn ég nokkur bréf frá þér sem sýna hversu miklir vinir þú varst og hvernig þú elskar hana. Ó, frú mín, af þessari elsku bið ég þig, hjálpaðu mér. Það er öðrum til góðs að ég bið - að bæta úr miklu rangri og aflétta miklum og hræðilegum vandræðum - það gæti verið meira en þú veist. Getur það verið að ég sé þig? Þú getur treyst mér. Ég er vinur dr. John syðra og af herra godalming (það var arthur af miss lucy). Ég verð að hafa það lokað fyrir nútímann frá öllu. Ég ætti að koma til exeter til að sjá þig í einu ef þú segir mér að ég sé forréttindi að koma, og hvert og hvenær. Ég bið þig afsökunar, frú. Ég hef lesið bréf þín til lélegrar lucy og veit hversu góður þú ert og hvernig maðurinn þinn þjáist; svo ég bið þig, ef svo má segja, upplýstu hann ekki, svo að það geti ekki skaðað. Aftur fyrirgefning þín og fyrirgef mér.

„van helsing."

Símskeyti, frú. Harker til van helsing.

„25. September. — komdu í dag eftir fjórða tug lestar ef þú getur náð henni. Get séð þig hvenær sem þú hringir.

„wilhelmina harker."

Dagbók mina harkers.

25. September. —ég get ekki látið hjá líða að vera ofboðslega spennt þegar tími gefst til að heimsækja dr. Van helsing, fyrir einhvern veginn reikna ég með að það muni varpa ljósi á dapurlega reynslu jonathans; og þegar hann sótti lélega lucy í

síðustu veikindum sínum getur hann sagt mér allt um hana. Það er ástæðan fyrir komu hans; það snýst um lucy og svefngöngu hennar, en ekki um jonathan. Þá mun ég aldrei vita hinn raunverulega sannleika! Hversu asnalegur ég er. Þessi ógeðslega dagbók nær ímyndunaraflið og tínir allt með eigin lit. Auðvitað snýst þetta um lucy. Sú venja kom aftur til fátækra kæra, og þessi hræðilega nótt á bjarginu hlýtur að hafa gert hana illa. Ég hafði næstum gleymt í mínum eigin málum hversu veik hún var eftirá. Hún hlýtur að hafa sagt honum frá svefngangandi ævintýri sínu á bjargbrúninni og að ég vissi allt um það; og nú vill hann að ég segi honum það sem hún veit, svo að hann skilji. Ég vona að ég hafi gert rétt í því að segja ekki neitt af því við frú. Westenra; ég ætti aldrei að fyrirgefa sjálfum mér ef einhver athöfn mín, jafnvel þótt hún væri neikvæð, hafi skaðað lélega kæru lucy. Ég vona líka að dr. Van helsing mun ekki ásaka mig; ég hef lent í svo miklum vandræðum og kvíða seint að mér finnst ég ekki geta þolað meira eins og er.

Ég geri ráð fyrir að gráta geri okkur öll stundum - hreinsar loftið eins og önnur rigning gerir. Kannski var það að lesa dagbókina í gær sem vakti athygli mína, og þá fór jónatan í morgun til að vera í burtu frá mér í heilan dag og nótt, í fyrsta skipti sem við höfum skilið okkur frá hjónabandi. Ég vona að kæri náungi sjái um sjálfan sig og að ekkert komi til að koma honum í uppnám. Klukkan er klukkan tvö og mun læknirinn vera kominn fljótlega núna. Ég skal ekkert segja um dagbók jónatans nema hann spyr mig. Ég er svo fegin að ég hef skrifað út eigin dagbók, svo að ef hann spyr um lucy, get ég afhent honum það; það mun spara mikla yfirheyrslu.

Seinna. — hann er kominn og farinn. Ó, þvílíkur undarlegur fundur og hvernig þetta allt gerir mér kleift að snúast um hausinn! Mér líður eins og maður í draumi. Getur það verið allt mögulegt, eða jafnvel hluti af því? Ef ég hefði ekki lesið dagbók jonathans fyrst hefði ég aldrei átt að samþykkja möguleika. Aumingja, aumingja, elsku jónatan! Hvernig hann hlýtur að hafa orðið fyrir. Vinsamlegast góði guð, allt þetta gæti ekki komið honum í uppnám. Ég skal reyna að bjarga honum frá því; en það getur jafnvel verið huggun og hjálp fyrir hann - hræðilegt þó það sé og hræðilegt í afleiðingum þess - að vita með vissu að augu hans og eyru og heili blekktu hann ekki og að það er allt satt. Það getur verið að það sé vafinn sem eltir hann; að þegar vafinn er fjarlægður, sama hver - vakandi eða dreymandi - sem kann að sanna sannleikann, þá verður hann ánægðari og fær um að bera áfallið. Dr. Van helsing hlýtur að vera góður maður sem og snjall ef hann er vinur arthur og dr. Fráveitur, og ef þeir fóru með hann alla leið frá hollandi til að sjá um lucy. Mér finnst frá því að hafa séð hann að hann er góður og góður og göfugur. Þegar hann kemur á morgun skal ég spyrja hann um jónatan; og þá, vinsamlegast guð, öll þessi sorg og kvíði getur leitt til góðs endar. Ég hélt að ég vildi æfa viðtöl; vinur jonathans í „exeter fréttinni" sagði honum að minnið væri allt í slíkri vinnu - að þú verður að geta sett nánast hvert orð sem talað er, jafnvel þó að þú þyrfti að betrumbæta eitthvað af því á eftir. Hér var sjaldgæft viðtal; ég skal reyna að skrá það orðrétt.

Klukkan var hálf tvö þegar bankinn kom. Ég tók hugrekki mitt í deux mains og beið. Á nokkrum mínútum opnaði mary dyrnar og tilkynnti „dr. Van helsing. "

Ég reis upp og laut, og hann kom að mér. Maður með meðalstóran þunga, sterkbyggður, með axlirnar lagðar aftur yfir breitt, djúpt brjóst og hálsinn jafnvægi á skottinu eins og höfuðið er á hálsinum. Stemmningin á höfðinu slær í einu sem vísbending um hugsun og kraft; höfuðið er göfugt, vel stórt, breitt og stórt á bak við eyrun. Andlitið, hrein rakað, sýnir harða, ferkantaða höku, stóran, einbeittan, hreyfanlegan munn, gott stórt nef, frekar beint, en með skjótum og viðkvæmum nösum, sem virðast víkka þegar stóra, buska augabrúnirnar koma niður og munnurinn þéttist. Ennið er breitt og fínt, hækkar í fyrstu næstum því beint og hallar síðan aftur yfir tvö högg eða hrygg á breidd í sundur; svo enni að rauðhærða hárið getur ómögulega steypast yfir það, en dettur náttúrulega aftur og til hliðanna. Stóru, dökkbláu augun eru aðskildar víða að og eru fljótleg og blíður eða ströng við stemningu mannsins. Hann sagði við mig: -

„frú. Harker, er það ekki? "ég beygði samþykki.

"þetta var ungfrú mína murray?" Ég staðfesti aftur.

„það er mín murray að ég kom til að sjá að var vinur þessarar aumingja kæru barns lucy westenra. Frú mín, það er vegna hinna látnu sem ég kem. "

„herra," sagði ég, „þú gætir ekki haft neina betri kröfu á mig en að þú værir vinur og hjálpar lucy westenra." og ég rétti fram hönd mína. Hann tók það og sagði blíðlega: -

„ó, frú mín, ég vissi að vinur þessarar fátæku lilju stúlku hlýtur að vera góður, en ég hafði enn ekki lært -" hann lauk ræðu sinni með kurteisi. Ég spurði hann hvað það væri sem hann vildi sjá mig um, svo hann byrjaði í einu: -

„ég hef lesið bréfin þín til að sakna lucy. Fyrirgefðu mér, en ég varð að byrja að spyrjast fyrir um einhvers staðar, og það var enginn að spyrja. Ég veit að þú varst með henni á hvítum. Hún hélt stundum dagbók - þú þarft ekki að líta á óvart, frú mín; það var byrjað eftir að þú varst farinn og var til eftirbreytni eftir þér - og í dagbókinni rekur hún með ályktunum ákveðna hluti í svefngöngu þar sem hún leggur fram að þú bjargaðir henni. Í mikilli ráðalausni þá kem ég til þín og bið þig af mikilli vinsemd þinni að segja mér allt það sem þú manst. "

„ég get sagt þér, held ég, dr. Van helsing, allt um það. "

„ah, hefurðu gott minni fyrir staðreyndum, til að fá nánari upplýsingar? Það er ekki alltaf með ungar konur. "

„nei, læknir, en ég skrifaði þetta allt saman á þeim tíma. Ég get sýnt þér það ef þér líkar. "

„ó, frú mín, ég mun vera þakklátur; þú munt gera mér mikinn hylli. "ég gat ekki staðist þá freistingu að dulbúa hann dálítið - ég geri ráð fyrir að það sé nokkuð af smekk upprunalega eplisins sem er enn í munni okkar - svo ég rétti honum styttu dagbókina. Hann tók það með þakklátum boga og sagði: -

„má ég lesa það?"

„ef þú vilt," svaraði ég eins auð og ég gat. Hann opnaði það og augnablik féll andlit hans. Þá stóð hann upp og laut.

„ó, þú svo snjall kona!" sagði hann. „ég vissi lengi að herra. Jonatan var maður mikill þakklæti; en sjá, kona hans hefur allt það góða. Og muntu ekki heiðra mig svo mikið og hjálpa mér að lesa það fyrir mig? Því miður! Ég þekki ekki styttuna. "um þetta leyti var litli brandarinn minn liðinn og skammaðist mín næstum; svo ég tók leturritaða afritið úr vinnuskörfunni minni og afhenti honum.

„fyrirgefðu mér," sagði ég: „ég gat ekki hjálpað því; en ég hafði verið að hugsa um að það væri af kærri lucy sem þú vildir spyrja og svo að þú gætir ekki haft tíma til að bíða - ekki af mínum forsendum heldur vegna þess að ég veit að tími þinn hlýtur að vera dýrmætur - ég hef skrifað það út á ritvél fyrir þig. "

Hann tók það og augun glitruðu. „þú ert svo góður," sagði hann. „og má ég lesa það núna? Ég vil kannski biðja þig um ýmislegt þegar ég hef lesið. "

„alla vega," sagði ég, „las það á meðan ég panta hádegismat; og
þá geturðu spurt mig spurninga meðan við borðum. "hann
hneigði sig og settist í stól með bakið að ljósinu og var
niðursokkinn í blöðin, meðan ég fór að skoða eftir hádegismat
aðallega til þess að hann gæti ekki truflað sig . Þegar ég kom
aftur, fann ég hann ganga skyndilega upp og niður í herberginu,
andlit hans bráðna allt af eftirvæntingu. Hann hljóp upp til mín
og tók mig með báðum höndum.

„ó, frú mín," sagði hann, „hvernig get ég sagt það sem ég skuldar
þér? Þetta blað er eins og sólskin. Það opnar hliðið fyrir mér. Ég
er dularfullur, ég dimmir, með svo mikið ljós, en samt rúlla ský
inn á bak við ljósið í hvert skipti. En að þú skiljir það ekki. Ó, en
ég er þér þakklát, þú svo snjall kona. Frú "- sagði hann þetta
mjög hátíðlega -„ ef abraham van helsing getur gert hvað sem er
fyrir þig eða þína, þá treysti ég því að þú látir mig vita. Það mun
vera ánægja og gleði ef ég kann að þjóna þér sem vinur; sem
vinur, en allt sem ég hef lært, allt sem ég get gert, skal vera fyrir
þig og þá sem þú elskar. Það eru myrkur í lífinu og það eru ljós;
þú ert eitt af ljósunum. Þú munt hafa hamingjusamt líf og gott líf
og maðurinn þinn mun blessaður í þér. "

„en læknir, þú hrósar mér of mikið og - og þú þekkir mig ekki."

„þekki þig ekki - ég, sem er gömul og hef kynnt mér alla ævi
karla og konur; ég sem hef gert sérgrein mína að heila og öllu
því sem honum tilheyrir og öllu sem honum fylgir! Og ég hef
lesið dagbók þína sem þú hefur skrifað svo vel fyrir mig, og sem
andar út sannleika í öllum línum. Ég sem hef lesið svo ljúfa bréf
þitt til lélegrar lucy hjónabands þíns og trausts þíns, þekki þig
ekki! Ó, frú mín, góðar konur segja allt sitt líf, og dag frá tíma og
klukkutíma og mínútu, slíka hluti sem englar geta lesið; og við
menn sem viljum vita hafa í okkur engla. Eiginmaður þinn er
göfug náttúra og þú ert göfugur líka, því þú treystir og traust
getur ekki verið þar sem er meðal eðlis. Og maðurinn þinn -
segðu mér frá honum. Er hann nokkuð vel? Er allur þessi hiti

farinn, og er hann sterkur og hjarta? "ég sá hér opnun til að spyrja hann um jonathan, svo ég sagði: -

„hann var nánast búinn að ná sér en hann hefur verið mjög í uppnámi af mr. Dauði hawkins. "hann truflaði: -

„ó, já, ég veit það. Ég hef lesið síðustu tvö bréf þín. "ég hélt áfram: -

„ég geri ráð fyrir að þetta hafi komið honum í uppnám, því þegar við vorum í bænum á fimmtudeginum síðast var hann með eins konar áfall."

„áfall, og eftir heilaóka svo fljótt! Það var ekki gott. Hverskonar áfall var það? "

„hann hélt að hann sæi einhvern sem rifjaði upp eitthvað hræðilegt, eitthvað sem leiddi til heilahita hans." og hér virtist allt hafa gusað mig í flýti. Samúðin með jonathon, hryllingnum sem hann upplifði, öll óttaleg ráðgáta dagbókar sinnar og hræðslan sem hefur verið yfir mig alla tíð síðan, komst í kreppu. Ég geri ráð fyrir að ég væri hysterískur, því að ég henti mér á hnén og hélt upp höndunum á honum og bað hann um að láta manninum mínum aftur líða vel. Hann tók í hendurnar á mér og reisti mig upp og lét mig sitja í sófanum og settist við mig; hann hélt hönd minni í hendi sér og sagði við mig með, ó, svo óendanlega sætleik: -

„líf mitt er hrjóstrugt og einmana og svo fullt af vinnu að ég hef ekki haft mikinn tíma fyrir vináttu; en síðan ég hef verið kallaður hingað til vinkonu minnar john sewer, hef ég þekkt svo margt gott fólk og séð svo göfugt að mér finnst meira en nokkru sinni fyrr - og það hefur vaxið með mínum framvinduárum - einsemd lífs míns. Trúið því, mér, að ég kem hingað full af virðingu fyrir þér og þú hefur gefið mér von - von, ekki í því sem ég er að leita eftir, heldur að það eru enn góðar konur eftir til að gleðja lífið -

góðar konur, sem lifir og sannleikur þeirra getur verið góð lexía fyrir börnin sem eiga að vera. Ég er feginn, feginn, að ég gæti hér komið þér að nokkrum gagni; því ef maðurinn þinn þjáist, þá þjáist hann innan námsins og reynslunnar. Ég lofa þér að ég mun gjarna gera allt fyrir hann sem ég get - allt til að gera líf hans sterkt og karlmannlegt og líf þitt hamingjusamt. Nú verður þú að borða. Þú ert ofviða og kannski of kvíði. Eiginmaður jonathan vildi ekki sjá þig svo fölan; og það sem honum líkar ekki þar sem hann elskar, er ekki honum til góðs. Þess vegna verður þú að borða og brosa. Þú hefur sagt mér allt um lucy, og því skulum við nú ekki tala um það, svo að það verði ekki til neins. Ég skal vera í náttúrunni í nótt, því að ég vil hugsa mikið um það sem þú hefur sagt mér, og þegar ég hef hugsað mun ég spyrja þig spurninga, ef ég má. Og þá munt þú líka segja mér frá vandræðum eiginmannsins jonathan svo langt sem þú getur, en ekki ennþá. Þú verður að borða núna; síðan skuluð þér segja mér allt. "

Eftir hádegismat, þegar við fórum aftur í teiknisklefann, sagði hann við mig: -

„og segðu mér nú allt frá honum." þegar kom að því að tala við þennan mikla lærða mann, byrjaði ég að óttast að hann myndi hugsa mig sem svaka fífl og jonon brjálæðingur - þessi dagbók er öll svo undarleg - og ég hikaði við að haltu áfram. En hann var svo ljúfur og góður, og hann hafði lofað að hjálpa, og ég treysti honum, svo ég sagði:

„dr. Van helsing, það sem ég hef að segja þér er svo hinsegin að þú mátt ekki hlæja að mér eða manninum mínum. Ég hef verið síðan í gær í eins konar hita af vafa; þú hlýtur að vera góður við mig og ekki halda að mér sé heimskulegt að ég hafi jafnvel haft helminginn trúað einhverjum mjög undarlegum hlutum. "hann fullvissaði mig með háttum sínum sem og orðum sínum þegar hann sagði: -

„ó, elskan mín, ef þú veist aðeins hve undarlegt málið varðandi það sem ég er hérna, þá ert þú að hlæja. Ég hef lært að hugsa lítið um trú einhvers, sama hversu undarlegt það er. Ég hef reynt að halda opnum huga; og það eru ekki venjulegir hlutir lífsins sem gætu lokað því, heldur undarlegir hlutir, óvenjulegir hlutir, hlutirnir sem láta mann efast um að þeir séu vitlausir eða heilbrigðir. "

„takk, takk, þúsund sinnum! Þú hefur tekið frá mér þyngdina. Ef þú leyfir mér, skal ég gefa þér blað til að lesa. Það er langt, en ég hef skrifað það út. Það mun segja þér vandræði mín og jónatans. Það er afrit dagbókar hans þegar hann er erlendis, og allt það sem gerðist. Ég þori ekki að segja neitt um það; þú munt lesa fyrir sjálfan þig og dæma. Og svo þegar ég sé þig, verður þú kannski mjög góður og segir mér hvað þér finnst. "

„ég lofa," sagði hann þegar ég gaf honum blöðin; „ég skal á morgnana, svo fljótt sem ég get, koma til þín og eiginmanns þíns, ef ég má."

"jonon verður hér klukkan hálf ellefu og þú verður að koma í hádegismat með okkur og sjá hann þá; þú gætir náð snöggu lestinni 3:34 sem mun fara frá þér í paddington fyrir klukkan átta. "hann var hissa á þekkingu minni á lestunum utan vegar, en hann veit ekki að ég hef búið til allar lestir til og frá exeter , svo að ég geti hjálpað jonathan ef hann er að flýta sér.

Svo hann tók blöðin með sér og fór, og ég sit hér og hugsa - hugsa að ég veit ekki hvað.

Bréf (af hendi), van helsing til frú. Harker.

„25. September kl.

„kæra frú mín, -

„ég hef lesið svo yndislega dagbók eiginmannsins þíns. Þú gætir sofið án efa. Undarlegt og hræðilegt eins og það er, það er satt! Ég mun lofa lífi mínu í því. Það getur verið verra fyrir aðra; en fyrir hann og þig er engin skelfing. Hann er göfugur náungi; og leyfi mér að segja þér af reynslu manna, að sá sem myndi gera eins og hann gerði með því að fara niður þann vegg og í það herbergi - já og fara í annað skiptið - er ekki einn sem slasast varanlegt af áfalli. Heili hans og hjarta eru í lagi; þetta sver ég, áður en ég hef jafnvel séð hann; svo vertu í hvíld. Ég mun hafa mikið til að spyrja hann um annað. Ég er blessuð að í dag kem ég til þín, því að ég hef lært allt í einu svo mikið að ég dimmist aftur - dimmir meira en nokkru sinni fyrr, og ég verð að hugsa.

„þinn trúfastasti,

„abraham van helsing."

Bréf, frú. Harker til van helsing.

„25. September kl. 18:30

„minn kæri dr. Van helsing, -

„þúsund þakkir fyrir vinsamlegan bréf sem hefur lagt mikla áherslu á mig. Og samt, ef það er satt, hvaða hræðilegu hlutir eru í heiminum, og hvað er það hræðilegt ef þessi maður, þetta skrímsli, er raunverulega í london! Ég óttast að hugsa. Ég hef þessa stund, meðan ég skrifaði, haft vír frá jonathan og sagði að hann fari af stað klukkan 6:25 í nótt frá launceston og verði hér klukkan 10:18, svo að ég óttist ekki í nótt. Viltu því koma í morgunmat klukkan átta í staðinn fyrir að borða hádegismat með okkur, ef þetta er ekki of snemmt fyrir þig? Þú getur komist burt, ef þú ert að flýta þér, með 10:30 lestinni, sem mun koma þér til paddington um 2:35. Ekki svara þessu, þar sem ég skal taka það fram, að ef ég heyri ekki, muntu koma í morgunmat.

"trúðu mér,

„trúr og þakklátur vinur þinn,

"mina harker."

Dagbók jonathan harkers.

26. September. — ég hélt að skrifa aldrei í þessa dagbók aftur, en tíminn er kominn. Þegar ég kom heim í gærkveldi var mina búin að borða kvöldmatinn, og þegar við höfðum borðið mat, sagði hún mér frá heimsókn van helsing, og af því að hún hefði gefið honum tvær dagbækur sem voru afritaðar og af því hversu kvíða hún hefur verið að mér. Hún sýndi mér í bréfi læknisins að allt sem ég skrifaði niður var satt. Það virðist hafa gert nýjan mann að mér. Það var vafinn um raunveruleika alls hlutans sem sló mig niður. Mér fannst ég vera getuleysi og í myrkrinu og vantraust. En nú þegar ég veit er ég ekki hræddur, jafnvel ekki fyrir talninguna. Honum hefur tekist þegar allt kemur til alls í hönnun sinni að komast til london og það var hann sem ég sá. Hann er orðinn yngri, og hvernig? Van helsing er maðurinn til að greina frá honum og veiða hann út, ef hann er eitthvað líkt því sem mina segir. Við sátum seint og töluðum um það allt. Mina er að klæða sig, og ég skal hringja á hótelið eftir nokkrar mínútur og koma með hann yfir ....

Hann var held ég hissa að sjá mig. Þegar ég kom inn í herbergið þar sem hann var og kynnti mig, tók hann mig við öxlina og snéri andliti mínu við ljósið og sagði, eftir snarpa athugun: -

„en frú mína sagði mér að þú værir veik, að þú hafir fengið áfall." það var svo fyndið að heyra konuna mína kallað „frú mín" af þessum vingjarnlega, sterka ásýndum gamla manni. Ég brosti og sagði: -

„ég var veikur, ég hef fengið áfall; en þú hefur læknað mig nú þegar. "

"og hvernig?"

„með bréfi þínu til mína í gærkveldi. Ég var í vafa, og þá tók allt lit af óraunveruleika, og ég vissi ekki hverju ég ætti að treysta, jafnvel ekki sönnunargögnin um eigin skilningarvit. Að vita ekki hverju ég ætti að treysta, ég vissi ekki hvað ég átti að gera; og þurfti því aðeins að halda áfram að vinna í því sem hingað til hafði verið gróp lífs míns. Grópinn hætti að nýta mig og ég vantrausti sjálfum mér. Læknir, þú veist ekki hvað það er að efast um allt, jafnvel sjálfan þig. Nei, þú gerir það ekki; þú gast ekki með augabrúnir eins og þínar. "hann virtist ánægður og hló eins og hann sagði: -

"svo! Þú ert eðlisfræðingur. Ég læri meira hér með hverri klukkustund. Ég er með svo mikla ánægju að koma til þín í morgunmat; og ó, herra, þú munt fyrirgefa lof frá gömlum manni, en þú ert blessuð í konunni þinni. "ég myndi hlusta á hann halda áfram að lofa mína í einn dag, svo ég kinkaði kolli og þagnaði.

„hún er ein af konum guðs, mótaðar af eigin hendi til að sýna okkur körlum og öðrum konum að það er himinn þar sem við getum komið inn og að ljós þess getur verið hér á jörðu. Svo sannur, svo ljúfur, svo göfugur, svo lítill egóisti - og það, ég skal segja þér, er mikið á þessum aldri, svo efins og eigingirni. Og þú, herra - ég hef lesið öll bréf til lélegrar saknaðar lucy, og sumir þeirra tala um þig, svo ég þekki þig síðan í nokkra daga frá vitneskju um aðra; en ég hef séð þitt eigið sjálf síðan í gærkveldi.

Þú munt gefa mér hönd þína, munt þú ekki? Og við skulum vera vinir alla ævi. "

Við hristumst í hendur og hann var svo einlægur og svo góður að það gerði mig alveg svakalega.

„og nú," sagði hann, „má ég biðja þig um meiri hjálp? Ég er með frábært verkefni og í byrjun er það að vita það. Þú getur hjálpað mér hér. Geturðu sagt mér hvað fór áður en þú fórst til transylvaníu? Seinna get ég beðið um meiri hjálp og af öðrum toga; en í fyrstu mun þetta gera. "

„sjáðu hér, herra," sagði ég, „skiptir það sem þú þarft að gera varðandi talninguna?"

„það gerir það," sagði hann hátíðlega.

„þá er ég með þér hjarta og sál. Þegar þú ferð um 10:30 lestina muntu ekki hafa tíma til að lesa þær; en ég skal fá búntinn af pappírunum. Þú getur tekið þau með þér og lesið þau í lestinni. "

Eftir morgunmat sá ég hann á stöðina. Þegar við skilnuðum sagði hann: -

„kannski kemurðu í bæinn ef ég sendi til þín og tekur frú mina líka."

„við munum bæði koma þegar þú vilt," sagði ég.

Ég hafði fengið honum morgunblöðin og londonblöðin fyrri nótt, og á meðan við vorum að tala saman við flutningsgluggann og biðum eftir því að lestin myndi byrja, var hann að snúa þeim við. Augu hans virtust skyndilega ná einhverju í einni af þeim, „westminster gazette" - ég vissi það eftir litnum - og hann varð nokkuð hvítur. Hann las eitthvað vandlega og grenjaði við sjálfan sig: „mein gott! Mein gott! Svo snemma! Svo fljótt! "ég held að hann hafi ekki munað eftir mér í augnablikinu. Bara þá blés flautan og lestin fór af stað. Þetta rifjaði hann upp fyrir sjálfum sér og hallaði sér út um gluggann og veifaði hendinni og kallaði: „ást til frú mina; ég skal skrifa svo fljótt sem ég get. "

Dr. Dagbók frá frásögn.

26. September. — það er sannarlega ekki til neitt sem heitir endanleiki. Ekki vika síðan ég sagði „finis" og enn hérna er ég farinn að byrja aftur, eða öllu heldur halda áfram með sömu plötuna. Þar til síðdegis í dag hafði ég enga ástæðu til að hugsa um hvað er gert. Renfield var orðinn að öllu leyti eins heilbrigður og hann var. Hann var þegar vel á undan með flugubransann sinn; og hann var nýbyrjaður í köngulóarlínunni líka; svo að hann hafði ekki verið mér í neinum vandræðum. Ég var með bréf frá arthúr, skrifað á sunnudaginn, og af því safna ég að hann beri sig frábærlega. Quincey morris er með honum og það er mikið til hjálpar, því að hann sjálfur er freyðandi brunnur góðs anda. Quincey skrifaði mér línu líka, og frá honum heyri ég að arthur er farinn að jafna sig eitthvað af hans gamla floti; svo að þeim öllum er hugur minn í hvíld. Hvað varðar sjálfan mig, þá lagðist ég niður við vinnuna mína af eldmóði sem ég notaði til þess, svo að ég hefði nokkuð getað sagt að sárið sem léleg lucy skildi eftir mig var að verða cicatrised. Allt er þó aftur opnað; og það sem á að vera endirinn veit guð aðeins. Ég hef hugmynd sem van helsing heldur að hann viti líka, en hann sleppir aðeins nóg í einu til að vekja forvitni. Hann fór til exeter í gær og var þar alla nóttina. Í dag kom hann aftur og náði næstum því að binda sig inn í herbergið um klukkan hálf fimm og lagði „westminster gazette" í gærkvöldi í hönd mína.

„hvað finnst þér um það?" spurði hann þegar hann stóð aftur og felldi handleggina.

Ég leit yfir blaðið, því að ég vissi í raun ekki hvað hann átti við; en hann tók það frá mér og benti á málsgrein um að börn væru flækjuð burt á hampstað. Það kom mér ekki mikið við, fyrr en ég náði yfirferð þar sem það lýsti litlum stungnum sárum á hálsi þeirra. Hugmynd kom mér og ég leit upp. „jæja?" sagði hann.

„þetta er eins og lélegt lucy."

„og hvað gerirðu af því?"

„einfaldlega að það er einhver orsök sameiginleg. Hvað sem það var sem slasaðist hana hefur særst þá. "ég skildi ekki alveg svar hans: -

„það er óbeint, en ekki beint."

„hvernig meinarðu, prófessor?" spurði ég. Ég var svolítið hneigður til að taka alvarleika hans létt - því þegar öllu er á botninn hvolft, fjóra daga hvíld og frelsi frá brennandi, styggir kvíði hjálpar til við að endurheimta anda manns - en þegar ég sá andlit hans, róaði það mig. Aldrei, jafnvel í miðri örvæntingu okkar vegna lélegrar lucy, hafði hann litið strangari út.

"segðu mér!" Sagði ég. „ég get enga skoðun hættu. Ég veit ekki hvað ég á að hugsa og ég hef engin gögn um það sem ég get fundið.

„meinarðu að segja mér, vinur john, að þú hafir engan grun um hvað léleg lucy dó af; ekki eftir allar vísbendingar sem gefnar eru, ekki aðeins af atburðum, heldur af mér? "

„af taugaboðagigt í kjölfar mikils blóðmissis eða sóunar."

„og hvernig blóð tapaðist eða úrgangur?" ég hristi höfuðið. Hann steig fram og settist við hliðina á mér og hélt áfram: -

„þú ert snjall maður, vinur john; þú skynjar vel, og vit þitt er djarft; en þú ert of fordómafullur. Þú lætur hvorki augu þín né eyrun heyra, og það sem er utan daglegs lífs þíns er þér ekki til mikils tekið. Heldurðu ekki að það séu hlutir sem þú getur ekki skilið og sem samt eru; að sumir sjá hluti sem aðrir geta ekki? En það eru hlutir sem eru gamlir og nýir sem ekki má hugsa um í augum manna, vegna þess að þeir vita - eða halda að þeir viti - ýmislegt sem aðrir menn hafa sagt þeim. Ah, það er kenna vísinda okkar að það vill skýra allt; og ef það útskýrir ekki, þá segir það að það er ekkert að útskýra. En samt sjáum við í kringum okkur á hverjum degi vöxt nýrra skoðana, sem telja sig nýja; og sem eru ennþá gömul, sem þykjast vera ung - eins og fínar konur í óperunni. Ég geri ráð fyrir að nú trúir þú ekki á hlutafélagaflutning. Nei? Né í veruleika. Nei? Né í stjörnumerkjum. Nei? Né við lestur hugsunar. Nei? Né heldur í dáleiðslu - "

„já," sagði ég. „bleikju hefur reynst það ágætlega." hann brosti þegar hann hélt áfram: „þá ertu ánægður með það. Já? Og auðvitað skilurðu hvernig það hegðar sér og getur fylgst með huga stóra bleikjunnar - því miður að hann er ekki meira! - inn í mjög sálu sjúklingsins sem hann hefur áhrif á. Nei? Þá, vinur john, er ég að taka það fram að þú samþykkir einfaldlega staðreyndir og ert ánægður með að láta forsendu til loka vera autt? Nei? Segðu mér þá - því ég er nemandi heilans - hvernig þú samþykkir dáleiðsluna og hafnar hugsunarlestri. Leyfðu mér að segja þér, vinur minn, að það eru hlutir sem gerðir eru í dag í rafmagnsfræði sem hefðu verið taldir vanheilir af mjög mönnum sem uppgötvuðu rafmagn - sem hefðu sjálfir ekki svo löngu áður verið brenndir sem galdramenn. Það eru alltaf leyndardómar í lífinu. Af hverju var það að metúsella lifði níu hundruð ár og „gamla parr" eitt hundrað og sextíu og níu, og samt gat þessi lélega lucy, með fjögurra manna blóð í fátækum bláæðum, ekki lifað einu sinni einn dag? Því að ef hún hefði lifað einn dag í viðbót, hefðum við getað bjargað henni. Þekkir þú allt leyndardóm lífs og dauða? Veistu að öllu leyti samanburðar líffærafræði og getur sagt af hverju eiginleikar hrotta eru hjá sumum körlum en ekki öðrum? Geturðu sagt mér afhverju, þegar aðrar köngulær deyja litlar og brátt, að ein frábær könguló bjó í aldir í turni gömlu spænsku kirkjunnar og óx og óx, þar til, þegar hann lækkaði, gat hann drukkið olíu allra kirkjulampanna? Geturðu sagt mér af hverju í pampas, ay og víðar, eru geggjaður sem kemur á nóttunni og opnar æðar nautgripa og hrossa og sjúga þurrkar sínar; hvernig á sumum eyjum vesturhafsins eru geggjaður sem hangir á trjánum allan daginn og þeir sem hafa séð lýsa eins og risa hnetur eða belg, og að þegar sjómennirnir sofa á þilfarinu, af því að það er heitt, flettir niður á þá, og þá - og svo á morgnana finnast látnir menn, hvítir eins og jafnvel missy lucy var? "

„góði guð, prófessor!" sagði ég og byrjaði. "meinarðu að segja mér að lucy var bitinn af svona kylfu; og að slíkt sé hér í london á nítjándu öld? "hann veifaði hendinni fyrir þögn og hélt áfram: -

"geturðu sagt mér af hverju skjaldbaka lifir lengur en kynslóðir karla; af hverju fíllinn heldur áfram og áfram þar til hann hefur séð dynasties; og af hverju deyr páfagaukur aldrei aðeins af bit af kötti eða hundi eða annarri kvörtun? Geturðu sagt mér af hverju menn trúa á öllum aldri og stöðum að það eru nokkrir fáir sem lifa á alltaf ef þeir hafa leyfi; að það eru til karlar og konur sem geta ekki dáið? Við vitum öll - af því að vísindin hafa staðið fyrir þeirri staðreynd - að það hafa verið paddar lokaðir inni í klettum í þúsundir ára, lokaðir í einu svo litlu gati sem geymir hann aðeins frá æskuheiminum. Geturðu sagt mér hvernig indverski fakirinn getur látið sér deyja og verið grafinn og gröf hans innsigluð og korni sáð á það, og kornið uppskorið og höggvið og sáð og uppskorið og skorið aftur, og þá koma menn og taka burt órofa innsiglið og að þar liggi indverski fakirinn, ekki dauður, en að rís upp og gengur á meðal þeirra eins og áður? "hér truflaði ég hann. Ég var að verða ráðvilltur; hann þreif svo á huga minn lista sinn um sérvitringu náttúrunnar og mögulegar ómöguleika að ímyndunaraflið mitt var að láta reka af sér. Ég hafði djarfa hugmynd um að hann væri að kenna mér einhverja lexíu, eins og löngu síðan hann gerði í námi sínu í amsterdam; en hann notaði þá til að segja mér hlutinn, svo að ég gæti haft hlut í huga allan tímann. En núna var ég án þessarar aðstoðar, samt vildi ég fylgja honum, svo ég sagði: -

„prófessor, leyfðu mér að vera þinn gæludýranemi aftur. Segðu mér ritgerðina svo ég geti beitt þekkingu þinni á meðan þú heldur áfram. Um þessar mundir er ég að fara í huga mínum frá einum tímapunkti til að vera vitlaus maður, en ekki heilbrigður, fylgja hugmynd. Mér líður eins og nýliði sem lumar í gegnum mýri í þoku, stökk frá einum tussock til annars í blinda viðleitni til að halda áfram án þess að vita hvert ég er að fara. “

„þetta er góð mynd,“ sagði hann. „jæja, ég skal segja þér það. Ritgerð mín er þessi: ég vil að þú trúir. “

„að trúa hverju?“

„að trúa á hluti sem þú getur ekki. Leyfðu mér að myndskreyta. Ég heyrði eitt sinn um ameríkana sem skilgreindi svo trú: 'sú deild sem gerir okkur kleift að trúa hlutum sem við vitum að eru ósáttir.' fyrir einn fylgi ég þeim manni. Hann meinti að við munum hafa opinn huga, og láta ekki smá sannleika athuga þjóta stóra sannleikans, eins og lítill klettur gerir járnbrautarvagn. Við fáum litla sannleikann fyrst. Gott! Við geymum hann og metum hann; en öllu sama megum við ekki láta hann hugsa sjálfan sig allan sannleikann í alheiminum. “

„þá viltu að ég láti ekki fyrri sannfæringu skaða móttækni í huga mínum varðandi undarlegt mál. Les ég kennslustundina þína rétt? “

„ah, þú ert ennþá uppáhalds nemandinn minn. Það er þess virði að kenna þér. Nú þegar þú ert fús til að skilja, hefur þú tekið fyrsta skrefið til að skilja. Heldurðu að þá hafi svo litlu götin í

hálsi barnanna verið gerð af því sama sem gerði gatið í sakleysi?
"

„ég geri ráð fyrir því." hann stóð upp og sagði hátíðlega: -

„þá hefur þú rangt fyrir þér. Ó, væri það svo! En því miður! Nei.
Það er verra, langt, miklu verra. "

„í guðs nafni, prófessor van helsing, hvað meinarðu?" hrópaði
ég.

Hann kastaði sér með örvæntingarfullri látbragði í stól og setti
olnbogana á borðið og huldi andlit hans með höndunum þegar
hann talaði: -

„þeir voru búnir til af miss lucy!"

Kafla xv

Dr. Dagbók frá sjóni - hélt áfram.

Um stund náði hreinn reiði mér; það var eins og hann hafi á lífi
hennar slegið lucy í andlitið. Ég sló hart í borðið og reis upp eins
og ég sagði við hann: -

„dr. Van helsing, ertu vitlaus? "hann lyfti höfðinu upp og horfði
á mig, og einhvern veginn róaði andliti í andliti mér um leið.
„væri ég það!" sagði hann. „brjálæði var auðvelt að bera saman
við sannleika sem þennan. Ó, vinur minn, af hverju, held þú, fór
ég svo langt, af hverju að taka svona langan tíma til að segja þér
svona einfaldan hlut? Var það vegna þess að ég hata þig og hataði
þig alla mína ævi? Var það vegna þess að ég vildi veita þér

sársauka? Var það sem ég vildi, nú svo seint, hefna fyrir þann tíma þegar þú bjargaðir lífi mínu, og frá hræðilegum dauða? Ah nei! "

„fyrirgefðu mér," sagði ég. Hann hélt áfram: -

„vinur minn, það var vegna þess að ég vildi vera blíður í að brjótast til þín, því að ég veit að þú hefur elskað þessa elsku konu. En ennþá býst ég ekki við að þú trúir. Það er svo erfitt að samþykkja í einu og sér óhlutbundinn sannleika, að við efumst um að slíkt sé mögulegt þegar við höfum alltaf trúað „nei" þess; ennþá er erfiðara að sætta sig við svo dapuran steypta sannleika og slíka sem missa lucy. Í nótt fer ég til að sanna það. Þorirðu að koma með mér? "

Þetta velti mér. Manni líkar ekki að sanna slíka sannleika; byron nema frá flokknum, afbrýðisemi.

„sannaðu sannleikann sem hann andstyggði mest."

Hann sá hik minn og mælti: -

"röksemdafærslan er einföld, engin rökfræði vitlausra að þessu sinni, stökk frá tussock til tussock í dimmri mýri. Ef það er ekki satt, þá verður sönnun léttir; í versta falli mun það ekki skaða. Ef það er satt! Ah, þar er óttinn; samt ætti mjög skelfing að hjálpa málstað mínum, því að í því er nokkur þörf fyrir trú. Komdu, ég segi þér hvað ég legg til: í fyrsta lagi að við förum núna og sjáum barnið á sjúkrahúsinu. Dr. Vincent, á sjúkrahúsinu í norðri, þar sem blöðin segja að barnið sé, er vinur minn, og ég hugsa til þín síðan þú varst í bekknum í amsterdam. Hann mun láta tvo vísindamenn sjá mál sitt, ef hann lætur ekki tvo vini. Við segjum honum ekkert, en aðeins það að við viljum læra. Og svo--"

„og þá?" tók hann lykil úr vasanum og hélt honum upp. „og við eyddum nóttinni, þú og ég, í kirkjugarðinum þar sem lucy liggur.

Þetta er lykillinn sem læsir gröfinni. Ég hafði það frá kistunni að gefa arthur. "hjarta mitt sökk innra með mér, því að mér fannst að það væri einhver óttalegur áreiti fyrir okkur. Ég gat samt ekkert gert, svo ég tók upp það hjarta sem ég gat og sagði að við hefðum betur flýtt því síðdegis var að líða ....

Okkur fannst barnið vakandi. Það hafði sofnað og tekið mat, og að öllu leyti gekk vel. Dr. Vincent tók sáraumbúðir úr hálsi sínum og sýndi okkur stungurnar. Það var enginn skakkur áþekkar þeim sem höfðu verið á hálsi lucys. Þeir voru minni og brúnirnar voru ferskari; það var allt. Við spurðum vincent um hvað hann rak þá, og hann svaraði að það hlýtur að hafa verið bit af einhverju dýri, kannski rottu; en fyrir sitt leyti hneigðist hann til þess að hugsa að þetta væri ein af geggjunum sem eru svo fjölmargar á norðurhæðum lundúna. „af svo mörgum skaðlausum," sagði hann , „það getur verið til villt sýnishorn af suðri af illkynja tegund. Einhver sjómaður kann að hafa komið með einn heim og það tókst að flýja; eða jafnvel úr dýragarðagarðunum sem ungur gæti hafa losnað, eða einn ræktaður þar úr vampíru. Þetta gerist, þú veist. Fyrir aðeins tíu dögum kom úlfur út og var, tel ég, rakinn upp í þessa átt. Í viku á eftir léku börnin ekkert nema rauða reiðhettu á heiðinni og í hverri sundinu á staðnum þar til þessi „hræðslukonu" hræðsla kom með, síðan þegar það hefur verið töluvert galakaffi hjá þeim. Jafnvel þessi aumingja litla mítla, þegar hann vaknaði í dag, spurði hjúkrunarfræðinginn hvort hann gæti farið. Þegar hún spurði hann af hverju hann vildi fara sagði hann að hann vildi leika við „blómakonuna". "

„ég vona," sagði van helsing, „að þegar þú ert að senda barnið heim, muntu vara foreldra sína við að fylgjast vel með því. Þessi snilld að villast er hættulegust; og ef barnið yrði áfram út annað kvöld væri það líklega banvænt. En í öllu falli geri ég ráð fyrir að þú sleppir því ekki í nokkra daga? "

„vissulega ekki, ekki í eina viku í það minnsta; lengur ef sárið er ekki gróið. "

Heimsókn okkar á sjúkrahúsið tók lengri tíma en við höfðum reiknað með og sólin hafði dýft áður en við komum út. Þegar van helsing sá hversu dimmt það var, sagði hann: -

„það er ekkert að flýta sér. Það er seint en ég hélt. Komdu, við skulum leita einhvers staðar, sem við megum borða, og þá skulum við halda áfram. "

Við borðuðum í „kastala tjárstrásins" ásamt litlum hópi reiðhjólamanna og annarra sem voru mjög háværir. Um klukkan tíu fórum við af stað frá gistihúsinu. Það var þá mjög dimmt og dreifðu lamparnir gerðu myrkrið meira þegar við vorum einu sinni fyrir utan þeirra einstaka radíus. Prófessorinn hafði greinilega tekið eftir því hvernig við áttum að fara, því að hann hélt áfram óhikað; en hvað mig varðar, þá var ég í mjög miklum blanda af staðsetningu. Þegar við fórum lengra hittum við færri og færri, þar til að lokum vorum við nokkuð hissa þegar við hittum jafnvel eftirlitsferð hestalögreglunnar í sinni venjulegu úthverfisferð. Loksins komumst við að vegg kirkjugarðsins sem við klifruðum yfir. Með smá vandræðum - því að það var mjög dimmt og allur staðurinn virtist okkur svo undarlegur - við fundum westenra gröfina. Prófessorinn tók lykilinn, opnaði creaky hurðina og stóð aftur, kurteislega, en alveg ómeðvitað, hreyfði mér að fara á undan honum. Það var dýrindis kaldhæðni í boði, í kurteisi af því að gefa kost á sér við svo ógeðfelld tækifæri. Félagi minn fylgdi mér fljótt og vakti varlega dyrnar að, eftir að hafa gengið varlega úr skugga um að lásinn væri fallandi en ekki lind. Í síðara tilvikinu hefðum við átt að vera í slæmri stöðu. Þá rakst hann í töskuna sína og tók út eldspýtukassa og kertastykki og hélt áfram að kveikja. Gröfin á daginn, og þegar hún var kransuð með ferskum blómum, hafði litið nægilega og grimmilega út; en núna, nokkrum dögum á eftir, þegar blómin hékk löng og dauð, hvítum þeirra beygði til ryðs og grænu þeirra í brún; þegar kóngulóinn og bjöllan höfðu haldið áfram að venja yfirráð sín; þegar tímabreyttur steinn og rykþéttur steypuhræra og ryðgað, grátbrotið járn og áklætt eir og skýjað silfursmekk gaf aftur á móti dauft glimmer á kerti, voru áhrifin ömurlegri og djarfari en hægt var að hugsa sér. Það flutti ómótstæðilega hugmyndina um að líf - dýralíf - væri ekki það eina sem gat farið framhjá.

Van helsing fór markvisst að störfum sínum. Hélt á kertinu sínu svo að hann gæti lesið kistuplöturnar og svo haldið því til að sæðið féll í hvítum plástrum sem steypast saman þegar þeir snertu málminn, fullvissaði hann kistuna af lucy. Önnur leit í töskunni sinni og hann tók út skrúfjárn.

„hvað ætlarðu að gera?" spurði ég.

„að opna kistuna. Þú munt samt vera sannfærður. "strax byrjaði hann að taka skrúfurnar út og lyfti loksins af lokinu og sýndi hlífina á blýinu undir. Sjónin var næstum of mikið fyrir mig. Það virtist vera eins mikill móðgun við hina látnu og það hefði verið að hafa afklæðst fötum hennar í svefni meðan hún lifði; ég tók reyndar í höndina á honum til að stoppa hann. Hann sagði aðeins: „þú munt sjá," og rakst aftur í pokann sinn og tók út örlítinn áhugasögu. Sló á skrúfjárn í gegnum forystuna með snöggu stungu niður, sem gerði það að verkum að ég léttist, hann gerði lítið gat, sem var þó nógu stórt til að viðurkenna að saginn væri. Ég hafði búist við þjóta af gasi frá vikulaga líkinu. Við læknar, sem höfum þurft að rannsaka hættuna okkar, verðum að venjast svona hlutum og ég dró aftur að dyrunum. En prófessorinn hætti aldrei í smá stund; hann sagaði niður nokkra fætur meðfram annarri hlið forystuskistunnar, og síðan þvert og niður hina hliðina. Tók brún lausu flansins, beygði hann það aftur í átt að kistunni og hélt upp kertinu upp í ljósopið og bauð mér að líta.

Ég nálgaðist og leit. Kistan var tóm.

Það kom mér vissulega á óvart og veitti mér talsvert áfall, en van helsing var óumdeilanlegur. Hann var nú vissari en nokkru sinni frá jörðu sinni og lagði sig því fram um að halda áfram í verkefni sínu. „ertu ánægður núna, vinur john?" spurði hann.

Mér fannst öll rökleysa náttúrunnar vakna innra með mér þegar ég svaraði honum: -

„ég er ánægður með að líkami lucy er ekki í kistunni; en það sannar aðeins eitt. "

„og hvað er það, vinur john?"

„að það sé ekki til."

„þetta er góð rök," sagði hann, „svo langt sem það nær. En hvernig heldurðu - hvernig geturðu gert - það að það er ekki til? "

„ef til vill líkamsræktaraðili," lagði ég til. „sumir af fólki fyrirtækisins hafa stolið því." mér fannst ég tala um heimsku og samt var þetta eina raunverulega ástæða sem ég gat lagt til. Andvarpaði prófessorinn. „jæja!" sagði hann, „við verðum að hafa meiri sönnun. Komdu með mér."

Hann setti aftur á kistulokið, safnaði öllu saman og setti það í pokann, blés út ljósinu og setti einnig kertið í pokann. Við opnuðum hurðina og fórum út. Fyrir aftan okkur lokaði hann hurðinni og læsti henni. Hann rétti mér lykilinn og sagði: „munt þú halda honum? Þér hefði verið betra að vera viss. "ég hló - það var ekki mjög glaðlegt hlátur, það er mér satt að segja - þegar ég bað hann um að halda því áfram. „lykill er ekkert," sagði ég; „það geta verið tvítekningar; og hvað sem því líður er ekki erfitt að velja lás af því tagi. "hann sagði ekkert en setti lykilinn í vasann. Þá sagði hann mér að horfa á aðra hlið kirkjugarðsins meðan hann myndi horfa á hina. Ég tók sæti mitt á bakvið ungviðjatré og ég sá myrka mynd hans hreyfast þangað til grindarsteinarnir sem grípa inn í og tré földu það fyrir mér.

Það var einmana vakandi. Rétt eftir að ég hafði komið mér í stað heyrði ég fjarlæga klukku slá tólf og í tíma kom einn og tveir. Ég var kældur og ónærður og reiður prófessorinn fyrir að taka mig í svona erindi og með sjálfan mig fyrir að koma. Mér var of kalt og of syfjað til að vera mjög vakandi og ekki nógu syfjaður til að svíkja traust mitt svo að ég hafði ömurlegan, ömurlegan tíma.

Allt í einu, þegar ég sneri mér við, hélt ég að ég sæi eitthvað eins og hvítan rák, sem hreyfðist á milli tveggja dökkra trjágróðurs við hlið kirkjugarðsins lengst frá gröfinni; á sama tíma færðist myrkur massi frá hlið prófessorsins á jörðu og hraðaði sér í átt að því. Þá flutti ég líka; en ég þurfti að fara um höfuðsteina og grafa frá gröfunum og ég rakst yfir grafir. Himinninn var skýjaður og einhvers staðar langt undan snemma kranahópnum. Skammt frá, handan línu dreifðrar einbeðtrjáa, sem merktu leiðina að kirkjunni, hvít, lítil mynd flissuð í átt að gröfinni. Gröfin sjálf var falin af trjám, og ég gat ekki séð hvar myndin hvarf. Ég heyrði óróa raunverulegrar hreyfingar þar sem ég hafði fyrst séð hvíta myndina og komst yfir og fann að prófessorinn hélt örlítið barn í fanginu. Þegar hann sá mig hélt hann mér út og sagði: -

„ertu ánægður núna?"

„nei," sagði ég á þann hátt sem mér fannst ágengur.

„sérðu ekki barnið?"

„já, það er barn, en hver kom með það hingað? Og er það sært? "spurði ég.

„við munum sjá," sagði prófessorinn og með einni drifkrafti fórum við leið út úr kirkjugarðinum og bar það sofandi barnið.

Þegar við vorum komin í smá fjarlægð fórum við í klump af trjám og slóum eldspýtu og skoðuðum háls barnsins. Það var án rispu eða örs af neinu tagi.

„hafði ég rétt fyrir mér?" spurði ég sigursæll.

„við vorum bara komnir í tíma," sagði prófessorinn þakklátur.

Við urðum nú að ákveða hvað við ætluðum að gera við barnið og höfðum því samráð um það. Ef við myndum fara með það á lögreglustöð ættum við að gera grein fyrir hreyfingum okkar á nóttunni; að minnsta kosti, við hefðum átt að gera nokkrar fullyrðingar um það hvernig við vorum komin að því að finna barnið. Svo að lokum ákváðum við að fara með hana á heiðina, og þegar við heyrðum lögreglumann koma, myndi hann skilja það eftir þar sem hann gat ekki látið hjá líða að finna það; við myndum þá leita leiðar okkar eins fljótt og við gátum. Féll allt vel út. Við brún hampsteadheiðarinnar heyrðum við þungt tramp lögreglumannsins og leggjum barnið á gangbrautina, við biðum og horfðum þar til hann sá það þegar hann blikkaði ljóskuna fram og til baka. Við heyrðum upphrópun hans undrun og fórum síðan þegjandi. Við fengum tækifæri með leigubíl nálægt „spaniards" og keyrðum í bæinn.

Ég get ekki sofið, svo ég geri þessa færslu. En ég verð að reyna að fá nokkurra klukkustunda svefn, eins og van helsing er að hringja í mig um hádegi. Hann krefst þess að ég fari með honum í annan leiðangur.

27. September. - klukkan var klukkan tvö áður en við fundum heppilegt tækifæri til að reyna. Útförinni, sem haldin var um hádegisbil, var öll lokið, og síðustu stragglers syrgjenda höfðu tekið sig leti í burtu, þegar við horfðum vandlega á bak við

klumpur af al-trjám, sáum við sexton læsa hliðinu eftir honum. Við vissum þá að við værum örugg til morguns þráðum við það; en prófessorinn sagði mér að við ættum ekki í meira en klukkutíma í mesta lagi. Aftur fann ég þessa skelfilegu tilfinningu um raunveruleika hlutanna, þar sem hvers konar ímyndunaraflið virtist úr stað; og ég áttaði mig áberandi á hættu laganna sem við urðum fyrir í óleyfðu starfi okkar. Að auki fannst mér þetta allt svo gagnslaust. Svívirðilegt eins og það var að opna blý kistu, til að sjá hvort kona sem var látin nærri viku var virkilega dáin, virtist nú hæð heimskunnar að opna gröfina aftur, þegar við vissum af vísbendingum um eigin sjón, að kistan var tóm. Ég tók hins vegar upp axlir mínar og hvíldi hljóður, því að van helsing hafði leið til að fara á eigin vegi, sama hver minnti á. Hann tók lykilinn, opnaði gröfina og beindi mér kurteislega til að fara á undan. Staðurinn var ekki svo ógeðfelldur og í gærkveldi, en ó, hversu ómálefnalegt að líta út þegar sólskinið streymdi inn. Van helsing labbaði yfir í kistu lucy og ég fylgdi. Hann beygði sig og neyddi aftur blýflansinn aftur; og þá kom áfall á óvart og óánægja í gegnum mig.

Þar lá lucy, að því er virðist eins og við höfðum séð hana kvöldið fyrir útför hennar. Hún var, ef mögulegt var, geislandi fallegri en nokkru sinni fyrr; og ég gat ekki trúað því að hún væri dáin. Varirnar voru rauðar, nei rauðari en áður; og á kinnunum var viðkvæm blóma.

„er þetta fokking?" sagði ég við hann.

„ertu sannfærður núna?" sagði prófessorinn í viðbrögðum, og þegar hann talaði lagði hann yfir höndina og á þann hátt sem gerði mig gys að, dró aftur dauðar varirnar og sýndi hvítu tennurnar.

„sjá," hélt hann áfram, „sjáðu, þeir eru enn skarpari en áður. Með þessu og þessu "- og hann snerti eina af hundatönnunum og það fyrir neðan það -„ hægt að bíta litlu börnin. Ertu trú um núna, vinur john? "enn einu sinni vaknaði rifrildandi andúð á mér. Ég gat ekki samþykkt svo yfirþyrmandi hugmynd eins og hann lagði til; svo, með tilraun til að halda því fram sem ég skammaðist mín eins og er, sagði ég:

„hugsanlega hefur hún verið sett hér síðan í gærkveldi."

"einmitt? Það er svo og af hverjum? "

"ég veit ekki. Einhver hefur gert það. "

„og samt hefur hún verið látin eina viku. Flestir þjóðir á þeim tíma myndu ekki líta svona út. "ég hafði ekkert svar fyrir þessu, svo var hljótt. Van helsing virtist ekki taka eftir þögn minni; hvað sem því líður sýndi hann hvorki kvæði né sigur. Hann leit augljóslega í andlit látnu konunnar, lyfti augnlokunum og horfði í augun og opnaði enn einu sinni varirnar og skoðaði tennurnar. Þá sneri hann sér að mér og sagði: -

„hérna er eitt sem er frábrugðið öllum skráðum; hérna er eitthvað tvískipt líf sem er ekki eins og algengt er. Hún var bitin af vampíru þegar hún var í trans, svefngangandi - ó, þú byrjar; þú veist það ekki, vinur john, en þú munt vita það allt seinna - og í trance gæti hann best komið til að taka meira blóð. Í trans dó hún og í trans er hún líka dauð. Svo er það að hún er frábrugðin öllum öðrum. Venjulega þegar hinir látnu sofa heima "- eins og hann talaði lét hann umfangsmikla sópa af handleggnum til að tilgreina hvað að vampíra væri,, heima "-,, andlit þeirra sýna hvað þau eru, en þetta svo ljúfa það var þegar hún ekki ódauður fer hún aftur í hlutverk hins sameiginlega látna. Það er enginn illkynja þar, sjáðu, og það gerir það erfitt að ég verði að drepa hana í svefni hennar. "þetta kveikti í blóði mínu, og það byrjaði að líða upp fyrir mér að ég væri að samþykkja kenningar van helsing; en ef hún var virkilega dáin, hvað var þá skelfingin í hugmyndinni um að drepa hana? Hann leit upp á mig og sá augljóslega breytinguna á mér, því að hann sagði næstum glaður:

„ah, þú trúir núna?"

Ég svaraði: „ekki þrýsta á mig of mikið í einu. Ég er fús til að samþykkja. Hvernig munt þú vinna þetta blóðuga verk? "

„ég skal höggva af henni höfuðið og fylla munn hennar með hvítlauk og ég mun reka hlut í líkama hennar." það fékk mig til að skjálfa að hugsa um að limlesta líkama konunnar sem ég hafði elskað. Og samt var tilfinningin ekki svo sterk eins og ég hafði búist við. Ég var reyndar farinn að gysja yfir nærveru þessarar veru, þessa ódauða, eins og van helsing kallaði það, og að vansækja það. Er mögulegt að kærleikurinn sé allur huglægur eða allur hlutlægur?

Ég beið í talsverðan tíma eftir að van helsing byrjaði, en hann stóð eins og vafinn í hugsun. Nú lokaði hann lokanum af töskunni sinni og sagði: -

„ég hef verið að hugsa og gert upp hug minn um það sem best er. Ef ég fylgdi einfaldlega hneigð minni myndi ég gera núna, á þessari stundu, hvað er að gera; en það eru önnur atriði sem fylgja þarf og hlutir sem eru þúsund sinnum erfiðari að því leyti að þeir þekkjum ekki. Þetta er einfalt. Hún hefur enn ekkert líf tekið, þó að það sé tímabært; og að bregðast við núna væri að taka hættu af henni að eilífu. En þá gætum við þurft að vilja arthur, og hvernig eigum við að segja honum frá þessu? Ef þú, sem sást sárin á hálsi lucys, og sást sárin svo svipuð á barnið á sjúkrahúsinu; ef þú, sem sá kistuna tóma í gærkveldi og fullan dag í dag með konu sem hefur ekki breyst aðeins til að verða rós og fallegri í heila viku, eftir að hún deyr - ef þú veist um þetta og veist um hvíta mynd í gærkveldi sem kom með barnið í kirkjugarðinn, en samt af eigin skynfærum trúðir þú ekki, hvernig get ég þá búist við því að arthur, sem veit engan af þessum hlutum, muni trúa? Hann efaðist um mig þegar ég tók hann úr kossi hennar þegar hún var að deyja. Ég veit að hann

hefur fyrirgefið mér vegna þess að í einhverri rangri hugmynd
hef ég gert hluti sem koma í veg fyrir að hann kveðji eins og
hann ætti að gera; og hann gæti hugsað sér að í einhverri rangari
hugmynd hafi þessi kona verið grafin lifandi; og að í flestum
mistökum af öllu höfum við drepið hana. Hann mun þá halda því
fram að það séum við, skakkir, sem höfum drepið hana með
hugmyndum okkar; og svo verður hann alltaf mikið
óhamingjusamur. Samt getur hann aldrei verið viss; og það er
það versta af öllu. Og hann mun stundum halda að hún sem hann
elskaði hafi verið grafin lifandi og það muni mála drauma sína
með hryllingi yfir því sem hún hlýtur að hafa orðið fyrir; og aftur
mun hann halda að við höfum rétt fyrir okkur og að svo ástvinur
hans væri, þegar allt kemur til alls, ódauður. Nei! Sagði ég
honum það einu sinni og síðan þá læri ég margt. Þar sem ég veit
að það er allt satt, veit ég hundrað þúsund sinnum meira að hann
verður að fara í gegnum beisku vötnin til að ná sætinu. Hann,
aumingja náungi, verður að hafa eina klukkustund sem mun láta
andlit himins verða svart fyrir hann; þá getum við hagað okkur
gott allan hringinn og sent honum frið. Hugur minn er
uppbyggður. Slepptu okkur. Þú snýrð heim um nóttina á hæli
þínu og sérð að allt gengur vel. Hvað mig varðar mun ég eyða
nóttinni hér í kirkjugarðinum á minn hátt. Á morgun nótt muntu
koma til mín á berkeley-hótelið klukkan tíu af klukkunni. Ég
skal senda til þess að arthur komi líka, og líka svo fínan ungan
mann í ameríku sem gaf blóð sitt. Síðar verðum við öll að vinna.
Ég kem með þér svo langt sem á piccadilly og borða þar, því að
ég verð að vera kominn aftur hér áður en sólin lægir. "

Svo við lokuðum gröfinni og komum í burtu og komumst yfir
vegginn í kirkjugarðinum, sem var ekki mikið verkefni, og
keyrðum aftur til piccadilly.

Minnispunktur eftir af helsing í portmanteau hans, berkeley
hóteli beint til john seward, md

(ekki afhent.)

„27. September.

"vinur john, -

„ég skrifa þetta ef eitthvað ætti að gerast. Ég fer einn að horfa á í kirkjugarðinum. Það gleður mig að hinir látnu, sakna lucy, skuli ekki fara fram á nótt, svo að á morgnana megi hún vera ákafari. Þess vegna mun ég laga nokkra hluti sem henni líkar ekki - hvítlaukur og krossfesting - og innsigla þannig hurðina á gröfinni. Hún er ung sem ódauð og mun gefa gaum. Ennfremur eru þetta aðeins til að koma í veg fyrir að hún komi út; þeir mega ekki ráða því að hún vill komast inn; því að þá eru hinir látnu örvæntingarfullir og verða að finna línuna með minnstu mótstöðu, hvað sem því líður. Ég skal vera við höndina alla nóttina frá sólarlagi til eftir sólarupprás, og ef það eru einhverjir sem kunna að læra, skal ég læra það. Fyrir sakna lucy eða frá henni, þá óttast ég ekki; en sá annar, sem þar er, að hún sé látin, hann hefur nú vald til að leita að gröf hennar og finna skjól. Hann er sviksemi, eins og ég veit frá mr. Jonathan og frá því hvernig hann hefur blekkt okkur alla tíð þegar hann lék með okkur fyrir saknað lífsins lucys, og við töpuðum; og að mörgu leyti eru hinir látnu sterkir. Hann hefur ávallt styrk í hendi tuttugu manna; jafnvel við fjórir sem gáfum styrk okkar til að sakna lúsíunnar, það er honum líka allt. Að auki getur hann kallað úlf sinn og ég veit ekki hvað. Þannig að ef hann kemur þangað á nóttunni, þá mun hann finna mig; en enginn annar skal - fyrr en það er of seint. En það getur verið að hann muni ekki reyna staðinn. Það er engin ástæða fyrir því að hann ætti að; veiðistaður hans er meira fullur af leik en kirkjugarðurinn þar sem ódauð kona sefur og sá gamli maður horfir.

„þess vegna skrifa ég þetta ef .... Tek blöðin sem fylgja þessu, dagbækur harkers og hinna, og les þau og finn síðan þennan

mikla ódauða, og skera höfuðið af og brenna hjarta hans eða reka
hlut í gegnum það, svo að heimurinn hvíli frá honum.

„ef það er svo, kveðjumst.

„van helsing."

Dr. Dagbók frá frásögn.

28. September. - það er yndislegt hvað góð nætursvefn mun gera
fyrir einn. Í gær var ég næstum því fús til að samþykkja
stórkostlegar hugmyndir van helsing; en nú virðast þeir byrja að
vera lúraðir á undan mér sem útbrot á heilbrigða skynsemi. Ég
efast ekki um að hann trúir þessu öllu. Ég velti því fyrir mér
hvort hugur hans hafi orðið á einhvern hátt óhindrað. Vissulega
hlýtur að vera einhver skynsamleg skýring á öllum þessum
dularfullu hlutum. Er mögulegt að prófessorinn hafi getað gert
það sjálfur? Hann er svo óeðlilega snjall að ef hann færi af
höfðinu myndi hann framkvæma ásetning sinn varðandi
einhverja föstu hugmynd á dásamlegan hátt. Ég er laus við að
hugsa það og reyndar væri næstum því jafn stórkostlegt undur og
hitt að van helsing væri vitlaus; en hvað sem því líður skal ég
fylgjast vel með honum. Ég gæti fengið smá ljós á
leyndardóminn.

29. September, morgun ..... Í gærkvöldi, rétt fyrir klukkan tíu,
komu arthur og quincey inn í herbergi van helsing; hann sagði
okkur allt sem hann vildi að við gerum en beindi sjálfum sér
sérstaklega til arthur, eins og allir vilja okkar væru miðaðir í
hans. Hann byrjaði á því að segja að hann vonaði að við
myndum líka fylgja honum öll, „því," sagði hann, „það er mikil

skylda að gera þar. Þú varst eflaust hissa á bréfi mínu? "þessari fyrirspurn var beint til herra guðsöfnun.

"ég var. Það styður mig frekar svolítið. Það hafa verið svo mikil vandræði í kringum húsið mitt seint að ég gæti gert án þess að meira væri. Ég hef líka verið forvitinn um hvað þú meinar. Quincey og ég ræddum það; en því meira sem við töluðum, því meira undrandi fengum við, þar til nú get ég sagt sjálf að ég er að fara upp á tré varðandi hvaða merkingu sem er um hvað sem er. "

„ég líka," sagði quincey morris áberandi.

„ó," sagði prófessorinn, „þá eruð þið nær byrjunin, bæði ykkar, en vinur john hérna, sem þarf að fara langt aftur áður en hann kemst jafnvel svo langt að byrja."

Það var augljóst að hann þekkti endurkomu mína í gamla vafasama huga minn án þess að ég segði orð. Þá snéri hann sér að hinum tveimur og sagði af mikilli þyngdarafl: -

„ég vil fá leyfi þitt til að gera það sem mér finnst gott í nótt. Það er, ég veit, mikið að spyrja; og þegar þú veist hvað það er, legg ég til að gera, þú veist, og aðeins þá, hve mikið. Þess vegna má ég biðja þig um að lofa mér í myrkrinu, svo að eftir það, þó að þú sért reiður út í mig um tíma - þá má ég ekki dulbúa sjálfan mig þann möguleika að slíkur geti verið - skuluð þér ekki kenna ykkur um neitt. "

„það er engu að síður hreinskilnislega," brá í kútnum. „ég svara fyrir prófessorinn. Ég sé ekki alveg svíf hans, en ég sver að hann er heiðarlegur; og það er nógu gott fyrir mig. "

„ég þakka þér, herra," sagði van helsing stoltur. „ég hef gert mér þann heiður að telja þig einn traustan vin, og slík áritun er mér kær." hann rétti fram hönd, sem quincey tók sér fyrir hendur.

Þá mælti arthur:

„dr. Van helsing, mér líkar ekki alveg við að „kaupa svín í pota",
eins og þeir segja á skotlandi, og ef það er eitthvað sem heiður
minn sem herramaður eða trú mín sem kristinn er, get ég ekki
gert slíkt loforð. Ef þú getur fullvissað mig um að það sem þú
ætlar ekki að brjóta í bága við annað hvort þessara tveggja þá gef
ég samþykki mitt í einu; þó ég geti ekki skilið hvað þú keyrir
fyrir líf mitt. "

„ég tek við takmörkun þinni," sagði van helsing, „og það eina
sem ég bið um þig er að ef þér finnst nauðsynlegt að fordæma
einhverja hegðun mína, þá munir þú fyrst skoða það vel og vera
fullviss um að það brýtur ekki í bága við fyrirvara þinn."

„sammála!" sagði arthur; „þetta er aðeins sanngjarnt. Og nú
þegar hellubörnunum er lokið, má ég spyrja hvað við erum að
gera? "

„ég vil að þú komir með mér og leynir þér í kirkjugarðinn á
kingstead."

Andlit arthur féll eins og hann sagði á undrandi hátt: -

„þar sem léleg lucy er grafin?" laut prófessorinn. Arthur hélt
áfram: „og hvenær er það?"

„að fara inn í gröfina!" arthur stóð upp.

„prófessor, ertu í alvöru; eða er það einhver monstrous brandari?
Fyrirgefðu, ég sé að þú ert í fullri alvöru. "hann settist niður
aftur, en ég gat séð að hann sat fastur og stoltur, eins og sá sem
er á reisn sinni. Það var þögn þar til hann spurði aftur: -

„og hvenær í gröfinni?"

„að opna kistuna.“

„þetta er of mikið!“ sagði hann og reiddist reiðilega upp aftur. „ég er tilbúinn að vera þolinmóður í öllu því sem sanngjarnt er; en í þessu - þessari vanhelgingu grafarinnar - af einum sem——— "kafnaði hann nokkuð með reiði. Prófessorinn horfði aumur á hann.

„ef ég gæti hlíft þér einum fanga, fátækum vini mínum,“ sagði hann, „guð veit að ég myndi gera það. En þessa nótt verða fætur okkar að troða á þyrnum slóðum; eða síðar, og að eilífu verða fæturnir sem þú elskar að ganga á logaslóðum! “

Arthur leit upp með hvítt andlit og sagði: -

„passaðu þig, herra, passaðu þig!“

„væri ekki vel að heyra hvað ég hef að segja?“ sagði van helsing. „og þá munt þú að minnsta kosti vita hver tilgangur minn er. Á ég að halda áfram? “

„það er nógu sanngjarnt,“ brast morris.

Eftir hlé van helsing á, augljóslega með áreynsla: -

"sakna þess að lucy er dáinn; er það ekki svo? Já! Þá getur ekkert verið að henni. En ef hún er ekki dáin——— ”

Arthur stökk á fætur.

„góði guð!“ hrópaði hann. „hvað meinarðu? Hafa verið einhver mistök; hefur hún verið grafin lifandi? "grenjaði hann í angist að ekki einu sinni vonin gæti mýkst.

„ég sagði ekki að hún væri á lífi, barnið mitt; mér datt það ekki í hug. Ég geng ekki lengra en að segja að hún gæti verið ódauð. "

„ódauð! Ekki á lífi! Hvað meinarðu? Er þetta allt martröð, eða hvað er það? "

„það eru leyndardómar sem menn geta aðeins giskað á, hvaða aldur þeir geta leyst aðeins að hluta. Trúðu mér, við erum núna á barmi eins. En ég hef ekki gert það. Má ég höggva af hausnum af dauðum miss lucy? "

„himinn og jörð, nei!" hrópaði arthur í stormi af ástríðu. „ekki um allan heim mun ég samþykkja neina limlestingu á líki hennar. Dr. Van helsing, þú reynir mig of langt. Hvað hef ég gert þér að þú skyldir pynta mig svona? Hvað gerði þessi aumingja, ljúfa stelpa sem þú ættir að vilja kasta slíkri óvirðingu á gröf hennar? Ertu vitlaus sem talar svona hluti, eða er ég vitlaus að hlusta á þá? Þora ekki að hugsa meira um slíka ranglæti; ég skal ekki veita samþykki mitt fyrir neinu sem þú gerir. Mér ber skylda til að vernda gröf hennar frá reiði; og guð mun ég gera það! "

Van helsing reis upp þaðan sem hann hafði allan tímann setið og sagði, alvarlega og harðlega:

„herra minn bjargast, ég hef líka skyldu til að gera, skylda gagnvart öðrum, skylda gagnvart þér, skylda gagnvart hinum dauðu; og af guði skal ég gera það! Allt sem ég bið þig núna er að þú kemur með mér, að þú horfir og hlustar; og ef síðar þegar ég legg fram sömu beiðni, þá verðið þið ekki ákafari fyrir að hún uppfyllist jafnvel en ég er, þá mun ég gera skyldu mína, hvað sem mér sýnist. Og síðan skal ég halda mér til ráðstöfunar til að fylgja eftir óskum drottins þíns til að gera þér grein fyrir, hvenær og hvar þú vilt. "rödd hans brast aðeins og hann hélt áfram með rödd fullri samúð: -

„en ég bið þig, far þú ekki með mér í reiði. Í langri ævi aðgerða sem oft var ekki notalegt að gera og sem stundum vondi hjarta mitt hef ég aldrei haft eins þungt verkefni og nú. Trúðu mér að ef tími gefst til að þú skiptir um skoðun gagnvart mér, þá mun eitt augnaráð frá þér þurrka allt þetta svo sorglega stund, því að ég myndi gera það sem maður getur til að bjarga þér frá sorginni. Hugsaðu bara. Því hvers vegna ætti ég að vinna mér svo mikið af vinnu og svo miklu sorg? Ég er kominn hingað frá eigin landi til að gera það sem ég get af góðu; í fyrstu til að þóknast vini mínum john og síðan til að hjálpa sætri ungri dömu, sem ég líka elskaði. Fyrir hana - ég skammast mín fyrir að segja svo margt, en ég segi það með vinsemd - ég gaf það sem þú gafst; blóð í æðum mínum; ég gaf það, ég, sem var ekki, eins og þú, elskhugi hennar, heldur aðeins læknir hennar og vinur hennar. Ég gaf henni mínar nætur og daga - fyrir andlát, eftir andlát; og ef dauði minn getur gert henni gott jafnvel núna, þegar hún er dáin ódauð, þá mun hún hafa það frjálslega. "hann sagði þetta með mjög alvarlegu, ljúfu stolti og arthur varð fyrir miklum áhrifum af því. Hann tók í hönd gamla mannsins og sagði með brotinni rödd: -

„ó, það er erfitt að hugsa um það og ég skil ekki; en allavega skal ég fara með þér og bíða. "

Kafla xvi

Dr. Dagbók frá sjóni - hélt áfram

Það var aðeins stundarfjórðungur fyrir klukkan tólf þegar við komum inn í kirkjugarðinn yfir lágan vegginn. Nóttin var dökk með stöku tunglskjái á milli leigu þungra skýjanna sem ruddu yfir himininn. Við héldum öll einhvern veginn þétt saman, með van helsing örlítið framan af þegar hann leiddi leiðina. Þegar við

vorum komin nálægt gröfinni, leit ég vel á arthur, því að ég óttaðist að nálægðin við stað sem var hlaðin svo sorglegri minningu myndi koma honum í uppnám; en hann bar sig vel. Ég tók það fram að mjög leyndardómur málsins var á einhvern hátt mótvægi við sorg hans. Prófessorinn opnaði dyrnar og sá náttúrulega hik á meðal okkar af ýmsum ástæðum, leysti erfiðleikana með því að fara inn sjálfur. Hinir okkar fylgdu og hann lokaði hurðinni. Hann kveikti síðan í dimmri lukt og benti á kistuna. Arthur hikaði hikandi áfram; van helsing sagði við mig:
-

„þú varst með mér hér í gær. Var líkami fröken lucy í kistunni? "

„það var." snéri prófessorinn sér við hina og sagði: -

"þú heyrir; og samt er enginn sem trúir ekki á mig. "hann tók skrúfjárn sinn og tók aftur af lokinu á kistunni. Arthur leit á, mjög fölur en hljóður; þegar lokið var fjarlægt steig hann fram. Hann vissi greinilega ekki að til var kistu úr blýi, eða að minnsta kosti hafði hann ekki hugsað um það. Þegar hann sá leiguna í fararbroddi, hljóp blóðið andlit hans augnablik, en féll svo fljótt frá sér aftur, svo að hann var eftir af hörmulegri hvítleika; hann þagði enn. Van helsing neyddi aftur blýflansinn og við litum öll inn og hrökkluðum aftur.

Kistan var tóm!

Í nokkrar mínútur talaði enginn orð. Þögnin var brotin af quincey morris: -

„prófessor, ég svaraði fyrir þig. Orð þitt er allt sem ég vil. Ég myndi ekki spyrja slíka hluti venjulega — ég myndi ekki svívirða þig að gefa í skyn vafa; en þetta er leyndardómur sem gengur fram yfir allan heiður eða óheiðarleika. Er þetta að gera?
"

„ég sver þig við allt það sem ég held heilagt að ég hafi ekki fjarlægt hana né snert hana. Það sem gerðist var þetta: fyrir tveimur kvöldum saumaði vinur minn og ég kom hingað - með góðan tilgang, trúðu mér. Ég opnaði þá kistu, sem þá var innsigluð, og við fundum hana, eins og nú, tóma. Við biðum síðan og sáum eitthvað hvítt koma í gegnum trén. Daginn eftir komum við hingað á daginn og hún lá þar. Gerði hún það ekki, vinur john? "

"já."

„þetta kvöld vorum við bara í tíma. Enn eitt svo lítið barn vantaði og við finnum það, guðs þakkir, ómeiddur meðal grafir. Í gær kom ég hingað fyrir sólsetur, því við sólsetur geta hinir látnu hreyft sig. Ég beið hér alla nóttina þar til sólin rann upp, en ég sá ekkert. Það var líklegast að það væri vegna þess að ég hafði lagt yfir klemmurnar á þessum hurðum hvítlauk, sem ódauðir geta ekki borið, og annað sem þeir forðast. Í gærkveldi var engin fólksflótta, svo í nótt fyrir sólsetrið tók ég burt hvítlauk minn og annað. Og svo er það að okkur finnst kistan tóm. En ber með mér. Enn sem komið er er margt sem er undarlegt. Bíddu eftir mér með mér úti, óséður og óheyrður, og hlutirnir sem eru mun skrýtnari eiga enn eftir að vera. Svo "- þar lokaði hann myrkrinu á luktinni sinni -„ nú að utan. "hann opnaði hurðina og við lögðum út, hann kom síðast og læsir hurðinni á eftir sér.

Ó! En það virtist ferskt og hreint í næturloftinu eftir skelfingu þess hvelfis. Hve ljúft það var að sjá skýin renna framhjá og brottnám ljósvakans í tunglskininu milli svifandi skýjanna sem fara yfir og líða - eins og gleði og sorg í lífi manns; hve ljúft það var að anda að sér fersku loftinu, sem hafði enga dauða og rotnun; hvernig mannúðlegt er að sjá rauða lýsingu himins handan hæðarinnar og heyra langt í burtu muffled öskrið sem markar líf stórborgar. Hver á sinn hátt var hátíðlegur og sigrast á. Arthur þagði og var, ég gat séð, leitast við að átta sig á tilgangi og innri merkingu leyndardómsins. Ég var sjálfur þolinmóður

þolinmóður og hneigðist helmingurinn aftur til að kasta til hliðar
vafa og sætta sig við niðurstöður van helsing. Quincey morris
var slæmt að hætti manns sem tekur við öllum hlutum og tekur
við þeim í anda kaldrar hugrekki, með hættu á öllu því sem hann
þarf að eiga í hlut. Með því að geta ekki reykt, skar hann sér
góðan tóbaksstungu og byrjaði að tyggja. Varðandi van helsing,
var hann starfandi á ákveðinn hátt. Fyrst tók hann úr töskunni
sinni massa af því sem leit út fyrir að vera þunnt, flatbrauðs kex,
sem var velt upp vandlega í hvítan servíettu; næst tók hann fram
tvöfalt handfylli af einhverju hvítum hlutum, eins og deigi eða
kítti. Hann molaði flakið fínt upp og vann það í massann á milli
handanna. Þetta tók hann síðan og rúllaði því í þunna ræmur og
byrjaði að leggja þær í sprungurnar milli hurðarinnar og
uppsetningar hennar í gröfinni. Ég var nokkuð undrandi yfir
þessu og þegar ég var nálægt spurði hann hvað það væri sem
hann væri að gera. Arthur og quincey nálguðust sig líka, þar sem
þeir voru líka forvitnir. Hann svaraði: -

„ég er að loka gröfinni, svo að hinir látnu fari ekki inn."

„og er það efni sem þú hefur sett þarna til að gera það?" spurði
quincey. "frábær skotleikur! Er þetta leikur? "

"það er."

„hvað er það sem þú ert að nota?" að þessu sinni var spurningin
eftir arthur. Van helsing lyfti lotningu sinni með lotningu þegar
hann svaraði: -

"gestgjafinn. Ég kom með það frá amsterdam. Ég er með
eftirlátssemi. "þetta var svar sem skelfði mest efasemdarmennina
um okkur og okkur fannst hver og einn að í viðurvist eins
alvarlegs tilgangs og prófessorsins, tilgangur sem gæti þannig
notað honum hellegasta hluti, var það ómögulegt að vantraust. Í
virðingu þögn tókum við þá staði sem okkur var úthlutaðir
nálægt gröfinni en falinn fyrir augum allra sem nálgast. Ég

vorkenndi hinum, sérstaklega arthur. Ég hafði sjálfur verið lærður af fyrri heimsóknum mínum í þessum horfa hryllingi; og samt, sem fyrir allt að klukkutíma síðan hafnaði sönnunargögnum, fannst hjarta mitt sökkva innra með mér. Aldrei litu gröfur svo svakalega hvítar; aldrei gerði cypress, eða yew, eða eini, svo útfærslan á jarðarfarar myrkur; aldrei tré eða gras veifaði eða ryðgaði svo óheillavænlega; grenjaði aldrei svo dularfullt; og aldrei sendi fjarkandi hundur frá slíkri sálulegu forsögu um nóttina.

Það var löng þögn, stórt, verkandi tóm og síðan frá prófessornum ákafur „ssss!" benti hann; og langt niðri á vegum ungbarnafólks sáum við hvíta mynd ganga fram - dökkhvít mynd, sem hélt eitthvað dimmt við brjóst hennar. Myndin stöðvaðist og um þessar mundir féll tunglskjálfti yfir fjöldann á skýjunum og sýndi á óvæntum hátt áberandi dökkhærða konu, klædd í segulgröfina. Við gátum ekki séð andlitið, því að það var beygð niður yfir það sem við sáum vera sæmandi hár. Það var hlé og beitt lítið grátur, eins og barn gefur í svefni, eða hundur eins og hann liggur fyrir eldinum og dreymir. Við vorum að byrja áfram, en viðvörunarhönd prófessorsins , sem okkur var séð þegar hann stóð á bakvið yew-tré, hélt okkur aftur; og þegar við horfðum færðist hvíta myndin áfram. Það var nú nógu nálægt til að við sjáum skýrt og tunglskinið hélst enn. Mitt eigið hjarta varð kalt eins og ís, og ég heyrði andköf af arthur, þar sem við þekktum eiginleika lucy westenra. Lucy westenra, en samt hvernig breyttist. Sætleikanum var snúið að adamantíni, hjartalausri grimmd og hreinleiki til dásamlegrar óánægju. Van helsing lét af störfum og, hlýðinn við látbragði hans, gengum við öll líka; fjögur okkar svifum í röð fyrir dyrum gröfarinnar. Van helsing lyfti upp lukt sinni og dró rennibrautina; með einbeittu ljósinu sem féll á andlit lucy, gátum við séð að varirnar voru rauðar af fersku blóði, og að straumurinn hafði lekið yfir höku hennar og litað hreinleika grasflöt hennar.

Við gusuðum af hryllingi. Ég gat séð með skjálfta ljósinu að
jafnvel járntaug van van helsing hafði brugðist. Arthur var við
hliðina á mér og ef ég hefði ekki gripið í handlegginn á honum
og haldið honum upp hefði hann fallið.

Þegar lucy - ég kalla það sem var á undan okkur lucy vegna þess
að það bar lögun hennar - sá okkur að hún dró til baka með
reiðum snarl, eins og köttur gefur þegar hann var ekki
meðvitaður; þá rökkuðu augu hennar yfir okkur. Augu lucy í
formi og lit; en augu lucy óhreint og fullt af helvítis eldi, í stað
hinna hreinu, ljúfu hnöttum sem við þekktum. Á því augnabliki
leifar ástarinnar minnar yfir í hatur og hatur; hefði hún þá verið
drepin, hefði ég getað gert það með mikilli gleði. Þegar hún
horfði, loguðu augu hennar af óheilbrigðu ljósi og andlitið var
kransað af voluptuous brosi. Ó, guð, hvernig það gerði mig
skjálfandi að sjá það! Með kærulausri hreyfingu, henti hún sér til
jarðar, kaldlynd eins og djöfull, barnið sem hingað til hafði hún
fest sig þungt við brjóst hennar og bramað yfir því eins og
hundur brosar yfir bein. Barnið hrópaði hratt og lá þar og
grenjaði. Það var kaldblóð í verkunum sem reiddi andvörp frá
arthur; þegar hún hleypti til hans með útréttum handleggjum og
brosmildu brosi féll hann aftur og faldi andlit hans í höndum sér.

Hún komst samt áfram, og með drengilegri, dónalegri náð, sagði:
-

„komdu til mín, arthur. Yfirgefa þessa hina og komdu til mín.
Handleggir mínir eru svangir eftir þér. Komið, og við getum
hvílt okkur saman. Komdu, maðurinn minn, komdu! "

Það var eitthvað diabolically sætt í tónum hennar - eitthvað af
náladofi glersins þegar slegið var - sem hringdi í gegnum gáfur
okkar jafnvel sem heyrðum orðin beint til annars. Hvað varðar
arthur, virtist hann undir álögum; hann færði hendur sínar frá
andliti sínu og opnaði handleggina upp. Hún stökk til þeirra,
þegar van helsing spratt fram og hélt á milli sín litla gullna

krossfesting hans. Hún hrökk við aftur úr henni og brá skjótt brengluðu andliti, fullri reiði, framhjá honum eins og til að fara inn í gröfina.

Þegar hún var innan fótar eða tveggja dyra, stöðvaði hún sig, eins og hún var handtekin af einhverju ómótstæðilegu afli. Þá sneri hún sér við og andlit hennar var sýnt í skýru tunglsljósi og með lampanum, sem hafði nú ekki skjálfti frá járntaugum van van helsing. Aldrei sá ég svona undrandi illsku í andliti; og aldrei, ef ég treysti, mun slíkt aldrei sjást aftur með dauðlegum augum. Fallegi liturinn varð skær, augun virtust kasta neistum frá helvítis eldi, augabrúnirnar voru hrukkaðar eins og fellingar á holdinu væru vafningar í ormum medusa og hinn yndislegi, blóðbletti munnur óx upp á opið torg, eins og í ástríðu grímur grikkja og japana. Ef andlit þýddi dauða - ef útlit gæti drepið - þá sáum við það á því augnabliki.

Og svo í heila hálfa mínútu, sem virtist eilífð, hélst hún á milli lyftu krossfestingarinnar og helgrar lokunar aðgangsleiðar hennar. Van helsing braut þögnina með því að spyrja arthur: -

"svaraðu mér, ó vinur minn! Á ég að halda áfram í starfi mínu? "

Arthur kastaði sér á kné og faldi andlit sitt í höndum sér, er hann svaraði: -

„gerðu eins og þú vilt, vinur; gerðu eins og þú vilt. Það getur ekki verið neinn hryllingur lengur eins og þetta. "og hann andskammaði anda. Quincey og ég fórum samtímis í átt að honum og tókum í fangið. Við heyrðum smellinn á lokunarlyktinni þegar van helsing hélt honum niðri; þegar hann kom nálægt gröfinni, byrjaði hann að fjarlægja nokkra af hinu helga merki sem hann hafði sett þar úr köfunum. Við horfðum öll á með skelfilegum undrun þegar við sáum, þegar hann stóð aftur, konan, með líkamsbyggingu eins raunveruleg á þessari stundu og okkar eigin, fara inn um milliveginn þar sem af skornum skammti hnífsblaða hefði getað farið. Okkur fannst við öll vera fegin tilfinning þegar við sáum prófessorinn rólega endurreisa strengina með kítti við brúnir hurðarinnar.

Þegar þetta var gert lyfti hann barninu og sagði:

„komdu nú, vinir mínir; við getum ekki gert fyrr en á morgun. Það er útför á hádegi, svo hérna munum við öll koma löngu seinna. Vinir hinna látnu verða allir farnir af tveimur, og þegar sexton læsir hliðinu verðum við áfram. Þá er meira að gera; en ekki eins og þetta í nótt. Hvað varðar þennan litla, þá er hann ekki mikill skaði, og á morgnana mun honum líða vel. Við skulum yfirgefa hann þar sem lögreglan mun finna hann, eins og annað kvöld; og síðan heim. "kom nálægt arthur og sagði:

„arthur vinur minn, þú hefur fengið sár prófraun; en eftir að þú lítur til baka munt þú sjá hvernig það var nauðsynlegt. Þú ert núna í beisku vatninu, barnið mitt. Nú á morgun muntu, vinsamlegast guð, hafa farið framhjá þeim og drukkið af sætu vötnunum. Svo ekki syrgja of mikið. Þangað til mun ég ekki biðja þig um að fyrirgefa mér. "

Arthur og quincey komu heim með mér og við reyndum að hressa hvert annað á leiðinni. Við höfðum skilið barnið eftir í öryggi og vorum þreytt; svo við sváfum öll með meira eða minna veruleika svefns.

29. September, nótt. - litlu fyrir klukkan tólf við þrjú - arthur, quincey morris og ég - kölluðum á prófessorinn. Það var skrýtið að taka eftir því að með sameiginlegu samþykki höfðum við öll klæðst svörtum fötum. Auðvitað klæddist arthur svörtum, því að hann var í djúpri sorg, en við öll bárum það með eðlishvöt. Við komum í kirkjugarðinn um hálf eitt og röltum um og héldum utan opinberrar athugunar, þannig að þegar grafargararnir höfðu

lokið verkefni sínu og sextonið undir þeirri trú að allir hefðu farið, hefðu læst hliðið, þá höfðum við stað allt fyrir okkur sjálf. Van helsing, í stað litlu svörtu töskunnar hans, hafði með sér langa leðri, eitthvað eins og krikketösku; það var augljóslega með þunga vægi.

Þegar við vorum einir og höfðum heyrt það síðasta af fótsporunum deyja út götuna, fylgdumst við hljóðalaust, og eins og fyrirskipuð áform fórum við prófessorinn að gröfinni. Hann opnaði hurðina og við fórum inn og lokuðum henni fyrir aftan okkur. Þá tók hann úr pokanum sínum luktina, sem hann kveikti, og einnig tvö vaxkerti, sem þegar hann var tendruð fastur hann, með því að bræða eigin endi, á aðrar kistur, svo að þeir gætu gefið ljós nægjanlegt til að vinna eftir. Þegar hann lyfti aftur lokið úr kistu lucy litum við öll út - þau voru skjálfandi eins og asp - og sáum að líkaminn lá þar í allri sinni dauðsfegurð. En það var engin ást í hjarta mínu, ekkert nema fyrirlitning á þeim ógeð sem hafði tekið lögun lucys án sálar hennar. Ég gæti séð jafnvel andlit arthur vaxa hart þegar hann leit út. Sem stendur sagði hann við van helsing: -

„er þetta líkami lucy, eða aðeins púkinn í laginu?"

„það er líkami hennar, en samt ekki það. En bíddu í smá stund, og þú sérð hana öll eins og hún var og er. "

Hún virtist eins og martröð af lucy þegar hún lá þar; beindu tennurnar, blóðblæstri, mýflugu munninn - sem það lét einn skjálfa sjá - allt holdlega og óheilbrigða yfirbragðið, sem virtist eins og djöfulleg spotta um ljúfa hreinleika lucy. Van helsing byrjaði með venjulegum aðferðum sínum að taka hin ýmsu innihald úr pokanum sínum og setti þau tilbúin til notkunar. Fyrst tók hann út lóðajárn og lóðmálmur fyrir pípu, og síðan litla olíulampa, sem gaf út, þegar kveikt var í horninu á gröfinni, gas sem brann við brennandi hita með bláum loga; síðan rekstrarhnífar hans, sem hann lagði fyrir hönd; og síðast hringlaga tréstaur, sumir tveir og hálfur eða þrír tommur á þykkt og um það bil þrír fet að lengd. Annar endinn var hertur með því að bleikja í eldinum og var skerpt að fínum punkti. Með þessum stiku kom þungur hamar, svo sem á heimilum er notað í kolakjallaranum til að brjóta moli. Fyrir mig er undirbúningur læknis fyrir vinnu af einhverju tagi örvandi og spelkur, en áhrif þessara hluta á bæði arthur og quincey voru að valda þeim eins konar skelfingu. Þeir báðir héldu þó hugrekki sínu og héldu þegjandi og hljóðlátir.

Þegar allt var tilbúið sagði van helsing: -

„áður en við gerum eitthvað, leyfðu mér að segja þér þetta; það er undan fræði og reynslu forfeðranna og allra þeirra sem hafa rannsakað völd hinna látnu. Þegar þeir verða slíkir, fylgir breytingunni bölvun ódauðleika; þeir geta ekki dáið, en verða að halda áfram eftir aldur fram að bæta við nýjum fórnarlömbum og margfalda illsku heimsins; því að allir, sem deyja vegna bráð ódauðra, verða sjálfir dauðir og bráð af sinni tegund. Og þannig fer hringurinn sífellt að breikkast, eins og gára frá steini sem hent er í vatnið. Vinur arthur, ef þú hefðir hitt þann koss sem þú veist um áður en léleg lucy deyr; eða aftur, í gærkveldi þegar þú opnar handleggina fyrir henni, myndirðu í tíma, þegar þú varst dáinn, vera orðinn nosferatu, eins og þeir kalla það í austur-evrópu, og myndir allan tímann gera meira af þessum ódauðsföllum sem svo hafa fyllst okkur með hryllingi. Ferill þessarar svo óhamingjusömu elsku konu er nýbyrjaður. Þessi börn sem blóðið hennar sjúgur eru ekki enn verri; en ef hún lifir áfram, ódauð, missa þau æ meira blóð og með valdi hennar yfir þeim koma þau til hennar; og svo dregur hún blóð þeirra með þeim svo vonda munni. En ef hún deyr í sannleika, þá hætta allir; pínulítill sár hálsins hverfa og þeir fara aftur í leikrit sín án þess að vita hvað hefur verið. En allra blessaðra allra, þegar þessi ódauði verður látinn hvíla sem sannur dauður, þá mun sál fátæku konunnar, sem við elskum, aftur vera frjáls. Í stað þess að vinna illsku á nóttunni og verða óheillavænlegri við að tileinka hana um daginn, mun hún taka sæti hjá hinum englunum. Svo að vinur minn, það verður blessuð hönd fyrir hana sem mun slá höggið sem losar hana. Við þetta er ég viljugur; en er enginn meðal okkar sem hefur betri rétt? Verður það ekki gleði að hugsa um það sem eftir er í nóttinni þegar svefninn er ekki: „það var hönd mín sem sendi hana til stjarnanna; það var hönd hans sem elskaði hana best; að hönd sem allt sem hún hefði sjálf hafa valið, það hefði verið henni að velja? " segðu mér hvort það sé slíkur á meðal okkar? “

Við skoðuðum öll arthur. Hann sá líka hvað við öll gerðum, hin óendanlega góðvild sem lagði til að hans ætti að vera höndin sem myndi endurheimta okkur lucy sem heilagt, en ekki vanheilegt minni. Hann steig fram og sagði hugrakkur, þó að hönd hans skalf, og andlit hans var eins föl og snjór: -

„sannur vinur minn, frá botni minnar brostnu hjarta þakka ég þér. Segðu mér hvað ég á að gera, og ég skal ekki víkja! “van helsing lagði hönd á öxlina og sagði: -

“hugrakkur strákur! Hugrekki augnabliks, og það er gert. Þessum hlut verður að reka í gegnum hana. Það verður óttalegt málbeiðni - láttu ekki blekkjast í því - en það verður aðeins stuttur tími, og þú munt þá fagna meira en sársauki þinn var mikill; úr þessari svakalegu gröf muntu koma fram eins og þú gengur á lofti. En þú mátt ekki víkja þegar þú ert byrjaður. Hugsaðu aðeins um að við, sannir vinir þínir, erum um þig og að við biðjum fyrir þér allan tímann. “

„haltu áfram,“ sagði arth hæs. „segðu mér hvað ég á að gera.“

„takið þennan hlut í vinstri hönd, tilbúinn til að setja punktinn yfir hjartað og hamarinn á hægri hönd. Þá þegar við byrjum á bæn okkar fyrir hinum dauðu - ég skal lesa hann, ég hef hér bókina og hinir munu fylgja - slá í nafni guðs, svo að allir fari vel með hina dauðu sem við elskum og hinir dauðu fara í burtu."

Arthur tók stikuna og hamarinn, og þegar hugur hans var að verki, skalfust hendur hans aldrei og skjálfta. Van helsing opnaði skothríð sína og byrjaði að lesa og quincey og ég fylgdu eins vel og við gátum. Arthur lagði punktinn yfir hjartað, og þegar ég leit gat ég séð dint þess í hvíta holdinu. Þá sló hann af öllum mætti.

Hluturinn í kistunni reið; og ógeðslegur, blóðstorkandi öskur kom frá opnu rauðu vörunum. Líkaminn hristi og skalf og brenglaðist í villtum deilingum; skarpar hvítir tennur drógu sig saman þar til varirnar voru skornar, og munnurinn var smurður af rauðri froðu. En arthur flautaði aldrei. Hann leit út eins og mynd af þór þegar ósjálfstæður handleggur hans reis upp og féll og keyrði dýpra og dýpra á miskunnarberan hlut meðan blóðið frá gataðri hjarta var vel velt og sprett upp um það. Andlit hans var sett, og mikil skylda virtist skína í gegnum það; sjónin af því veitti okkur hugrekki svo að raddir okkar virtust hringja í gegnum litla gröfina.

Og þá varð skrið og skjálfti líkamans minna, og tennurnar virtust kippa og andlitið skjálfa. Loksins lá það kyrrt. Hræðilegu verkefni var lokið.

Hamarinn féll úr hendi arthur. Hann spólaði og hefði fallið ef við hefðum ekki lent í honum. Miklir svitadropar spruttu úr enni sér og andardrátturinn kom í sundur andköf. Það hafði örugglega verið ansi álag á hann; og hefði hann ekki verið þvingaður til verksins af meira en mannlegum sjónarmiðum hefði hann aldrei getað gengið í gegnum það. Í nokkrar mínútur vorum við svo teknar með hann að við horfðum ekki í átt að kistunni. Þegar við gerðum það hins vegar hljóp grunur af óvæntri óvart frá einum til annars okkar. Við horfðum svo ákaft á að arthur reis upp, því að hann hafði setið á jörðu, og kom og leit líka; og þá brosti fegin, undarlegt ljós yfir andlit hans og dreifði að öllu leyti dimma hryllingsins sem lagðist á það.

Þar, í kistunni, lá ekki lengur það villta sem við höfðum svo hræðst og vaxið að hata að eyðileggingarverk hennar voru gefin sem forréttindi þeim sem best átti rétt á því, en lucy eins og við höfðum séð hana í lífi hennar, með andlit hennar á ójafnan sætleik og hreinleika. Satt að það voru þarna, eins og við sáum þá í lífinu, ummerki umönnunar og sársauka og úrgangs; en þetta voru okkur allir kærir, því þeir markuðu sannleika hennar við það sem við vissum. Einum og öllu fannst okkur að hin helga ró sem lá eins og sólskin yfir eyðilagði andlit og form væri aðeins jarðneskur tákn og tákn um logninn sem átti að ríkja að eilífu.

Van helsing kom og lagði hönd sína á öxl arthur og sagði við hann: -

„og nú, er vinur minn, elsku sveinn, er mér ekki fyrirgefið?"

Viðbrögð hinna hræðilegu álags komu þegar hann tók hönd gamla mannsins í hendina og lyfti henni upp á varirnar, ýtti á hana og sagði: -

„fyrirgefið! Guð blessi þig að þú hafir veitt elsku minni sálu hennar aftur, og mér frið. "hann lagði hendur sínar á öxl prófessorsins og lagði höfuðið á brjóstið, grét um stund hljóðalaust, meðan við stóðum ófær. Þegar hann reisti höfuðið van helsing sagði við hann: -

„og nú, barnið mitt, gætirðu kysst hana. Kysstu dauðar varir hennar ef þú vilt, eins og hún myndi láta þig gera, ef þú vilt velja hana. Því að hún er nú ekki glottandi djöfull - ekki meira óheiðarlegur hlutur í alla eilífð. Ekki lengur er hún ódauð djöfulsins. Hún er hin sanna dauða guðs, sem sálin er með honum! "

Arthur beygði sig og kyssti hana, og þá sendum við hann og quincey úr gröfinni; prófessorinn og ég sáum toppinn af báli og skildum því vera í líkamanum. Þá klipptum við af höfðinu og fylltum munninn með hvítlauk. Við lóðuðum upp blý kistuna, skrúfuðum upp kistulokið og söfnum saman eigur okkar komum í burtu. Þegar prófessorinn læsti hurðinni gaf hann lykilinn að arthur.

Úti í loftinu var ljúft, sólin skein og fuglarnir sungu og það virtist sem öll náttúran væri stillt á annan völl. Alls staðar var gleði og gleði og friður, því að við vorum sjálfum í hvíld vegna eins og við vorum fegin, þó að það væri með mildaða gleði.

Áður en við fluttum frá van helsing sagði: -

„nú, vinir mínir, er eitt skref í starfi okkar unnið, eitt skaðlegast fyrir okkur sjálf. En það er enn stærra verkefni: að komast að höfundi alls þessa sorgar okkar og stimpla hann út. Ég hef vísbendingar sem við getum fylgt; en það er langt verkefni og erfitt, og það er hætta á því og sársauki. Skuluð þér ekki allir hjálpa mér? Við höfum lært að trúa okkur öllum - er það ekki svo? Og síðan svo, sjáum við ekki skyldu okkar? Já! Og lofum við ekki að halda áfram að biturum enda? "

Hvor um sig tókum við hönd hans og loforðið var gefið. Sagði prófessorinn þegar við fórum:

„þess vegna skuluð þið funda með mér tvær nætur og borða saman klukkan sjö klukkuna með vini þínum john. Ég skal biðja tvo aðra, tvo sem þú veist ekki enn sem komið er; og ég skal vera tilbúinn í alla vinnusýningu okkar og áætlanir okkar þróast. Vinur john, þú kemur með mér heim, því að ég hef mikið að hafa samráð um og þú getur hjálpað mér. Í nótt legg ég af stað til amsterdam, en skal snúa aftur á morgun. Og byrjar síðan okkar mikla leit. En fyrst skal ég hafa mikið að segja, svo að þú vitir hvað er að gera og óttast. Þá skal loforð okkar gefast hvert við annað; því að framundan er hræðilegt verkefni, og þegar fætur okkar eru komnir í ploughshare, megum við ekki draga okkur til baka. "

Kafla xvii

Dr. Dagbók frá sjóni - hélt áfram

Þegar við komum á berkeley hótelið fann van helsing símskeyti
sem beið eftir honum: -

„er að koma upp með lest. Jonathan at whitby. Mikilvægar
fréttir. — mina harker. "

Prófessorinn var ánægður. „ah, þessi yndislega frú mín," sagði
hann, „perla meðal kvenna! Hún kemur, en ég get ekki verið.
Hún verður að fara heim til þín, vinur john. Þú verður að hitta
hana á stöðinni. Svífa hana á leiðinni, svo að hún geti verið
viðbúin. "

Þegar vírinn var sendur hafði hann bolla af te; yfir því sagði hann
mér frá dagbók sem var haldin af jonathan harker þegar hún var
erlendis, og gaf mér ritað afrit af henni, eins og einnig um frú.
Dagbók harkers á hvítum. „taktu þetta," sagði hann, „og kynntu
þér það vel. Þegar ég er kominn aftur munt þú vera meistari í
öllum staðreyndum og við getum síðan farið betur inn í
fyrirspurn okkar. Varðveittu þá, því að í þeim er mikill
fjársjóður. Þú þarft á allri trú þinni að halda, jafnvel þú sem hefur
upplifað slíka reynslu sem í dag. Því sem sagt er hér, "lagði hann
hönd sína þungt og þungt á pappírspakkann þegar hann talaði,,,
gæti verið upphafið að endalokunum fyrir þig og mig og marga
aðra; eða það gæti hljómað hnekki ódauðra sem ganga um
jörðina. Lestu allt með opnum huga; og ef þú getur bætt á
nokkurn hátt við söguna sem hér er sagt þá skaltu gera það, því
að það er algjörlega mikilvægt. Þú hefur haldið dagbók um alla

þessa svo undarlegu hluti; er það ekki svo? Já! Þá munum við fara í gegnum þetta allt saman þegar við hittumst. "hann bjó sig þá til brottfarar og skömmu síðar hélt af stað á liverpool götu. Ég lagði leið mína til paddington, þar sem ég kom um fimmtán mínútum áður en lestin kom inn.

Fjöldinn bráðnaði í burtu, eftir hina iðandi tísku sem er algeng við komustaði; og mér var farið að líða órólegur, svo að ég gæti saknað gesta míns, þegar ljúf augu, dásamleg stelpa steig fram til mín og sagði, eftir skjótan svip,: „dr. Saur, er það ekki? "

„og þú ert frú. Harker! "svaraði ég strax; síðan rétti hún fram höndina.

„ég þekkti þig út frá lýsingunni á lélegri elsku lucy; en ——— "stoppaði hún skyndilega, og skjótt roðinn breiddi yfir andlitið.

Roðinn sem rann upp á mínum eigin kinnum stillti okkur báðum á þægilegan hátt, því að þetta var þegjandi svar við hennar eigin. Ég fékk farangur hennar, sem innihélt ritvél, og við fórum með neðanjarðar í fenchurch götu, eftir að ég hafði sent vír til húsfreyju minnar til að hafa stofu og herbergi tilbúið í einu fyrir frú. Harker.

Á tilsettum tíma komum við. Hún vissi auðvitað að staðurinn var vitleysingur, en ég gat séð að hún gat ekki kúgað skjálftann þegar við komum inn.

Hún sagði mér að ef hún gæti, þá myndi hún koma til náms míns eins og hún hafði mikið að segja. Svo hérna er ég að klára færsluna mína í hljóðritaskránni minni á meðan ég bíð eftir henni. Enn sem komið er hef ég ekki átt möguleika á að skoða blöðin sem van helsing skildi eftir með mér, þó þau liggi opin fyrir mér. Ég verð að vekja áhuga hennar á einhverju svo ég fái tækifæri til að lesa það. Hún veit ekki hversu dýrmætur tími er, eða hvaða verkefni við höfum í hendi. Ég verð að passa mig að hræða hana ekki. Hérna er hún!

Dagbók mina harkers.

29. September. — eftir að ég hafði snyrt mig, fór ég niður til dr. Nám í sauð. Við hurðina stansaði ég smá stund, því að ég hélt að ég heyrði hann tala við einhvern. Þar sem hann hafði þó þrýst á mig til að vera fljótur, bankaði ég á dyrnar og þegar hann kallaði „komdu inn" fór ég inn.

Mér til mikillar undrunar var enginn með honum. Hann var alveg einn og á borðinu gegnt honum var það sem ég vissi í einu af lýsingunni að vera hljóðritari. Ég hafði aldrei séð einn og hafði mikinn áhuga.

„ég vona að ég hafi ekki beðið eftir þér," sagði ég; „en ég var við dyrnar þegar ég heyrði þig tala og hélt að það væri einhver með þér."

„ó," svaraði hann með bros á vör, „ég var aðeins að fara inn í dagbókina mína."

„dagbókin þín?" spurði ég hann undrandi.

„já," svaraði hann. „ég geymi það í þessu." þegar hann talaði lagði hann hönd sína á hljóðritarann. Mér fannst ég vera mjög spennt yfir því og sprengdi út: -

„af hverju, þetta slær jafnvel styttu upp! Má ég heyra það segja eitthvað? "

„vissulega," svaraði hann með fimi og stóð upp til að setja það í lest til að tala. Þá tók hann hlé og órótt útlit dreifði andliti hans.

„staðreyndin er," byrjaði hann vandræðalega, „ég geymi dagbókina mína aðeins í henni; og eins og það er algjörlega - nánast að öllu leyti - um mín mál, þá getur það verið óþægilegt - það er, ég meina—— "stoppaði hann og ég reyndi að hjálpa honum úr vandræðunum:

„þú hjálpaðir að mæta á kæru lucy í lokin. Láttu mig heyra hvernig hún dó; fyrir allt það sem ég veit um hana verð ég mjög þakklátur. Hún var mér mjög, mjög kær. "

Mér kemur á óvart, svaraði hann, með skelfingartilfinningu í andlitinu:

"segja þér frá andláti hennar? Ekki fyrir allan heiminn! "

„af hverju ekki?" spurði ég að einhverri alvarlegri, hræðilegri tilfinningu væri að koma yfir mig. Aftur tók hann hlé og ég sá að hann var að reyna að finna upp afsökun. Að lengd stamaði hann út: -

„sjáðu til, ég veit ekki hvernig ég á að velja neinn sérstakan hluta dagbókarinnar." jafnvel meðan hann talaði rann upp hugmynd fyrir honum og hann sagði með meðvitundarlausri einfaldleika, í annarri rödd og með barnaleysi barns. : „það er alveg satt, mér til heiðurs. Heiðarlegur indverskur! "ég gat ekki annað en brosað, sem hann kvaddi við. „ég skilaði mér frá þeim tíma!" sagði hann. „en veistu það, þó að ég hafi haldið dagbókina mánuðum saman, þá sló það mig ekki einu sinni hvernig ég ætlaði að finna einhvern ákveðinn hluta þess ef ég vildi fletta því upp?" að þessu sinni var hugur minn gerður upp að dagbók læknis sem sótti lucy gæti hafa eitthvað til að bæta við summan af þekkingu okkar á þeirri hræðilegu veru, og ég sagði djarflega: -

„þá dr. Saur, þú hefðir betra að láta mig afrita það fyrir þig á ritvélina mína. "hann óx að jákvæðu dauðans fölu eins og hann sagði: -

"nei! Nei! Nei! Fyrir allan heiminn myndi ég ekki láta þig vita af þessari hræðilegu sögu! "

Þá var það hræðilegt; innsæið mitt var rétt! Eitt augnablik hugsaði ég og þegar augu mín voru á herberginu, ómeðvitað að leita að einhverju eða einhverju tækifæri til að aðstoða mig, loguðu þau á miklum fjölda ritvéla á borðið. Augu hans lentu í svipnum á mér og fylgdu leið þeirra án þess að hugsa. Þegar þeir sáu böggulinn áttaði hann mig á merkingu minni.

„þú þekkir mig ekki," sagði ég. „þegar þú hefur lesið þessi blöð - mín eigin dagbók og eiginmaðurinn minn, sem ég skrifaði - muntu þekkja mig betur. Ég hef ekki brugðið á það ráð að hugsa um mitt eigið hjarta vegna þessa. En þú þekkir mig auðvitað ekki - samt; og ég má ekki búast við því að þú treystir mér hingað til. "

Hann er vissulega maður göfugs eðlis; aumingja kæra lucy hafði rétt fyrir sér. Hann stóð upp og opnaði stóra skúffu, sem komið var fyrir í röð holra strokka úr málmi þakin dökku vaxi, og sagði: -

„þú hefur alveg rétt fyrir þér. Ég treysti þér ekki vegna þess að ég þekkti þig ekki. En ég þekki þig núna; og ég skal segja að ég hefði átt að þekkja þig fyrir löngu. Ég veit að lucy sagði þér frá mér; hún sagði mér frá þér líka. Má ég friðþægja eina friðþæginguna í mínu valdi? Taktu strokkana og heyrðu í þeim - fyrri hálf tólf þeirra eru mér persónulegir og þeir munu ekki skelfa þig; þá þekkir þú mig betur. Kvöldmatinn verður þá tilbúinn. Í millitíðinni skal ég lesa yfir nokkur af þessum skjölum og vera betur fær um að skilja ákveðna hluti. "hann bar sjálfur hljóðritarann upp í stofuna mína og lagaði það fyrir mig. Nú skal ég læra eitthvað skemmtilegt, ég er viss; fyrir það mun segja mér hina hliðina á sannri ástarþætti sem ég þekki aðra hlið nú þegar....

Dr. Dagbók frá frásögn.

29. September. - ég var svo niðursokkinn í þessa frábæru dagbók jónatans harkers og hinnar konu hans að ég lét tímann líða án þess að hugsa. Frú. Harker var ekki niðri þegar vinnukona kom til að tilkynna um kvöldmat, svo ég sagði: „hún er mögulega þreytt; láttu kvöldmatinn bíða í klukkutíma, "og ég hélt áfram með vinnuna mína. Ég hafði nýlokið frú. Dagbók harkers, þegar hún kom inn. Hún leit ljúflega út, en mjög dapur, og augu hennar voru roðin af gráti. Þetta hreif mig einhvern veginn mikið. Seint hef ég haft orsök fyrir tárum, guð veit! En léttir þeirra var hafnað mér; og nú varð sjón þessi ljúfu augu, bjartari með nýlegum tárum, beint til mín. Svo ég sagði eins varlega og ég gat: -

„ég óttast mjög að ég hafi verið í neyð yfir þér."

„ó, nei, ekki hræðast mig," svaraði hún, „en mér hefur verið meira snortið en ég get sagt af sorg þinni. Það er dásamleg vél, en hún er grimmt satt. Það sagði mér, í mjög tónum, þjáningu hjarta þíns. Það var eins og sál sem hrópaði til almáttugs guð. Enginn verður að heyra þá tala aftur! Sjá, ég hef reynt að vera gagnlegur. Ég hef afritað orðin á ritvélinni minni og enginn annar þarf núna að heyra hjarta þitt slá eins og ég gerði. "

„enginn þarf nokkurn tíma að vita, mun aldrei vita það," sagði ég með lágum rómi. Hún lagði hönd sína á mitt og sagði mjög alvarlega: -

„ah, en þeir verða!"

"verður! En af hverju? "spurði ég.

„vegna þess að þetta er hluti af hræðilegu sögunni, hluti af dauða lélegrar kæru lucy og allt sem leiddi til hennar; vegna þess að í þeirri baráttu sem við höfum frammi fyrir að losa jörðina við þetta hræðilega skrímsli verðum við að hafa alla þekkingu og alla þá hjálp sem við getum fengið. Ég held að strokkarnir sem þú gafst mér hafi innihaldið meira en þú ætlaðir mér að vita; en ég sé að það eru á skránni mörg ljós á þessari dökku leyndardóm. Þú munt láta mig hjálpa, er það ekki? Ég veit allt fram að ákveðnum tímapunkti; og ég sé nú þegar, þó að dagbók þín hafi aðeins farið með mér til 7. September, hversu léleg lucy var á höttunum og hvernig hræðilegu dóma hennar var unnið. Jonon og ég höfum unnið dag og nótt síðan prófessor van helsing sá okkur. Hann er farinn til whitby til að fá frekari upplýsingar og hann verður hér á morgun til að hjálpa okkur. Við þurfum engin leyndarmál á meðal okkar; að vinna saman og með algeru trausti, við getum örugglega verið sterkari en ef einhver okkar væru í myrkrinu. "hún horfði á mig svo aðlaðandi og sýndi um leið svo hugrekki og einbeitni í baráttu sinni að ég gafst í einu að óskum hennar. „þú skalt," sagði ég, „gera eins og þú vilt í málinu. Guð fyrirgef mér ef ég geri rangt! Það eru enn hræðilegir hlutir sem þú getur lært af; en ef þú hefur hingað til ferðast á leiðinni til dauða lélegs lucy, muntu ekki láta sér nægja, ég veit, að vera áfram í myrkrinu. Nei, endirinn - endirinn - gefur þér kannski frið. Komdu, það er kvöldmatur. Við verðum að halda hvert öðru sterkt fyrir því sem fyrir okkur stendur; við höfum grimmt og hræðilegt verkefni. Þegar þú hefur borðað, þá munt þú læra afganginn og ég skal svara öllum spurningum sem þú spyrð - ef það er eitthvað sem þú skilur ekki, þó að það væri okkur ljós sem viðstaddir voru. "

Dagbók mina harkers.

29. September. — eftir matinn kom ég með dr. Saur til náms síns. Hann kom aftur með hljóðritið frá herberginu mínu og ég tók ritvélina mína. Hann setti mig í þægilegan stól og raðaði hljóðritara þannig að ég gæti snert hann án þess að fara á fætur, og sýndi mér hvernig ég ætti að stöðva það ef ég myndi vilja gera hlé. Þá tók hann mjög hugkvæman stól, með bakið til mín, svo að ég gæti verið eins frjáls og mögulegt var, og fór að lesa. Ég lagði gaffalmálminn að eyrunum og hlustaði.

Þegar hin hræðilega saga um dauða lucys og - og allt sem fylgdi, var gerð, lagðist ég aftur í valdastól minn. Sem betur fer er ég ekki með yfirliðin yfirlið. Þegar dr. Sjór sá mig að hann stökk upp með skelfilegri upphrópun og flýtti sér flöskuna fljótt úr skápnum og gaf mér brennivín, sem á nokkrum mínútum endurheimti mig nokkuð. Heili mitt var allt í hvirfil og aðeins það að það kom í gegnum allan þann fjölda hryllings, helga ljósgeisla sem minn kæri, kæra lucy var að lokum í friði, ég held ekki að ég hefði getað borið það án þess að gera leikmynd . Það er allt svo villt og dularfullt og undarlegt að ef ég hefði ekki vitað reynslu jonatans í transylvaníu hefði ég ekki getað trúað. Eins og það var, vissi ég ekki hverju ég ætti að trúa, og fór því úr mínum erfiðleikum með að fara að einhverju öðru. Ég tók hlífina af ritvélinni minni og sagði við dr. Sjór: -

„leyfðu mér að skrifa þetta allt út núna. Við verðum að vera tilbúin fyrir dr. Van helsing þegar hann kemur. Ég hef sent símskeyti til jonathan til að koma hingað þegar hann kemur til london frá whitby. Í þessu máli eru dagsetningar allt, og ég held að ef við fáum allt okkar efni tilbúið og látum hvert atriði vera sett í tímaröð, þá munum við hafa gert mikið. Þú segir mér að herra guðrómun og mr. Morris eru að koma líka. Við skulum geta sagt honum hvenær þeir koma. "hann stillti hljóðrituninni í samræmi við það rólega og ég byrjaði að skrifa frá upphafi sjöunda sívalningsins. Ég notaði margvíslega og tók svo þrjú eintök af dagbókinni, rétt eins og ég hafði gert með öllum hinum. Það var seint þegar ég komst í gegn, en dr. Saur fór í þá vinnu

sína að fara hring sinn um sjúklingana; þegar hann var búinn
kom hann aftur og settist nálægt mér og las, svo að mér leið ekki
of einmana meðan ég vann. Hversu góður og hugsi hann er;
heimurinn virðist fullur af góðum mönnum - jafnvel þó að það
séu skrímsli í honum. Áður en ég fór frá honum mundi ég hvað
jónatan setti í dagbók sína um truflun prófessorsins við að lesa
eitthvað í kvöldblaði á stöðinni í exeter; svo að sjá að dr. Sjór
heldur dagblöðum sínum, ég fékk lánað skjölin „westminster
gazette" og „the pall mall gazette," og fór með þau í herbergið
mitt. Ég man hve mikið „dagritið" og „hvítblaðið", sem ég hafði
búið til græðlingar, hjálpaði okkur að skilja hræðilega atburðina
á hvítum tíma þegar telja drakúla lenti, svo ég skal skoða
kvöldblöðin síðan, og kannski ég skal fá nýtt ljós. Ég er ekki
syfjaður og vinnan hjálpar til við að halda mér rólegum.

Dr. Dagbók frá frásögn.

30. September. - hr. Harker kom klukkan níu. Hann hafði fengið
vír konu sinnar rétt áður en byrjað var. Hann er sjaldgæfur snjall,
ef maður getur dæmt út frá andliti sínu, og fullur af orku. Ef
þessi dagbók er sönn - og miðað við eigin yndislegu reynslu, þá
hlýtur það að vera - þá er hann líka maður mikill tauga. Að það
að fara niður í gröfina í annað sinn var merkilegt áræði. Eftir að
hafa lesið frásögn hans um það var ég reiðubúinn að hitta gott
manndómsfyrirtæki, en varla hinn rólega, viðskiptalegi
herramaður sem kom hingað í dag.

Seinna. - eftir hádegismat fóru harker og kona hans aftur í sitt
eigið herbergi og þegar ég stóð framhjá fyrir nokkru síðan heyrði
ég smellinn á ritvélinni. Þeir eru harðir við það. Frú. Harker segir
að þeir prjóni saman í tímaröð hvert rusl af gögnum sem þeir
hafi. Harker hefur fengið bréfin milli viðtakanda kassanna hjá

hvítum og flutningafyrirtækjanna í london sem tóku við stjórninni á þeim. Hann er núna að lesa handrit eiginkonu sinnar um dagbókina mína. Ég velti því fyrir mér hvað þeir gera út úr því. Hérna er það....

Undarlegt að það sló mig aldrei að næsta hús gæti verið felustaður greifans! Gæska veit að við höfðum nægar vísbendingar um umgengni sjúklingsins. Stafabréfið sem tengdist kaupum á húsinu voru með gerðarskriftinni. Ó, ef við hefðum aðeins haft þær fyrr gætum við bjargað lélegri lucy! Stöðva; þannig liggur brjálæði! Harker er farinn aftur og safnar aftur efni sínu. Hann segir að með matmálstíma muni þeir geta sýnt heila tengda frásögn. Hann heldur að í millitíðinni ætti ég að sjá renfield, eins og hingað til hefur hann verið eins konar vísitala til að koma og fara af talningunni. Ég sé þetta varla ennþá, en þegar ég kem á dagsetningar þá geri ég ráð fyrir að ég muni gera það. Hvað gott að frú. Harker setti strokkana mína í gerð! Við hefðum aldrei getað fundið dagsetningarnar annars ....

Mér fannst renfield sitja kyrr í herbergi sínu með hendurnar brotnar, brosandi góðlátlega. Um þessar mundir virtist hann eins heilbrigður og hver sá sem ég sá. Ég settist niður og talaði við hann um mörg efni, allt sem hann meðhöndlaði náttúrulega. Þá talaði hann, að eigin sögn, um að fara heim, viðfangsefni sem hann hefur aldrei minnst á að mínu viti meðan hann dvaldist hér. Reyndar talaði hann nokkuð öruggur um að fá útskrift sína í einu. Ég tel að hefði ég ekki átt spjall við harker og lesið bréfin og dagsetningarnar fyrir útbrot hans hefði ég verið tilbúinn að skrifa undir hann eftir stutta athugunartíma. Eins og það er, þá er ég dökk grunsamlegur. Öll þessi uppkoma voru á einhvern hátt tengd nálægð talningarinnar. Hvað þýðir þá þetta algera innihald? Getur það verið að eðlishvöt hans sé ánægð með fullkominn sigur vampíru? Vera; hann er sjálfur dýrðlegur og í villtum ravings sínum fyrir utan kapelludyrnar í eyðibýlinu talaði hann alltaf um „húsbónda". Þetta virðist allt staðfesta hugmynd okkar. Þó eftir smá stund kom ég í burtu; vinur minn er bara aðeins of heilbrigður eins og er til að gera það óhætt að rannsaka hann of djúpt með spurningum. Hann gæti farið að hugsa, og þá - ! Svo ég kom í burtu. Ég vantreysti þessum rólegu skapi hans; svo ég hef gefið fundarmanninum vísbendingu um að líta vel eftir honum og að hafa sundið-vesti tilbúinn ef þörf krefur.

Dagbók jonathan harkers.

29. September, í lest til london. - þegar ég fékk mr. Kurteis skilaboð billington um að hann fengi að veita mér allar upplýsingar sem voru í hans valdi. Mér fannst best að fara niður á hvítum stað og láta koma fram á staðnum svona fyrirspurnir eins og ég vildi. Það var nú hlutur minn að rekja þennan skelfilega farm greifans til síns stað í london. Seinna getum við tekist á við það. Billington yngri, ágætur strákur, hitti mig á stöðinni og fór með mig í hús föður síns, þar sem þeir höfðu ákveðið að ég yrði að gista um nóttina. Þeir eru gestrisnir, með sanna gestrisni í york: gefðu gesti allt og leyfðu honum að gera eins og hann vill. Þeir vissu allir að ég var upptekinn, og að dvöl mín var stutt, og mr. Billington hafði tilbúið á skrifstofu sinni öll skjöl sem varða sendingu kassa. Það gaf mér næstum því snúa að sjá aftur einn af bréfunum sem ég hafði séð á borði greifans áður en ég vissi af diabolical áætlunum hans. Allt hafði verið vandlega hugsað og gert kerfisbundið og með nákvæmni. Hann virtist hafa verið viðbúinn allri hindrun sem gæti komið fyrir slysni með þeim hætti að fyrirætlanir hans voru framkvæmdar. Til að nota ameríkanisma hafði hann „ekki tekið neina möguleika," og alger nákvæmni sem fyrirmælum hans var fylgt, var einfaldlega rökrétt afleiðing hans. Ég sá reikninginn og tók eftir honum: „fimmtíu tilfelli af jörð, til að nota í tilraunaskyni." einnig afrit af bréfi til carter paterson og svari þeirra; af báðum þessum fékk ég eintök. Þetta voru allar upplýsingar hr. Billington gat gefið mér, svo ég fór niður til hafnar og sá strandgæsluna, tollverði og hafnarstjórann. Þeir höfðu allir

eitthvað að segja um undarlega inngöngu skipsins, sem þegar tekur sinn stað í staðbundinni hefð; en enginn gat bætt við hina einföldu lýsingu „fimmtíu tilfelli af algengri jörð." ég sá þá stöðvarstjórann sem setti mig vinsamlega í samskipti við mennina sem höfðu raunverulega fengið kassana. Samantekt þeirra var nákvæm með listann, og þeir höfðu ekkert að bæta við nema að kassarnir voru „aðal- og jarðdauðir," og að það væri þurrt að skipta um þá. Annar þeirra bætti við að það væru hörð línur að það væri ekki til neinn herramaður „slíkur eins og þú sjálfur, íkorna," til að sýna einhvers konar þakklæti fyrir viðleitni sína í fljótandi formi; önnur sett í knapa sem þorstinn síðan myndaði var slíkur að jafnvel tíminn sem liðinn hafði ekki fullkomlega lagst. Óþarfur að bæta við, ég sá um áður en ég fór að lyfta, að eilífu og fullnægjandi, þessari uppsprettu háðungar.

30. September. —stöðvarstjórinn var nógu góður til að gefa mér línu til gamla félaga síns stöðvarstjórans við kóngakross, svo að þegar ég kom þangað um morguninn gat ég spurt hann um komu kassanna. Hann setti mig líka í samskipti við rétta embættismenn og ég sá að samantekt þeirra var rétt með upprunalega reikningnum. Tækifærin til að öðlast óeðlilegan þorsta höfðu verið hér takmörkuð; hins vegar hafði göfugt verið notað af þeim og aftur neyddist ég til að takast á við niðurstöðuna með fyrirvara.

Þaðan hélt ég áfram á aðalskrifstofu carter paterson, þar sem ég hitti fyllstu kurteisi. Þeir litu upp viðskiptin í dagbók sinni og bréfabók og hringdu í senn til kross skrifstofu konungs síns til að fá frekari upplýsingar. Til gæfu biðu mennirnir, sem stóðu að liðinu, eftir vinnu, og embættismaðurinn sendi þeim um leið og sendi líka einum þeirra leiðareikninginn og öll skjöl tengd afhendingu kassanna á carfax. Hérna fannst mér tally sammála nákvæmlega; menn flutningsmanna gátu bætt fámennu skrifuðu orðunum við nokkur smáatriði. Þetta fannst mér fyrir stuttu tengjast nánast eingöngu rykugum störfum og af þeim þorsta sem stafaði af rekstraraðilum. Þegar ég gaf mér tækifæri, með miðli gjaldmiðils ríkissins, til að víkka, á síðara tímabili, þetta jákvæða illsku, sagði einn mannanna:

"þessi,, ere "ouse, guv'nor, er það rommest sem ég hef verið í. Blyme! En það hefur ekki verið snert hundrað ár. Það var ryk sem var þykkt á þeim stað sem þú gætir hafa sofið á því án 'urtins' af ykkar beinum; og „staðurinn var vanræktur að yer gæti" lyktað af jerúsalem í því. En ole kapellan - það tók cike, það gerði! Ég og félagi minn, við hvetjum til þess að við myndum aldrei brjótast út nógu fljótt. Lor ', ég myndi ekki taka minna né kyrrt augnablik til að vera þar slagmyrkri. "

Eftir að hafa verið í húsinu gæti ég vel trúað honum; en ef hann vissi það sem ég veit, þá myndi ég halda að kjör hans væru.

Af einu er ég nú sáttur: að allir kassar sem komu á hvítum bæ frá varna í demeter voru örugglega settir í gamla kapelluna við carfax. Þar ættu fimmtíu að vera þar, nema einhver hafi síðan verið fjarlægður - eins og frá dr. Dagbók frá frásogi óttast ég.

Ég skal reyna að sjá húsvörðinn sem tók kassana frá carfax þegar renfield réðst á þá. Með því að fylgja eftir þessari vísbendingu getum við lært heilmikið.

Seinna. — mín og ég höfum unnið allan daginn og við höfum sett öll blöðin í lag.

Dagbók mina harkers

30. September. - ég er svo feginn að ég veit varla að innihalda mig. Það er, að ég hygg, viðbrögðin frá þeim óttalegum ótta sem ég hef haft: að þetta hræðilega mál og opnun gamla sársins hans gæti haft skaðleg áhrif á jonathan. Ég sá hann fara til hvíts með eins hugrakkur andlit og ég gat, en ég var veikur af ótta. Sóknin hefur þó gert honum gott. Hann var aldrei svo ákveðinn, aldrei svo sterkur, aldrei svo fullur af eldgosi, eins og nú. Það er alveg eins og þessi kæri, góði prófessor van helsing sagði: hann er sannur grit, og hann bætir við álag sem myndi drepa veikari náttúru. Hann kom aftur fullur af lífi og von og ákveðni; við höfum allt til þess í nótt. Mér finnst ég vera alveg villtur með eftirvæntingu. Ég geri ráð fyrir að maður ætti að vera samúð með neinum svo veiddum eins og telja er. Það er bara það: þetta er ekki mannlegt - ekki einu sinni dýrið. Að lesa dr. Seward er reikningur dauða fátæka lucy, og hvað fylgdi, er nóg að þorna upp uppsprettur samúð í hjarta manns.

Seinna. — herra guðsöfnun og mr. Morris kom fyrr en við bjuggumst við. Dr. Sjór var úti í viðskiptum og hafði tekið jonatan með sér, svo ég varð að sjá þau. Þetta var mér sársaukafullur fundur, því það færði allar vonir lélegrar kæru lucy fyrir aðeins nokkrum mánuðum. Auðvitað höfðu þeir heyrt lucy tala um mig, og það virtist sem dr. Van helsing hefur líka verið alveg „að blása í lúður minn," eins og mr. Morris lýsti því yfir. Fátækir félagar, hvorugur þeirra er meðvitaður um að ég veit allt um tillögurnar sem þeir gerðu til að lucy. Þeir vissu ekki alveg hvað þeir áttu að segja eða gera, enda voru þeir ókunnugir um magn þekkingar minnar; svo þeir urðu að halda áfram hlutlausum einstaklingum. Þó hugsaði ég málið og komst að þeirri niðurstöðu að það besta sem ég gæti gert væri að setja þau í málefni allt til þessa. Ég vissi af dr. Dagbók frá frásögn um að þau hafi verið við andlát lucy - raunveruleg dauða hennar - og að ég þarf ekki að óttast að svíkja nokkurt leyndarmál fyrir tíma. Svo ég sagði þeim, eins vel og ég gat, að ég hefði lesið öll blöðin

og dagbækurnar og að maðurinn minn og ég, með að hafa ritað
þau, væri nýbúin að koma þeim í lag. Ég gaf þeim hvert eintak til
að lesa á bókasafninu. Þegar lord godalming fékk sitt og snéri
því við - það gerir nokkuð góða hrúgu - sagði hann: -

„skrifaðir þú allt þetta, frú. Harker? "

Ég kinkaði kolli og hann hélt áfram: -

„ég sé ekki alveg svífið í því; en þið fólkið eruð allir svo góðir
og góðir og hafið unnið svo af einlægni og svo af krafti, að allt
sem ég get gert er að taka hugmyndum ykkar í blindfold og
reyna að hjálpa ykkur. Ég hef þegar haft eina kennslustund í því
að samþykkja staðreyndir sem ættu að gera mann auðmjúkan til
síðustu stundar lífs síns. Þar að auki veit ég að þú elskaðir fátæku
lucyuna mína - "hér snéri hann sér við og huldi andlitið með
höndum sér. Ég heyrði tárin í röddinni. Herra. Morris, með
eðlislægu lostæti, lagði hönd í smá stund á öxlina og gekk síðan
hljóðlega út úr herberginu. Ég geri ráð fyrir að það sé eitthvað í
eðli konu sem gerir manni frjálsan til að brjóta niður fyrir henni
og tjá tilfinningar sínar í blíðu eða tilfinningalegu hliðinni án
þess að finna fyrir því að það sé fráleitt fyrir karlmennsku hans;
því að þegar herra guðrömun fann sig einan með mér, settist
hann í sófa og vék algerlega og opinskátt. Ég settist við hliðina á
honum og tók í hönd hans. Ég vona að hann hafi ekki hugsað það
framar mér, og að ef hann hugsar einhvern tímann um það í
framhaldinu muni hann aldrei hafa slíka hugsun. Þar rangt ég
honum; ég veit að hann mun aldrei gera - hann er of sannur
heiðursmaður. Ég sagði við hann, því að ég gat séð að hjarta
hans brast: -

„ég elskaði kæra lucy og ég veit hvað hún var þér og hvað þú
varst henni. Hún og ég vorum eins og systur; og nú er hún
horfin, viltu ekki láta mig vera eins og systur fyrir þig í vanda
þínum? Ég veit hvaða sorg þú hefur haft, þó ég geti ekki mælt

dýpt þeirra. Ef samúð og samúð geta hjálpað þér í eymd þinni, muntu ekki láta mig vera í smá þjónustu - vegna lucy? "

Á augabragði var aumingja kæri náungi óvart með sorg. Mér sýndist að allt sem hann hafði seint þjáðst í þögn fann loft í einu. Hann óx nokkuð hysterískur og lyfti opnum höndum, sló saman lófana í fullkominni kvöl sorgar. Hann stóð upp og settist síðan aftur og tárin rigndu niður kinnar hans. Ég fann óendanlega samúð með honum og opnaði handleggina óhugsandi. Með gráti lagði hann höfuðið á öxlina á mér og grét eins og þreytt barn meðan hann hristi af tilfinningum.

Við konur höfum eitthvað af móðurinni í okkur sem fær okkur til að rísa upp yfir smærri mál þegar móðurandinn er kallaður fram; mér fannst þessi stóri sorgarstóri maður hvíla á mér, eins og það væri barnið að einhvern daginn gæti legið í faðmi mínum, og ég strauk hárið á honum eins og hann væri mitt eigið barn. Ég hugsaði aldrei á þeim tíma hversu undarlegt þetta var.

Eftir svolítið hættir kvatt hans og vakti hann afsökunarbeiðni, þó að hann leyndi ekki tilfinningum sínum. Hann sagði mér að daga og nætur - þreyttir dagar og svefnlausar nætur - hafi hann ekki getað talað við nokkurn mann, þar sem maður verður að tala á sorgartíma sínum. Það var engin kona sem hægt var að veita honum samúð eða með hverjum, vegna þess hve hræðilegu kringumstæður hann var umvafinn, gat hann talað frjálslega. „ég veit nú hvernig mér leið," sagði hann þegar hann þurrkaði augun, „en ég veit ekki einu sinni - og enginn annar getur nokkru sinni vitað - hve ljúfa samúð þín hefur verið mér í dag. Ég skal vita betur í tíma; og trúðu mér að þó ég sé ekki vanþakklátur núna, mun þakklæti mitt vaxa með skilningi mínum. Þú munt láta mig vera eins og bróðir, viltu ekki, alla ævi - fyrir sakir kæru lucy? "

„fyrir sakir kæru lucy," sagði ég þegar við tókum hendur saman. „já, og fyrir þína eigin skyldu," bætti hann við, „því ef álit og þakklæti manns er alltaf þess virði að vinna, þá hefur þú unnið mitt í dag. Ef framtíðin ætti alltaf að koma til þín þegar þú þarft hjálp manns, trúðu mér, þá hringir þú ekki til einskis. Guð veitir að enginn slíkur tími mun nokkurn tíma koma til þín til að brjóta sólskin lífs þíns; en ef það ætti nokkurn tíma að koma, lofaðu mér að þú látir mig vita. "hann var svo innilega og sorgin var svo fersk að mér fannst það hugga hann, svo ég sagði: -

"ég lofa."

Þegar ég kom meðfram ganginum sá ég mr. Morris horfir út um gluggann. Hann sneri sér við þegar hann heyrði spor mín. „hvernig er listin?" sagði hann. Tók svo eftir rauðu augunum á mér og hélt áfram: „ah, ég sé að þú hefur huggað hann. Aumingja gamli náungi! Hann þarfnast þess. Enginn nema kona getur hjálpað manni þegar hann er í hjartans vanda; og hann hafði engan til að hugga hann. "

Hann bar eigin vandræði sín svo hraustlega að hjarta mitt blæddi fyrir hann. Ég sá handritið í hendi sér og ég vissi að þegar hann las það myndi hann gera sér grein fyrir því hversu mikið ég vissi; svo ég sagði við hann: -

„ég vildi að ég gæti huggað alla sem þjást af hjartanu. Viltu láta mig vera vin þinn og muntu koma til mín til huggunar ef þú þarft á því að halda? Þú munt vita síðar af hverju ég tala. "hann sá að ég var í fullri alvöru og laut, tók í höndina á mér og lyfti henni á varirnar og kyssti hana. Það virtist en léleg þægindi að svo hugrakkur og óeigingjarn sál, og hvötjandi beygði ég mig og kyssti hann. Tárin hækkuðu í augum hans, og það var smá stund köfnun í hálsi hans; sagði hann alveg rólega: -

„litla stelpa, þú munt aldrei sjá eftir þessari hjartahlýju, svo framarlega sem þú lifir!" hann fór í námið til vinkonu sinnar.

„litla stelpa!" - einmitt orðin sem hann hafði notað til að lucy, og ó, en hann reyndist sjálfur vinur!

Kafla xviii

Dr. Dagbók frá frásögn

30. September. —ég kom heim klukkan fimm og komst að því
að guðhræðsla og morris voru ekki aðeins komin, heldur hafði ég
þegar kynnt mér uppskrift ýmissa dagbóka og bréfa sem harker
og yndisleg eiginkona hans höfðu gert og komið fyrir. Harker
var ekki enn kominn aftur frá heimsókn sinni til flutningsmanna
manna, þar af dr. Hennessey hafði skrifað mér. Frú. Harker gaf
okkur bolla af te, og ég get heiðarlega sagt að í fyrsta skipti síðan
ég hef búið í þessu virtist þetta gamla hús vera heima. Þegar við
vorum búin að frú. Harker sagði: -

„dr. Saur, má ég biðja hylli? Ég vil sjá sjúklinginn þinn, herra.
Renfield. Láttu mig sjá hann. Það sem þú hefur sagt um hann í
dagbók þinni vekur áhuga minn svo mikið! "hún leit svo
aðlaðandi og svo falleg að ég gat ekki neitað henni og það var
engin möguleg ástæða fyrir því að ég ætti að; svo ég tók hana
með mér. Þegar ég fór inn í herbergið sagði ég manninum að
kona vildi sjá hann; sem hann svaraði einfaldlega: „af hverju?"

„hún er að fara í gegnum húsið og vill sjá alla í því," svaraði ég.
„ó, mjög vel," sagði hann; „láttu hana koma inn með öllu; en
bíddu aðeins í eina mínútu þar til ég snyrtilegi staðinn. "aðferð
hans til að snyrta var sérkennileg: hann gleypti einfaldlega allar
flugurnar og köngulærnar í kassana áður en ég gat stöðvað hann.
Það var alveg áberandi að hann óttaðist eða var afbrýðisamur um
einhverja truflun. Þegar hann hafði gengið í gegnum ógeðslegt
verkefni sitt, sagði hann glaðlega: „láttu konuna koma inn," og
settist á brún rúmið með höfuðið niður, en með augnlokin upp

svo að hann gæti séð hana þegar hún kom inn. Eitt augnablik hélt ég að hann gæti haft einhvern sjálfsvígshugtak; ég minntist þess hve rólegur hann hafði verið rétt áður en hann réðst á mig í mínu eigin námi og ég passaði mig á því að standa þar sem ég gat gripið hann í einu ef hann reyndi að koma upp fjöðru að henni. Hún kom inn í herbergið með auðveldri tignarleika sem myndi í einu skipa virðingu hvers kyns vitleysings - því að auðvelda er einn af þeim eiginleikum sem vitlaus fólk ber mesta virðingu fyrir. Hún gekk til hans, brosti skemmtilega og rétti fram höndina.

„góða kvöldið, herra. Renfield, "sagði hún. „þú sérð, ég þekki þig, fyrir dr. Sjór hefur sagt mér frá þér. "hann svaraði ekki strax, heldur leit hana vandlega út með stilltan púður í andlitinu. Þetta útlit leið til að undra, sem sameinaðist í vafa; til mikillar undrunar sagði hann:

„þú ert ekki stelpan sem læknirinn vildi giftast, er það ekki? Þú getur ekki verið, af því að hún er dáin. "frú. Harker brosti ljúft þegar hún svaraði: -

"ó nei! Ég á eigin eigin mann sem ég var giftur áður en ég sá dr. Saur, eða hann ég. Ég er frú. Harker. "

„hvað ertu þá að gera hérna?"

„ég og maðurinn minn gistum í heimsókn með dr. Saur. "

„vertu þá ekki."

„en af hverju ekki?" ég hélt að þessi samræðustíll gæti ekki verið skemmtilegur fyrir frú. Harker, meira en það var mér, svo ég tók þátt í: -

„hvernig vissir þú að ég vildi giftast einhverjum?" svar hans var einfaldlega fyrirlitlegt, gefið í hlé þar sem hann beindi augunum frá frú. Harker til mín, beygir þá samstundis aftur: -

„hvaða asinín spurning!"

„ég sé það alls ekki, herra. Renfield, "sagði frú. Harker, meistari mér í einu. Hann svaraði henni með eins mikilli kurteisi og virðingu og hann hafði sýnt mér fyrirlitningu: -

„þú munt auðvitað skilja frú. Harker, að þegar maður er svo elskaður og heiðraður eins og gestgjafi okkar, þá er allt varðandi hann áhugavert í litla samfélaginu okkar. Dr. Sár er ekki aðeins elskað af heimilinu og vinum hans, heldur jafnvel af sjúklingum hans, sem eru sumir þeirra sem eru varla í andlegu jafnvægi, eru hæf til að skekkja orsakir og afleiðingar. Þar sem ég hef sjálfur verið fangi vitlauss hæli get ég ekki annað en tekið eftir því að fágaða tilhneiging sumra vistmanna þess hallast að villum non causa og ignoratio elenchi. "ég opnaði jákvæð augu mín fyrir þessari nýju þróun. Hér var mitt eigið gæludýr vitleysingur - sú áberandi af sinni gerð sem ég hafði kynnst - talandi grunnheimspeki og eins og fágaður herramaður. Ég velti því fyrir mér hvort það hafi verið frú. Nærvera harkers sem hafði snert nokkra streng í minningu hans. Ef þessi nýja áfangi var af sjálfu sér eða á einhvern hátt vegna meðvitundarlausra áhrifa hennar verður hún að hafa einhverja sjaldgæfa gjöf eða kraft.

Við héldum áfram að tala í nokkurn tíma; og þegar hún sá að hann var að því er virðist nokkuð sanngjarn, þá fór hún, leit á mig spurningaleg þegar hún byrjaði, til að leiða hann að eftirlætisumræðuefninu. Mér varð aftur undrandi, því að hann beindi sjálfum sér að spurningunni með óhlutdrægni fullkomnustu geðheilsu; hann tók meira að segja sjálfan sig sem dæmi þegar hann nefndi ákveðna hluti.

„af hverju, ég er sjálfur dæmi um mann sem hafði undarlega trú. Reyndar var það engin furða að vinum mínum var brugðið og heimtaði að ég yrði settur undir stjórn. Ég hafði áður gaman af því að lífið væri jákvætt og ævarandi heild og að með því að neyta margs af lifandi hlutum, sama hversu lágt í umfangi sköpunarinnar, þá gæti maður endalaust lengt lífið. Stundum hélt ég þeirri trú svo sterkt að ég reyndi reyndar að taka mannslíf. Læknirinn hér mun draga mig fram um það að ég reyndi einu sinni að drepa hann í þeim tilgangi að styrkja lífsnauðsynlegar kraftar mínar með því að samlagast eigin líkama hans í lífi hans með blóði miðilsins - að sjálfsögðu að treysta á ritninguna , 'því að blóðið er lífið.' þó að söluaðili ákveðins nes hafi galdgað vopnin alveg til fyrirlitningar. Er það ekki satt, læknir? "ég kinkaði kolli á samþykki, því að ég var so undrandi að ég vissi varla hvað ég ætti annað hvort að hugsa eða segja; það var erfitt að ímynda mér að ég hefði séð hann éta köngulærnar sínar og flugurnar ekki fimm mínútum áður. Þegar ég horfði á úrið mitt sá ég að ég ætti að fara á stöðina til að hitta van helsing, svo ég sagði frú. Harker að það væri kominn tími til að fara. Hún kom strax, eftir að hafa sagt skemmtilega við mr. Renfield: „bless, og ég vona að ég sjái þig oft, undir formerkjum þóknanlegan sjálfan þig," sem mér til undrunar svaraði hann: -

„bless, elskan mín. Ég bið guð ég gæti aldrei séð ljúfa andlit þitt aftur. Megi hann blessa þig og varðveita þig! "

Þegar ég fór á stöðina til að hitta van helsing skildi ég strákana eftir. Léleg list virtist glaðari en hann hefur verið síðan lucy veiktist fyrst og quincey er líkari sínu bjarta sjálf en hann hefur verið í marga langan dag.

Van helsing steig úr vagninum með ákafa fimleika drengsins. Hann sá mig um leið og hljóp upp til mín og sagði: -

"ah, vinur john, hvernig gengur allt? Jæja? Svo! Ég hef verið uppptekinn því ég kem hingað til að vera ef þörf krefur. Öll mál eru gerð upp við mig og ég hef mikið að segja. Frú mín er með þér? Já. Og hennar svo fínni eiginmaður? Og arthur og vinur minn quincey, þeir eru líka með þér? Gott!"

Þegar ég keyrði til hússins sagði ég honum frá því sem liðin var og hvernig dagbókin mín hefði komið að einhverju gagni í gegnum frv. Uppástungu harkers; þar sem prófessorinn truflaði mig: -

"ah, þessi dásamlega frú mín! Hún hefur heila mannsins - heila sem karlinn ætti að hafa verið hann mikið gjöf - og hjarta konu. Guðinn góði mótaði hana í þeim tilgangi, trúðu mér, þegar hann bjó til svona góða samsetningu. Vinur john, fram til þessa hefur örlögin veitt okkur þessari konu hjálp; eftir nóttina má hún ekki hafa með þetta svo hræðilega mál að gera. Það er ekki gott að hún áhættu svo mikil. Við menn erum staðráðnir - nei, erum við ekki veðsettir? - að tortíma þessu skrímsli; en það er enginn hluti fyrir konu. Jafnvel þótt henni verði ekki skaðað, þá gæti hjarta hennar brugðist henni í svo miklu og svo mörgum skelfingum; og hér eftir kann hún að þjást - bæði í vöku, frá taugum og svefni, frá draumum sínum. Og að auki er hún ung kona og ekki svo lengi gift; það getur verið annað að hugsa um einhvern tíma, ef ekki núna. Þú segir mér að hún hafi skrifað allt, þá verður hún að hafa samráð við okkur; en á morgun segir hún bless við þessa vinnu og við förum ein. "ég var hjartanlega sammála honum og þá sagði ég honum það sem okkur fannst í fjarveru hans: að húsið sem dracula hafði keypt var það næsta til míns eigin. Hann var mjög undrandi og virtist mikill áhyggjuefni koma yfir hann. „ó, að við hefðum vitað það áður!" sagði hann, „því að þá hefðum við mögulega náð honum í tíma til að bjarga lélegri lucy. Samt, 'mjólkin sem er hella hrópar ekki út á eftir,' eins og þú segir. Við munum ekki hugsa um það, heldur förum til loka. "féll hann þá í þögn sem stóð þar til við fórum inn í mína eigin hlið. Áður en við fórum að undirbúa kvöldmat sagði hann við frú. Harker: -

„mér er sagt, frú mín, af vini mínum, john að þú og maðurinn þinn hafið sett upp nákvæmlega alla hluti sem hafa verið fram að þessari stundu."

„ekki fram að þessu, prófessor," sagði hún hvatvís, „heldur fram á morgun."

"en hvers vegna ekki hingað til? Við höfum hingað til séð hversu gott ljós allir litlu hlutirnir hafa gert. Við höfum sagt leyndarmál okkar og samt er enginn sem hefur sagt það verra fyrir það. "

Frú. Harker byrjaði að roðna og tók pappír úr vasa sínum og sagði:

„dr. Van helsing, munt þú lesa þetta og segja mér hvort það verður að fara inn. Það er skráin mín í dag. Ég hef líka séð þörfina á að setja allt sem stendur, þó léttvægt; en það er lítið í þessu nema því sem er persónulegt. Verður það að fara inn? "prófessorinn las það alvarlega og skilaði því til baka og sagði: -

„það þarf ekki að fara inn ef þú vilt það ekki; en ég bið þess að svo verði. Það getur ekki orðið til þess að maðurinn þinn elski þig því meira og öll okkur, vinir þínir, heiðri þig - sem og meira álit og kærleika. "hún tók það aftur með annarri roði og björtu brosi.

Og svo núna, allt til þessa klukkustundar, eru allar skrár sem við höfum lokið og í röð. Prófessorinn tók burt eitt eintak til að læra eftir kvöldmatinn og fyrir fundinn okkar, sem er fastur fyrir klukkan níu. Við hin höfum þegar lesið allt; þannig að þegar við hittumst í rannsókninni verðum við öll upplýst um staðreyndir og getum skipulagt bardagaáætlun okkar við þennan hræðilega og dularfulla óvin.

Dagbók mina harkers.

30. September. - þegar við hittumst í dr. Nám í skólp tveimur klukkustundum eftir kvöldmatinn, sem hafði verið klukkan sex, mynduðum við ómeðvitað eins konar stjórn eða nefnd. Prófessor van helsing tók yfirborðið á borðið, sem dr. Sjór hreyfði honum þegar hann kom inn í herbergið. Hann lét mig sitja við hlið hans á hægri hönd sinni og bað mig um að gegna starfi ritara; jonathan sat við hliðina á mér. Gegnt okkur voru herra guðræknir, dr. Sjór, og mr. Morris — herra guðlegur að vera næsti prófessorinn og dr. Sjór í miðju. Prófessorinn sagði: -

„ég geri ráð fyrir að taka undir það að við þekkjum öll staðreyndirnar sem eru í þessum skjölum." við létum öll samþykkja og hann hélt áfram: -

„þá var það, ég held að ég segi þér eitthvað af því hvaða óvini við verðum að takast á við. Ég skal þá láta þig vita af sögu þessa manns, sem mér hefur verið gengið úr skugga um. Svo að við getum rætt hvernig við eigum að haga okkur og getum gert ráðstafanir okkar samkvæmt.

„það eru til verur eins og vampírur; sum okkar hafa sannanir fyrir því að þær séu til. Höfðum við jafnvel ekki sönnun fyrir eigin óhamingjusömu reynslu, kenningar og heimildir fortíðar gefa næga sönnun fyrir heilbrigðum þjóðum. Ég viðurkenni að í fyrstu var ég efins. Var það ekki það að í gegnum löng ár hef ég þjálfa mig í að halda opnum huga, ég gæti ekki hafa trúað fyrr en á þeim tíma sem sú staðreynd þrumar í eyrað mitt. 'Sjá! Sjáðu! Ég sanna; ég reyni. ' Því miður! Hefði ég vitað í fyrstu hvað ég nú veit - nei, hefði ég jafnvel giskað á hann - einu svo dýrmætu lífi hafði verið hlíft við mörgum okkar sem elskuðum hana. En það er horfið; og við verðum svo að vinna, að aðrar fátækar sálir farast ekki, meðan við getum bjargað. Nosferatúið deyr ekki eins og býflugan þegar hann stingur einu sinni. Hann er aðeins sterkari; og vera sterkari, hafa enn meiri kraft til að vinna illt.

Þessi vampíra, sem er meðal okkar, er sjálfur svo sterkur eins og tuttugu menn. Hann er sviksemi meira en dauðlegur, því að sviksemi hans er vöxtur aldanna. Hann hefur enn hjálpartæki necromancy, sem er, eins og stefnumótun hans gefur til kynna, spádóm hjá dauðum og öllum dauðum sem hann getur nálgast eru honum fyrirskipuð; hann er skepna og meira en skepna; hann er djöfull á köflum og hjarta hans er ekki. Hann getur innan takmarkana komið fram þegar hann vill og hvenær og á hvaða formi sem honum er ætlað; hann getur, innan hans sviðs, beint þáttunum; stormurinn, þokan, þruman; hann getur stjórnað öllu slæmu hlutunum: rottunni, uglunni og kylfunni - mottunni, refnum og úlfinum. Hann getur vaxið og orðið lítill; og hann getur stundum horfið og orðið óþekktur. Hvernig eigum við þá að hefja verkfall okkar til að tortíma honum? Hvernig eigum við að finna hvar hans; og hvernig getum við eyðilagt og fundið það? Vinir mínir, þetta er mikið; það er hræðilegt verkefni sem við ráðist í og það getur verið afleiðing að gera hugrakka skjálfa. Því að ef við mistakast í þessari baráttu okkar verður hann örugglega að vinna; og þá hvar endum við? Lífið er ekkert; ég fylgdi honum ekki. En að mistakast hér, er ekki aðeins líf eða dauði. Það er að við verðum eins og hann; að við verðum framvegis illir hlutir næturinnar eins og hann - án hjarta eða samvisku, bráð á líkama og sál þeirra sem við elskum best. Að eilífu eru hlið himins lokuð; því að hver mun opna þá fyrir okkur aftur? Við höldum áfram í alla tíma sem eru andstyggð af öllum; blettur í andliti sólskins guðs; ör í hlið hans sem dó fyrir manninn. En við erum augliti til auglitis við skyldu; og í slíku tilfelli verðum við að skreppa saman? Fyrir mig segi ég nei; en þá er ég orðinn gamall og lífið, með sólskini hans, sanngjörnum stöðum, fuglasöng, tónlist hans og ást, liggur langt á eftir. Þið hin eruð ung. Sumir hafa séð sorg; en það eru sanngjarnir dagar enn í versluninni. Hvað segir þú? "

Meðan hann var að tala, hafði jónatan tekið í höndina á mér. Ég óttaðist, ó svo mikið, að hrikaleg eðli hættu okkar fór yfir hann þegar ég sá hönd hans teygja sig; en það var mér líf að finna fyrir snertingu sinni - svo sterk, svo sjálfbjarga, svo einbeitt. Hönd hraustra manna getur talað fyrir sig; það þarf ekki einu sinni ást konu til að heyra tónlist hennar.

Þegar prófessorinn var búinn að tala talaði maðurinn minn í augu mín, og ég í hans; það var engin þörf á að tala á milli okkar.

„ég svara fyrir mig og sjálfan mig," sagði hann.

„tel mig inn, prófessor," sagði mr. Quincey morris, lakónískt eins og venjulega.

„ég er með þér," sagði herra, „vegna lucy, ef ekki af öðrum ástæðum."

Dr. Saur kinkaði kolli einfaldlega. Prófessorinn stóð upp og, eftir að hafa lagt gullna krossinn sinn á borðið, rétti höndina út hvorum megin hans. Ég tók hægri hönd hans og drottnaði vinstri hönd. Jonathan hélt mér hægri hönd með vinstri hönd sinni og teygði sig yfir til mr. Morris. Þannig að við tókum öll hendur okkar var hátíðleg samningur gerð. Mér fannst hjartað ískalt, en það hvarflaði ekki einu sinni að mér að draga mig til baka. Við fórum á ný á staðina okkar, og dr. Van helsing hélt áfram með eins konar glaðværð sem sýndi að alvarleg vinna var hafin. Það átti að taka það eins alvarlega og á eins viðskiptalegan hátt og öll önnur lífsviðskipti: -

„jæja, þú veist hvað við höfum að berjast við; en við erum líka ekki án styrks. Við höfum af krafti okkar samsetningar - máttur sem er hafnað af vampírugerðinni; við höfum heimildir um vísindi; okkur er frjálst að bregðast við og hugsa; og stundir dagsins og nóttin eru jafnar okkar. Raunar, svo framarlega sem völd okkar ná, þá eru þau óbundin og okkur er frjálst að nota þau. Við höfum sjálfselsku af orsökum og endir að ná sem er ekki eigingirni. Þessir hlutir eru mikið.

„nú skulum við sjá hve langt almenn völd, sem beitt eru gegn okkur, takmarka og hvernig einstaklingurinn getur það ekki. Í lagi, við skulum líta á takmarkanir vampíru almennt og þessa sérstaklega.

„allt sem við verðum að fara eftir eru hefðir og hjátrú. Þetta birtist í fyrstu ekki mikið, þegar málið er líf og dauði - ekki meira en annað hvort líf eða dauði. Enn verðum við að vera ánægð; í fyrsta lagi vegna þess að við verðum að vera - engin önnur leið er undir okkar stjórn - og í öðru lagi vegna þess að þegar öllu er á botninn hvolft eru þetta - hefð og hjátrú - allt. Trúin á vampírur hvílir ekki á öðrum - þó ekki, því miður! Fyrir okkur — á þá? Fyrir ári hver af okkur hefði fengið slíkan möguleika, í miðri vísindalegu, efins, efnislegu nítjándu öld? Við skönnuðum jafnvel trú sem við sáum réttlætanlega undir okkar eigin augum. Takið það því til að vampíra og trúin á takmarkanir hans og lækningu hans hvíla í bili á sömu stöð. Því að ég skal segja þér, hann er allstaðar þekktur sem menn hafa verið. Í gömlu grikklandi, í gömlu róm; hann blómstrar í þýskalandi um allt, í frakklandi, á indlandi, jafnvel í chernosese; og í kína, svo langt frá okkur á allan hátt, er hann jafnvel, og þjóðirnir óttast hann á þessum degi. Hann hefur fylgst með kjölfar berserker-íslendingsins, djöfulsins-fæddur hun, þrælinn, saxoninn, magyarinn. Enn sem komið er höfum við allt sem við getum hegðað okkur við; og ég skal segja þér að mjög mikið af viðhorfum eru réttlætanlegar af því sem við höfum séð í okkar eigin svo óhamingjusömu reynslu. Vampírið lifir áfram og getur ekki dáið með því aðeins að líða tímann; hann getur blómstrað þegar hann getur fitnað blóð blóðsins. Enn meira höfum við séð meðal okkar að hann getur jafnvel orðið yngri; að lífsnauðsynlegar deildir hans verða erfðar og virðast eins og þær hressi sig upp þegar sérstakt fylgi hans er nóg. En hann getur ekki blómstrað án þessa mataræðis; hann etur ekki eins og aðrir. Jafnvel vinur jonatan, sem bjó hjá honum í margar vikur, sá hann aldrei borða, aldrei! Hann kastar engum skugga; hann lætur spegilinn ekki endurspeglast, eins og jónatan heldur fram. Hann hefur styrk margra af hendi sér - vitni aftur til jónatans þegar hann lokaði hurðinni gegn úlfunum og þegar hann hjálpar honum af kostgæfni líka. Hann getur umbreytt sér í úlf, þegar við söfnumst frá komu skipsins í whitby, þegar hann rífur hundinn opinn; hann getur verið eins og kylfa, eins og frú mín sá hann um gluggann á hvítum vettvangi og eins og vinur john sá hann fljúga frá þessu svo nálægt húsi, og eins og vinur minn quincey sá hann við gluggann á miss lucy. Hann getur komið í mistur sem hann skapar - að höfðingi göfugt skips sannaði hann um þetta; en frá því sem við vitum er fjarlægðin sem hann getur gert þessum misti takmörkuð og það getur aðeins verið um hann sjálfur. Hann kom á geislaljós sem geislunar ryk - eins og jónas sá þessar systur í kastalanum í dracula. Hann varð svo lítill - við sáum sjálf sakna lucíu, hún var í friði, renndi um hárrýmisrýmið við gröfhurðina. Hann getur, þegar hann hefur fundið leið, komið út úr öllu eða neinu, sama hversu nálægt því er bundið eða jafnvel blandað eldi - lóðmálmur kallarðu það. Hann getur séð í myrkrinu - enginn lítill kraftur, í heimi sem er helmingur lokaður frá ljósinu. Ah, en heyrðu í mér. Hann getur gert alla þessa hluti, en samt er hann ekki frjáls. Nei; hann er jafnvel meira fangi en þræll eldhússins en vitlaus í klefanum. Hann getur ekki farið þangað sem hann listar; sá sem er ekki af náttúrunni þarf ekki að fara eftir nokkrum lögum náttúrunnar - hvers vegna við vitum það ekki. Hann má ekki fara neitt í fyrstu nema að það sé einhver heimilisfólkið sem bauð honum að koma; þó að í framhaldinu geti hann komið eins og hann vill. Máttur hans hættir, eins og af öllu illu, við komu dagsins. Aðeins á vissum tímum getur hann haft takmarkað frelsi. Ef hann er ekki á þeim stað sem hann er bundinn við, þá getur hann aðeins skipt um hádegisbil eða við nákvæmlega sólarupprás eða sólsetur. Þessum hlutum er okkur sagt og í þessari skrá okkar höfum við sönnunargögn með ályktun. Þannig að þar sem hann getur gert eins og hann vill innan sinna marka, þegar hann hefur jarðarheimili sitt, kistuheimili sitt, helvítisheimili sitt, staðinn sem er óheimill eins og við sáum þegar hann fór til grafar sjálfsvígsins á hvítum; enn á öðrum tíma getur hann aðeins breyst þegar tími gefst. Það er líka sagt að hann geti aðeins farið með rennandi vatn við slaka eða flóð sjávarfalla. Þá eru það hlutir sem hrjá hann svo að hann hefur engan kraft, eins og hvítlaukurinn sem við vitum um; og varðandi það heilaga, sem þetta tákn, krossfestinguna mína, sem var á meðal okkar, jafnvel núna þegar við ákveðum, að þeim er hann ekkert, en í návist þeirra tekur hann sæti hans langt undan og þegir af virðingu. Það eru líka aðrir, sem ég skal segja þér, svo að við leitum þess að við þurfum ekki á þeim að halda. Villta rósin á kistunni hans geymir hann að hann flyttist ekki frá því; heilagt byssukúlt, sem skotið er í kistuna, drepur hann svo að hann sé satt dauður; og hvað varðar hlutinn í gegnum hann, þá vitum við þegar um frið þess; eða afskorið höfuð sem veitir hvíld. Við höfum séð það með augunum.

„þegar við finnum bústað þessa manns sem var, getum við einskorðað hann við kistu hans og eyðilagt hann, ef við hlýðum því sem við vitum. En hann er snjall. Ég hef beðið vin minn arminius, frá buda-pesth háskóla, um að gera skrá. Og frá öllum tiltækum ráðum segir hann mér frá því sem hann hefur verið. Hann hlýtur að hafa verið þessi voivode dracula sem vann nafn sitt gegn tyrknum, yfir ána miklu á landamærum kalkúnalandsins. Væri það svo, þá var hann enginn algengur maður; því að á þeim tíma og öldum síðar var talað um hann sem snjallasta og snjallasta, sem og hugrakkasta sonu „lands handan skógarins". Þessi voldugi heili og sú járnupplausn fór með honum í gröf hans og eru jafnvel nú sett á móti okkur. Draculas voru, segir arminius, mikil og göfug kynþáttur, þó að af og til væru skítar sem voru haldnir af flekum sínum til að hafa átt í samskiptum við hinn vonda. Þeir lærðu leyndarmál hans í fræðunum, meðal fjallanna yfir hermanstadt-vatninu, þar sem djöfullinn fullyrðir að tíundi fræðimaðurinn sé vegna hans. Í skránni eru orð eins og 'stregoica' - norn, 'ordog' og 'pokol' - satan og helvíti; og í einu handriti er talað um þessa mjög drakúlu sem 'vampyr', sem við skiljum öll of vel. Það hafa verið frá lendum þessa mjög mikils karlmanns og góðra kvenna, og grafir þeirra gera helga jörðina þar sem ein og sér þessi illska getur dvalið. Því að það er ekki síst af skelfingum þess, að þessi vondi á sér rætur djúpt í öllu góðu; í jarðvegi hrjóstrugum heilögum minningum getur það ekki hvílt. "

Meðan þeir voru að tala mr. Morris horfði stöðugt á gluggann og stóð hann nú hljóðlega upp og fór út úr herberginu. Það var smá hlé, og síðan hélt prófessorinn áfram: -

„og nú verðum við að gera upp við okkur. Við höfum hér mikið af gögnum og verðum að halda áfram að leggja fram herferð okkar. Við vitum af fyrirspurn jónatans að frá kastalanum til whitby komu fimmtíu kassar af jörðu, sem allir voru afhentir á carfax; við vitum líka að að minnsta kosti sumir þessara kassa hafa verið fjarlægðir. Mér sýnist, að fyrsta skrefið okkar ætti að vera að ganga úr skugga um hvort allt það sem eftir er í húsinu handan þess múrs þar sem við lítum í dag; eða hvort fleiri hafi verið fjarlægðir. Ef sá síðarnefndi verðum við að rekja―― "

Hér var rofið á mjög óvæntan hátt. Fyrir utan húsið kom hljóð af skammbyssuskoti; glerið á glugganum var mölbrotið með byssukúlu, sem ricochetting frá toppi faðmlagsins, sló á vegginn í herberginu. Ég er hræddur um að ég sé hjartað hugleysingi, því að ég skrikaði. Mennirnir hoppuðu allir á fætur; lord godalming flaug yfir til gluggans og kastaði upp belti. Eins og hann gerði svo heyrðum við mr. Rödd morris án: -

„fyrirgefðu! Ég óttast að ég hafi brugðið þér. Ég skal koma inn og segja þér frá því. "mínútu síðar kom hann inn og sagði: -

„það var hálfgerður hlutur að gera og ég bið fyrirgefningu þína, frú. Harker, innilegustu; ég óttast að ég hlýt að hafa hrætt þig hræðilega. En staðreyndin er sú að meðan prófessorinn var að tala þar kom stór kylfa og settist við gluggatöfluna. Ég hef fengið svona hrylling yfir fordæmdum brúsum frá nýlegum atburðum að ég þoli ekki þá, og ég fór í skot eins og ég hef gert seint á kvöldin, alltaf þegar ég hef séð það. Þú varst vanur að hlæja að mér fyrir það þá, list. "

„lamaðir þú það?" spurði dr. Van helsing.

"ég veit ekki; ég hef ekki gaman af því að það flaug í skóginn. "án þess að segja meira frá tók hann sæti sitt og prófessorinn byrjaði að halda áfram yfirlýsingu sinni: -

„við verðum að rekja hvern og einn af þessum kassa; og þegar við erum tilbúin verðum við annað hvort að fanga eða drepa þetta skrímsli í bæli hans; eða við verðum svo að segja sótthreinsa jörðina, svo að hann geti ekki lengur leitað öryggis í henni. Þannig að á endanum getum við fundið hann í formi hans á milli klukkan hádegis og sólseturs og umgengst hann þegar hann er sem veikastur.

„og núna fyrir þig, frú mín, þetta kvöld er endir þar til allt hefur gengið. Þú ert okkur of dýrmætur til að hafa slíka áhættu. Þegar við skildumst í nótt, verður þú ekki meira að efast. Við munum segja ykkur öllum á góðri stund. Við erum menn og getum borið; en þú verður að vera stjarna okkar og von okkar og við munum bregðast öllu frjálsari við að þú sért ekki í hættu, eins og við erum. "

Allir menn, jafnvel jonathan, virtust léttir; en mér virtist ekki gott að þeir ættu hugrakkar hættu og, ef til vill, draga úr öryggi þeirra - styrkur sem besta öryggi - með umönnun mín; en hugur þeirra var uppbyggður, og þó að það væri bitur pilla fyrir mig að kyngja, gat ég ekki sagt neitt, nema að sætta mig við óheiðarlega umönnun þeirra á mér.

Herra. Morris hóf umræðuna á ný: -

„þar sem það er enginn tími til að tapa, þá greiði ég atkvæði með að skoða húsið hans núna. Tíminn er allt hjá honum; og skjót aðgerð af okkar hálfu gæti bjargað öðru fórnarlambi. "

Ég á að hjarta mitt byrjaði að bregðast mér þegar tími til aðgerða nálgaðist svo, en ég sagði ekki neitt, því að ég hafði meiri ótta um að ef ég birtist sem draga eða hindra verk þeirra, gætu þeir jafnvel yfirgefið mig af ráðum sínum að öllu leyti. Þeir eru nú farnir í carfax, með leiðum til að komast inn í húsið.

Karlkyns, þeir höfðu sagt mér að fara að sofa og sofa; eins og kona geti sofið þegar þeir sem hún elskar eru í hættu! Ég skal leggjast og þykjast sofa, svo að jónatan hafi ekki bætt mér kvíða þegar hann snýr aftur.

Dr. Dagbók frá frásögn.

1. Október, klukkan 4 - rétt eins og við vorum að fara úr húsinu, voru brýn skilaboð færð til mín frá renfield til að vita hvort ég myndi sjá hann í einu, þar sem hann hafði eitthvað afar mikilvægt að segja mér. Ég sagði boðberanum að segja að ég myndi fara að óskum hans á morgnana; ég var upptekinn einmitt um þessar mundir. Fundarmaður bætti við: -

„hann virðist mjög mikilvægur, herra. Ég hef aldrei séð hann svona feginn. Ég veit ekki en hvað, ef þú sérð hann ekki fljótlega, þá mun hann eiga einn ofbeldisfullan passa. "ég vissi að maðurinn hefði ekki sagt þetta án nokkurra orsaka, svo ég sagði:„ allt í lagi; ég fer núna "; og ég bað hina að bíða í nokkrar mínútur eftir mér þar sem ég þurfti að fara og skoða „sjúklinginn minn".

„taktu mig með þér, vinur john," sagði prófessorinn. „mál hans í dagbók þinni vekja áhuga minn, og það hafði líka af og til áhrif á mál okkar. Ég myndi mjög vilja sjá hann og sérstaklega þegar hugur hans er truflaður. "

„má ég líka koma?" spurði herra guðlaunandi.

„ég líka?" sagði quincey morris. „má ég koma?" sagði harker. Ég kinkaði kolli og við fórum öll saman um leið.

Við fundum hann í talsverðu eftirvæntingu, en miklu skynsamlegri í ræðu hans og háttum en ég hafði nokkurn tíma séð hann. Það var óvenjulegur skilningur á sjálfum sér, sem var ólík öllu því sem ég hef nokkru sinni kynnst í vitleysu; og hann tók því sem sjálfsögðum hlut að ástæður hans væru ríkjandi hjá öðrum algjörlega heilbrigðar. Við fórum öll fjögur inn í herbergið, en enginn hinna í fyrstu sagði neitt. Beiðni hans var að ég myndi í einu sleppa honum frá hæli og senda hann heim. Þetta studdi hann með rökum varðandi algeran bata hans og framleiddi sitt eigið heilbrigði. „ég höfða til vina þinna," sagði hann, „þeim dettur kannski ekki í hug að sitja fyrir dómi yfir máli mínu. Við the vegur, þú hefur ekki kynnt mig. "ég var svo mjög undrandi að undarlegt að koma vitlausum manni í hæli sló mig ekki eins og er; og þar að auki var ákveðin reisn að hætti mannsins, svo mikið af venjunni að jafnrétti, að ég gerði strax innganginn: „herra guðrómun; prófessor van helsing; herra. Quincey morris, frá texas; herra. Renfield. "hann hristi hönd í hönd hvor þeirra og sagði á móti: -

„herra, guð, ég hafði þann heiður að senda föður þinn í windham; ég syrgi að vita af því að þú heldur titlinum að hann er ekki meira. Hann var maður elskaður og heiðraður af öllum sem þekktu hann; og í æsku var, hef ég heyrt, uppfinningamaður brunnins rommapolls, mikið patronized á derby nótt. Herra. Morris, þú ættir að vera stoltur af þínu frábæra ástandi. Móttaka þess í sambandinu var fordæmi sem kann að hafa víðtæk áhrif hér á eftir, þegar stöng og hitabelti kunna að eiga bandalag við stjörnurnar og röndina. Máttur sáttmálans kann enn að reynast mikil stækkunarvél þegar monroe-kenningin tekur sinn raunverulega stað sem pólitísk dæmisaga. Hvað skal einhver segja um ánægju sína á fundi van helsing? Herra, ég bið ekki afsökunar á því að sleppa alls konar hefðbundnu forskeyti. Þegar einstaklingur hefur gjörbylt lækningum með uppgötvun sinni á stöðugri þróun heilaefna, eru hefðbundin form óhæf, þar sem þau virðast takmarka hann við einn af bekknum. Þið, herrar mínir, sem af þjóðerni, með arfgengi eða með náttúrugjöfum, eru búnir til að halda ykkar staði í hreyfanlegum heimi, ég tek því fram að ég er eins heilbrigður og að minnsta kosti meirihluti karlmanna sem eru í full eign frelsis þeirra. Og ég er viss um að þú, dr. Saur, mannúðar- og læknisfræðingur og vísindamaður, mun telja það siðferðilega skyldu að eiga við mig sem einn sem telst undir sérstökum kringumstæðum. "hann lagði fram þessa síðustu áfrýjun með dómstólslegu sannfæringarlofti sem var ekki án þess sjarma.

Ég held að við værum öll áföll. Fyrir mitt leyti var ég undir þeirri sannfæringu, þrátt fyrir vitneskju mína um eðli mannsins og sögu, að ástæða hans hefði verið endurreist; og ég fann fyrir mikilli áherzlu á að segja honum að ég væri ánægður með geðheilsu hans og myndi sjá til nauðsynlegra formsatriða til að sleppa honum á morgnana. Ég hélt að það væri betra að bíða áður en ég gerði svo alvarlega yfirlýsingu, því að af gamalli vissi ég skyndilegar breytingar sem þessi sjúklingur var ábyrgur fyrir. Svo ég lét mig nægja að segja almennar fullyrðingar um að hann virtist vera að bæta mjög hratt; að ég myndi eiga lengri spjall við hann á morgnana og myndi þá sjá hvað ég gæti gert í þá átt að koma til móts við óskir hans. Þetta fullnægði honum alls ekki, því að hann sagði fljótt: -

„en ég óttast, dr. Saur, að þú fattar varla ósk mína. Ég þrái að fara í einu - hingað - núna - einmitt þessa klukkustund - einmitt, ef ég verð. Tímapressur, og í óbeinu samkomulagi okkar við gamla gimman er það kjarni samningsins. Ég er viss um að það er aðeins nauðsynlegt að setja fram svo aðdáunarverðan iðkanda sem dr. Saur svo einföld en samt svo örlítil ósk, að tryggja uppfyllingu hennar. "hann horfði á augun á mig og sá neikvæða í andlitinu á mér, snéri sér að hinum og skoðaði þau náið. Ekki að mæta fullnægjandi svörum, hélt hann áfram: -

"er það mögulegt að ég hafi skjátlast að mínum dómi?"

„þú hefur það," sagði ég hreinskilnislega, en á sama tíma, eins og mér fannst, hrottalega. Töluverð hlé var á og þá sagði hann hægt: -

„þá geri ég ráð fyrir að ég verði aðeins að breyta beiðni minni. Leyfðu mér að biðja um þessa ívilnun - blessun, forréttindi, hvað þú vilt. Ég læt nægja að biðja í slíku tilviki, ekki af persónulegum forsendum, heldur vegna annarra. Ég er ekki frelsi til að gefa þér allar ástæður mínar; en þú gætir, ég fullvissa þig, tekið það frá mér að þeir séu góðir, traustir og óeigingjarnir og sprettur frá æðstu skylduskilningi. Gætirðu litið, herra, inn í hjarta mitt, myndir þú samþykkja að fullu þau viðhorf sem lífga mig. Nei, meira að segja myndirðu telja mig meðal bestu og sannustu vina þinna. "hann leit aftur á okkur öll af einlægni. Ég hafði vaxandi sannfæringu um að þessi skyndilega breyting á allri sinni vitsmunalegu aðferð væri en enn ein form eða áfangi brjálæðis hans og svo staðráðinn í að láta hann halda áfram aðeins lengur, vitandi af reynslunni að hann myndi, eins og allir vitleysingar, gefa sér í burtu í lokin. Van helsing horfði á hann með ákaflega útliti, runnnar augabrúnir hans fundu næstum með föstum styrk útlitsins. Sagði hann við renfield í tón sem kom mér ekki á óvart á þeim tíma, en aðeins þegar ég hugsaði um það á eftir - því að það var eins og að einn tæki við jöfnum hætti: -

"geturðu ekki sagt hreinskilnislega frá raunverulegri ástæðu þinni fyrir að vilja vera laus í nótt? Ég mun taka að mér að ef þú fullnægir jafnvel mér - ókunnugum, án fordóma og með vana að halda opnum huga - dr. Sjór mun veita þér, á eigin ábyrgð og á eigin ábyrgð, þau forréttindi sem þú sækist eftir. "hann hristi höfuðið dapurlega og með svipandi eftirsjá í andlitinu. Prófessorinn hélt áfram: -

„komdu, herra, hugleiddu sjálfan þig. Þú krefst forréttinda skynseminnar í hæsta máta þar sem þú leitast við að vekja hrifningu okkar með fullkominni sanngirni. Þú gerir þetta, sem við höfum ástæðu til að efast um, þar sem þú ert ekki enn laus úr læknismeðferð vegna þessa mjög galla. Ef þú munir ekki hjálpa okkur í viðleitni okkar til að velja skynsamlegustu brautina, hvernig getum við þá gegnt þeirri skyldu sem þú sjálfur leggur á okkur? Ver vitur og hjálpa okkur; og ef við getum munum við aðstoða þig við að ná ósk þinni. "hann hristi enn höfuðið eins og hann sagði: -

„dr. Van helsing, ég hef ekkert að segja. Rök þín eru algjör, og ef mér væri frjálst að tala ætti ég ekki að hika við augnablik; en ég er ekki minn eigin herra í málinu. Ég get aðeins beðið þig um að treysta mér. Ef mér er synjað hvílir ábyrgðin ekki hjá mér. "ég hélt að nú væri kominn tími til að binda endi á senuna, sem var að verða of kómískt, svo ég fór að dyrunum og sagði einfaldlega: -

„komdu, vinir mínir, við verðum að vinna. Góða nótt."

Þar sem ég komst nálægt dyrunum kom ný breyting yfir sjúklinginn. Hann hreyfði mig svo hratt að í augnablikinu óttaðist ég að hann væri að fara að gera enn annað manndrápsárás. Ótti minn var hins vegar marklaus, því að hann hélt upp báðum höndum sínum grátandi og lagði fram beiðni sína á hreyfanlegan hátt. Þegar hann sá að mjög umfram tilfinningar sínar voru hrifnar af honum, með því að endurheimta okkur meira í gömul samskipti okkar, varð hann enn sýnilegri. Ég horfði á van helsing og sá sannfæringu mína endurspeglast í augum hans; svo ég varð aðeins fastari að hætti mínum, ef ekki strangari, og benti honum á að viðleitni hans væri ekki að finna. Ég hafði áður séð eitthvað af sömu sívaxandi spennu hjá honum þegar hann þurfti að leggja fram einhverja beiðni sem á þeim tíma sem hann hafði hugsað mikið, svo sem eins og þegar hann vildi fá kött; og ég var reiðubúinn að sjá hrunið í sömu andskotans frjálsmennsku við þetta tækifæri. Eftirvænting mín varð ekki að veruleika, því að þegar hann komst að því að áfrýjun hans mundi ekki ná árangri, lenti hann í töluverðu frönsku ástandi. Hann kastaði sér á hnén og hélt upp höndum sér og reiddi þá í beiðni og hellti fram stríðsáhrifum, með tárin rúlluðu niður kinnarnar og allt andlitið og tjáði dýpstu tilfinningar: -

„leyfðu mér að biðja þig, dr. Saur, ó, leyfðu mér að biðja þig um að láta mig fara úr þessu húsi í einu. Sendu mér í burtu hvernig þú vilt og hvert þú vilt; sendu gæslumenn með mér með svipur og fjötra; láta þá taka mig í sundra vesti, þreyttur og fótur strauður, jafnvel til fanga; en láta mig fara út úr þessu. Þú veist ekki hvað þú gerir með því að halda mér hér. Ég tala frá djúpinu í hjarta mínu - af mjög sálu minni. Þú veist ekki hvern þú hefur rangt fyrir þér, eða hvernig; og ég segi kannski ekki frá því. Vei er ég! Ég segi það kannski ekki. Fyrir allt sem þú heldur heilagt - af öllu sem þú elskar - af ást þinni sem glatast - með von þinni sem lifir - fyrir almáttugan saknað, taktu mig úr þessu og bjargaðu sál minni frá sektarkennd! Heyrirðu ekki í mér, maður? Geturðu ekki skilið það? Munt þú aldrei læra? Veistu ekki að ég er orðin heilbrigð og einlæg núna; að ég sé ekki vitleysingur í geðveikum passi, heldur heilbrigður maður sem berst fyrir sálu sinni? Ó heyrðu mig! Hlustaðu á mig! Slepptu mér! Slepptu mér! Slepptu mér!"

Ég hélt að því lengur sem þetta mundi fara á óbyggðirnar sem hann fengi og mundi koma til skila; svo ég tók hann í höndina og vakti hann upp.

„komdu," sagði ég harðlega, „ekki meira af þessu; við höfum fengið alveg nóg nú þegar. Farðu í rúmið þitt og reyndu að hegða þér betur. "

Hann stoppaði skyndilega og horfði á augu mín augnablik í nokkrar stundir. Þá stóð hann án orða upp og færðist yfir, settist við hlið rúmsins. Hrunið var komið eins og áður, rétt eins og ég hafði búist við.

Þegar ég var að fara úr herberginu, síðast í partýinu okkar, sagði hann við mig í hljóðlátu, vel ræktaðri rödd: -

„þú munt, ég treysti, dr. Saur, gerðu mér það réttlæti að hafa í huga, seinna meir að ég gerði það sem ég gat til að sannfæra þig í nótt. "

Kafla xix

Dagbók jonathan harkers

1. Október, klukkan 05:00 - ég fór með veisluna í leitina með léttum huga, því að ég held að ég hafi aldrei séð mina svo hreint sterka og vel. Ég er svo fegin að hún samþykkti að halda aftur af og láta okkur menn vinna verkið. Einhvern veginn var það ótti fyrir mig að hún væri yfirleitt í þessum óttalegum viðskiptum; en nú þegar verk hennar er unnið og það er vegna orku hennar og heila og framsýni sem öll sagan er sett saman á þann hátt að hvert atriði segir frá, þá gæti hún vel fundið að hluti hennar sé búinn og að hún geti héðan í frá láta restina eftir okkur. Við vorum, held ég, öll svolítið í uppnámi af vettvangi með mr. Renfield. Þegar við komum frá herbergi hans þögðum við þangað til við komum aftur í námið. Þá hr. Morris sagði við dr. Sjór: -

"segðu, jack, ef þessi maður var ekki að reyna að bláa, þá er hann um það helgasta vitleysingur sem ég hef séð. Ég er ekki viss, en ég trúi því að hann hafi haft einhvern alvarlegan tilgang, og ef hann hefði gert það, var það ansi gróft hjá honum að fá ekki séns. "lord godalming og ég þagði, en dr. Van helsing bætti við: -

„vinur john, þú veist meira um vitleysinga en ég og ég er ánægður með það, því að ég óttast að ef það hefði verið fyrir mig að ákveða að ég myndi gera áður en þetta síðasta móðursýkisbrot hefði gefið honum frítt. En við lifum og lærum og í núverandi verkefni okkar verðum við ekki að taka neina möguleika, eins og vinur minn quincey myndi segja. Allt er best eins og þeir eru. "dr. Saur virtist svara þeim báðum á draumkenndu hátt: -

„ég veit ekki annað en að ég sé sammála þér. Ef þessi maður hefði verið venjulegur vitleysingur hefði ég tekið líkurnar á að treysta honum; en hann virðist vera svo blandaður með talningunni á vísitölu hátt að ég er hræddur um að gera eitthvað rangt með því að hjálpa túnunum sínum. Ég get ekki gleymt því hvernig hann bað með næstum jafnri ákafa fyrir kött og reyndi að rífa hálsinn á mér með tönnunum. Að auki kallaði hann greifann „herra og skipstjóra" og hann gæti viljað fara út til að hjálpa honum á einhvern diabolískan hátt. Þessi skelfilegi hlutur hefur úlfana og rotturnar og sinnar eigin tegundir til að hjálpa honum, svo ég býst við að hann sé ekki hér að ofan að reyna að nota virðulegan vitleysing. Vissulega virtist hann þó alvara. Ég vona bara að við höfum gert það besta. Þessir hlutir, í tengslum við villta starfið sem við höfum í hendi, hjálpa til við að aftra manni. "prófessorinn steig fram og lagði hönd sína á öxlina og sagði í gröf sinni, vinsamlega hátt: -

„vinur john, óttast ekki. Við erum að reyna að gera skyldu okkar í mjög sorglegu og hræðilegu tilfelli; við getum aðeins gert eins og við teljum best. Hvað höfum við annað að vonast eftir, nema samúð góðs guðs? "lord godalming hafði runnið frá sér í nokkrar mínútur, en nú kom hann aftur. Hann hélt upp smá silfur flautu, eins og hann sagði: -

„þessi gamli staður gæti verið fullur af rottum, og ef svo er, þá er ég með mótefni gegn því að kalla." þegar við fórum framhjá vegginn fórum við leiðina í húsið og gættu þess að vera í skugganum trjánna á grasinu. Þegar tunglskinið skein út. Þegar við komum að veröndinni opnaði prófessorinn pokann sinn og tók út ýmislegt, sem hann lagði á tröppuna, flokkaði þá í fjóra litla hópa, augljóslega einn fyrir hvern. Þá talaði hann: -

„vinir mínir, við erum í mikilli hættu og við þurfum vopn af ýmsu tagi. Óvinur okkar er ekki einungis andlegur. Mundu að hann hefur styrk tuttugu manna, og að þó að hálsar okkar eða vindpípur séu af almennu tagi - og þess vegna brjótandi eða mölbrægir - þá eru hans ekki aðeins styrk. Sterkari maður, eða líkami manna sterkari í öllu en honum, getur á vissum tímum haldið honum; en þeir geta ekki meitt hann þar sem við getum særst af honum. Við verðum því að verja okkur fyrir snertingu hans. Haltu þessu nærri hjarta þínu "- eins og hann talaði, lyfti hann litlu silfri krossinum og hélt því út til mín, ég var næst honum -„ settu þessi blóm um háls þinn "- þar rétti hann mér krans af þornuðum hvítlaukablómum - „fyrir aðra óvini, hversdagslegari, þennan revolver og þennan hníf; og til aðstoðar í öllum þessum svo litlu raflömpum sem þú getur fest á brjóst þitt; og fyrir alla, og umfram allt í lokin, þetta, sem við megum ekki vanhelga óþarfa. "þetta var hluti af helgu töflu sem hann setti í umslag og rétti mér. Hver annar var álíka búinn. „nú," sagði hann, „vinur john, hvar eru beinagrindarnir? Ef svo að við getum opnað hurðina, þurfum við ekki að brjóta hús við gluggann, eins og áður var hjá miss lucy. "

Dr. Saur reyndi einn eða tvo beinagrindarlykla, vélrænni handlagni hans sem skurðlæknir stóð hann í góðu standi. Nú fékk hann einn til að henta; eftir smá spilamennsku fram og til baka gaf boltinn eftir og skaut til baka með ryðgaðri klemmu.

Við pressuðum á hurðina, ryðguðu lamirnar rifnuðu og það opnaði hægt. Það var óvæntur eins og myndin sem mér var gefin í dr. Dagbók frá fráveitu um opnun gröf fröken westenra; ég er hrifinn af því að sömu hugmynd virtist slá á hina, því að með einum samningi drógust þeir saman. Prófessorinn var fyrstur til að komast áfram og steig inn í opnar dyr.

„í manus tuas, domine!" sagði hann og fór yfir sjálfan sig þegar hann fór yfir þröskuldinn. Við lokuðum hurðinni fyrir aftan okkur, svo að þegar við hefðum átt að kveikja á lampunum okkar, þá ættum við mögulega að vekja athygli frá veginum. Prófessorinn prófaði vandlega læsinguna, svo að við gætum ekki opnað hann innanfrá ef við erum að flýta okkur að komast út. Þá kveiktum við öll á lampunum okkar og héldum áfram að leita okkar.

Ljósið frá pínulitlum lampunum féll í alls konar skrýtnum myndum, þegar geislarnir fóru yfir hvor annan, eða ógagnsæi líkama okkar kastaði miklum skugga. Ég gat ekki fyrir líf mitt komist af þeirri tilfinningu að það væri einhver annar á meðal okkar. Ég geri ráð fyrir að þetta hafi verið rifjað upp, svo kröftuglega komin heim til mín af svakalegu umhverfi, af þessari hræðilegu reynslu í transylvaníu. Ég held að tilfinningin hafi verið sameiginleg fyrir okkur öll, því að ég tók eftir því að hinir héldu áfram að horfa yfir axlir sínar á hvert hljóð og hvern nýjan skugga, rétt eins og mér fannst ég vera að gera.

Allur staðurinn var þykkur af ryki. Gólfið var greinilega tommur á dýpi, nema þar sem nýleg fótspor voru, þar sem ég hélt á lampanum mínum niðri og sá merki hobnagla þar sem rykið var sprungið. Veggirnir voru dúnkenndir og þungir ryki, og í hornunum voru fjöldi kóngulóarveina, sem rykið hafði safnast saman þar til þeir litu út eins og gamlar tappaðir tuskur þar sem þyngdin hafði rifið þá að hluta niður. Á borði í salnum var mikill fjöldi lykla, með tímagulbúinn merkimiða á hvorum. Þeir höfðu verið notaðir nokkrum sinnum, því að á borðinu voru nokkrir svipaðir leigir í rykteppinu, svipað og útsett var þegar prófessorinn lyfti þeim upp. Hann snéri sér að mér og sagði: -

„þú þekkir þennan stað, jonathan. Þú hefur afritað kort af því og þú veist það að minnsta kosti meira en við. Hver er leiðin að kapellunni? "ég hafði hugmynd um stefnu þess, þó að í fyrri heimsókn minni hefði mér ekki tekist að fá inngöngu í það; svo ég leiði leiðina og eftir nokkrar rangar beygingar fann ég mig gegnt lágri, bogadýrri eikkaðri hurð, rifin af járnböndum. „þetta er staðurinn," sagði prófessorinn þegar hann kveikti á lampanum sínum á litlu korti af húsinu, afritað úr skjalinu af upphaflegu bréfaskriftunum mínum varðandi kaupin. Með smá vandræðum fundum við lykilinn á búningnum og opnuðum hurðina. Við vorum tilbúnir fyrir nokkurt óþægindi, því þegar við vorum að opna dyrnar virtist dauft, illvirkt loft anda út um eyðurnar, en enginn okkar bjóst aldrei við slíkri lykt eins og við lentum í. Enginn af hinum hafði kynnst talningunni yfirhöfuð á næstunni og þegar ég hafði séð hann var hann annað hvort á föstu stigi tilveru sinnar í herbergjum sínum eða, þegar hann var hræddur með ferskt blóð, í rústuðu húsi sem var opið loft; en hér var staðurinn lítill og nálægt, og löng misnotkun hafði gert loftið staðnað og illt. Það var jarðbundin lykt, eins og af einhverju þurru miasma, sem kom í gegnum frjóu loftið. En hvað varðar lyktina sjálfa, hvernig skal ég lýsa því? Það var ekki eitt og sér að það var samsett úr öllum veikindum dauðans og með mikilli, sterkri lykt af blóði, en það virtist eins og spilling væri orðin sjálf spillt. Hlæja! Það veikir mig að hugsa um það. Sérhver andardráttur sem andað var út af því skrímsli virtist hafa fest sig á staðinn og eflt lausleika hans.

Undir venjulegum kringumstæðum hefði slíkur fnyk komið fyrirtækinu okkar á enda; en þetta var ekkert venjulegt mál og hinn mikli og hræðilegi tilgangur, sem við tókum þátt í, veitti okkur styrk sem rann aðeins yfir líkamlega sjónarmið. Eftir að ósjálfrátt minnkaði í kjölfar fyrstu ógleði hópsins lögðum við eitt af mörkum um verk okkar eins og þessi fádæma staður væri rósagarður.

Við gerðum nákvæma skoðun á staðnum, sagði prófessorinn þegar við hófum: -

„það fyrsta er að sjá hve margir af kassunum eru eftir; við verðum síðan að skoða hvert gat og hvert horn og gabb og sjá hvort við getum ekki fengið vísbendingu um hvað hefur orðið af hinum. "litið var næg til að sýna hve mörg voru eftir, því að stóru jörðarkisturnar voru fyrirferðarmiklar og það var ekkert misskilja þá.

Það voru aðeins tuttugu og níu eftir af þeim fimmtíu! Þegar ég varð óttasleginn, því að sjá lord godalming snögglega snúa mér og horfa út úr hvelfðu hurðinni út í myrka leiðina handan, leit ég líka og um stund stóð hjarta mitt kyrr. Einhvers staðar, þegar ég horfði út úr skugganum, virtist ég sjá háu ljósin á illu andliti greifans, nefbrúninni, rauðu augunum, rauðu varunum, hrikalega bleiku. Þetta var aðeins í smá stund, því eins og herra guðsveður sagði: „ég hélt að ég sæi andlit, en það voru aðeins skuggarnir," og hóf fyrirspurn sína á ný, ég snéri lampanum mínum í áttina og steig inn í ganginn. Það voru engin merki um neinn; og þar sem engin horn voru, engar hurðir, ekkert ljósop af neinu tagi, heldur aðeins traustir veggir göngunnar, gat enginn felur verið fyrir hann. Ég tók undir það að óttinn hefði hjálpað hugmyndafluginu og sagði ekkert.

Nokkrum mínútum seinna sá ég morris stíga skyndilega aftur úr horninu, sem hann var að skoða. Við fylgjumst öll með hreyfingum hans með augunum, því eflaust óx einhver taugaveiklun á okkur og við sáum heilan massa fosfórljómun, sem glitraði eins og stjörnur. Við drógum okkur ósjálfrátt til baka. Allur staðurinn var að verða lifandi með rottum.

Eitt eða tvö augnablik stóðum við agndofa, allir nema herra guðræknir, sem virtust vera tilbúnir til slíks neyðar. Þjóta yfir að hinni miklu járnbundnu dyr, sem dr. Sjór hafði lýst utan frá, og sem ég hafði séð sjálfan mig, sneri hann lyklinum í lásnum, dró risastóra bolta og reiddi hurðina opna. Þá tók hann litla silfur flautuna úr vasanum og blés í lágri, skarpri kall. Því var svarað aftan frá dr. Hús frá sauð með því að ölva hunda og eftir um það bil mínútu komu þrír terrier glæsilegir um horn hússins. Ómeðvitað höfðum við öll fært okkur að hurðinni og þegar við fluttum tók ég eftir því að rykið hafði verið mikið raskað: kassarnir sem voru teknir út höfðu verið færðir með þessum hætti. En jafnvel á þeirri mínútu sem liðin var rottunum fjölgað gríðarlega. Þeir virtust kvikna um staðinn í einu, þar til lampaljósið, skínandi á hreyfanlegu myrkri líkama þeirra og glitrandi, vönduð augu, lét staðinn líta út eins og jarðarbakkur settur með eldflugum. Hundarnir dunduðu sér við, en við þröskuldinn stoppuðu skyndilega og hnusuðu og hófu samtímis að lyfta sér nefinu og gráta á flestum lúmskum hætti. Rotturnar fjölguðu í þúsundum og við fluttum út.

Herra godalming lyfti einum hundunum og bar hann inn og setti hann á gólfið. Á því augnabliki sem fætur hans snertu jörðina virtist hann endurheimta hugrekki sitt og hljóp að náttúrulegum óvinum sínum. Þeir flýðu fyrir honum svo hratt að áður en hann hafði hrist lífið úr skorðum höfðu hinir hundarnir, sem nú höfðu verið lyftir á sama hátt, en lítil bráð, þar sem allur fjöldinn var horfinn.

Með gangi þeirra virtist eins og einhver vond nærvera væri farin, því að hundarnir gusu um og bjöktu kátir þegar þeir tóku skyndilega píla við framsækna fjandmenn sína og sneru þeim aftur og aftur og köstuðu þeim í loftið með grimmum hristingum. Við virtumst öll finna andann okkar hækka. Hvort sem það var hreinsun banvænu andrúmsloftsins með opnun kapelludyranna eða léttir sem við upplifðum með því að finna okkur úti á víðavangi veit ég ekki; en vissulega virtist skuggi óttans renna frá okkur eins og skikkju, og tilefni tilkomu okkar missti eitthvað af sinni hörmulegu þýðingu, þó að við slökuðum ekki á vit í ályktun okkar. Við lokuðum ytri hurðinni og útilokuðum og læstu hana, og fórum með hundana með okkur, hófum leit okkar að húsinu. Við fundum ekkert í öllu nema ryki í óvenjulegum hlutföllum og allt ósnortið nema í eigin fótspor þegar ég hafði farið í fyrstu heimsókn mína. Aldrei einu sinni sýndu hundarnir einkenni óróleiks og jafnvel þegar við komum aftur til kapellunnar fóru þeir á svipinn eins og þeir hafi verið að veiða kanínur í sumarskógi.

Morguninn var að hraka í austri þegar við komum framan af. Dr. Van helsing hafði tekið lykilinn að hurðarhurðinni frá hópnum og læst hurðinni á rétttrúnaðar hátt og sett lykilinn í vasann þegar hann hafði gert það.

„hingað til," sagði hann, „nóttin okkar hefur gengið mjög vel. Enginn skaði hefur orðið á okkur eins og ég óttaðist að gæti orðið og samt höfum við gengið úr skugga um hve marga kassa vantar. Meira en allt gleðst ég yfir því að þetta fyrsta - og kannski erfiðasta og hættulegasta skref okkar hefur verið náð án þess að koma með yndislegu frú mina okkar eða trufla vakandi eða sofandi hugsanir hennar með marki og hljóðum og lykt af hryllingi sem hún gæti aldrei gleymt. Eina lexíu höfum við líka lært, ef leyfilegt er að færa rök fyrir sértæku máli: að skepnudýrin, sem eru undir stjórn greifans, eru ekki sjálfum nothæf fyrir andlegan kraft hans; sjáðu til, þessar rottur sem myndu kalla hann, rétt eins og frá kastalatoppi hans kalla hann úlfana til þín og til þess að gráta móður hennar, þó að þeir komi til hans, þá hlaupa þeir frá skítugum hundum vinur arthur. Við höfum önnur mál á undan okkur, aðrar hættur, önnur ótta; og það skrímsli - hann hefur ekki notað vald sitt yfir skepnaheiminn í eina eða síðasta sinn í nótt. Svo að hann hafi farið annað. Gott! Það hefur gefið okkur tækifæri til að gráta „athuga" á nokkurn hátt í þessum skák, sem við spilum fyrir hlut manna. Og förum nú heim. Dögunin er nálægt og við höfum ástæðu til að láta okkur nægja verk okkar fyrstu nætur. Það getur verið vígt að við eigum margar nætur og daga til að fylgja eftir, ef það er fullt af hættu; en við verðum að halda áfram, og úr engri hættu skulum við skreppa saman. "

Húsið var hljótt þegar við komum aftur, nema fyrir fátæka skepnu sem var að öskra í burtu í einni fjarlægu deildinni og lágt, stynjandi hljóð úr herbergi renfield. Aumingja vesældin vafalaust pyntaði sig, að hætti geðveikra, með óþarfa sársauka.

Ég kom með tindar inn í okkar eigin herbergi og fann mína sofandi og andaði svo mjúklega að ég varð að setja eyrað niður til að heyra það. Hún lítur fölari út en venjulega. Ég vona að fundurinn í nótt hafi ekki komið henni í uppnám. Ég er sannarlega þakklátur fyrir að hún skuli vera skilin eftir í framtíðarstarfi okkar og jafnvel af yfirvegun okkar. Það er of mikill álag fyrir konu að bera. Ég hélt það ekki í fyrstu en ég veit betur núna. Þess vegna er ég feginn að það er útkljáð. Það geta verið hlutir sem hræða hana til að heyra; og samt að leyna þeim fyrir henni gæti verið verra en að segja henni hvort hún hafi einu sinni grunað að um væri að ræða leynd. Héðan í frá er verk okkar að vera innsigluð bók fyrir hana að minnsta kosti á þeim tíma sem við getum sagt henni að allt sé klárt og jörðin laus við skrímsli niðri heimsins. Ég þori að það verður erfitt að byrja að þegja eftir svona sjálfstrausti eins og okkar; en ég verð að vera einbeittur og á morgun skal ég halda myrkrinu fram á nótt í verki og neita að tala um allt sem hefur gerst. Ég hvíli í sófanum, svo að ekki trufla hana.

1. Október seinna. - ég geri ráð fyrir að það hafi verið eðlilegt að við skyldum öll láta falla yfir okkur, því dagurinn var annasamur og nóttin hafði enga hvíld. Jafnvel mína hlýtur að hafa fundið fyrir þreytu sinni, því þó að ég svaf þar til sólin væri komin hátt, þá var ég vakandi fyrir henni og þurfti að hringja tvisvar eða

þrisvar áður en hún vaknaði. Reyndar var hún svo hljóð sofandi að í nokkrar sekúndur þekkti hún mig ekki, heldur horfði á mig með eins konar auðu skelfingu, eins og maður lítur út fyrir að hafa vaknað út úr vondum draumi. Hún kvartaði svolítið yfir því að vera þreytt og ég lét hana hvíla sig til seinna um daginn. Við þekkjum nú til þess að tuttugu og einn kassi hefur verið fjarlægður, og ef það er verið að nokkrir voru teknir í einhverjum af þessum flutningi gætum við verið fær um að rekja þá alla. Slíkt mun auðvitað einfalda vinnu okkar gríðarlega og því fyrr sem málið er sinnt til hins betra. Ég skal fletta upp thomas sem hrjóta í dag.

Dr. Dagbók frá frásögn.

1. Október. - það var undir hádegi þegar ég var vakinn af prófessornum sem gekk inn í herbergið mitt. Hann var hlægilegri og kátari en venjulega, og það er nokkuð augljóst að störf gærkvöldsins hafa hjálpað til við að taka nokkuð af ræktunarþyngdinni úr huga hans. Eftir að hafa farið yfir ævintýri kvöldsins sagði hann skyndilega: -

„sjúklingur þinn vekur áhuga minn. Getur það verið að með þér heimsæki ég hann í morgun? Eða ef þú ert of hernuminn, get ég farið einn ef það gæti verið. Það er ný reynsla fyrir mig að finna vitleysing sem talar heimspeki og skynsemin er svo hljóð. "ég hafði vinnu að gera sem ýtti á, svo ég sagði honum að ef hann færi einn mynd ég vera feginn, eins og þá ætti ég ekki verð að halda honum að bíða; svo ég hringdi í aðstoðarmann og gaf honum nauðsynlegar leiðbeiningar. Áður en prófessorinn yfirgaf herbergið varaði ég hann við því að fá rangar upplýsingar frá sjúklingi mínum. „en," svaraði hann, „ég vil að hann tali um sjálfan sig og blekking sína um að neyta lifandi hluta. Sagði hann við frú mina, eins og ég sé í dagbók þinni í gær, að hann hefði einu sinni haft slíka trú. Af hverju brosirðu, vinur john? "

„afsakið," sagði ég, „en svarið er hérna." ég lagði hönd á plóg ritað mál. „þegar geðveikur og lærður vitleysingur okkar sagði mjög frá því hvernig hann notaði lífið, var munnur hans í raun ógleði með flugurnar og köngulærnar sem hann hafði borðað rétt fyrir frú. Harker kom inn í herbergið. "van helsing brosti aftur. „gott!" sagði hann. „minning þín er sönn, vinur john. Ég hefði átt að muna. Og samt er það þessi mjög skorti á hugsun og minni sem gerir geðsjúkdóminn svo heillandi rannsókn. Kannski fæ ég meiri þekkingu af heimsku þessa vitlausa en ég mun kenna hinum vitru. Hver veit? "ég hélt áfram með vinnu mína og var áður en langt um líður í því. Það virtist sem tíminn hefði verið mjög stuttur, en það var van helsing aftur í rannsókninni. „trufla ég?" spurði hann kurteislega þegar hann stóð við dyrnar.

„alls ekki," svaraði ég. „komdu inn. Starfi mínu er lokið og ég er frjáls. Ég get farið með þér núna, ef þú vilt.

„það er óþarfi; ég hef séð hann! "

„jæja?"

„ég óttast að hann meti mig ekki mikið. Viðtal okkar var stutt. Þegar ég kom inn í herbergið sitt sat hann á kolli í miðjunni, með olnbogana á hnjánum og andlit hans var myndin af djarfa óánægju. Ég talaði við hann eins hressilega og ég gat og með svona mæli af virðingu og ég gat gert ráð fyrir. Hann svaraði engu. „þekkirðu mig ekki?" spurði ég. Svar hans var ekki hughreystandi: „ég þekki þig nógu vel; þú ert gamli fíflið van helsing. Ég vildi óska þess að þú myndir taka sjálfan þig og hálfgerðar heilakenningar þínar annars staðar. Fjandinn allir þykkir höfuðverjar! "ekki mætti orða meira en sat í óbeisluðu sullnessi sínu eins áhugalaus fyrir mér eins og ég hefði alls ekki verið í herberginu. Fór þannig af stað í þetta skiptið möguleika mína á að læra mikið af þessum svo snjalla vitleysingi; svo skal ég fara, ef ég má, og hressa mig með nokkrum gleðilegum orðum með þeirri ljúfu sál frú mina. Vinur john, það gleður mig ómælanlegt að henni er ekki meira að sársauka, ekki meira að hafa áhyggjur af hræðilegu hlutunum okkar. Þó við munum sakna hjálpar hennar, þá er það betra. "

„ég er hjartanlega sammála þér," svaraði ég innilega, því að ég vildi ekki að hann veikist í þessu máli. „frú. Harker er betri út úr því. Hlutirnir eru nógu slæmir fyrir okkur, alla menn heimsins, og sem hafa verið á mörgum þröngum stöðum á okkar tíma; en það er enginn staður fyrir konu, og ef hún hefði haldið sambandi við málflutninginn hefði það með tímanum ósegjanlegt hana.

Svo van helsing hefur farið til fundar með frú. Harker og harker; quincey og list eru öll að fylgja eftir vísbendingum um jarðkassana. Ég mun ljúka vinnu mínum og við hittumst í nótt.

Dagbók mina harkers.

1. Október. - það er mér undarlegt að vera í myrkrinu eins og ég er í dag; eftir fullt traust jonathan í svo mörg ár að sjá hann augljóslega forðast ákveðin mál og þau mikilvægustu af öllum. Í morgun svaf ég seint eftir þreyturnar í gær, og þó að jónatan væri of seinn, þá var hann fyrr. Hann talaði við mig áður en hann fór út, aldrei sætari eða blíður, en hann nefndi aldrei orð um það sem gerst hafði í heimsókninni í greifahúsinu. Og samt hlýtur hann að hafa vitað hversu hrikalega kvíðinn ég var. Aumingja kæri náungi! Ég geri ráð fyrir að það hljóti að hafa þreytt hann enn meira en það gerði mig. Þeir voru allir sammála um að best væri að ég yrði ekki dreginn frekar út í þetta ógeðslega verk og ég sýknaði. En að hugsa um að hann haldi öllu frá mér! Og nú græt ég eins og kjánalegt fífl, þegar ég veit að það kemur frá mikilli ást eiginmanns míns og af góðum, góðum óskum þessara sterku manna.

Það hefur gert mér gott. Jæja, einhvern daginn mun jonatan segja mér allt; og svo að það ætti aldrei að vera svo að hann ætti að hugsa um stund að ég héldi neinu frá honum, ég geymi dagbókina mína eins og venjulega. Þá ef hann hefur óttast traust mitt, þá skal ég sýna honum það, með hverri hugsun minni á hjarta mínu til að láta kæra augu hans lesa. Mér finnst ég undarlega sorgmæddur og lítillátur í dag. Ég geri ráð fyrir að það séu viðbrögðin frá hræðilegri eftirvæntingu.

Í gærkveldi fór ég að sofa þegar mennirnir voru farnir, einfaldlega vegna þess að þeir sögðu mér að gera það. Mér fannst ég ekki vera syfjaður og ég var fullur af að eta kvíða. Ég hélt áfram að hugsa um allt sem hefur verið síðan jónatan kom til mín í london og það virðist allt vera hræðilegur harmleikur, með örlög sem þrengdu hiklaust að einhverjum vístum endalokum. Allt sem maður gerir virðist, alveg eins rétt og það kann að vera, að koma með það sem mest er að hrynja. Ef ég hefði ekki farið til whitby væri kannski léleg kæra lucy með okkur núna. Hún hafði ekki farið í heimsókn í kirkjugarðinn fyrr en ég kom, og ef hún hefði ekki komið þangað á daginn með mér hefði hún ekki gengið þangað í svefni; og ef hún hefði ekki farið þangað á nóttunni og sofandi, þá gæti skrímslið ekki hafa eyðilagt hana eins og hann gerði. Ó, af hverju fór ég einhvern tíma í whitby? Þar núna, grátið aftur! Ég velti því fyrir mér hvað hefur komið yfir mig í dag. Ég verð að fela það fyrir jonatan, því að ef hann vissi að ég hafði grátið tvisvar á einum morgni - ég sem grét aldrei af eigin raun og sem hann hefur aldrei valdið tárum - kæri náungi myndi óttast hjarta hans . Ég skal setja djörf andlit á, og ef mér líður grátandi, mun hann aldrei sjá það. Ég geri ráð fyrir að það sé ein af þeim kennslustundum sem við fátæku konur verðum að læra ....

Ég man ekki alveg hvernig ég sofnaði í gærkveldi. Ég man að ég heyrði skyndilega gelta hundana og mikið af hinsegin hljóðum, eins og að biðja á mjög hrífandi skala, frá mr. Herbergi renfield, sem er einhvers staðar undir þessu. Og þá var þögn yfir öllu, þögn svo djúpstæð að það brá mér, og ég stóð upp og horfði út um gluggann. Allt var dimmt og hljótt, svörtu skugganir kastað af tunglskininu virtust fullar af þögulri leyndardómi þeirra eigin. Ekki virtist hlutur hrærast, heldur allir vera ljótir og lagaðir sem dauði eða örlög; svo að þunnur rauður af hvítri þoku, sem læðist með næstum ósýnilegum hægindum yfir grasinu í átt að húsinu, virtist hafa sinn hugarfar og lífsorku. Ég held að móðgun hugsana minna hljóti að hafa gert mér gott, því þegar ég kom aftur í rúmið fann ég svefnhöfgi sem læðist yfir mig. Ég lá um stund, en gat ekki alveg sofið, svo ég kom út og horfði út um gluggann aftur. Misturinn breiddist út og var nú nálægt húsinu, svo að ég gæti séð það liggja þykkt við vegginn, eins og hann væri að stela upp að gluggum. Aumingja maðurinn var háværari en nokkru sinni fyrr, og þó að ég gæti ekki greint orð sem hann sagði, þá gat ég á einhvern hátt þekkt í tónum hans einhverja ástríðufullar bráðir af hans hálfu. Þá heyrðist barátta og ég vissi að fundarmennirnir voru að fást við hann. Ég var svo hrædd um að ég læðist í rúmið og dró fötin yfir höfuð mér og setti fingurna í eyrun mín. Ég var þá ekki svolítið syfjaður, að minnsta kosti svo að ég hugsaði; en ég hlýt að hafa sofnað, því nema draumar man ég ekki neitt fyrr en á morgnana, þegar jonathan vakti mig. Ég held að það hafi tekið mig fyrirhöfn og smá tíma að átta mig á því hvar ég væri, og að það var jonathan sem var að beygja mig. Draumur minn var mjög sérkennilegur og var næstum því dæmigerður fyrir það hvernig vekjandi hugsanir sameinast eða halda áfram í draumum.

Ég hélt að ég væri sofandi og beið eftir því að jonathan myndi koma aftur. Ég var mjög kvíðinn yfir honum og var vanmáttugur að bregðast við; fætur mínir, hendurnar og heilinn voru vegnir svo að ekkert gæti haldið áfram á venjulegum hraða. Og svo svaf ég órólegur og hugsaði. Þá fór að líða að mér að loftið var þungt og gratt og kalt. Ég setti aftur fötin úr andliti mínu og kom mér á óvart að allt væri svolítið í kring. Gasljósið sem ég hafði skilið eftir logaði fyrir jonathan, en hafnaði, kom aðeins eins og pínulítill rauður neisti í gegnum þokuna sem hafði greinilega orðið þykkari og hellt út í herbergið. Þá hvarflaði að mér að ég hefði lokað glugganum áður en ég var kominn að rúminu. Ég hefði komist að því að gera viss um það, en einhver blýleysi virtist hlekkja útlimi mína og jafnvel vilja minn. Ég lá kyrr og þoldi; það var allt. Ég lokaði augunum, en gat samt séð í gegnum augnlokin mín. (það er yndislegt hvaða bragðarefur draumar okkar leika okkur og hversu þægilegur við getum ímyndað okkur.) Mistinn varð þykkari og þykkari og ég gat nú séð hvernig hann kom inn, því að ég gæti séð það eins og reyk - eða með hvíta orkuna að sjóða vatn - að renna inn, ekki út um gluggann, heldur í gegnum hurðirnar. Það varð þykkara og þykkara, þangað til það virtist sem það þéttist í einskonar skýjastólpa í herberginu, í gegnum toppinn sem ég gæti séð ljós gassins skína eins og rauð augu. Hlutirnir fóru að streyma í gegnum heila minn rétt eins og skýjað súla var nú að þyrlast inn í herberginu og í gegnum þetta komu öll ritningarorðin „skýskýli að degi og eldi á nóttunni." var það vissulega slík andleg leiðsögn sem var koma til mín í svefninn minn? En stólpinn var samsettur bæði af deginum og leiðarljósi um nóttina, því að eldurinn var í rauðum augum, sem við tilhugsunina fékk nýja heilla fyrir mig; þar til, þegar ég horfði, skiptist eldurinn og virtist skína á mig í gegnum þokuna eins og tvö rauð augu, eins og lucy sagði mér frá því í sinni andlegu vágesti þegar dauða sólarljósið sló á gluggana í st. Kirkja mary. Allt í einu brá skelfingin yfir mig að þetta var þannig að jónatan hafði séð þessar hræðilegu konur vaxa út í veruleikann í gegnum þyrlastímann í tunglskininu og í draumi mínum verð ég að hafa farið í yfirlið, því að allt varð svartmyrkur. Síðasta meðvitaða átakið sem ímyndunaraflið lagði fram var að sýna mér skær hvítt andlit sem beygði sig yfir mig úr þokunni. Ég verð að vera varkár af slíkum draumum, því þeir myndu sætta sig við ástæðu manns ef það var of mikið af þeim. Ég myndi fá dr. Van helsing eða dr. Saur til að ávísa mér eitthvað sem myndi láta mig sofa, aðeins að ég óttast að vekja áhuga þeirra. Slíkur draumur um þessar mundir yrði ofinn í ótta þeirra fyrir mér. Í nótt skal ég leitast við að sofa náttúrulega. Ef ég geri það ekki, þá skal ég í fyrramálið fá þá til að gefa mér skammt af klóral; það getur ekki skaðað mig í eitt skipti og það mun veita mér góðan nætursvefn. Í gærkvöldi þreytti mig meira en ef ég hefði alls ekki sofið.

2. Október kl. 22 - í gærkvöldi svaf ég en dreymdi mig ekki. Ég hlýt að hafa sofið hljóðlega, því ég var ekki vakinn af því að jonathan kom í rúmið; en svefninn hefur ekki hresst mig, í dag líður mér afskaplega veikt og andlaust. Ég eyddi öllum gærdögum í að reyna að lesa eða liggja að dunda mér. Síðdegis hr. Renfield spurði hvort hann gæti séð mig. Aumingja maður, hann var mjög mildur og þegar ég kom í burtu kyssti hann hönd mína og það guð blessa mig. Einhvern veginn hafði það áhrif á mig mikið; ég græt þegar ég hugsa til hans. Þetta er nýr veikleiki sem ég verð að fara varlega í. Jonatan væri ömurlegur ef hann vissi að ég hefði grátið. Hann og hinir voru úti til kvöldmatarins og komu allir þreyttir inn. Ég gerði það sem ég gat til að bjartari þá og ég býst við að átakið hafi gert mér gott, því að ég gleymdi því hversu þreytt ég var. Eftir kvöldmat sendu þeir mig í rúmið og fóru allir að reykja saman eins og þeir sögðu, en ég vissi að þeir vildu segja hvor öðrum um hvað hafði komið fyrir hvert á daginn; ég gat séð með hætti jónatans að hann hafði eitthvað mikilvægt að koma á framfæri. Ég var ekki svo syfjaður eins og ég hefði átt að vera; svo áður en þeir fóru spurði ég dr. Sauð til að gefa mér smá ópíat af einhverju tagi, þar sem ég hafði ekki sofið kvöldið áður. Hann lagði mig mjög vinsamlega upp sofandi drög, sem hann gaf mér, sagði mér að það myndi ekki gera mér neitt illt, þar sem það væri mjög milt .... Ég hef tekið það og bíð eftir svefni, sem er enn í fálmi . Ég vona að ég hafi ekki gert rangt, því þegar svefninn byrjar að daðra við mig, kemur nýr ótti: að ég hafi verið heimskur með því að svipta mig kraftinum sem vaknar. Ég vil kannski hafa það. Hér kemur svefn. Góða nótt.

Kafla xx

Dagbók jonathan harkers

1. Október, að kvöldi. - ég fann að thomas hrjóta í húsi sínu á grænu, en því miður var hann ekki í því ástandi að muna neitt. Mjög horfur á bjór sem væntanleg komu mín höfðu opnað honum hafði reynst of mikið og hann var byrjaður of snemma á væntanlegu óheilsu sinni. Ég lærði hins vegar frá konu sinni, sem virtist ágætis, fátækum sál, að hann var aðeins aðstoðarmaður smollets, sem af báðum félögum var ábyrgur maður. Svo að ég keyrði til walworth og fann mr. Jósef smyglaði heima og í treyjubuxunum, tók seint te út úr fatinu. Hann er ágætis, greindur náungi, greinilega góður, áreiðanlegur verkamaður og með sitt höfuðverk. Hann minntist allt á atvik kassanna og frá frábæru fartölvu með eyrnalokkum frá hundi, sem hann framleiddi úr einhverju dularfullu íláti um sæti buxanna, og sem höfðu héroglyphic færslur í þykkum, hálf-útrýmdum blýanti, gaf hann mér ákvörðunarstaðir kassanna. Það voru, sagði hann, sex í vagninum sem hann tók frá carfax og fór árið 197, chicksand street, mile end new town, og önnur sex sem hann setti inn á jamaica stígur, bermondsey. Ef talningin átti að dreifa þessum ógeðfelldu ávísunum um lundúna, voru þessir staðir valdir sem fyrstir afhendingar, svo að síðar gæti hann dreift nánar. Kerfisbundið hvernig þetta var gert fékk mig til að hugsa um að hann gæti ekki ætlað að einskorða sig við tvær hliðar london. Hann var nú fastur lengst austan við norðurströndina, austan við suðurströndina og á sunnanverðu. Norðri og vestri var örugglega aldrei ætlað að vera skilið eftir frásogastjórn hans - hvað þá borgin sjálf og hjarta tísku londons í suð-vestur og vestur. Ég fór aftur í smygl og spurði hann hvort hann gæti sagt okkur hvort einhverjir aðrir kassar hefðu verið teknir úr carfax.

Hann svaraði: -

„jæja, guv'nor, þú hefur komið fram við mig eins og ég er" - ég hafði gefið honum hálfan fullvalda ríki - „ég skal segja þér allt sem ég veit. Ég heyrði mann að nafni bloxam segja fyrir fjórum kvöldum í „eru„ ounds, í sundlaug pincher, eins og „ow hann og„ félagi hans "og„ sjaldgæft rykugt starf í gömlu "ouse at purfect. Það eru ekki mörg slík störf eins og þessi 'er', ég er að hugsa um að sam bloxam gæti sagt þér toppinn. "ég spurði hvort hann gæti sagt mér hvar ég ætti að finna hann. Ég sagði honum að ef hann gæti fengið mér heimilisfangið væri það þess virði að hann væri hálfur fullvalda. Svo gulp hann niður af teinu sínu og stóð upp og sagði að hann ætlaði að hefja leitina þá og þar. Við hurðina stoppaði hann og sagði: -

"sjáðu, guv'nor, það er ekkert vit í mér að halda þér. Ég gæti fundið sam fljótlega, eða ekki; en engu að síður er hann ekki hrifinn af því að segja ykkur mikið í nótt. Sam er sjaldgæfur þegar hann byrjar á spritinu. Ef þú getur gefið mér umslag með stimpli á það og sett yer heimilisfang á það, þá mun ég komast að því hvar sam er að finna og senda það í nótt. En þú ættir að vera kominn upp fljótt í morninu, eða kannski muntu ekki tína hann; fyrir sam fer snemma af stað, hafðu það ekki í huga að sjóða kvöldið áður. "

Þetta var allt praktískt, svo eitt barnanna fór með eyri til að kaupa umslag og blað og til að halda breytingunni. Þegar hún kom aftur ávarpaði ég umslagið og stimplaði það og þegar smygullinn hafði aftur lofað dyggilega að senda póstinn þegar hún var fundinn fór ég heim. Við erum einhvern veginn á brautinni. Ég er þreyttur í nótt og vil sofa. Mina er sofandi og lítur aðeins of föl út; augun líta út eins og hún hefði grátið. Aumingja elskan, ég efast ekki um að henni verði haldið í myrkrinu og það gæti valdið því að hún og hinir tvöfalt kvíða mér. En það er best eins og það er. Það er betra að vera fyrir vonbrigðum og hafa áhyggjur á þann hátt núna en að láta taug hennar brotna. Læknarnir höfðu alveg rétt á því að krefjast þess að henni yrði haldið utan við þessa hræðilegu viðskipti. Ég hlýt að vera staðfastur, því að á mér hlýtur þessi sérstaka þagnarbyrð að hvíla. Ég mun aldrei undir neinum kringumstæðum fara inn á málið með henni. Reyndar kann að vera að það sé ekki erfitt verkefni, þegar öllu er á botninn hvolft, því að hún sjálf hefur verið iðin við efnið og hefur ekki talað um talninguna eða gerðir hans síðan við sögðum henni frá ákvörðun okkar.

2. Október, kvöld. - langur og reynandi og spennandi dagur. Við fyrstu færsluna fékk ég beint umslagið mitt með óhreinu pappírsskrúfu sem fylgir, sem skrifað var með blýanti smiðsins í úðandi hendi: -

"sam bloxam, korkrans, 4, poters cort, bartel street, walworth. Arsk fyrir depítuna. "

Ég fékk bréfið í rúminu og reis án þess að vekja mina. Hún leit þung og syfjaður og föl og langt frá því að vera vel. Ég ákvað að vekja hana ekki en að þegar ég ætti að snúa aftur úr þessari nýju leit myndi ég sjá til þess að hún færi aftur til exeter. Ég held að hún væri ánægðari á okkar eigin heimili, með daglegu verkefnin til að vekja áhuga hennar, en að vera hér á meðal okkar og í fáfræði. Ég sá aðeins dr. Sáði í smá stund og sagði honum hvert ég væri að fara, lofaði að koma aftur og segja hinum svo fljótt sem ég hefði átt að komast að neinu. Ég keyrði til walworth og fann með nokkrum erfiðleikum dómstóll leirkerasmiðsins. Herra. Stafsetning smollets villti mig, þar sem ég bað um dómstól leirkerasmiðsins í stað dómstóls leirkerasmiðsins. En þegar ég hafði fundið dómstólinn átti ég ekki í vandræðum með að uppgötva hús corcoran. Þegar ég spurði manninn sem kom til dyra um „depítuna" hristi hann höfuðið og sagði: „ég veit ekki. Það er enginn slíkur maður; ég hef aldrei haft áhuga á öllum blómaskeiðum mínum. Trúið ekki að það sé enginn af þeim toga sem lifir né heldur. "ég tók út bréf smollets og þegar ég las það virtist mér að lærdómurinn í stafsetningu nafns dómstólsins gæti leiðbeint mér. „hvað ertu?" spurði ég.

„ég er sæmd," svaraði hann. Ég sá strax að ég var á réttri leið; hljóðritun hafði aftur villt mig. Hálfkrúnuábending setti þekkingu staðgengilsins til ráðstöfunar og ég frétti að mr. Bloxam, sem hafði sofið leifar af bjórnum sínum í fyrrakvöld hjá corcoran's, var farinn til vinnu sinnar hjá poplar klukkan fimm um morguninn. Hann gat ekki sagt mér hvar vinnustaðurinn var staðsettur, en hann hafði óljósar hugmyndir um að þetta væri einhvers konar „nýgreipaður varningur"; og með þessari mjóu vísbendingu þurfti ég að byrja fyrir poppara. Klukkan var klukkan tólf áður en ég fékk fullnægjandi vísbendingu um slíka byggingu og þetta fékk ég á kaffihúsi, þar sem nokkrir verkamenn voru að borða. Einn af þessum benti til að það væri verið að reisa við krossengilgötuna nýja „frystigeymslu" byggingu; og þar sem þetta hentaði skilyrðinu „nýfætt vöruhús" keyrði ég um leið að því. Viðtal við dásamlegan hliðvörð og yfirmann verkfræðinga, sem báðir voru sáttir við mynt ríkissins, setti mig á spor bloxam; hann var sendur til að leggja til að ég væri reiðubúinn að greiða dagvinnulaunum sínum til verkstjóra hans fyrir þau forréttindi að spyrja hann nokkurra spurninga um einkamál. Hann var nógu klár náungi, þó gróft í tali og bera. Þegar ég hafði lofað að greiða fyrir upplýsingar hans og gefið honum af fullri alvöru, sagði hann mér að hann hefði farið tvær ferðir á milli carfax og húss í piccadilly og tekið frá þessu húsi til síðarnefndu níu frábæru kassanna - „helstu þungir" —hestur og vagn sem hann hefur ráðið í þessu skyni. Ég spurði hann hvort hann gæti sagt mér númer hússins í piccadilly, sem hann svaraði:

„jæja, guv'nor, ég gleymi númerinu, en það voru aðeins nokkrar hurðir frá stórri hvítri kirkju eða einhverju hugsuðu tagi, ekki lengi byggð. Þetta var líka rykug gömul „ouse, þó svo að hún væri rykug" dúsið sem við tókum blómakössurnar úr. "

„hvernig komstu inn í húsin ef þau voru bæði tóm?"

„það var gamli flokkurinn sem trúði mér og beið mín í,, ouse á purfleet. Hann elpaði mig til að lyfta kassunum og setja þá í rúmið. Bölvaði mér, en hann var sterkasti kafli sem ég lenti í, „hann gamall feller, með hvítan yfirvaraskegg, einn sem þunnur þú myndir halda að hann gæti ekki kastað skugga."

Hvernig þessi setning tryllti í gegnum mig!

„af hverju,,, ég tók upp "er endirinn á kassunum eins og þeir væru pund af tei, og ég er lund og,, a-blowin "áður en ég gæti lokað mér á einhvern hátt - ég er enginn kjúklingur, hvorugt. "

„hvernig komstu inn í húsið á piccadilly?" spurði ég.

„hann var þar líka. Hann verður að byrja og kom þangað á undan mér, því að þegar ég hringdi í bjölluna þá opnaði hann hurðina og „elpaði mér að bera kassana inn í allt."

„heilar níu?" spurði ég.

"já; það voru fimm í fyrsta álaginu og 'fjórir í annarri. Þetta var aðal þurrverk, 'ég man ekki svo vel eftir' ég fékk 'ome. "ég truflaði hann: -

„voru kassarnir eftir í salnum?"

"já; þetta var stórt „allt," það var ekki neitt annað í því. "ég gerði enn eina tilraunina til að auka málin:

„varstu ekki með neinn lykil?"

„notaði aldrei neinn lykil né hugsaði. Gamli herramaðurinn, hann opnaði hurðina „er sjálfur" lokaði henni aftur þegar ég sleppi. Ég man ekki í síðasta skiptið - en þetta var bjórinn. "

„og þú manst ekki númer hússins?"

"nei herra. En þið þurfið ekki að eiga í neinum vandræðum með það. Það er 'igh' un með steini að framan og boga á því, " igh stígur upp að hurðinni. Ég þekki þau skref, 'avin' 'auglýsingu til að bera kassana upp með þremur loafers sem koma til að vinna sér kopar. Gamli herramaðurinn gefur þeim shillins, 'þeir sjá' að þeir fengu svo mikið, þeir vildu meira; en hann tók einn af þeim við öxlina og var eins og að henda mér niður tröppurnar þar til fjöldinn allur af þeim fór frá kútnum. "ég hélt að með þessari lýsingu gæti ég fundið húsið, svo að hafa borgað vini mínum fyrir upplýsingar hans byrjaði ég fyrir piccadilly. Ég hafði öðlast nýja sársaukafulla reynslu; talningin gat, það var augljóst, séð um jarðkassana sjálfan. Ef svo var, var tíminn dýrmætur; því að nú, þegar hann hafði náð ákveðinni dreifingu, gat hann, með því að velja sinn tíma, klárað verkefnið án fyrirvara. Á piccadilly sirkus losaði ég leigubílinn minn og gekk vestur; handan yngri stjórnarskrárinnar rakst ég á húsið sem lýst er og var ánægður með að þetta var næsta lygarinn sem dracula hafði raðað. Húsið leit út fyrir að það hefði verið lengi óumbeðið. Gluggarnir voru með ryki, og gluggarnir voru uppi. Öll umgjörðin var svört með tímanum og frá járni hafði málningin að mestu leyti minnkað. Það var augljóst að fram að undanförnu hafði verið stór tilkynningaskilti fyrir framan svalirnar; það hafði þó verið rifið gróflega, uppréttirnir sem höfðu stutt það enn eftir. Á bak við teinarnar á svölunum sem ég sá að það voru nokkrar lausar spjöld, sem hráu brúnirnar voru hvítar. Ég hefði gefið heilmikið fyrir að hafa getað séð tilkynningarborðið ósnortinn, eins og hann hefði ef til vill gefið vísbendingu um eignarhald hússins. Ég minntist reynslu minnar af rannsókn og kaupum á carfax og ég gat ekki annað en fundið fyrir því að ef ég gæti fundið fyrrum eigandann gætu verið einhverjar leiðir uppgötvaðar til að fá aðgang að húsinu.

Það var sem stendur ekkert að læra af piccadilly hliðinni, og ekkert var hægt að gera; svo ég fór um aftan til að athuga hvort hægt væri að safna einhverju úr þessum ársfjórðungi. Mews voru virk, piccadilly hús voru að mestu leyti í hernám. Ég spurði einn eða tvo brúðgumana og aðstoðarmenn sem ég sá um hvort þeir gætu sagt mér eitthvað um tóma húsið. Annar þeirra sagðist hafa heyrt að það hefði verið tekið upp undanfarið en hann gat ekki sagt frá hverjum. Hann sagði mér hins vegar að fram til mjög undanfarið hefði verið tilkynningaskipti um „til sölu" upp og að kannski mitchell, synir og nammi, umboðsmenn hússins, gætu sagt mér eitthvað, eins og hann hélt að hann mundi eftir að hafa séð nafn þess fyrirtækis í stjórninni. Ég vildi ekki virðast of fús eða láta uppljóstrarann minn vita eða giska of mikið, svo að ég þakkaði honum á venjulegan hátt og rölti í burtu. Það var nú að vaxa rökkri, og haustkvöldið var að lokast, svo ég tapaði engum tíma. Eftir að hafa lært heimilisfangið á mitchell, sonum og nammi úr skránni í berkeley, var ég fljótlega á skrifstofu þeirra í sackville götu.

Heiðursmaðurinn sem sá mig var sérstaklega svakur á sinn hátt, en óskipulagður í jöfnu hlutfalli. Eftir að hafa sagt mér einu sinni að piccadilly húsið - sem í öllu viðtalinu okkar sem hann kallaði „höfðingjasetur" - væri selt taldi hann viðskipti mín vera ályktað. Þegar ég spurði hverjir hefðu keypt það, opnaði hann augun hugsun breiðari og staldraði við nokkrar sekúndur áður en hann svaraði: -

„það er selt, herra."

„fyrirgefðu mig," sagði ég, með sömu kurteisi, „en ég hef sérstaka ástæðu til að vilja vita hverjir keyptu það."

Aftur tók hann hlé lengur og lyfti enn upp augabrúnirnar. „það er selt, herra," var aftur svar hans.

„vissulega," sagði ég, „þér dettur ekki í hug að láta mig vita svona mikið."

„en mér er alveg sama," svaraði hann. „mál viðskiptavina sinna eru alveg örugg í höndum mitchell, sona og nammi." þetta var augljóslega bráðabirgðatölur fyrsta vatnsins og það var ekki gagn að rífast við hann. Ég hélt að ég hefði best hitt hann á eigin forsendum, svo ég sagði: -

„viðskiptavinir þínir, herra, eru ánægðir með að hafa svo örugga verndara sjálfstraust sitt. Ég er sjálfur atvinnumaður. "hér rétti ég honum kortið mitt. „í þessu tilfelli er mér ekki spurt af forvitni; ég starfa af hálfu herra godalming, sem vill fá að vita eitthvað af eigninni, sem hann skildi, nýlega til sölu. "þessi orð setja annan flækju í málin. Sagði hann:-

„mig langar til að skylda þig ef ég gæti, herra. Harker, og sérstaklega langar mig til að skuldbinda drottinvald sitt. Við gerðum einu sinni lítið mál að leigja nokkur hólf fyrir hann þegar hann var hinn virðulegi arthur holmwood. Ef þú leyfir mér að hafa heimilisfang drottnunar síns mun ég ráðfæra sig við húsið um efnið og mun, í öllum tilvikum, hafa samband við drottnunarstjórn hans eftir kvöldið. Það verður ánægjulegt ef við getum hingað til vikið frá reglum okkar um að veita drottinvaldi nauðsynlegar upplýsingar. "

Ég vildi tryggja mér vin, og ekki gera óvin, svo ég þakkaði honum, gaf heimilisfangið hjá dr. Saur og kom í burtu. Það var nú dimmt og ég var þreytt og svöng. Ég fékk mér bolla af te hjá aeterated brauðfyrirtækinu og kom niður á purfleet með næstu lest.

Ég fann alla hina heima. Mina leit út fyrir að vera þreytt og föl, en hún lagði sig fram við að vera björt og kát, það reiddi hjarta mitt til þess að hugsa að ég hefði þurft að halda neinu frá henni og olli henni því óróleika. Þakka guði, þetta verður síðasta kvöldið þegar hún lítur á ráðstefnur okkar og finnur fyrir því að það er ekki traust okkar. Það þurfti allt hugrekki mitt til að halda fast við þá skynsamlegu ályktun að halda henni frá okkar svakalegu verkefni. Hún virðist einhvern veginn sáttari; annars virðist sjálft viðfangsefnið hafa verið viðbjóðslegt fyrir hana, því þegar einhver slysni er gefin, þá gysir hún í raun. Ég er feginn að við tókum ályktun okkar í tíma, þar sem slík tilfinning sem þessi, vaxandi þekking okkar væri pyndingum fyrir hana.

Ég gat ekki sagt hinum frá uppgötvun dagsins fyrr en við vorum einir; svo eftir kvöldmat - eftir smá tónlist til að bjarga útliti jafnvel á milli okkar - fór ég með minu í herbergið hennar og lét hana fara að sofa. Elsku stelpan var ástúðlegri við mig en nokkru sinni fyrr og hélt fast við mig eins og hún myndi halda mér; en það var margt um að ræða og ég kom í burtu. Þakka guði, að hætta að segja hlutina hefur ekki skipt okkur á milli.

Þegar ég kom niður aftur fann ég að hinir allir voru saman komnir um eldinn í rannsókninni. Í lestinni hafði ég skrifað dagbókina mína hingað til og einfaldlega lesið þær upp fyrir þær sem besta leiðin til að láta þær fylgjast með mínum eigin upplýsingum; þegar ég var búinn að van helsing sagði: -

„þetta hefur verið frábært dagsverk, vinur jonatan. Eflaust erum við komin á spor þeirra kassa sem vantar. Ef við finnum þá alla í því húsi, þá er störfum okkar nærri því lokið. En ef það vantar eitthvað verðum við að leita þar til við finnum þau. Þá skulum við taka loka valdarán okkar og veiða skammarleikinn til dauðadags. "við sátum öll þögul um stund og allt í einu herra. Morris talaði: -

"segðu! Hvernig ætlum við að komast inn í það hús? "

„við lentum í hinu," svaraði herra guðlægur fljótt.

„en list, þetta er öðruvísi. Við brutum hús við carfax, en við áttum nótt og umluggan garð til að vernda okkur. Það verður mikill annar hlutur að fremja innbrot í piccadilly, annaðhvort dag sem nótt. Ég játa að ég sé ekki hvernig við ætlum að komast inn nema að stofnunarandinn geti fundið okkur lykil af einhverju tagi; kannski munum við vita hvenær þú færð bréf hans á morgnana. "brúnir herra godalming drógust saman og hann stóð upp og gekk um stofuna. Við hliðina stoppaði hann og sagði og snéri sér frá öðru til okkar: -

„höfuð quincey er jafn. Þessi innbrotaviðskipti verða alvarleg; við fórum af stað einu sinni allt í lagi; en við höfum nú sjaldgæft starf við höndina - nema við getum fundið lyklakörfu greifans. "

Þar sem ekki var hægt að gera neitt fyrir morgunn og þar sem það væri að minnsta kosti ráðlegt að bíða þangað til herra godalming ætti að heyra frá mitchells ákváðum við að taka ekki neitt virk skref fyrir morgunverð. Í góða stund sátum við og reyktum og ræddum málið í ýmsum ljósum þess og legum; ég notaði tækifærið til að færa þessa dagbók alveg fram að augnablikinu. Ég er mjög syfjaður og skal fara að sofa ....

Bara lína. Mina sefur hljóð og öndun hennar er regluleg. Enni hennar er troðið upp í litlar hrukkur, eins og hún hugsi jafnvel í svefni. Hún er enn of föl en lítur ekki svo agalega út eins og hún gerði í morgun. Á morgun mun ég vona að þetta blandist öllu; hún mun vera sjálf heima í exeter. Ó, en ég er syfjaður!

Dr. Dagbók frá frásögn.

1. Október. — ég er undrandi á ný yfir renfield. Skap hans breytist svo hratt að ég á erfitt með að halda sambandi við þau og þar sem þau þýða alltaf eitthvað meira en hans eigin líðan mynda þau meira en áhugaverða rannsókn. Í morgun, þegar ég fór til hans eftir frávísun hans á van helsing, var hans háttur hjá manni sem skipaði örlög. Hann var í raun að skipa örlögum sínum - huglægt. Hann lét sér ekki annt um neitt af hlutum jarðar; hann var í skýjunum og leit niður á alla veikleika og vilja okkar

fátæku dauðlegra. Ég hélt ég myndi bæta tilefni og læra eitthvað, svo ég spurði hann: -

„hvað með flugurnar þessar stundir?" hann brosti til mín á nokkuð framúrskarandi hátt - svona bros eins og hefði orðið andlit malvolio - þegar hann svaraði mér: -

„flugan, kæri herra minn, hefur einn sláandi eiginleika; vængir þess eru dæmigerðir fyrir árleg völd sálfræðideildanna. Forfeðrunum gekk vel þegar þeir táknuðu sálina sem fiðrildi! "

Ég hélt að ég myndi ýta hliðstæðu sinni til hins ýtrasta rökrétt, svo ég sagði fljótt: -

„ó, það er sál sem þú ert á eftir núna, er það?" brjálæði hans fletti ástæðu sinni og undrandi útlit dreifðist yfir andlit hans og hristi höfuðið af ákvörðun sem ég hafði en sjaldan séð í honum, sagði hann: -

"ó, nei, ó nei! Ég vil engar sálir. Lífið er allt sem ég vil. "hér bjartist hann upp; „ég er frekar áhugalaus um það sem stendur. Lífið er allt í lagi; ég hef allt sem ég vil. Þú verður að fá nýjan sjúkling, lækni, ef þú vilt læra dýraheilbrigði! "

Þetta undraði mig svolítið, svo ég dró hann á hann:

„þá skipar þú lífinu; þú ert guð, geri ég ráð fyrir? "hann brosti með árangurslausri yfirburði.

"ó nei! Langt það frá mér að hroka sjálfum mér eiginleika guðdómsins. Ég hef ekki einu sinni áhyggjur af sérstaklega andlegum gerðum hans. Ef ég kann að segja frá vitsmunalegri stöðu minni er ég, hvað varðar hlutina eingöngu á jörðu niðri, nokkuð í þeirri stöðu sem enoch starfaði andlega! "þetta var mér líkleg. Ég gat ekki í augnablikinu rifjað upp þægindi enochs; svo

ég þurfti að spyrja einfaldrar spurningar, þó að mér fannst að
með því að gera það þá lækkaði ég mig í vitleysingum: -

"og hvers vegna með enok?"

„af því að hann gekk með guði." ég gat ekki séð hliðstæðuna en
vildi ekki viðurkenna það; svo ég harkaði aftur að því sem hann
hafði neitað: -

„svo þér er ekki sama um lífið og þú vilt ekki sálir. Af hverju
ekki? "ég setti spurningu mína fljótt og nokkuð harðlega í þeim
tilgangi að gera honum óánægju. Átakið tókst; eitt augnablik
hrakaði hann ómeðvitað í gömlu, viðkvæmu háttinn, beygði sig
lágt frammi fyrir mér og skellti mér í raun þegar hann svaraði: -

„ég vil enga sál, reyndar! Ég geri það ekki. Ég gæti ekki notað
þær ef ég ætti þá; þau væru engin leið til notkunar fyrir mig. Ég
gat ekki borðað þá or-- "hann hætti skyndilega og gamla list útlit
breiða yfir andlit hans, eins og vindur-sópa á yfirborði vatnsins.
„og læknir, hvað varðar lífið? Þegar þú hefur fengið allt sem þú
þarfnast, og þú veist að þú munt aldrei vilja, það er allt. Ég á vini
- góða vini - eins og þú, dr. Sjór "; þetta var sagt með bréfi af
ódrepandi list. „ég veit að ég mun aldrei skortir lífsleiðina!"

Ég held að með skýjakenndri geðveiki sinni hafi hann séð
einhverja mótlætisverk í mér, því að hann féll um leið aftur á
síðasta athvarf eins og hann — þögull þögn. Eftir stuttan tíma sá
ég að í núinu var gagnslaust að tala við hann. Hann var sulky, og
svo kom ég í burtu.

Seinna um daginn sendi hann til mín. Venjulega hefði ég ekki
komið án sérstakrar ástæðu, en einmitt um þessar mundir hef ég
svo mikinn áhuga á honum að ég myndi gjarna gera tilraun. Þar
að auki er ég feginn að hafa eitthvað til að hjálpa til við að koma
tímanum liðnum. Harker er úti, fylgja eftir vísbendingum; og svo
eru drottinn guðrækinn og kvittinn. Van helsing situr í námi

mínu og fer yfir skrána sem unnin var af hákarlunum; hann virðist halda að með nákvæmri þekkingu á öllum smáatriðum muni hann lýsa einhverjum vísbendingum. Hann vill ekki láta trufla sig í verkinu, án ástæðu. Ég hefði tekið hann með mér til að sjá sjúklinginn, aðeins ég hélt að eftir síðustu frávísun hans gæti honum ekki verið sama um að fara aftur. Það var líka önnur ástæða: renfield talaði kannski ekki svo frjálslega fyrir þriðja mann eins og þegar hann og ég vorum einir.

Mér fannst hann sitja úti á miðju gólfinu í hægðum sínum, staða sem er yfirleitt til marks um einhverja andlega orku af hans hálfu. Þegar ég kom inn sagði hann strax, eins og spurningin hafi beðið á vörum hans:

„hvað með sálir?" það var þá augljóst að ástæðan fyrir mér hafði verið rétt. Meðvitundarlaus heila var að vinna sína vinnu, jafnvel með vitleysinginn. Ég ákvað að láta málið ganga út. „hvað með þá sjálfur?" spurði ég. Hann svaraði ekki eitt augnablik heldur leit allt um kring og upp og niður, eins og hann bjóst við að finna einhvern innblástur fyrir svar.

„ég vil enga sál!" sagði hann á daufum og afsakandi hátt. Málið virtist vera bráð í huga hans og þess vegna ákvað ég að nota það - til að „vera grimmur aðeins til að vera góður." svo ég sagði: -

„þér líkar lífið og vilt lífið?"

"ó já! En það er allt í lagi; þú þarft ekki að hafa áhyggjur af því!
"

„en," spurði ég, „hvernig eigum við að öðlast lífið án þess að fá sálina líka?" þetta virtist ráðgáta hann, svo ég fylgdi því upp: -

„ágætur tími sem þú munt hafa tíma þegar þú flýgur þangað, með sálir þúsunda flugna og köngulóa og fugla og ketti suðandi og kvakandi og ógnandi um allt þig. Þú hefur fengið líf þeirra, þú veist, og þú verður að gera upp við sálir þeirra! "eitthvað virtist hafa áhrif á ímyndunaraflið, því að hann lagði fingurna að eyrum sínum og lokaði augunum og festi þá þétt saman eins og lítill drengur gerir þegar verið er að sápa andlit hans. Það var eitthvað sorglegt í því sem snerti mig; það leiddi mig líka lexíu, því að mér sýndist að á undan mér væri barn - aðeins barn, þó að einkenni væru slitin, og stubbinn á kjálkunum var hvítur. Það var augljóst að hann var í einhverju geðröskunarferli og vitandi hvernig skapi hans í fortíðinni hafði túlkað hlutina sem honum sýnist vera erlendur, hélt ég að ég færi inn í huga hans eins vel og ég gat og færi með honum. Fyrsta skrefið var að endurheimta sjálfstraustið, svo ég spurði hann og talaði ansi hátt svo hann heyrði í mér í gegnum lokuðu eyru hans:

„myndir þú vilja að sykur fái flugurnar þínar aftur?" hann virtist vakna allt í einu og hristi höfuðið. Með hlátri svaraði hann: -

"ekki mikið! Flugur eru fátækir hlutirnir, þegar allt kemur til alls! "eftir hlé bætti hann við„ en ég vil ekki að sálir þeirra sæki um mig, allt eins. "

„eða köngulær?" ég hélt áfram.

„blása köngulær! Hvað er að nota köngulær? Það er ekkert í þeim að borða eða "- hann hætti skyndilega, eins og minnti á bannað efni.

„svo, svo!" hugsaði ég með mér, „þetta er í annað sinn sem hann stoppar skyndilega við orðið„ drykkur "; hvað þýðir það? "renfield virtist sjálfur vera meðvitaður um að hafa fallið frá, því að hann flýtti sér áfram, eins og til að afvegaleiða athygli mína frá því: -

„ég tek alls ekki hlutabréf í svona málum. „rottur og mýs og svo lítil dádýr", eins og shakespeare hefur það, „kjúklingafóður af svínaranum" sem þeir gætu verið kallaðir. Ég er framhjá öllu svona bulli. Þú gætir allt eins beðið mann um að borða sameindir með par af höggva prik eins og að reyna að vekja áhuga minn á minni kjötætu, þegar ég veit hvað er á undan mér. "

„ég sé," sagði ég. "langar þig í stóra hluti sem þú getur látið tennurnar hittast í? Hvernig myndir þú vilja fá morgunmat á fíl? "

„hve fáránleg vitleysa þú ert að tala!" hann var að verða of vaktur svo ég hélt að ég myndi þrýsta á hann. „ég velti því fyrir mér," sagði ég hugsandi, „hvernig sál fílans er!"

Þau áhrif, sem ég óskaði eftir, fengust, því að hann féll um leið frá háhesti sínum og varð barn aftur.

„ég vil alls ekki fál sál, né neina sál!" sagði hann. Í nokkra stund sat hann í örvæntingu. Skyndilega stökk hann upp á fætur sér, með augun logandi og öll merki um ákafa heilaæxli. „til fjandans með þig og sálir þínar!" hrópaði hann. „af hverju plagar þú mig um sálir? Hef ég ekki fengið nóg til að hafa áhyggjur og sársauka og afvegaleiða mig nú þegar, án þess að hugsa um sálir! "hann leit svo fjandsamlega út að ég hélt að hann væri í öðru eins sjálfsvígshæfni, svo ég blés í flautuna mína. Það augnablik að ég gerði það, varð hann logn og sagði afsökunar:

„fyrirgefðu mér, læknir; ég gleymdi mér. Þú þarft enga hjálp. Ég hef svo miklar áhyggjur í mínum huga að ég er hæfur til að vera pirraður. Ef þú vissir aðeins vandamálið sem ég þarf að horfast í augu við og að ég er að vinna í, myndir þú samúð og umburðarlyndi og fyrirgefa mig. Biðjið, setjið mig ekki í sundra vesti. Ég vil hugsa og ég get ekki hugsað frjálslega þegar líkami minn er lokaður. Ég er viss um að þú munt skilja það! "hann hafði augljóslega sjálfsstjórn; svo þegar fundarmenn komu, sagði ég þeim að hafa ekki í huga og þeir drógu sig til baka. Renfield horfði á þá fara; þegar hurðinni var lokað sagði hann með töluverðri reisn og ljúfleika: -

„dr. Saur, þú hefur verið mjög yfirvegaður gagnvart mér. Trúðu mér að ég sé mjög, mjög þakklátur þér! "mér fannst það vel að láta hann vera í þessu skapi og þess vegna kom ég burt. Það er vissulega eitthvað að velta fyrir sér í ástandi þessa manns. Nokkur atriði virðast gera það sem bandaríski viðmælandinn kallar „sögu" ef maður gæti aðeins komið þeim í réttan farveg. Hér eru þau:-

Mun ekki minnast á „drykkju."

Óttast tilhugsunina um að vera þungar á „sálinni" hvað sem er.

Hefur enga hræðslu við að vilja „líf" í framtíðinni.

Fyrirlítur algerlega lífshætti þó að hann óttist að vera reimt af sálum þeirra.

Rökrétt allir þessir hlutir vísa á einn veg! Hann hefur fullvissu af einhverju tagi um að hann muni öðlast hærra líf. Hann óttast afleiðinguna - byrði sálar. Þá er það mannlíf sem hann lítur út fyrir!

Og fullvissan -?

Miskunnsamur guð! Talningin hefur verið honum, og það er eitthvað nýtt hryðjuverk fyrir utan!

Seinna. - ég fór eftir hringferð minni til van helsing og sagði honum grun minn. Hann óx mjög alvarleg; og, eftir að hugsa málið yfir um stund bað mig að taka hann til renfield. Ég gerði það. Þegar við komum til dyra heyrðum við vitleysinginn í söng glaðlega, eins og hann var vanur að gera á þeim tíma sem nú virðist svo löngu síðan. Þegar við komum inn og við sáum með undrun, að hann hafði breiðst út sykur sinn sem gamalla, flugurnar, daufar með haustinu, voru farnar að suga inn í herbergið. Við reyndum að láta hann tala á efni fyrri samtali okkar, en hann vildi ekki mæta. Hann hélt áfram með söng sinn, rétt eins og við hefðum ekki verið viðstaddir. Hann hafði fengið pappírsleif og var að brjóta það saman í glósubók. Við urðum að koma í burtu eins fáfróð og við fórum inn.

Hans er reyndar forvitnilegt mál; við verðum að fylgjast með honum í nótt.

Bréf, mitchell, synir og nammi til herra guðsöfnun.

„1. Október.

"drottinn minn,

„við erum alltaf of ánægð með að koma til móts við óskir þínar. Við biðjum, með tilliti til löngunar yfirstjórnar þinnar, sett fram af mr. Harker fyrir þína hönd, til að afhenda eftirfarandi upplýsingar varðandi sölu og kaup á nr. 347, piccadilly. Upphaflegu smásalarnir eru framkvæmdarstjórar seint mr. Archibald winter-suffield. Kaupandinn er erlendur aðalsmaður, telja de ville, sem framkvæmdi kaupin sjálfur og greiddi kauppeningana í seðlum „án afgreiðslu", ef yfirstjórn þín fyrirgefur okkur að nota svo dónalegt orðatiltæki. Umfram þetta vitum við ekkert hvað um hann er.

„við erum, herra minn,

„hógværir þjónar drottins þíns,

„mitchell, synir og nammi."

Dr. Dagbók frá frásögn.

2. Oktöber. - ég setti mann í ganginn í gærkveldi og sagði honum að gera nákvæmar athugasemdir við hvaða hljóð sem hann gæti heyrt frá herbergi renfield og gaf honum leiðbeiningar um að ef það ætti að vera eitthvað undarlegt væri hann að hringja í mig. Eftir matinn, þegar við höfðum safnast saman um eldinn í rannsókninni - frú. Harker að hafa farið að sofa - við ræddum tilraunir og uppgötvanir dagsins. Harker var sá eini sem hafði neina niðurstöðu og við erum í miklum vonum um að vísbending hans gæti verið mikilvæg.

Áður en ég fór að sofa fór ég um í herbergi sjúklings og leit inn um athugunargildruna. Hann svaf hljóðlega og hjarta hans reis og féll með reglulegri öndun.

Í morgun skýrði maðurinn á vaktina frá mér að svolítið eftir miðnætti væri hann eirðarlaus og hélt áfram að segja bænir sínar nokkuð hátt. Ég spurði hann hvort þetta væri allt; hann svaraði að það væri allt sem hann heyrði. Það var eitthvað við háttinn hans svo tortrygginn að ég spurði hann að eyða auðu hvort hann hefði sofnað. Hann neitaði svefni, en viðurkenndi að hafa „dósað" um stund. Það er of slæmt að ekki er hægt að treysta körlum nema fylgjast með þeim.

Harker dagsins í dag er að fylgja eftir vísbendingum sínum og list og kvíða sjá um hesta. Godalming telur að það verði vel að hafa hesta alltaf reiðubúin, því að þegar við fáum upplýsingarnar sem við sækjum verður enginn tími til að tapa. Við verðum að sótthreinsa alla innfluttu jörðina milli sólarupprásar og sólseturs; við munum þannig ná talningunni á hans veikasta og án athvarfs að fljúga til. Van helsing er farinn til breska safnsins að leita að nokkrum yfirvöldum á fornum lækningum. Gömlu læknarnir tóku mið af hlutum sem fylgjendur þeirra taka ekki við og prófessorinn er að leita að lækningum um nornir og púka sem gætu nýst okkur seinna.

Ég held stundum að við verðum að vera öll vitlaus og að við munum vakna til geðheilsu í sundra-vesti.

Seinna. - við höfum hist aftur. Við virðumst loksins vera á brautinni og vinnu okkar á morgun gæti verið upphafið að endalokum. Ég velti því fyrir mér hvort róleiki renfield hafi eitthvað með þetta að gera. Stemning hans hefur svo fylgt verkum talninganna, að komandi eyðilegging skrímslisins gæti borist til hans á einhvern lúmskan hátt. Ef við gætum aðeins fengið vísbendingu um það sem fór fram í huga hans, á milli tíma rifrildis míns við hann í dag og endurupptöku hans í fluguveiða, gæti það gefið okkur dýrmæta vísbendingu. Hann er nú að því er virðist rólegur fyrir álög .... Er hann? —— þessi villta öskra virtist koma úr herberginu sínu ....

Aðstoðarmaðurinn kom springandi inn í herbergið mitt og sagði mér að renfield hefði á einhvern hátt fundist með einhverju slysi. Hann hafði heyrt hann æpa; og þegar hann gekk til hans fann hann hann liggja á andliti sínu á gólfinu, allt þakið blóði. Ég verð að fara í einu ....

Kafla xxi

Dr. Dagbók frá frásögn

3. Október. - leyfðu mér að fullyrða nákvæmlega allt sem gerðist, svo og ég man það, síðan ég kom síðast inn. Ekki þarf að gleyma smáatriðum sem ég man eftir; í allri ró þarf ég að halda áfram.

Þegar ég kom inn í herbergi renfield fann ég hann liggjandi á gólfinu vinstra megin í glitrandi blóðpotti. Þegar ég fór að flytja hann, kom það í ljós í ljós að hann hafði hlotið nokkur hræðileg meiðsli; það virtist enginn af þeim eining tilgangi milli líkamshlutanna sem markar jafnvel dauða geðheilsu. Þegar andlitið var afhjúpað gat ég séð að það var marið hryllilega, eins og það hefði verið barið á gólfið - raunar var það frá andlitssárunum að blóðlaugin var upprunnin. Aðstoðarmaðurinn sem krjúpaði við hliðina á líkinu sagði við mig þegar við snerum honum: -

„ég held, herra, bakið á honum er brotið. Sjá, bæði hægri handleggur hans og fótleggur og allt hlið andlitsins eru lömuð. "hvernig slíkt gæti hafa gerst undraði aðstoðarmanninn ofar. Hann virtist nokkuð ráðvilltur og augabrúnir hans voru samankomnar eins og hann sagði: -

„ég skil ekki þetta tvennt. Hann gat merkt andlit hans svona með því að berja höfuðið á gólfinu. Ég sá unga konu gera það einu sinni á eversfield hæli áður en einhver gat lagt hendur á hana. Og ég geri ráð fyrir að hann hafi kannski brotið hálsinn með því að falla úr rúminu, ef hann lenti í óþægilega kink. En fyrir líf mitt get ég ekki ímyndað mér hvernig hlutirnir tveir áttu sér stað. Ef bakið var brotið gat hann ekki slá höfuðið; og ef andlit hans var svona áður en hann féll úr rúminu, þá væru merki af því. "ég sagði við hann: -

„farðu til dr. Van helsing, og biðja hann að koma vinsamlega hingað strax. Ég vil hafa hann án tafar. "maðurinn hljóp af stað og á nokkrum mínútum birtist prófessorinn í búningskjólnum sínum og inniskóm. Þegar hann sá renfield á jörðinni, leit hann augnablik á hann og sneri sér síðan að mér. Ég held að hann hafi kannað hugsun mína í augum mínum, því að hann sagði mjög hljóðlega, augljóslega fyrir eyrum fundarmannsins:

„ah, sorglegt slys! Hann mun þurfa að fylgjast mjög vel með og fylgjast mikið með. Ég skal sjálfur vera hjá þér; en ég skal fyrst klæða mig. Ef þú verður áfram mun ég taka nokkrar mínútur með þér. "

Sjúklingurinn andaði nú stertorously og það var auðvelt að sjá að hann hafði orðið fyrir nokkrum skelfilegum meiðslum. Van helsing sneri aftur með óvenjulega snertingu og bar með sér skurðaðgerð. Hann hafði greinilega verið að hugsa og haft hug sinn upp; því næstum áður en hann leit á sjúklinginn hvíslaði hann að mér:

„sendu þjóninn í burtu. Við verðum að vera ein með honum þegar hann verður meðvitaður, eftir aðgerðina. "svo sagði ég: -

„ég held að það muni gera núna, simmons. Við höfum gert allt sem við getum um þessar mundir. Þú hefðir betra að fara hringinn þinn, og dr. Van helsing mun starfa. Láttu mig vita strax hvort það er eitthvað óvenjulegt hvar sem er. "

Maðurinn dró sig til baka og við fórum í stranga skoðun á sjúklingnum. Sár í andliti voru yfirborðsleg; raunveruleg meiðsl voru þunglyndisbrot í höfuðkúpunni, sem náði alveg upp í gegnum mótorsvæðið. Prófessorinn hugsaði andartak og sagði: -

„við verðum að draga úr þrýstingnum og komast aftur í eðlilegar aðstæður, eins langt og hægt er; hraðinn í blekkingunni sýnir hve hræðileg meiðsl hans eru. Allt mótorsvæðið virðist hafa áhrif. Köfnun heilans mun aukast fljótt, svo við verðum að draga af okkur í einu eða það getur verið of seint. "þegar hann talaði var mjúkt slá á hurðina. Ég fór yfir og opnaði hann og fann í ganginum án, arthur og kvíða í náttfötum og inniskóm: fyrrum talaði: -

„ég heyrði mann þinn kalla upp dr. Van helsing og segja honum frá slysi. Svo ég vaknaði quincey eða kallaði frekar eftir honum þar sem hann var ekki sofandi. Hlutirnir ganga of hratt og of undarlega fyrir hljóð svefn fyrir okkur öll þessa stundina. Ég hef verið að hugsa um að á morgnana muni ekki sjá hlutina eins og þeir hafa verið. Við verðum að líta til baka - og halda áfram aðeins meira en við höfum gert. Megum við koma inn? "ég kinkaði kolli og hélt hurðinni opinni þar til þær voru komnar inn; þá lokaði ég því aftur. Þegar quincey sá viðhorf og ástand sjúklingsins og tók eftir hinni hræðilegu laug á gólfinu, sagði hann mjúklega:

"guð minn! Hvað hefur komið fyrir hann? Aumingja, aumingja djöfullinn! "sagði ég honum stuttlega og bætti við að við bjuggumst við því að hann myndi endurheimta meðvitund eftir aðgerðina - í stuttan tíma, í öllum tilvikum. Hann fór samstundis og settist á rúmið á rúminu, með guðsöfnun við hlið sér; við fylgdumst öll með af þolinmæði.

„við munum bíða," sagði van helsing, „nógu lengi til að festa besta staðinn fyrir titring, svo að við getum fljótt og fullkomlega fjarlægt blóðtappann; því að það er augljóst að blæðingin eykst. "

Mínúturnar þar sem við biðum liðu af óttalegum seinleika. Ég hafði hræðilegt sökkva í hjarta mínu og frá andliti van helsing safnaði ég því að hann fann fyrir ótta eða ótta um það sem koma átti. Ég óttaðist orðin sem renfield gæti talað. Ég var jákvætt hrædd við að hugsa; en sannfæring um hvað var að koma var á mig, eins og ég hef lesið af mönnum sem hafa heyrt dauða-horfa. Öndun fátæka mannsins kom í óviss andköf. Hvert augnablik virtist hann eins og hann myndi opna augun og tala; en þá myndi fylgja langvarandi stertorous andann, og hann myndi bakslag í meira föstum meðvitundarleysi. Tálbeita þegar ég var í veikum rúmum og dauða, jókst þessi spenna og óx yfir mér. Ég gat næstum heyrt hjartsláttinn í hjarta mínu; og blóð surging gegnum musteri mínum hljómaði eins höggum frá hamri. Þögnin varð loksins kvalandi. Ég leit á félögum mínum, á fætur öðrum, og sá frá roðnu andlitum sínum og rökum augabrúnum að þeir þoldu jafna pyntingu. Það var taugaóstyrkur yfir okkur öllum, eins og yfir höfuð myndi einhver óttabjalla hrinda af krafti þegar við ættum síst að búast við því.

Loksins kom tími þegar það var augljóst að sjúklingurinn var að sökkva hratt; hann gæti dáið hvenær sem er. Ég leit upp á prófessorinn og náði augum hans beint á minn. Andlit hans var strangt sett þegar hann talaði: -

„það er enginn tími til að tapa. Orð hans geta verið mörg mannslíf virði; ég hef verið að hugsa það, eins og ég stóð hér. Það gæti verið að það sé sál í húfi! Við munum starfa rétt fyrir ofan eyrað. "

Án annars orðs gerði hann aðgerðina. Í smá stund hélt öndunin áfram að vera stertorous. Þá kom andardráttur svo langur að það virtist sem það myndi rífa upp bringuna á honum. Skyndilega opnuðust augu hans og festust í villtum, hjálparvana stara. Þessu var haldið áfram í smá stund; þá mildaðist það fegin á óvart, og frá varirnar andvarpaði léttir. Hann hreyfði sig krampalega og sagði um leið og hann gerði:

„ég verð rólegur, læknir. Segðu þeim að taka burt sund-vesti. Mig hefur dreymt hræðilegan draum og það hefur skilið mig svo veikan að ég get ekki hreyft mig. Hvað er að andlitinu á mér? Það líður allt bólginn og það smjúkar hræðilega. "hann reyndi að snúa höfðinu; en jafnvel með fyrirhöfninni virtust augu hans verða glerkennd aftur svo ég setti það varlega til baka. Þá sagði van helsing í rólegum grafalvarlegum tón: -

„segðu okkur draum þinn, herra. Renfield. "þegar hann heyrði röddina björtu andlit hans með limlestingum hennar og hann sagði: -

„það er dr. Van helsing. Hversu gott það er af þér að vera hér. Gefðu mér vatn, varir mínar eru þurrar; og ég skal reyna að segja þér það. Mig dreymdi "- hann hætti og virtist vera yfirliðinn, ég hringdi hljóðlega til að svala -,, brennivínið - það er í námi mínu - fljótt! "hann flaug og kom aftur með glasi, ágrjónið af brennivíni og karaf af vatni. Við vættum rifið varirnar og sjúklingurinn endurvakti fljótt. Það virtist þó sem slæmur slasaður heili hans hafði verið að virka á bilinu, því að þegar hann var orðinn með meðvitund, leit hann á mig stungandi með órólegu rugli sem ég mun aldrei gleyma og sagði: -

„ég má ekki blekkja sjálfan mig; það var enginn draumur, en allt svakalegur veruleiki. "þá runnu augu hans um herbergið; þegar þeir sáu fígúrurnar tvær sem sátu þolinmóðir á jaðri rúmsins hélt hann áfram: -

„ef ég væri ekki viss nú þegar, myndi ég vita af þeim." augnablik lokuðust augu hans - ekki með sársauka eða svefni heldur af fúsum og frjálsum vilja, eins og hann færði allar deildir sínar til bjargar; þegar hann opnaði þá sagði hann skyndilega og með meiri orku en hann hafði enn sýnt: -

„fljótur, læknir, fljótur. Ég er að deyja! Mér finnst ég hafa nokkrar mínútur; og þá verð ég að fara aftur til dauða - eða það sem verra er! Bleyttu varirnar mínar af brennivíni aftur. Ég á eitthvað sem ég verð að segja áður en ég dey; eða áður en lélegi mylta heila minn deyr einhvern veginn. Þakka þér fyrir! Það var þetta kvöld eftir að þú fórst frá mér, þegar ég bað þig um að láta mig hverfa. Ég gat ekki talað þá, því að mér fannst tungan mín vera bundin; en ég var eins heilbrigð þá nema á þann hátt eins og ég er núna. Ég var í kvöl af örvæntingu í langan tíma eftir að þú fórst frá mér; það virtist klukkustundir. Þá kom skyndilega friður til mín. Heilinn minn virtist verða kaldur aftur og ég áttaði mig á því hvar ég var. Ég heyrði hundana gelta á bak við húsið okkar, en ekki þar sem hann var! "þegar hann talaði, blikuðu augu van helsing aldrei, en hönd hans kom út og hitti minn og greip hana hart. Hann sveik þó ekki sjálfan sig; hann kinkaði kolli og sagði: „haltu áfram," með lága rödd. Renfield hélt áfram: -

„hann kom upp að glugganum í þokunni, eins og ég hafði séð hann oft áður; en hann var þá traustur - ekki draugur og augu hans voru brennandi eins og manns þegar reiður. Hann hló með rauða munninn; skarpar hvítu tennurnar glitruðu í tunglskininu þegar hann sneri sér við að líta til baka yfir belti trjánna, þangað sem hundarnir bjöktu. Ég myndi ekki biðja hann að koma inn í fyrstu, þó að ég vissi að hann vildi - alveg eins og hann vildi alla tíð. Þá byrjaði hann að lofa mér hlutunum - ekki með orðum heldur með því að gera þá. "hann var rofinn af orði frá prófessornum: -

„hvernig?"

„með því að láta þá gerast; alveg eins og hann notaði til að senda flugurnar inn þegar sólin skein. Frábærir stórir feitir með stál og safír á vængjunum; og stórir mottur, á nóttunni, með höfuðkúpu og krossbein á bakinu. "van helsing kinkaði kolli við hann þegar hann hvíslaði ómeðvitað að mér: -

„acherontia aitetropos sphinges - það sem þú kallar,, dauðans höfuðsmöl "?" sjúklingurinn hélt áfram án þess að stoppa.

„þá byrjaði hann að hvísla:,, rottur, rottur, rottur! Hundruð, þúsundir, milljónir þeirra, og hver og einn líf; og hunda til að borða þá, og ketti líka. Allt lifir! Allt rautt blóð, með margra ára líf í því; og ekki eingöngu suðandi flugur! ' Ég hló að honum, því að ég vildi sjá hvað hann gæti gert. Hrópuðu hundarnir síðan út fyrir myrkratréð í húsinu. Hann benti mér að glugganum. Ég stóð upp og leit út, og hann rétti upp hendurnar og virtist kalla fram án þess að nota nokkur orð. Dimmur massi dreifðist yfir grasið og birtist eins og lögun elds loga; og þá færði hann þokuna til hægri og vinstri, og ég sá að það voru þúsundir rottna með augun logandi rauða - eins og hans, aðeins minni. Hann rétti upp höndina og stoppuðu allir; og ég hélt að hann virtist vera að segja: "allt þetta líf mun ég gefa þér, já, og margt fleira og meira, í óteljandi öldum, ef þú munt falla niður og dýrka mig!" og þá virtist rauður ský, eins og blóðliturinn, loka yfir augun á mér; og áður en ég vissi hvað ég var að gera fann ég að ég opnaði beltið og sagði við hann: 'komdu inn, herra og herra!' rotturnar voru allar horfnar, en hann rann inn í herbergið í gegnum beltið, þó að það væri aðeins opið tommu breitt - rétt eins og tunglið sjálf hefur oft komið inn um minnstu sprunguna og hefur staðið frammi fyrir mér í allri sinni stærð og prýði. "

Rödd hans var veikari, svo ég vætti varirnar með brennivíninu aftur og hann hélt áfram; en það virtist sem minning hans hafi haldið áfram að vinna á bilinu vegna þess að saga hans var lengra komin. Ég ætlaði að hringja aftur til hans en van helsing hvíslaði að mér: „láttu hann halda áfram. Ekki trufla hann; hann getur ekki farið aftur og gæti ef til vill ekki haldið áfram ef hann missti þráðinn í hugsun sinni einu sinni. "hann hélt áfram: -

"allan daginn sem ég beið eftir að heyra frá honum, en hann gerði ekki senda mér neitt, ekki einu sinni blása-fljúga, og þegar tunglið kom upp var ég nokkuð reiður við hann. Þegar hann renndi inn um gluggann, þó að það væri lokað og bankaði ekki einu sinni, varð ég reiður við hann. Hann gys að mér, og hvíta andlit hans leit út mistur með rauð augun gleaming, og hann fór eins og hann átti allan stað, og ég var ekki einn. Hann lyktaði ekki einu sinni eins og hann fór eftir mér. Ég gat ekki haldið honum. Ég hélt að einhvern veginn, frú. Harker var kominn inn í herbergið. "

Mennirnir tveir, sem sátu í rúminu, stóðu upp og komu og stóðu fyrir aftan hann svo að hann gat ekki séð þá, en þar sem þeir heyrðu betur. Þeir þögðu báðir, en prófessorinn byrjaði og skjálfta; andlit hans jókst þó enn sterkara. Renfield hélt áfram án þess að taka eftir: -

„þegar frú. Harker kom til mín eftir hádegi, hún var ekki eins; það var eins og te eftir að teskeiðin hafði verið vökvuð. "hér fluttum við öll, en enginn sagði orð; hann hélt áfram: -

„ég vissi ekki að hún væri hér fyrr en hún talaði; og hún hafði ekki sama. Mér er alveg sama um föl fólk; i eins og þá með fullt af blóði í þeim og hennar höfðu allir virtust hafa klárast. Ég vissi ekki að hugsa um það á þeim tíma; en þegar hún fór fór ég að hugsa, og það gerði mig vitlausan að vita að hann hefði tekið lífið úr henni. "ég fann að hinir skelfdust eins og ég, en við héldum áfram. „svo þegar hann kom á kvöldin var ég tilbúinn fyrir hann. Ég sá mistinn stela inn og greip hann þétt. Ég hafði heyrt að brjálæðingar hafi óeðlilegan styrk; og eins og ég vissi var ég brjálaður - stundum á einhvern hátt - ákvað ég að nota mátt minn. Ah, og honum fannst það líka, því að hann varð að koma úr þokunni til að glíma við mig. Ég hélt fast; og ég hélt að ég væri að fara að vinna, að ég ætlaði ekki að honum að taka eitthvað meira af lífi hennar, fyrr en ég sá augu hans. Þeir brunnu inn í mig, og styrkur minn varð eins og vatn. Hann renndi í gegnum það og þegar ég reyndi að loða við hann reisti hann mig upp og henti mér niður. Það var rautt ský fyrir mér og hljóð eins og þruma, og þokan virtist stela frá sér undir hurðinni. "rödd hans var að verða daufari og andardrátturinn sterkari. Van helsing stóð upp ósjálfrátt.

„við vitum það versta núna," sagði hann. „hann er hér og við þekkjum tilgang hans. Það er kannski ekki of seint. Við skulum vera vopnuð - þau sömu og við vorum um nóttina, en töpum engum tíma; það er ekki augnablik til vara. "það var engin þörf á að setja ótta okkar, ekki sannfæringu okkar, í orð - við deildum þeim sameiginlega. Við flýttum okkur öll og tókum frá herbergjunum okkar sömu hluti og við höfðum þegar við komum inn í hús greifans. Prófessorinn var tilbúinn, og þegar við hittumst í ganginum benti hann þeim verulega eins og hann sagði: -

„þeir yfirgefa mig aldrei; og þeir munu ekki fyrr en þessu óhamingjusama fyrirtæki er lokið. Vertu vitur, vinir mínir. Það er enginn sameiginlegur óvinur sem við glímum við. Því miður! Því miður! Að þessi kæra frú mín ætti að líða! "hætti hann; rödd hans var að bresta og ég veit ekki hvort reiði eða skelfing ríkti í hjarta mínu.

Fyrir utan hurðar harkersins gerðum við hlé. List og quincey hélt aftur af sér, og sá síðarnefndi sagði: -

„ættum við að trufla hana?"

„við verðum," sagði van helsing reiðilega. „ef hurðin er læst skal ég brjóta hana inn."

„getur það ekki hrætt hana hræðilega? Það er óvenjulegt að brjótast inn í herbergi frú! "

Van helsing sagði hátíðlega, „þú hefur alltaf rétt fyrir þér; en þetta er líf og dauði. Öll hólf eru eins og læknirinn; og jafnvel voru þeir ekki, þeir eru allir eins og ég í nótt. Vinur john, þegar ég snúi um handfangið, ef hurðin opnast ekki, leggurðu þá öxlina niður og stingur; og þú líka, vinir mínir. Núna! "

Hann snéri handfanginu þegar hann talaði, en hurðin skilaði sér ekki. Við köstuðum okkur gegn því; með hrun brast það op, og við féllum næstum höfuð inn í herbergið. Prófessorinn féll reyndar og ég sá yfir honum þegar hann safnaði sjálfum sér upp úr höndum og hnjám. Það sem ég sá skelfði mig. Ég fann að hárið mitt hækkaði eins og burst á hálsinum á mér og hjarta mitt virtist standa kyrr.

Tunglskininu var svo bjart að í gegnum þykka gula blindra herbergið var létt nóg til að sjá. Á rúminu við hliðina á glugganum lá jonathan harker, andlit hans roðnaði og öndun þungt eins og í hugstol. Hvítklædd á nærri brún rúmsins sem snýr út á við var hvítklædd mynd konu hans. Við hlið hennar stóð hávaxinn, grannur maður, klæddur í svörtu. Andlit hans var snúið frá okkur, en á því augnabliki sem við sáum að við þekktum öll talninguna - á allan hátt, jafnvel að örinu á enninu. Með vinstri hendi hélt hann báðum mrs. Hendur harker, halda þeim í burtu með handleggjunum á fullri spennu; hægri hönd hans greip hana um hálsinn og neyddi andlit hennar niður á faðm hans. Hvítur nightdress hennar var smeared með blóði, og þunnt straum seytlaði niður ber brjóst mannsins, sem var sýnd með rifinn opnið dress hans. Afstaða tveggja hafði hræðileg líkindi til barn þvingunar nefið kettling inn saucer af mjólk til að þvinga hana til að drekka. Eins og við springa inn í herbergið, telja sneri andliti sínu, og hellish útlit sem ég hafði heyrt lýst virtist stökkva inn í það. Augu hans loguðu rautt af djöfullegri ástríðu; stóru nasirnar í hvíta vatnsbrúsa nefinu opnuðust breitt og skjálftu við brúnina; og hvítu beittu tennurnar, á bak við fullar varir blóðdrýpandi munnsins, kæmu saman eins og villidýrið. Með skiptilykil, sem kastaði fórnarlamb hans aftur á rúmið eins og varpað frá hæð, sneri sér við og hljóp á okkur. En með þessum tíma prófessor hafði náð fætur hans, og hélt í átt að honum umslag sem innihélt helgu obláta. Talan hætti skyndilega, rétt eins og léleg lucy hafði gert fyrir utan gröfina og kramdi til baka. Lengra og lengra til baka knúði hann, þegar við lyftum krossfestingum okkar, hélt áfram. Tunglskin mistókst skyndilega, þar sem mikið svart ský sigldi yfir himininn; og þegar gasljósið spratt upp undir viðureign quincey, sáum við ekkert nema daufan gufu. Þetta, þegar við horfðum, rakst undir dyrnar, sem með hrunið frá því að springa út, hafði sveigst aftur í gamla stöðu. Van helsing, myndlist, og ég flutti áfram til frú. Harker, sem á þessum tíma hafði dregið andann hennar og það hafði gefið öskra svo villt, svo eyra-stungum, svo óvinnandi að það virðist mér nú að það verður hringur í eyrum mínum fyrr

deyjandi degi mínum. Í nokkrar sekúndur og hún lá í hjálparvana viðhorf hennar og lamasessi. Andlit hennar var ógeðfellt, með fölleika sem hreytti blóðið sem smurði varir hennar og kinnar og höku; úr hálsi hennar strauk þunnur straumur af blóði; augu hennar voru vitlaus af skelfingu. Þá setti hún fyrir andlitið lélegt kremja hendurnar hennar, sem báru á hvíta þeirra rauða merki hræðilegu grip greifanum, og aftan þá kom lítil auðn kveina sem gerði hræðileg öskur virðast aðeins fljótur tjáningu endalaus sorg. Van helsing steig fram og dró coverlet varlega yfir líkama hennar, meðan tækni, eftir að horfa á andlitið á augabragði despairingly, hljóp út úr herberginu. Hvíslaði van helsing til mín:
-

„jonathon er í dulúð eins og við vitum að vampíra getur framleitt. Við getum ekkert gert með fátæku frú minu í nokkra stund þar til hún endurheimtir sig; ég verð að vekja hann! "hann dýfði endanum á handklæði í köldu vatni og með því byrjaði að fletta honum í andlitið, eiginkona hans alla tíð meðan hún hélt andlitinu á milli handanna og grátandi á þann hátt sem var hjartnæmandi að heyra . Ég reisti upp blindan og leit út um gluggann. Þar var mikið tungl; og þegar ég leit gat ég séð quincey morris hlaupa yfir grasið og fela sig í skugga mikils barnsberjatrés. Það undraði mig að hugsa af hverju hann var að gera þetta; en á því augnabliki heyrði ég skjótt upphrópun harkers þegar hann vaknaði að hluta til meðvitundar og snéri sér að rúminu. Á andliti hans, eins og það gæti verið, var útlit af mikilli undrun. Hann virtist svimaður í nokkrar sekúndur og þá virtist full meðvitund springa yfir honum allt í einu og hann byrjaði upp. Eiginkona hans vakti skjótt hreyfingu og sneri sér að honum með handleggina út teygja, eins og til að faðma hann; en þegar í stað dró hún þá aftur inn og setti olnbogana saman, hélt höndunum fyrir andlitinu og skjálfti þar til rúmið undir henni hristist.

„í guðs nafni hvað þýðir þetta?" hrópaði harker. „dr. Saur, dr. Van helsing, hvað er það? Hvað hefur gerst? Hvað er að? Mín, elskan, hvað er það? Hvað þýðir það blóð? Guð minn, guð minn! Hefur það komið að þessu! "og reisti sig upp á hnén og sló hendur sínar vel saman. „góði guð hjálpaðu okkur! Hjálpaðu henni! Ó, hjálpaðu henni! "hann hratt hratt upp úr rúminu og byrjaði að toga í fötin sín, - allur maðurinn í honum vakandi við þörf fyrir augnablik áreynslu. "hvað hefur gerst? Segðu mér allt um það! "grét hann án þess að gera hlé. „dr. Van helsing, þú elskar mina, ég veit. Ó, gerðu eitthvað til að bjarga henni. Það getur ekki gengið of langt enn. Verja hana meðan ég leita að honum! "kona hans sá í gegnum skelfingu sína og skelfingu og neyð og viss viss hætta fyrir hann: þegar hún gleymdi eigin sorg sinni greip hún um hann og hrópaði: -

"nei! Nei! Jónatan, þú mátt ekki fara frá mér. Ég hef orðið nógu mikið í nótt, veit guð, án þess að óttast að hann skaði þig. Þú verður að vera hjá mér. Vertu hjá þessum vinum sem munu vaka yfir þér! "tjáning hennar varð æði þegar hún talaði; og sveigjanlegur hann til hennar, dró hún hann niður sat á rúminu hlið, og hengu í honum fiercely.

Van helsing og ég reyndi að róa þá báða. Prófessorinn hélt upp litlu gullnu krossinum sínum og sagði með yndislegri ró: -

„óttastu ekki, elskan mín. Við erum hér; og þó að þetta sé nálægt þér þá getur enginn óheppni nálgast það. Þú ert öruggur í nótt; og við verðum að vera róleg og taka saman ráð. "hún gusaði og þagði og hélt höfuðinu á brjóst eiginmannsins. Þegar hún lyfti því upp var hvíta náttkjól hans litað með blóði þar sem varir hennar höfðu snert, og þar sem þunna opna sárið í hálsi hennar hafði sent frá sér dropa. Á því augnabliki sem hún sá það dró hún til baka, með lágt kvein og hvíslaði, innan um kæfandi grátur: -

„óhreinn, óhreinn! Ég verð að snerta hann eða kyssa hann ekki meira. Ó, að það ætti að vera að það er ég sem er nú versti óvinur hans og sem hann kann að hafa mestan óttann við. "við þessu sagði hann einbeittur:

"bull, mín. Það er mér til skammar að heyra svona orð. Ég myndi ekki heyra það af þér; og ég skal ekki heyra það frá þér. Megi guð dæma mig eftir eyðimörkum mínum og refsa mér með biturari þjáningum en jafnvel á þessari stundu, ef einhver athöfn eða vilji míns mun nokkurn tíma koma á milli okkar! "hann rétti út faðminn og felldi hana til brjóstsins; og um tíma lá hún þar grátandi. Hann horfði á okkur yfir bogið höfuð hennar, með augu sem blikuðu rakt fyrir ofan hnefandi nös hans; munnur hans var stilltur. Eftir smá stund varð kvatt hennar sjaldgæfara og daufara, og þá sagði hann við mig og talaði með rannsakaðri ró sem mér fannst reyna á taugakraft sinn til hins ýtrasta: -

„og nú, dr. Saur, segðu mér allt frá því. Of vel ég veit víðtæka staðreynd; segðu mér allt sem hefur verið "ég sagði honum nákvæmlega hvað hefði gerst, og hann hlustaði með virtist impassiveness. En nasir hans kipptu við og augu hans loguðu þegar ég sagði frá því hvernig miskunnarlausar hendur greifans höfðu haldið konu sinni í þeirri hræðilegu og ógeðslegu stöðu, með munn hennar að opna sárinu í brjóstinu. Það vakti áhuga á mér, jafnvel á því augnabliki, að sjá að meðan andlit hvítra geðshræringa virkaði krampalega yfir hneigða höfuðið, strönduðu hendur blíðlega og ástríku úfið hárið. Bara eins og ég hafði lokið quincey og godalming drápu á dyr. Þeir fóru í hlýðni við stefnumótun okkar. Van helsing horfði á mig spyrjandi. Ég skildi hann að meina að ef við værum að nýta þeirra koma til að flytja ef mögulegt hugsanir óhamingjusömu hjóna frá hvor öðrum og frá sér; svo á nodding acquiescence honum að hann spurði þá hvað þeir höfðu séð eða gert. Sem herra godalming svaraði: -

„ég sá hvorki í honum né í herbergjum okkar. Ég leit í rannsóknina en þó að hann hefði verið þar, þá hafði hann farið. Hann hafði þó—— "hann hætti skyndilega og horfði á lélega fallna myndina í rúminu. Van helsing sagði alvarlega: -

„haltu áfram, vinur arthur. Við viljum hér ekki fleiri leyndarmál. Von okkar er nú að vita allt. Segðu frjálst frá! "svo listin hélt áfram: -

„hann hafði verið þar, og þó að það hefði aðeins getað verið í nokkrar sekúndur, þá bjó hann til sjaldgæft hey af staðnum. Allt handritið hafði verið brennt, og bláu logarnir blöstu við meðal hvítu öskunnar; strokkum hljóðritara þinnar var líka kastað á eldinn og vaxið hafði hjálpað logunum. "hér truflaði ég. „guði sé lof að það er hitt eintakið í öryggishólfinu!" andlit hans logaði í smá stund en féll aftur þegar hann hélt áfram: „ég hljóp niðri í hæðina en sá ekki merki um hann. Ég leit inn í herbergi renfield; en það var engin ummerki þar nema ——! "aftur tók hann hlé. „haltu áfram," sagði harker gæsandi; svo hneigði hann höfuðið og rakaði varirnar með tungunni og bætti við: „nema að fátæka náunginn sé dáinn." frú. Harker lyfti höfði sínu og horfði frá einum til annars okkar og hún sagði hátíðlega:

„guðs vilja vera búinn!" ég gat ekki annað en fundið fyrir því að listin væri að halda aftur af einhverju; en eins og ég tók það fram að það væri með tilgang, sagði ég ekkert. Van helsing sneri sér að morris og spurði: -

„og þú, vinur quincey, hefurðu eitthvað að segja?"

"lítið," svaraði hann. „það getur verið mikið að lokum, en eins og er get ég ekki sagt. Ég hugsaði það vel að vita hvort mögulegt væri hvert talningin færi þegar hann fór úr húsinu. Ég sá hann ekki; en ég sá kylfu rísa úr glugga renfield og blaktu vestur. Ég bjóst við að sjá hann í einhverju formi fara aftur í carfax; en hann leit augljóslega eftir einhverjum öðrum bæli. Hann verður ekki aftur í nótt; því að himinninn er að roðna í austri og dögunin er nálægt. Við verðum að vinna á morgun! "

Sagði hann síðarnefndu orðin í gegnum lokuðu tennurnar. Í nokkrar mínútur var kyrrð, og ég hafði gaman af því að heyra hljóð hjörtu okkar slá; sagði þá van helsing og lagði höndina mjög blíðlega á frú. Höfuð harkers: -

"og nú, frú mína - léleg, elsku, kæra frú mína - segðu okkur nákvæmlega hvað gerðist. Guð veit að ég vil ekki að þér sé sárt; en það er nauðsyn að við vitum allt. Í bili meira en nokkru sinni fyrr hefur öll vinna verið unnin hratt og skörp og í dauðans einlægni. Dagurinn er nálægt okkur sem verður að enda allt, ef það kann að vera svo; og nú er líkurnar á því að við lifum og lærum. "

Aumingja, kæra konan skalf, og ég sá spennuna í taugum hennar þegar hún festi eiginmann sinn nær henni og beygði höfuðið lægra og lægra enn á brjóstinu. Þá lyfti hún höfðinu upp með stolti og rétti annarri hendi út til van helsing sem tók það í hans og hélt því fast eftir að hafa laut og kysst það með lotningu. Hin höndin var læst inni í eiginmanni sínum, sem hélt hinum handleggnum hans sem varpað var um hana. Eftir hlé þar sem hún var greinilega að panta hugsanir sínar byrjaði hún: -

„ég tók svefndrögin sem þú hafðir gefið mér svo vinsamlega, en í langan tíma virkaði það ekki. Mér virtist verða vakandi og mýgrútur af hræðilegum fílingum fóru að fjölmenna í huga minn - allir tengdir dauðanum og vampírur; með blóði og sársauka og vandræðum. "eiginmaður hennar grenjaði ósjálfrátt þegar hún sneri sér að honum og sagði ástúðlega:„ ekki hræðast, elskan. Þú verður að vera hugrakkur og sterkur og hjálpa mér í gegnum hræðilegt verkefni. Ef þú vissir aðeins hvaða tilraun það er fyrir mig að segja frá þessum óttalegu hlutum, myndir þú skilja hversu mikið ég þarfnast þín. Jæja, ég sá að ég verð að reyna að hjálpa lyfinu við að vinna það með mínum vilja, ef það átti að gera mér eitthvað gott, svo ég lagði mig einbeitt til svefns. Viss um að nógu mikill svefn hlýtur að hafa komið til mín, því að ég man ekki meira. Jónatan sem kom inn hafði ekki vakið mig, því að hann lá við hliðina á mér þegar ég man eftir mér. Það var í herberginu sami þunni hvíti þoka sem ég hafði áður tekið eftir.

En ég gleymi því núna ef þú veist af þessu; þú munt finna það í dagbók minni sem ég skal sýna þér seinna. Ég fann fyrir sömu óljósu skelfingu og áður hafði komið fram hjá mér og sömu tilfinningu um einhverja nærveru. Ég snéri mér við að vekja jonathan, en fann að hann svaf svo hljóðlega að það virtist eins og það væri hann sem hefði tekið svefndrögin, og ekki ég. Ég reyndi, en ég gat ekki vekja hann. Þetta olli mér miklum ótta og ég leit í kringum mig skelfingu lostinn. Þá sökk hjarta mitt innra með mér: við hliðina á rúminu, eins og hann hefði stigið út úr þokunni - eða öllu heldur eins og þokan hefði breyst í líkama hans, því hún var alveg horfin - stóð hávaxinn, þunnur maður, allt í svartur. Ég þekkti hann í einu úr lýsingu hinna. Vaxvaxið andlit; háa vatnsbúa nefið, sem ljósið féll í þunnt hvítt lína; skilju rauðu varirnar, með skörpum hvítum tönnum á milli; og rauðu augun sem ég virtist sjá í sólarlaginu á gluggum st. Kirkja mary á hvítum. Ég vissi líka, rauða örin á enni hans þar sem jonathan hafði slegið hann. Augnablik stóð hjarta mitt kyrr, og ég hefði öskrað út, aðeins að ég væri lömuð. Í hléinu talaði hann í einskonar kapps, klippum hvísla og benti á þegar hann talaði við jonathan: -

" 'þögn! Ef þú gerir hljóð skal ég taka hann og hreinsa heila hans fyrir augum þínum. ' Ég var agndofa og var of ráðvilltur til að gera eða segja neitt. Með spottandi brosi lagði hann aðra höndina á öxlina á mér og hélt mér þétt og barði hálsinn á mér með hinni og sagði um leið og hann gerði það, „í fyrsta lagi smá hressing til að umbuna áreynslu minni. Þú gætir eins verið rólegur; það er ekki í fyrsta skipti, eða í annað sinn, að æðar þínir sefa þorsta minn! ' Ég var ráðvilltur og undarlega vildi ég ekki hindra hann. Ég geri ráð fyrir að það sé hluti af þeim hræðilegu bölvun sem slík er þegar snerting hans er á fórnarlambinu. Og ó, guð minn, guð minn, samúð mín! Hann lagði reeking varirnar mínar á hálsinn á mér! "eiginmaður hennar grenjaði aftur. Hún spennti hönd hans betur, og horfði á hann pityingly, eins og hann væri slasaður einn, og fór á: -

„mér fannst styrkur minn hverfa og ég var í hálfu skeiði. Hve lengi þessi hræðilegi hlutur entist veit ég ekki; en það virtist sem löngum tíma hefði þurft að líða áður en hann tók villu sína, hræðilega, gysandi munn í burtu. Ég sá það dreypa af fersku blóði! "minningin virtist um hríð yfirbuga hana, og hún hnekkti og hefði sokkið niður en fyrir handlegg sinn sem var uppörvandi. Með mikilli fyrirhöfn náði hún sér og hélt áfram: -

"þá talaði hann við mig hæðnislega," og svo þú, eins og aðrir, myndi spila gáfur þínar gegn mér. Þú myndir hjálpa þessum mönnum að veiða mig og svekkja mig í hönnun minni! Þú veist nú, og þeir vita að hluta til nú þegar, og vilja vita að fullu áður en langt, það er að fara mína leið. Þeir hefðu átt að geyma orku sína til notkunar nær heimilinu. Á meðan þeir léku á móti mér - gegn mér sem bauð þjóðum og ráðabrugg fyrir þær og börðust fyrir þeim, hundruðum ára áður en þeir fæddust - var ég að vinna á móti þeim. Og þú, besti ástvinur þeirra einn, eru nú til mín, hold af mínu holdi; blóð af blóði mínu; frændur mínir; mikil vínpressan mín um stund; og skal síðar vera félagi minn og hjálparmaður minn. Þú skalt hefna sín á móti; því að enginn þeirra mun þjóna þínum þörfum. En enn sem komið er skal þér refsað fyrir það sem þú hefur gert. Þú hefur hjálpað til við að koma í veg fyrir mig; nú skalt þú koma kalli mínu. Þegar heilinn minn segir „komdu!" til þín, þá muntu fara yfir land eða sjó til að bjóða mig fram. Og í því skyni þetta! ' Með því dró hann upp skyrtu sína og með löngum hvössum neglum opnaði hann æð í brjóstinu. Þegar blóð tók að gosið út, tók hann hendur mínar í einni af hans, halda þeim þétt, en með hinni greip háls minn og þrýsta munninn til sárinu, þannig að ég þarf annaðhvort að kafna eða gleypa sum the-- ó guð minn! Guð minn! Hvað hef ég gert? Hvað hef ég gert til að verðskulda slíka örlög, ég sem hef reynt að ganga í hógværð og réttlæti alla daga mína. Guð vorkenni mér! Lít niður á lélega sál í verri hættu en dauðsföll; og í miskunnsemi þeim sem hún er kær! "byrjaði hún að nudda varirnar eins og til að hreinsa þær frá mengun.

Þegar hún var að segja hræðilegu sögu sína byrjaði austurhimininn að hraka og allt varð meira og skýrara. Harker var kyrr og rólegur; en yfir andlit hans, þegar hræðilega frásögnin fór fram, kom grátt útlit sem dýpkaði og dýpkaðist í morgunljósinu, þar til þegar fyrsta rauða rák komandi dögunar skaust upp, stóð holdið dimmt út á hvítandi hárinu.

Við höfum skipulagt það að eitt okkar sé að halda okkur við óhamingjusömu parið þar til við getum hist saman og komið til móts við aðgerðir.

Af þessu er ég viss: sólin rís í dag í ekki ömurlegri húsi í allri þeirri miklu daglegu braut.

Kafla xxii

Dagbók jonathan harkers

3 october.-eins og ég þarf að gera eitthvað eða fara vitlaus, ég skrifa þetta dagbók. Það er nú klukkan sex, og við erum að mæta í rannsókninni í hálftíma og taka eitthvað til að borða; fyrir dr. Van helsing og dr. Seward eru sammála um að ef við borðum ekki að við getum ekki unnið okkar besta. Okkar besta verður, guð veit, krafist í dag. Ég skal halda að skrifa í hvert tækifæri, að ég þori ekki að hætta að hugsa. Allt, stór og smá, þarf að fara niður; kannski í lokin sem litlu hlutirnir kenna okkur mest. Kennslan, stór eða lítil, hefði ekki getað lent mina eða mér einhvers staðar verr en við erum í dag. Hins vegar verðum við að treysta og vona. Léleg tölvuposturinn sagði mér bara núna, með tárum keyra niður kæru kinnar hennar, að hún er í vandræðum og prufa að trú okkar er að prófa, að við verðum að halda áfram að

treysta; og sá guð mun hjálpa okkur allt til loka. Endirinn! Guð minn góður! Hvaða endir? ... Að vinna! Að vinna!

Þegar dr. Van helsing og dr. Sjór var kominn aftur frá því að sjá lélegan renfield, við fórum alvarlega inn í það sem átti að gera. Fyrst dr. Sjór sagði okkur að þegar hann og dr. Van helsing hafði farið niður í herbergið fyrir neðan og þeir fundu renfield liggjandi á gólfinu, allt í hrúgu. Andlit hans var allt marið og myljað og beinin á hálsinum brotin.

Dr. Seward spurði aðstoðarmanns sem var á vakt í yfirferð, ef hann hefði heyrt neitt. Hann sagðist hafa sest niður - hann játaði sig hálf hálfgerða - þegar hann heyrði háar raddir í herberginu og þá hafði renfield kallað hátt upp nokkrum sinnum, „guð! Guð! God! "eftir að það var hljóðið falla, og þegar hann gekk inn í herbergi sem hann fann hann liggjandi á gólfinu, andlit niður, rétt eins og læknarnir höfðu séð hann. Van helsing spurði hvort hann hefði heyrt "raddir" eða "rödd," og hann sagði að hann gæti ekki sagt; að fyrst það hafði virtist hann eins og ef það voru tveir, en þar sem það var enginn í herberginu og það gæti hafa verið aðeins eitt. Hann gæti svert við það, ef þess væri krafist, að orðið „guð" væri talað af sjúklingnum. Dr. Sjór sagði við okkur, þegar við vorum einir, að hann vildi ekki fara í málið; spurning um að búar þurfti að huga að, og það myndi aldrei gera að setja fram sannleikann, sem enginn myndi trúa því. Eins og það var, hélt hann að á sönnunargögnum aðstoðarmanns er hann gæti gefið út vottorð um dauða af misadventure í að falla úr rúminu. Ef framsóknarmaðurinn ætti að krefjast þess, þá væri um formlega fyrirspurn að ræða, endilega til sömu niðurstöðu.

Þegar byrjað var að ræða spurninguna um hvert ætti að vera næsta skref okkar, var það fyrsta sem við ákváðum að mina ætti að vera í fullu trausti; að ekkert af neinu tagi - sama hversu sársaukafullt - ætti að vera haldið frá henni. Sjálf var hún sammála um visku þess og það var aumkunarvert að sjá hana svo hugrakka og samt svo sorgmæda og í svo djúpum örvæntingu.

„það má ekki leyna," sagði hún, „því miður! Við höfum haft of mikið nú þegar. Og að auki er ekkert í öllum heiminum sem getur valdið mér meiri sársauka en ég hef þegar þolað - en ég þjáist núna! Hvað sem kann að gerast, það hlýtur að vera mér von eða af nýju hugrekki! "van helsing horfði fast á hana þegar hún talaði og sagði skyndilega en hljóðlega: -

„en elsku frú mín, ertu ekki hræddur; ekki fyrir sjálfan þig, heldur fyrir aðra frá sjálfum þér, eftir hvað hefur gerst? "andlit hennar jókst í línum þess, en augu hennar ljómuðu af hollustu píslarvottar þegar hún svaraði: -

"ah nei! Því að hugur minn er búinn! "

„við hvað?" spurði hann varlega meðan við vorum öll mjög kyrr; fyrir hvert á okkar hátt höfðum við eins konar óljós hugmynd um hvað hún átti við. Svar hennar kom með beinum einfaldleika, eins og hún væri einfaldlega að fullyrða staðreynd: -

„vegna þess að ef ég finn í mér - og ég mun fylgjast grannt með því - tákn um skaða á öllu því sem ég elska, þá deyi ég!"

„myndirðu ekki drepa þig?" spurði hann hæs.

"ég myndi; ef það væri enginn vinur sem elskaði mig, sem myndi bjarga mér slíkum sársauka og svo örvæntingarfullri fyrirhöfn! "hún horfði á hann merkilega þegar hún talaði. Hann settist niður; en nú reis hann upp og kom nálægt henni og lagði höndina á höfuð hennar eins og hann sagði hátíðlega:

„barnið mitt, það er slíkt ef það var þér til góðs. Fyrir sjálfan mig gæti ég haft það á reikningi mínum við guð að finna slíka líknardráp fyrir þig, jafnvel á þessari stundu ef það væri best. Nei, var það öruggt! En barnið mitt—— "í smá stund virtist hann kæfður og mikill sob reis upp í hálsi hans; gulp hann niður og hélt áfram: -

„það eru hér nokkrir sem myndu standa á milli þín og dauðans. Þú mátt ekki deyja. Þú mátt ekki deyja af neinni hendi; en síst af eigin raun. Þangað til hinn, sem hefur villt ljúfa líf þitt, er sannur dauður, þú mátt ekki deyja; því að ef hann er enn hjá hinum snöggu ódauðu, myndi dauði þinn gera þig jafn og hann er. Nei, þú verður að lifa! Þú verður að berjast og leitast við að lifa, þó að dauðinn virðist ósegjanlegur. Þú verður að berjast við dauðann sjálfur, þó að hann komi til þín í sársauka eða af gleði; um daginn eða nóttina; í öryggi eða í hættu! Á þína lifandi sál ákæra ég þig fyrir því að þú deyrð ekki - nei né heldur dauðann - fyrr en þessi mikla illska er liðin. "fátæka elskan varð hvít sem dauðinn og áfall og skjálfta, eins og ég hef séð kviksyndi hrista og skjálfa. Við að sjávarföllin berist. Við þögðum öll; við gætum ekkert gert. Að lengd varð hún rólegri og snéri sér að honum sagði ljúft, en ó! Svo sorglega, þegar hún rétti fram höndina:

„ég lofa þér, elsku vinur minn, að ef guð leyfir mér að lifa mun ég leitast við að gera það; þangað til, ef það gæti verið á hans góðu tíma, gæti þessi hryllingur farið frá mér. "hún var svo góð og hugrakkur að okkur öllum fannst hjarta okkar styrkjast til að vinna og þola fyrir hana og við fórum að ræða það sem við áttu að gera. Ég sagði henni að hún ætti að hafa öll blöðin í öryggishólfi og öll blöðin eða dagbækur og hljóðrit sem við gætum hér eftir notað; og átti að halda skránni eins og hún hafði gert áður. Hún var ánægð með horfur á öllu að gera - ef „ánægður" væri hægt að nota í tengslum við svo svakalegan áhuga.

Eins og venjulega hafði van helsing hugsað framar öllum öðrum og var tilbúinn með nákvæmar röðanir á verkum okkar.

„það er kannski vel," sagði hann, „að á fundi okkar eftir heimsókn okkar í carfax ákváðum við að gera ekki neitt með jarðarkistunum sem þar lágu. Hefðum við gert það, að telja ætti að hafa giskað á tilgang okkar og hefði eflaust gert ráðstafanir fyrirfram til að ónýta slíka tilraun gagnvart hinum; en nú þekkir hann ekki fyrirætlanir okkar. Nei, meira að segja, að öllum líkindum, þá veit hann ekki að slíkur kraftur er til hjá okkur eins og getur sótthreinsað lykkjur hans, svo að hann getur ekki notað þá eins og til forna. Við erum nú svo langt komin í þekkingu okkar að ráðstöfun þeirra að þegar við höfum skoðað húsið í piccadilly gætum við fylgst með því allra síðasta. Í dag, þá er okkar; og í henni hvílir von okkar. Sólin sem rann upp á sorg okkar í morgun verndar okkur á sinni braut. Þangað til það setur fram á nótt, verður skrímslið að halda því formi sem hann hefur nú. Hann er innilokaður innan takmarkana á jarðnesku umslagi sínu. Hann getur ekki bráðnað í þunnt loft né hvarf með sprungum eða köflum eða sveiflum. Ef hann fer í gegnum hurð verður hann að opna hurðina eins og dauðlegur. Og þess vegna höfum við þennan dag til að veiða út alla bændur hans og sótthreinsa þá. Svo að við munum, ef við höfum ekki enn náð honum og eyðileggja hann, reka hann á flóa á einhverjum stað þar sem veiðarnar og eyðileggingarnar verða, á réttum tíma, vissar. "hér byrjaði ég á því að ég gat ekki innihaldið mig við tilhugsunina að mínúturnar og sekúndurnar sem voru svo dýrmætar hlaðnar lífi og hamingju mínu voru að fljúga frá okkur þar sem að við ræddum aðgerðir voru ómögulegar. En van helsing hélt upp höndinni með varúð. „nei, vinur jónatan," sagði hann, „á þessu er fljótlegasta leiðin heim, svo að orðtak þitt segir. Við munum öll bregðast við og bregðast örvæntingarfullt þegar tími er til kominn. En hugsaðu, að öllum líkindum er lykillinn að ástandinu í því húsi í piccadilly. Talan kann að hafa mörg hús sem hann hefur keypt. Af þeim mun hann hafa kaupsýslu, lykla og annað. Hann mun hafa pappír sem hann skrifar á; hann mun hafa tékkabók sína. Það eru margar eigur sem hann hlýtur að eiga einhvers staðar; hvers vegna ekki á þessum stað svo miðsvæðis, svo rólegur, þar sem hann kemur og fer framan eða aftan á öllum klukkustundum, þegar í mjög mikilli umferðinni er enginn að taka eftir því. Við munum fara þangað og leita í því húsi; og þegar við lærum hvað það hefur í för með sér, þá gerum við það sem vinur okkar heitir, í setningum hans um veiði „stöðvum jörðina" og svo rennum við niður gamla refnum okkar - svona? Er það ekki? "

„þá skulum við koma í einu," hrópaði ég, „við sóum dýrmætum, dýrmætum tíma!" prófessorinn hreyfði sig ekki, heldur sagði einfaldlega: -

„og hvernig eigum við að komast inn í húsið á piccadilly?"

„hvernig sem er!" hrópaði ég. "við skulum brjóta í ef þörf krefur."

„og lögreglan þín; hvar verða þeir og hvað munu þeir segja? "

Ég var yfirleit; en ég vissi að ef hann vildi seinka hafði hann góða ástæðu fyrir því. Svo sagði ég, eins hljóðlega og ég gat: -

„ekki bíða meira en þarf; þú veist, ég er viss, hvaða pyntingar ég er í. "

„ah, barnið mitt, það geri ég; og það er reyndar engin ósk mín að bæta við angist þína. En hugsaðu bara, hvað getum við gert þangað til allur heimurinn er á hreyfingu. Þá mun koma okkar tími. Ég hef hugsað og hugsað og mér sýnist að einfaldasta leiðin sé besta allra. Nú viljum við komast inn í húsið, en við höfum engan lykil; er það ekki svo? "ég kinkaði kolli.

„gerðu nú ráð fyrir að þú hafir í raun verið eigandi þess húss og gætir ekki enn fengið það; og held að það hafi ekki verið nein samviska húsbrjótans þíns, hvað myndir þú gera? "

„ég ætti að fá virðulegan lásasmið og setja hann í vinnu til að velja lásinn fyrir mig."

„og lögreglan þín, þau myndu trufla, myndu þau ekki?"

"ó nei! Ekki ef þeir vissu að maðurinn var almennilega starfandi.
"

„þá," horfði hann á mig eins ákaft og hann talaði, „allt sem er í
vafa er samviska vinnuveitandans og trú lögreglumanna á því
hvort sá vinnuveitandi hafi góða samvisku eða slæma. Lögreglan
þín hlýtur að vera kappsamur maður og snjall - ó, svo snjall! -
við lestur hjartans, að þeir vanda sig í slíku máli. Nei, nei, vinur
minn jonathan, þú ferð að loka hundrað tómu húsi í london
þínum eða hverri borg í heiminum; og ef þú gerir það eins og
slíkir hlutir eru réttilega gerðir, og á þeim tíma sem slíkir hlutir
eru réttilega gerðir, mun enginn trufla það. Ég hef lesið um
herramann sem átti svo fínt hús í london og þegar hann fór
mánuðum saman í sumar til sviss og lokaði húsinu sínu kom
einhver innbrotsþjófur og braut glugga aftan á og kom inn. Þá fór
hann og lét opna lokar fyrir framan og ganga út og inn um
dyrnar, fyrir augum lögreglu. Þá er hann með uppboð í því húsi
og auglýsir það og leggur upp stóran fyrirvara; og þegar líða
tekur á daginn, seldi hann af miklum uppboðshaldara öllum
vörum þess annars manns, sem á þá. Þá fer hann til
byggingaraðila og selur honum það hús og gerir samning um að
hann dragi það niður og taki allt frá sér á tilteknum tíma. Og
lögregla þín og önnur yfirvöld hjálpa honum allt sem þeir geta.
Og þegar sá eigandi kemur aftur úr fríinu sínu í sviss þá finnur
hann aðeins tóma holu þar sem hús hans hafði verið. Þetta var
allt gert en règle; og í starfi okkar verðum við líka virkilega. Við
munum ekki fara svo snemma að lögreglumennirnir sem hafa þá
lítið til að hugsa um, telja það undarlegt; en við förum eftir
klukkan tíu, þegar margt er um, og slíkt væri gert ef við
eigendum hússins. "

Ég gat ekki annað en séð hversu réttur hann væri og hræðileg
örvænting í andliti minu varð afslappað hugsun; það var von í
svo góðum ráðum. Van helsing hélt áfram: -

„þegar við erum einu sinni inni í húsinu getum við fundið fleiri vísbendingar; hvað sem því líður, sum okkar geta verið þar á meðan restin finnur hina staðina þar sem það eru fleiri jörðarkassar - við bermondsey og míluenda. "

Herra godalming stóð upp. „ég get verið að einhverju gagni hér," sagði hann. „ég skal víra fólkið mitt til að eiga hesta og vagna þar sem þeim hentar best."

„sjáðu hér, gamli náungi," sagði morris, „það er höfuðhugmynd að hafa alla tilbúna ef við viljum fara á hestbak; en heldurðu ekki að einn af snörpum vögnum þínum með heraldískum skreytingum í vegalengd walworth eða míla enda myndi vekja of mikla athygli fyrir okkar tilgang? Mér sýnist að við ættum að taka stýrishús þegar við förum suður eða austur; og skildu þau jafnvel eftir einhvers staðar nálægt hverfinu sem við erum að fara til. "

„vinur quincey hefur rétt fyrir sér!" sagði prófessorinn. „höfuð hans er það sem þú kallar í flugvél við sjóndeildarhringinn. Það er erfitt sem við förum að gera og við viljum ekki að neinar þjóðir fylgist með okkur ef svo er. "

Tölvuposturinn tók vaxandi áhuga á öllu og ég varð glaður að sjá að exigency mála var að hjálpa henni að gleyma um stund hræðileg reynsla í nótt. Hún var mjög, mjög föl - næstum ógeðfelld og svo þunn að varir hennar voru dregnar í burtu og sýndu tennur hennar nokkuð áberandi. Ég minntist ekki á þetta síðast, svo að það ætti ekki að veita henni óþarfa sársauka; en það gerði blóð mitt hlaupa kalt í æðum mínum að hugsa um hvað hefði átt sér stað með lélega lucy þegar fjöldi hafði sogast blóð hennar. Enn sem komið var voru engin merki um að tennurnar urðu skarpari; en tíminn enn sem komið var var stuttur og tími til ótta kom.

Þegar við komum til umræðu um röð viðleitni okkar og ráðstöfun herafla okkar voru nýjar vafaatriði. Að lokum var samið um að áður en lagt var af stað í piccadilly ættum við að eyðileggja bæli greifans í nánd. Ef hann ætti eftir að komast að því of fljótt, ættum við því að vera enn á undan honum í eyðingarstarfi okkar; og nærvera hans í hreinu efnislegu formi og á hans veikasta gæti gefið okkur nýjar vísbendingar.

Varðandi ráðstöfun herafla, var prófessorinn settur fram að eftir heimsókn okkar í carfax ættum við öll að fara inn í húsið á piccadilly; að læknarnir tveir og ég ættu að vera þar, meðan herra guðrækandi og kvíða fundu lygarnar í walworth og míluendanum og eyðilögðu þá. Það var mögulegt, ef ekki líklegt, hvatti prófessorinn, að talningin gæti birst á piccadilly á daginn og að ef svo væri, gætum við tekist á við hann þá og þar. Hvað sem því líður gætum við verið fær um að fylgja honum í gildi. Við þessa áætlun mótmælti ég stranglega, og að því er ég ætlaði, því að ég sagði að ég hygðist vera og vernda mina, ég hélt að hugur minn væri gerður upp um málið; en mina vildi ekki hlusta á andmælin mín. Hún sagði að það gæti verið einhver lögmál þar sem ég gæti nýst; að meðal greina greinarinnar gæti verið einhver vísbending sem ég gæti skilið af reynslu minni í transylvaníu; og eins og það var, þurfti allan þann styrk sem við gátum stefnt til að takast á við ótrúlega kraft greifans. Ég varð að gefast upp, því að upplausn mina var föst; hún sagði að það væri síðasta vonin fyrir hana að við myndum öll vinna saman. „hvað mig varðar", sagði hún, „ég óttast ekki. Hlutirnir hafa verið eins slæmir og þeir geta verið; og hvað sem kann að gerast verður að hafa í því einhvern þátt vonar eða huggunar. Farðu, maðurinn minn! Guð getur, ef hann óskar þess, gætt mín eins vel og eins og viðstaddra. "svo byrjaði ég að hrópa:„ þá skulum við í guðs nafni koma strax, því að við erum að missa tíma. Talningin gæti komið til piccadilly fyrr en við höldum. "

"ekki svo!" Sagði van helsing og hélt upp hönd sinni.

„en af hverju?" spurði ég.

„gleymirðu," sagði hann, með bros á vör, „að í gærkveldi veislugestir þungt og mun seint sofa?"

Gleymdi ég! Ég skal sífellt get ég alltaf! Getur eitthvert okkar gleymt þessari hræðilegu senu! Mina barðist hart við að halda hugrökku augnablikinu; en sársaukinn overmastered hana og hún setti hendurnar á undan henni, og fór hrollur meðan hún moaned. Van helsing hafði ekki ætlað að rifja upp ógnvekjandi reynslu hennar. Hann hafði einfaldlega misst sjónar af henni og hennar hluti í mál í vitsmunalegum viðleitni hans. Þegar það sló í gegn honum sem hann sagði, varð hann skelfdur vegna hugsunarleysi hans og reyndi að hugga hana. "ó, frú pund," sagði hann, "kæri, kæri madam mina, því miður! Að ég á alla sem þess er óttast þig ætti að hafa sagt neitt svo gleyminn. Þessar heimskulegu gömlu varir mínar og þetta heimskulega gamla höfuð eiga það ekki skilið; en þú munt gleyma því, viltu ekki? "hann beygði sig lágt við hlið hennar þegar hann talaði; hún tók í hönd hans, og horfa á hann í gegnum tárin, sagði hoarsely: -

„nei, ég skal ekki gleyma því að það er vel sem ég man; og með því á ég svo mikið í minningu um þig sem er ljúft, að ég tek þetta allt saman. Nú verðið þið öll að fara fljótlega. Morgunmaturinn er tilbúinn og við verðum öll að borða svo að við getum verið sterk. "

Morgunmatur var okkur öllum undarleg máltíð. Við reyndum að vera kát og hvetja hvert annað og mina var bjartasta og glaðasta af okkur. Þegar því var lokið stóð van helsing upp og sagði: -

"nú, kæru vinir mínir, við förum fram á að hræðilegu fyrirtækinu okkar. Erum við öll vopnuð, eins og við vorum um nóttina þegar við heimsóttum fyrst fjöruland óvinarins; vopnaðir gegn draugum og hverjir aðrir menn árás? "við öll fullvissaði hann. „þá er það vel. Nú, frú mina, þú ert í öllum tilvikum alveg öruggt

hérna þangað til sólarlags; og áður en við munum snúa aftur - ef
- - við munum snúa aftur! En áður en við förum, leyfðu mér að
sjá þig vopnaðan persónulegri árás. Ég hef sjálfur, þar sem þú
komst niður, unnin hólfið þitt með því að setja af hlutum sem við
vitum, svo að hann megi ekki fara inn. Leyfðu mér nú að gæta
þín. Á enni þitt sem ég snerti þetta stykki af helga obláta í nafni
föður, sonar, and-- "

Það var óttalegt öskur sem nánast fraus hjarta okkar til að heyra.
Þegar hann hafði sett skífuna á ennið á minu, þá hafði hún klætt
það - hafði brennt í holdið eins og það hefði verið stykki af
hvítheitum málmi. Heila fátæku elskan mín hafði sagt henni
þýðingu staðreyndarinnar eins fljótt og taugar hennar fengu
sársaukann af því; og þeir tveir yfirbuguðu hana svo að
yfirvinnuleg náttúra hennar hafði rödd sína í því hrikalega öskri.
En orðin til hennar hugsuðu komu fljótt; bergmál öskrisins hafði
ekki hætt að hringja á loftinu þegar viðbrögðin komu og hún
sökk á hnjánum á gólfinu í kvöl vegna svívirðingar. Hún dró
fallega hárið yfir andlitið, eins og líkþráin í gömlu skikkju sinni,
kveinaði hún út: -

"óhreint! Óhreinn! Meira að segja almættið afþyngir menguðu
holdi mínu! Ég verð að bera þetta merki skömm á ennið mitt
fram að dómsdegi. "þeir tóku allir hlé. Ég hafði hent mér við hlið
hennar í kvöl af hjálparvana sorg og að setja handleggina í
kringum mig hélt henni þétt. Í nokkrar mínútur slógu sorglegu
hjörtu okkar saman, á meðan vinirnir í kringum okkur sneru
augunum frá sem runnu tár hljótt. Þá sneri van helsing sér við og
sagði alvarlega; svo alvarlega að ég gat ekki látið hjá líða að
hann væri á einhvern hátt innblásinn og fullyrti hlutina fyrir utan
sig:

„það gæti verið að þú gætir þurft að bera það merki þar til guði
sjálfum þykir hentugur, eins og hann mun örugglega, á
dómsdegi, bæta úr öllum misgjörðum jarðar og barna hans sem
hann hefur sett þar á. Og ó, frú mín, elskan mín, elskan mín,

megum við sem elskum þig vera þar til að sjá, þegar rauða örin, tákn þekkingar guðs á því sem verið hefur, mun líða hjá og skilja ennið þitt eins hreint og hjartað við vitum. Því að svo sannarlega sem við lifum mun sá ör líða undir lok þegar guð sér rétt til að lyfta byrðinni sem er okkur erfið. Fram að því berum við kross okkar, eins og sonur hans gerði í hlýðni við vilja hans. Það getur verið að við séum valin tæki honum til ánægju og að við stígum upp í tilboð hans eins og það annað með röndum og skömm; í gegnum tár og blóð; með efasemdum og ótta og allt það sem gerir gæfumuninn á milli guðs og manns. "

Það var von í orðum hans og huggun; og þeir létu af störfum. Mina og mér leið báðum svo, og samtímis tókum við hvor um sig eina af höndum gamla mannsins og beygðum okkur yfir og kysstum það. Þá hlupum við saman án orða öll saman og héldum öll höndum saman að sönnu hvert við annað. Við menn lofuðum okkur að reisa dulinn úr sorginni frá höfðinu á henni sem við elskuðum hvert á sinn hátt; og við báðum um hjálp og leiðsögn í því hræðilega verkefni sem lá fyrir okkur.

Það var þá kominn tími til að byrja. Svo kvaddi ég mina, skilnað sem hvorugur okkar mun gleyma til okkar dauðadags; og við lögðum af stað.

Við það eitt hef ég gert upp hug minn: ef við komumst að því að mina hlýtur að vera vampíra á endanum, þá mun hún ekki fara inn í það óþekkta og hræðilega land ein. Ég geri ráð fyrir að það sé þannig að í gamla tíma þýddi einn vampíra marga; rétt eins og ógeðfelldir líkamar þeirra gátu aðeins hvílst á helgum jörðu, svo var hin helsta kærleikur ráðningarfulltrúinn í ógeðslegum röðum þeirra.

Við inn carfax án vandræði og fann allt það sama og á fyrsta sinni. Það var erfitt að trúa því að meðal svo prosaic umhverfi vanrækslu og ryki og rotnun að það væri einhver jörð fyrir slíka ótta eins og þegar við vissum. Hefði ekki verið gert upp úr huga okkar og hefðu ekki verið hræðilegar minningar til að hvetja okkur til, hefðum við varla getað haldið áfram með verkefni okkar. Við fundum engin pappír eða nein merki um notkun í húsinu; og í gamla kapellu mikill kassa horfði bara eins og við hafði séð þá síðustu. Dr. Van helsing sagði við okkur hátíðlega þegar við stóðum frammi fyrir þeim: -

„og nú, vinum mínum, ber okkur skylda til að gera hér. Við verðum að sótthreinsa þessa jörð, svo helga af heilögum minningum, að hann hefur komið með úr fjarlægu landi til slíkra nota. Hann hefur valið þessa jörð af því að hún hefur verið heilög. Þannig sigrum við honum með eigin vopni, því að við gerum það enn heilagara. Það var helgað til slíkra nota af mönnum, nú helgum við það fyrir guð. "þegar hann talaði tók hann úr pokanum sínum skrúfjárni og skiptilykil og mjög fljótlega var toppi eins málsins varpað opnum. Jörðin lyktaði mugga og nálægt; en okkur virtist ekki einhvern veginn hafa hugann, því athygli okkar beindist að prófessornum. Hann tók úr kassanum sinn stykki af hinni helgu töflu og lagði það með lotningu á jörðu og lokaði lokinu af og byrjaði að skrúfa það heim og við hjálpuðum honum þegar hann vann.

Eitt af öðru meðhöndluðum við á sama hátt hverja stóru kassa, og skildum eftir þeim eins og okkur hafði fundist allt líta út; en í hverju var hluti gestgjafans.

Þegar við lokuðum hurðinni fyrir aftan okkur sagði prófessorinn hátíðlega: -

„svo mikið er þegar gert. Ef það gæti verið að með öllum öðrum getum við náð svona góðum árangri, þá gæti sólsetur þessa kvölds skín á enni frú minu, allt hvítt sem fílabein og án bletta! "

Þegar við fórum yfir grasið á leiðinni að stöðinni til að ná lestinni okkar gætum við séð framhlið hælisins. Ég leit ákaft út og sá í glugganum á mínu eigin herbergi. Ég veifaði hendinni til hennar og kinkaði kolli til að segja frá því að störfum okkar þar var náð. Hún kinkaði kolli í svari til að sýna að hún skildi. Það síðasta sem ég sá var hún að veifa hendinni í kveðju. Það var með þungt hjarta að við leituðum stöðvarinnar og náðum bara lestinni, sem gufaði inn um leið og við komum að pallinum.

Ég hef skrifað þetta í lestina.

Piccadilly, 12:30. - rétt áður en við komum til fenchurch götunnar, sagði herra godalming við mig: -

„quincey og ég mun finna lásasmið. Þú hefðir betra að koma ekki með okkur ef það ætti að vera einhver vandi; því að undir þessum kringumstæðum virtist það ekki svo slæmt fyrir okkur að brjótast inn í tómt hús. En þú ert lögfræðingur og hið innlimaða lagasamfélag gæti sagt þér að þú hefðir átt að vita betur. "ég hélt því fram að ég hafi ekki deilt neinni hættu jafnvel af odíum, en hann hélt áfram:„ að auki mun það vekja minni athygli ef til eru ekki of mörg af okkur. Titill minn mun gera það allt í lagi með lásasmiðann og með hvaða lögreglumanni sem gæti komið. Þú hefðir betra að fara með jack og prófessorinn og vera í græna garðinum, einhvers staðar fyrir augum hússins; og þegar þú sérð hurðina opna og smiðinn er farinn, rekst þú á alla. Við munum leita að þér og láta þig inn. "

"ráðin eru góð!" Sagði van helsing, svo við sögðum ekki meira. Guðhræðsla og morris flýtti sér út í stýrishúsi, við fylgjumst með í annan. Á horninu á arlington-götunni kom liðsfélagi okkar út og rölti inn í græna garðinn. Hjarta mitt sló þegar ég sá húsið sem svo mikil von okkar var miðju á, lygin upp ljót og þögul í eyðibýli sínu meðal líflegra og grenjuleitra nágranna. Við settumst á bekkinn í góðu útsýni og fórum að reykja vindla til að vekja eins litla athygli og mögulegt er. Mínúturnar virtust líða með blýfótum þegar við biðum eftir komu hinna.

Að lengd sáum við fjórhjól keyra upp. Út af því, að hægfara tísku, fékk herra godalming og morris; og niður úr kassanum kom niður þykkur settur maður með þjóta-ofinn tól hans. Morris greiddi cabman, sem snerti hattinn og keyrði í burtu. Saman stigu þeir tveir upp stigann og herra guðlaunandi benti á það sem hann vildi gera. Verkamaður tók af frakki hans hægfara og hengdi hana á einn af toppa á járnbrautum, segja eitthvað við lögreglumanni sem bara þá sauntered eftir. Lögreglumaðurinn kinkaði kolli af fúsum krafti og maðurinn, sem féll á kné, setti pokann sinn við hliðina á honum. Eftir að hafa leitað í því tók hann fram úrval tækja sem hann framleiddi til að liggja við hliðina á skipulegan hátt. Þá stóð hann upp, leit í skráargat, blés í hana, og snúa til vinnuveitenda sinna, gerði nokkrar athugasemd. Herra godalming brosti, og maðurinn lyfti stórstærðri slatta af lyklum; að velja einn af þeim, tók hann að rannsaka lásinn, eins og ef tilfinning leið sína með það. Eftir að hafa fumlað um stund reyndi hann sekúndu og síðan þriðjung. Allt í einu hurðin opnaði undir örlítið ýta frá honum og hann og tveir aðrir gengu inn í salinn. Við sátum kyrr; eigin vindla minn brenndi trylltur, en van helsing fór kalt öllu leyti. Við biðum þolinmóðir þegar við sáum verkamanninn koma út og koma með pokann sinn. Þá hélt hann hurðinni að hluta til opnum og stöðvaði hana með hnjánum, meðan hann festi lykil að lásnum. Þetta rétti hann loksins til herra guðlaununar, sem tók út tösku sína og gaf honum eitthvað. Maðurinn snerti hattinn, tók pokann sinn, klæddi frakkann og fór burt; ekki sál tók minnstu fyrirvara um öll viðskipti.

Þegar maðurinn var nokkuð farinn fórum við þrjú yfir götuna og bankuðum á dyrnar. Það var strax opnað með quincey morris, við hliðina á honum stóð herra guðsandi og kveikti vindil.

„staðurinn lyktar svo villely," sagði sá síðarnefndi þegar við komum inn. Það lyktaði örugglega villely - eins og gamla kapellan við carfax - og með fyrri reynslu okkar var okkur það slæmt að greifinn hafði notað staðinn nokkuð frjálslega. Við fluttum til að skoða húsið, öll héldum saman ef árás var gerð; því að við vissum að við hefðum sterkan og vondan óvin til að takast á við og enn sem komið er vissum við ekki hvort talningin gæti ekki verið í húsinu. Í borðstofunni, sem lá aftast í salnum, fundum við átta kassa af jörðu. Átta kassa aðeins af níu, sem við leituðum til! Vinnu okkar var ekki lokið og myndi aldrei verða fyrr en við hefðum átt að finna kassann sem vantar. Fyrst opnuðum við gluggarana í glugganum sem horfði út um þröngan garð með flögguðu garði við autt andlit hesthússins og bentum á að líta út eins og framan litlu húsi. Það voru engir gluggar í því, svo við vorum ekki hræddir við að líta of mikið út. Við töpuðum engum tíma í að skoða kisturnar. Með verkfærunum sem við höfðum tekið með okkur opnuðum við þau, eitt af öðru og komum fram við þau eins og við höfðum komið fram við þá aðra í gömlu kapellunni. Okkur var greinilegt að talningin var ekki í húsinu um þessar mundir og við héldum áfram að leita að einhverjum afleiðingum hans.

Eftir að hafa litið fljótt á restina af herbergjunum, frá kjallara til háaloftinu, komumst við að þeirri niðurstöðu að borðstofan innihélt öll áhrif sem gætu talist til talningarinnar; og svo héldum við áfram að skoða þær nákvæmlega. Þeir lágu í eins konar skipulegri röskun á borðstofuborðinu mikla. Það voru titilverk piccadilly hússins í miklu búnti; verk vegna kaupa á húsunum við míluenda og bermondsey; glósupappír, umslög og penna og blek. Allir voru þaknir upp í þunnum umbúðapappír til að koma í veg fyrir rykið. Það voru líka fötburstir, bursti og greiða og kanna og vaskur - sá síðarnefndi innihélt óhreint vatn sem var roðleitt eins og með blóði. Síðast af öllu var lítill hrúga af lyklum af alls konar og gerðum, líklega þeim sem tilheyrðu hinum húsunum. Þegar við vorum búnir að skoða þessa síðustu uppgötvun, tók lord godalming og quincey morris nákvæmar athugasemdir við hin ýmsu heimilisföng húsanna í austri og suðri, tóku með sér lyklana í miklu búri og lagði upp með að eyðileggja kassana á þessum stöðum . Við hin erum með þolinmæðina sem við getum, að bíða eftir að þau snúi aftur - eða komu teljunnar.

Kafla xxiii

Dr. Dagbók frá frásögn

3. Október. - tíminn virtist hræðilegur meðan við vorum að bíða eftir komu guðrækins og quincey morris. Prófessorinn reyndi að hafa hugann virkan með því að nota þá allan tímann. Ég gat séð góðan tilgang hans með hliðarblikunum sem hann kastaði af og til á harker. Aumingja náunginn er ofviða í eymd sem er skelfilegur að sjá. Í gærkveldi var hann hreinskilinn, ánægður maður, með sterkt, unglegt andlit, fullt af orku og með dökkbrúnt hár. Í dag er hann teiknaður, haggaður gamall maður, sem hvítt hár passar vel við hol brennandi augu og sorgarskrifaðar línur í andliti hans. Orka hans er enn ósnortin; raunar er hann eins og lifandi logi. Þetta gæti enn verið hjálpræði hans, því að ef allt gengur eftir, mun það sjást fyrir hann á örvæntingartímabilinu; hann mun þá, á eins hátt, vakna aftur til veruleika lífsins. Aumingja náungi, ég hélt að mínir eigin vandi væru nógu slæmir, en hans——! Prófessorinn veit þetta nógu vel og er að gera sitt besta til að halda huga sínum virkum. Það sem hann hefur verið að segja var að taka undir áhuga. Svo vel sem ég man, hér er það:

„ég hef rannsakað, aftur og aftur síðan þau komu í hendurnar á mér, öll skjöl sem varða þetta skrímsli; og því meira sem ég hef kynnt mér, því meiri virðist nauðsynin á því að stimpla hann algerlega út. Allt í gegnum eru merki um framþróun hans; ekki aðeins af krafti hans, heldur af þekkingu hans á því. Eins og ég frétti af rannsóknum vinkonu minnar arminus af buda-pesth var hann í lífinu yndislegasti maður. Hermaður, stjórnarmaður og alkemisti - sem síðastnefndi var hæsta þróun vísindaþekkingar samtímans. Hann hafði sterkan heila, lærdóm umfram samanburð og hjarta sem þekkti enga ótta og enga iðrun. Hann þorði jafnvel að mæta í fræðin og það var engin þekking á sinni tíð sem hann ritaði ekki. Jæja, í honum lifðu heilaöflin líkamlega dauðann; þó svo að það virðist sem minnið væri ekki allt fullkomið. Í sumum hugarefnum hefur hann verið og er aðeins barn; en hann er að vaxa og sumt sem var barnslegt í fyrstu er nú af vexti mannsins. Hann er að gera tilraunir og gerir það vel; og ef það hefði ekki verið að við höfum farið leið hans væri hann ennþá - hann gæti verið enn ef okkur mistekst - faðir eða frekari nýrrar skipan veru, sem vegur verður að leiða í gegnum dauðann, ekki lífið. "

Harker grenjaði og sagði, „og þetta er allt saman búið til elskan mín! En hvernig er hann að gera tilraunir? Þekkingin gæti hjálpað okkur að sigra hann! "

„hann hefur alla tíð, allt frá því hann kom, reynt krafta sína, hægt en örugglega; þessi stóri barnaheili hans er að virka. Vel fyrir okkur, það er enn sem komið er barnaheili; því að í fyrstu hefði hann þorað að reyna tiltekna hluti sem hann hefði fyrir löngu farið framhjá okkar valdi. Þó meinar hann að ná árangri og maður sem hefur öldum áður hefur haft efni á að bíða og fara hægt. Festina lente gæti vel verið einkunnarorð hans. "

„ég skil ekki," sagði harker þreyttur. „ó, vertu mér einfaldari! Kannski eru sorg og vandræði að gera mér heila. "

Prófessorinn lagði hönd sína blíða á öxlina þegar hann talaði: -

„ah, barnið mitt, ég verð látlaus. Sérðu ekki hvernig seint hefur þetta skrímsli hrapað í þekkingu með tilraunum. Hvernig hann hefur nýtt sér dýraheilbrigðissjúklinginn til að hafa áhrif á innkomu sína á heimili vinar johns; fyrir vampíru þinn, þó að í heild sinni geti hann komið hvenær og hvernig hann mun, verður í fyrstu að koma inn þegar aðeins er spurt um það af vistmanni.

En þetta eru ekki mikilvægustu tilraunir hans. Sjáum við ekki hvernig í fyrstu allir þessir svo frábæru kassar voru fluttir af öðrum. Hann vissi ekki þá en það hlýtur að vera svo. En allan tímann sem svo mikill barn-heili hans var vaxandi, og hann fór að íhuga hvort hann gæti sjálfur ekki færa kassann. Svo fór hann að hjálpa; og þegar hann komst að því að þetta væri allt í lagi, reynir hann að hreyfa þá alla einn. Og svo framfarir, og dreif hann þessum grafir hans; og enginn en hann veit hvar þeir eru faldir. Hann kann að hafa ætlað að jarða þá djúpt í jörðu. Svo að hann notar þær bara í nótt, eða á þeim tíma sem hann getur breytt mynd hans, þeir gera hann jafn vel; og enginn kann að vita að þetta eru felur hans! En, barnið mitt, örvæntið ekki; þessi vitneskja kemur honum bara of seint! Þegar allir bændur hans en einn skal sótthreinsa eins og fyrir hann; og fyrir sólsetur skal þetta vera svo. Þá á hann engan stað þar sem hann getur hreyft sig og falið sig. Ég frestaði því í morgun að við gætum verið viss. Er ekki meira í húfi fyrir okkur en hann? Hvers vegna erum við ekki enn varkárari en hann? Með klukku minn það er ein klukkustund og þegar, ef allt er vel, vinur arthur og quincey eru á leið til okkar. Í dag er dagur okkar og við verðum að ganga úr skugga um það, ef hægt er, og missa enga möguleika. Sjáðu! Við erum fimm þegar þeir sem eru fjarverandi snúa aftur. "

Meðan hann talaði, urðum við brá við bankadeildina, tvöfalda bankastjórn bankans. Við fluttum öll út í salinn með einni hvatvísu og van helsing, hélt upp hönd hans til okkar til að þegja, steig að dyrunum og opnaði hana. Drengurinn afhenti sendingu. Prófessorinn lokaði hurðinni aftur og, eftir að hafa litið í áttina, opnaði hann og las upphátt.

„passaðu þig á d. Hann er nýkominn, 12:45, kominn úr skafti fljótt og flýtti í átt að suðri. Hann virðist fara hringinn og vill kannski sjá þig: mín. "

Það var hlé, brotin af rödd jonathan harker: -

"nú, þökk sé guði, ættum vér brátt hittast!" van helsing sneri sér
að honum skjótt og mælti: -

„guð mun starfa á sinn hátt og tíma. Óttist ekki og gleðjið ekki
enn sem komið er; því það sem við óskum eftir í augnablikinu
geta verið afturköllun okkar. "

„mér er ekki sama um neitt núna," svaraði hann heitt, „nema að
þurrka þennan skepna af andliti sköpunarinnar. Ég myndi selja
sál mína til að gera það! "

„ó, hvass, hvass, barnið mitt!" sagði van helsing. „guð kaupir
ekki sálir á þennan hátt; og djöfullinn, þó hann kaupi, heldur
ekki trúinni. En guð er miskunnsamur og réttlátur og þekkir
sársauka þinn og hollustu þína við þá elsku frú mina. Held þú,
hvernig sársauki hennar yrði tvöfaldaður, heyrði hún en heyrði
villt orð þín. Óttast ekki neinn af okkur, við erum öll helguð
þessum málstað og í dag mun sjá endalokin. Kominn tími til
aðgerða; í dag er þessi vampíra takmörkuð valdi mannsins og
fram til sólarlags má hann ekki breytast. Það mun taka hann tíma
að koma hingað - sjá, það er tuttugu mínútur yfir eitt - og það eru
enn nokkrir tímar áður en hann getur komið hingað, sé hann
aldrei svona fljótur. Það sem við verðum að vonast eftir er að
herra minn arthur og quincey komi fyrst. "

Um það bil hálftími eftir að við fengum frú. Símskeyti harkers,
það kom hljóðlát, einbeitt högg á hurðarhöllina. Þetta var bara
venjulegt högg eins og þúsundir herrar fá klukkutíma fresti en
það lét hjarta prófessorsins og mitt slá hátt. Við skoðuðum hvort
annað og fluttum saman út í salinn; við báðumst reiðubúin til að
nota ýmis vopnabúr okkar - hið andlega í vinstri hönd, hið
dauðlega í hægri hönd. Van helsing dró aftur klemmuna og hélt
hurðinni hálfri opinni og stóð aftur og hafði báðar hendur
tilbúnar til aðgerða. Gleðin í hjörtum okkar hlýtur að hafa sýnt á
andlit okkar þegar við erum á tröppunni, nálægt dyrunum, við
sáum herra guðsveipa og quincey morris. Þeir komu fljótt inn og

lokuðu hurðinni á bak við þá, sem fyrrverandi sagði, er þau fluttu eftir salnum: -

"þetta er allt í lagi. Við fundum báða staðina; sex kassa í hverjum og við eyðilögðum þá alla! "

„eyðilagt?" spurði prófessorinn.

„fyrir hann!" við þögðum í eina mínútu og kvöddum síðan: -

„það er ekkert annað að gera en að bíða hér. Ef hann kemur þó ekki upp klukkan fimm verðum við að byrja; því að það mun ekki gera að yfirgefa frv. Harker einn eftir sólsetur. "

„hann mun vera hér áður en langt um líður," sagði van helsing sem hafði ráðfært sig við vasabókina sína. „not bene, í símskeyti frúarinnar fór hann suður frá carfax, það þýðir að hann fór að fara yfir ána og hann gat aðeins gert það við slaka sjávarföll, sem ætti að vera eitthvað fyrir klukkan eitt. Að hann fór suður hefur merkingu fyrir okkur. Hann er ennþá aðeins grunsamlegur; og fór hann fyrst frá carfax á staðinn þar sem hann grunaði síst um afskipti. Þú hlýtur að hafa verið í bermondsey aðeins stuttan tíma á undan honum. Að hann er ekki hér þegar sýnir að hann fór í mílulok næst. Þetta tók hann nokkurn tíma; því að hann þyrfti þá að vera fluttur yfir ána á einhvern hátt. Trúðu mér, vinir mínir, við munum ekki hafa lengi að bíða núna. Við ættum að hafa tilbúið einhverja árásaráætlun, svo að við förum enga möguleika á. Hush, það er enginn tími núna. Hafðu alla handleggina! Vertu tilbúinn! "hann hélt upp viðvörunarhönd þegar hann talaði, því að við öll heyrðum lykil mjúklega stunginn inn í lásinn á hurðarhöllinni.

Ég gat ekki annað en dáðst að, jafnvel á slíkri stundu, hvernig ráðandi andi fullyrti sig. Í öllum veiðipartýjum okkar og ævintýrum í mismunandi heimshlutum hafði quincey morris alltaf verið sá að raða aðgerðaáætluninni og ég og arthur vorum vanir að hlýða honum óbeint. Nú virtist gamla venjan endurnýjuð með óyggjandi hætti. Með snöggu augnabliki um herbergið lagði hann um leið upp áætlun okkar um árás, og án þess að tala orð, með látbragði, setti okkur hvert í stöðu. Van helsing, harker, og ég var rétt fyrir aftan dyrnar, svo að þegar það var opnað, gat prófessorinn gætt þess á meðan við tveir stigum á milli búningsins og hurðarinnar. Guðs að baki og quincey fyrir framan stóð rétt utan sjónar og tilbúinn til að hreyfa sig fyrir framan gluggann. Við biðum í spennu sem lét sekúndurnar líða með seinagangi í martröð. Hægt og vönduð skref komu meðfram salnum; talningin var greinilega tilbúin til undrunar - að minnsta kosti óttaðist hann það.

Skyndilega með einum bundið hann hljóp inn í herbergið, vinna leið framhjá okkur áður en okkur gæti hækkað hönd til að vera hann. Það var eitthvað svo panther-eins og í hreyfingu-eitthvað svo unhuman, að það virtist edrú okkur öllum frá áfall endurkomu sína. Fyrst að bregðast væri harker, sem, með fljótur hreyfingu, kastaði sér fyrir dyrum að herbergi í framan húsið. Sem telja sáu okkur, hræðilegt konar snarl fór yfir andlit hans, sem sýnir auga-tennur löng og benti; en hið vonda bros liðið eins fljótt í köldu stara á ljón eins yfirlæti. Tjáning hans breyttist aftur þar sem við stökuðum okkur öll með einum hvata. Það var synd að við höfðum ekki einhverja betri skipulagt áætlun um árás, að jafnvel á því augnabliki sem ég undraðist það sem við vorum að gera. Ég vissi sjálfur ekki hvort banvæn vopn okkar myndi nýta okkur neitt. Harker ætlaði greinilega að prófa málið, því að hann var búinn að búa til mikinn kukri hníf sinn og lét grimmt og skyndilega skera á hann. Blása var öflugur einn; aðeins diabolical quickness af stökk telja í bjargaði hann aftur. Annað minna og trenchant blaðið hafði shorne gegnum hjarta hans. Eins og það var, klippti punkturinn bara klútinn á úlpunni sinni og bjó til mikið skarð hvaðan búnt af seðlum og gullstraumi féll út. Tjáning andlits greifans var svo helvítis, að í smá stund óttaðist ég fyrir harker, þó að ég sæi hann kasta hræðilegu hnífnum aftur upp fyrir annað högg. Dragast ég færð fram með verndandi högg, halda róðukross og obláta í vinstri hendi minni. Mér fannst sterkur kraftur fljúga með handleggnum á mér; og það var án óvart að ég sá skrýmslið cower aftur áður svipuð hreyfing gerð af sjálfu sér með því að hvert og eitt okkar. Það væri ómögulegt að lýsa tjáningu hatur og undrandi illmennsku-reiði og hellish reiði-sem kom yfir andlit greifanum er. Vaxblæ hans varð grængul af andstæðum brennandi augna hans og rauða örin á enninu sýndist á fölhúðinni eins og þreytandi sár. Næsta augnablik, með hlykkjótt kafa hann sópað undir handlegg harker er, áðr blása hans gat fallið, tók handfylli af peningum frá gólfinu, hljóp yfir herbergið, kastaði sér á gluggann. Innan um hrunið og glitrið í fallandi glerinu, steypist hann inn á merktu svæðið fyrir neðan. Í gegnum hljóðið á skjálfandi glerinu gat ég heyrt „tind" gullsins, þar sem sumir fullveldanna féllu á flaggið.

Við hljópum yfir og sáum hann springa ómeiddan frá jörðu. Hann hljóp upp tröppurnar, fór yfir merktu garðinn og ýtti upp hesthúsahurðinni. Þar sneri hann sér við og talaði við okkur: -

„þér dettur í hug að bögga mig, þú - með fölu andlitin þín í röð, eins og kindur í slátrara. Þér munuð leitt ennþá, hvert og eitt ykkar! Þú heldur að þú hafir skilið eftir mig án hvíldar; en ég hef meira. Hefnd mín er nýhafin! Ég dreifði því yfir aldir og tíminn er á hliðinni hjá mér. Stelpurnar þínar sem þú elskar allar eru nú þegar mínar; og í gegnum þau munuð þú og aðrir enn vera mínir - skepnur mínar, til að gera tilboð mitt og vera sjakalar mínir þegar ég vil fæða. Bah! "með fyrirlitlegri hlæginu fór hann fljótt út um dyrnar og við heyrðum ryðgaða boltann grenja þegar hann festi hana fyrir aftan sig. Hurð handan opnuð og lokuð. Fyrsti okkar til að tala var prófessorinn, þar sem við gerðum okkur grein fyrir erfiðleikanum með að fylgja honum í gegnum hesthúsið og færðum okkur í átt að salnum.

„við höfum lært eitthvað - mikið! Þrátt fyrir hugrökk orð hans, óttast hann okkur; hann óttast tíma, hann óttast vilja! Því ef ekki, hvers vegna flýtir hann því? Mjög tónn hans svíkur hann, eða eyrun mín blekkja. Af hverju að taka þá peninga? Þú fylgir skjótt. Þú ert veiðimenn villidýra og skilur það svo. Fyrir mig, ég sé til þess að ekkert hér geti komið honum að gagni, ef svo að hann snúi aftur. "þegar hann talaði lagði hann peningana sem eftir voru í vasanum; tók titilverkin í búntinu þegar harker hafði yfirgefið þau og hrífast þá hluti sem eftir voru í opnum arni, þar sem hann kveikti í þeim með eldspýtu.

Godalming og morris höfðu flýtt sér út í garð og harker hafði lækkað sig frá glugganum til að fylgja talningunni. Hann hafði þó boltað hesthúsahurðina; og þegar þeir höfðu þvingað það op, voru engin merki um hann. Van helsing og ég reyndi að gera fyrirspurn aftan við húsið; en myglurnar voru í eyði og enginn hafði séð hann fara.

Það var nú síðdegis og sólarlagið var ekki langt undan. Við urðum að viðurkenna að leikur okkar var uppi; með þungum hjörtum vorum við sammála prófessornum þegar hann sagði: -

„við skulum fara aftur til frú mina - fátæk, aumingja kæra frú mín. Allt sem við getum gert núna er gert; og við getum þar, að minnsta kosti, verndað hana. En við þurfum ekki að örvænta. Það er aðeins einn jarðakassi í viðbót, og við verðum að reyna að finna það; þegar það er búið, þá gæti allt verið vel. "ég sá að hann talaði eins hugrakkur og hann gat til að hugga harker. Aumingja náunginn var alveg sundurliðaður; af og til gaf hann lágt andvörp sem hann gat ekki kúgað - hann hugsaði um konu sína.

Með sorglegum hjörtum komum við aftur heim til mín þar sem við fundum frú. Harker bíður okkar, með framkomu glaðværðar sem heiðraði hugrekki hennar og óeigingirni. Þegar hún sá andlit okkar, urðu hennar eigin eins föl og dauðinn: í eina eða tvær sekúndur voru augu hennar lokuð eins og hún væri í leyndri bæn; og þá sagði hún glaðlega: -

„ég get aldrei þakkað ykkur öllum nóg. Ó, aumingja elskan mín! "þegar hún talaði tók hún gráa höfuð eiginmanns síns í hendurnar og kyssti það -„ legg þú lélega höfuð þitt hér og hvíldu það. Allt verður samt vel, elskan! Guð verndar okkur ef hann gerir það með góðum fyrirætlunum. "aumingja náunginn andvörp. Það var enginn staður fyrir orð í hans háleita eymd.

Við áttum einskonar vönduð kvöldmat saman og ég held að það hafi fagnað okkur öllum nokkuð. Það var kannski aðeins dýrahitinn fyrir hungruðu fólki - því enginn okkar hafði borðað neitt síðan morgunmatinn - eða félagsskapurinn gæti hafa hjálpað okkur; en hvernig sem við vorum öll minna vansæl og sáum morguninn ekki með öllu án vonar. Satt við loforð okkar sögðum við frú. Harker allt, sem liðit var; og þó hún hafi orðið snjóhvít á stundum þegar hætta virtist ógna eiginmanni sínum og rautt á aðra þegar hollustu hans við hana birtist, hlustaði hún hugrakkur og með ró. Þegar við komum að þeim hluta þar sem harker hafði hraðað sér að talningunni svo kærulaus, hélt hún sig fast við handlegg eiginmanns síns og hélt fast við það eins og að fastagangur hennar gæti verndað hann fyrir skaða sem gæti orðið. Hún sagði þó ekkert fyrr en frásögnin væri búin og málum hefði verið komið til dagsins í dag. Án þess að sleppa hendi eiginmanns hennar stóð hún upp meðal okkar og talaði. Ó, að ég gæti gefið hugmynd um svæðið; af þessari ljúfu, ljúfu, góðu, góðu konu í allri geislandi fegurð æsku sinnar og fjör, með rauða örin á enninu, sem hún var með meðvitund um og sem við sáum með mala tanna okkar - munum hvaðan og hvernig það kom; elskandi góðvild hennar gegn hörmulegu hatri okkar; ljúfa trú hennar gegn öllum ótta okkar og efa; og við, vitandi að svo langt sem tákn gengu, var hún af allri sinni gæsku og hreinleika og trú, útrýmt guði.

„jónatan," sagði hún og orðið hljómaði eins og tónlist á vörum hennar að það var svo fullt af kærleika og eymslum, „jónatan elskan, og þið öll mínir sönnu, sönnu vinir, ég vil að þið hafið eitthvað í huga í gegnum allt þetta ógeðslega tíma. Ég veit að þú verður að berjast - að þú verður að tortíma, jafnvel þegar þú eyðilagt ranga lucy svo að hin sanna lucy gæti lifað hér á eftir; en það er ekki hatursverk. Þessi aumingja sál sem hefur unnið alla þessa eymd er sorglegasta mál allra. Hugsaðu bara hvað verður gleði hans þegar hann er líka eyðilögð í verri hlutanum að betri hluti hans gæti haft andlegt ódauðleika. Þú verður líka að vera honum aumkunarverður, þó að það haldi ekki höndum þínum fyrir eyðingu hans. "

Þegar hún talaði gat ég séð andlit eiginmanns myrkvast og draga sig saman, eins og ástríðan í honum væri að ryðja veru hans til kjarna. Ósjálfrátt náði festingin á hendi konu hans sér nær, þar til hnúar hans litu hvítir út. Hún flinaði ekki frá sársaukanum sem ég vissi að hún hlýtur að hafa orðið fyrir, heldur horfði á hann með augum sem voru meira aðlaðandi en nokkru sinni fyrr. Þegar hún hætti að tala stökk hann upp á fætur sér og reif næstum höndina frá henni þegar hann talaði: -

„megi guð gefa honum í hendina á mér nógu lengi til að tortíma þessu jarðneska lífi hans sem við stefnum að. Ef utan þess gæti ég sent sál hans um aldur og ævi til brennandi helvítis myndi ég gera það! "

"ó, hvass! Ó, hvass! Í nafni hins góða guðs. Ekki segja slíka hluti, jonathan, maðurinn minn; eða þú munt mylja mig af hræðslu og skelfingu. Hugsaðu bara, elskan mín - ég hef verið að hugsa um allan þennan langa dag - að ... Kannski ... Einhvern daginn ... Ég gæti líka þurft slíkar samúð; og að einhver annar eins og þú - og með sömu orsök reiði - gæti neitað mér um það! Ó, maðurinn minn! Maðurinn minn, örugglega hefði ég hlíft þér við slíkri hugsun hefði verið önnur leið; en ég bið þess að guð hafi ekki haft dýrmæt orð þín að verðleikum, nema eins og hjartagallaður kvein mjög elskandi og sárlega sleginn mann. Ó, guð, láttu þessi fátæku hvítu hár fara til vitnis um það sem hann hefur orðið fyrir, sem alla ævi hefur ekki gert neitt rangt og á hvern svo mörg sorg hafa komið. "

Við mennirnir vorum allir í tárum núna. Það var enginn sem stóð gegn þeim og við grétum opinskátt. Hún grét líka til að sjá að sætari ráð hennar höfðu sigrað. Eiginmaður hennar henti sér á hnén við hliðina á henni og setti handleggina um hana og faldi andlit hans í brjótunum á kjólnum hennar. Van helsing benti til okkar og við stálu út úr herberginu og létum tvö kærleiksrík hjörtu ein eftir við guð sinn.

Áður en þeir lét af störfum lagaði prófessorinn upp herbergið gegn öllum komu vampíru og fullvissaði frú. Harker að hún gæti hvílst í friði. Hún reyndi að læra að trúa sjálfum sér og reyndi að virðast ánægður fyrir eiginmann sinn. Það var hraust barátta; og var, held ég og trúi, ekki án umbunar þess. Van helsing hafði komið fyrir hendi bjalla sem hvor þeirra skyldi láta hljóma í neyðartilvikum. Þegar þeir voru komnir á eftirlaun, quincey, godalming, og ég skipulagði að við ættum að setjast upp, deila nóttinni á milli okkar og vaka yfir öryggi aumingja, lamaðra dama. Fyrsta vaktin fellur til kisu, svo við hin leggjum upp í rúm eins fljótt og við getum. Godalming hefur þegar snúið við, því að hans er önnur vaktin. Nú þegar vinnu minni er lokið skal ég líka fara að sofa.

Dagbók jonathan harkers.

3-4 október, nálægt miðnætti. - ég hélt að gærdagnum myndi aldrei ljúka. Það var yfir mér þrá eftir svefni, í einhvers konar blindri trú að vekja væri að finna hlutina breytt og að allar breytingar hljóta nú að verða til hins betra. Áður en við skiljum, ræddum við hvert næsta skref okkar væri, en við gætum komist að engum árangri. Allt sem við vissum var að einn jörðarkassi var eftir og að talningin ein vissi hvar hún var. Ef hann kýs að liggja falinn, gæti hann ruglað okkur í mörg ár; og í millitíðinni! - hugsunin er of hræðileg, ég þori ekki að hugsa um hana jafnvel núna. Þetta veit ég: að ef það var einhver kona sem var fullkomnun, þá er sú lélega elskaða elskan mín. Ég elska hana þúsund sinnum meira fyrir ljúfa samúð sína í gærkvöldi, samúð sem lét mitt hatur á skrímslinu virðast fyrirlitlegt. Vissulega mun guð ekki leyfa heiminum að vera fátækari með missi slíkrar veru. Þetta er von mín. Við erum öll að reka okkur áfram og trúin er eina akkerið okkar. Guði sé lof! Mina er sofandi, og sefur án drauma. Ég óttast hvernig draumar hennar gætu verið, með svo hræðilegum minningum að jörðina í þeim. Hún hefur ekki verið svo róleg innan mín að sjá síðan sólsetur. Þá kom um stund andlit hennar á friðsæld sem var eins og vorið eftir sprengingar í mars. Ég hélt á sínum tíma að það væri mýkt rauða sólarlagsins í andliti hennar, en einhvern veginn held ég að það hafi dýpri merkingu. Ég er ekki syfjaður sjálfur, þó að ég sé þreyttur - þreyttur til dauða. Þó verð ég að reyna að sofa; því að það er á morgun til að hugsa um, og það er engin hvíld fyrir mig fyrr en ....

Seinna. —ég hlýtur að hafa sofnað, því að mín var vakin af mínu, sem sat uppi í rúminu, með ægilegt horf á andlitið. Ég sá auðveldlega, því að við fórum ekki úr herberginu í myrkri; hún hafði sett viðvörunarhönd yfir munn minn, og nú hvíslaði hún í eyrað á mér: -

"hush! Það er einhver í ganginum! "ég stóð mjúklega upp og fór yfir herbergið og opnaði hurðina varlega.

Rétt fyrir utan, teygður á dýnu, lá mr. Morris, vítt vakandi. Hann rétti upp viðvörunarhönd fyrir þögn þegar hann hvíslaði að mér: -

"hush! Farðu aftur í rúmið; þetta er allt í lagi. Eitt okkar verður hér alla nóttina. Við meinum ekki að taka neinar líkur! "

Útlit hans og látbragði bannaði umræður, svo ég kom aftur og sagði mina. Hún andvarpaði og jákvætt brosskugga stal yfir fátæku, fölu andlitinu hennar þegar hún lagði handleggina um mig og sagði mjúklega: -

„ó, takk guði fyrir góða hugrakku menn!" með andvarpi sökk hún aftur til svefns. Ég skrifa þetta núna þar sem ég er ekki syfjaður, þó ég verði að reyna aftur.

4. Október, morgun. - enn og aftur um nóttina var ég vakinn af mina. Að þessu sinni höfðum við öll sofnað vel, því gráa komandi dögun var að gera gluggana í skarpar aflangar, og gas loginn var eins og flekk frekar en ljósdiskur. Hún sagði fljótt við mig: -

„farðu, hringdu í prófessorinn. Ég vil sjá hann í einu. "

„af hverju?" spurði ég.

"ég er með hugmynd. Ég geri ráð fyrir að það hljóti að vera komið á nóttunni og þroskast án þess að ég vissi af því. Hann verður að dáleiða mig fyrir dögun og þá mun ég geta talað. Farðu fljótt, elskan; tíminn er að nálgast. "ég fór til dyra. Dr. Sjór hvíldi á dýnunni og þegar hann sá mig spratt hann upp á fæturna.

„er eitthvað að?" spurði hann í viðvörun.

„nei," svaraði ég; "en mina vill sjá dr. Van helsing í einu. "

„ég mun fara," sagði hann og flýtti sér inn í herbergi prófessorsins.

Á tveimur eða þremur mínútum síðar var van helsing í herberginu í búningskjólnum sínum, og mr. Morris og herra godalming voru með dr. Sjór við dyrnar og spyrja spurninga. Þegar prófessorinn sá mina bros - jákvætt bros losaði kvíða í andliti hans; hann nuddaði hendurnar eins og hann sagði: -

„ó, elsku frú mín, þetta er vissulega breyting. Sjáðu! Vinur jonathan, við höfum fengið okkar kæra frú mín, eins og til forna, aftur til okkar í dag! "hann snéri sér síðan að henni og sagði glaðlega:„ og hvað er ég að gera fyrir þig? Því að á þessari stundu viltu ekki hafa mig fyrir neitt. "

„ég vil að þú dáleiðir mig!" sagði hún. „gerðu það fyrir dögun, því að mér finnst ég geta talað og talað frjálslega. Vertu fljótur, því að tíminn er stuttur! "án orðs bauð hann henni að setjast upp í rúminu.

Þegar hann horfði fast á hana, byrjaði hann að gera framhjá fyrir framan hana, frá toppi höfuðsins og niður, með hverja hönd fyrir sig. Mina horfði fast á hann í nokkrar mínútur, þar sem hjarta mitt sló eins og hamar, því að mér fannst einhver kreppa vera í nánd. Smám saman lokuðu augun, og hún sat, kyrr. Aðeins með því að ljúfa barminu barðist hún til þess að hún væri á lífi. Prófessorinn lagði nokkrar skarpar í viðbót og stoppaði svo, og ég gat séð að ennið á honum var þakið miklum svita perlum. Mina opnaði augun; en hún virtist ekki vera sama konan. Það var langt í burtu í augum hennar og rödd hennar hafði dapur draumóni sem var ný fyrir mig. Rétti upp hönd sína til að beita þögn, lét prófessorinn benda mér til að koma hinum inn. Þeir komu á tá, lokuðu hurðinni á eftir sér og stóðu við rætur rúmsins og horfðu á. Mina virtist ekki sjá þau. Kyrrðin var brotin af rödd van helsing sem talaði í lágum tón sem myndi ekki brjóta straum hugsana hennar: -

„hvar ertu?" svarið kom á hlutlausan hátt: -

"ég veit ekki. Svefn hefur engan stað sem hann getur kallað sinn eigin. "í nokkrar mínútur var þögn. Mina sat stíf, og prófessorinn stóð og starði á hana fast; við hin þorðum varla að anda. Herbergið var að verða léttara; án þess að taka augun úr andliti minu, dr. Van helsing bauð mér að draga upp blindan. Ég gerði það og dagurinn virtist rétt hjá okkur. Rauð rák skaust upp og rósbleikt ljós virtist dreifa sér um herbergið. Á því augnabliki talaði prófessorinn aftur: -

„hvar ertu núna?" svarið var draumkennt en með ásetningi; það var eins og hún væri að túlka eitthvað. Ég hef heyrt hana nota sama tón þegar ég les styttu glósurnar sínar.

"ég veit ekki. Það er mér allt undarlegt! "

"hvað sérðu?"

„ég sé ekkert; það er allt dimmt. "

„hvað heyrirðu?" ég gæti greint álagið í rödd sjúklings prófessorsins.

„vatnsskörun. Það er gurglað hjá og litlar öldur stökkva. Ég heyri þá að utan. "

„þá ertu á skipi?" við horfðum öll á hvort annað og reynum að ná eitthvað hvert af öðru. Við vorum hrædd við að hugsa. Svarið kom fljótt: -

"ó já!"

„hvað heyrirðu annað?"

„hljóð manna sem stimpla sig yfir höfuð þegar þeir hlaupa um. Þar er kraumað á keðju og hávært skothríð þegar ávísunin á kapstanum fellur í skífuna. "

"hvað ertu að gera?"

„ég er enn — ó, svo kyrr. Það er eins og dauðinn! "röddin dofnaði í djúpt andardrátt eins og sá sem sofandi og opin augun lokuðust aftur.

Um þetta leyti var sólin komin upp og við vorum öll í dagsins ljósi. Dr. Van helsing lagði hendur sínar á herðar minu og lagði höfuð hennar mjúklega niður á koddann hennar. Hún lá eins og sofandi barn í nokkra stund og vaknaði síðan með löng andvarp og starði undrandi á að sjá okkur allt í kringum hana. „hef ég verið að tala í svefni mínum?" var allt sem hún sagði. Hún virtist þó vita ástandið án þess að segja frá, þó að hún væri fús til að vita hvað hún hafði sagt. Prófessorinn endurtók samtalið og hún sagði: -

„þá er ekki stund að tapa: það er ekki víst að það sé of seint!" hr. Morris og lord godalming hófu fyrir dyrunum en róleg rödd prófessorsins kallaði þá til baka: -

„vertu, vinir mínir. Það skip, hvar sem það var, vó akkeri meðan hún talaði. Það eru mörg skip sem vega akkeri um þessar mundir í svo mikilli höfninni í london. Hver þeirra er það sem þú leitar að? Guði verði þakkað að við höfum enn einu sinni vísbendingu, þó hvert það geti leitt okkur vitum við ekki. Við höfum verið nokkuð blind; blindir að hætti manna, því þegar við getum litið til baka sjáum við það sem við gætum hafa séð að hlakka til ef við hefðum getað séð það sem við gætum séð! Því miður, en sú setning er pollur; er það ekki? Við getum nú vitað hvað var í huga greifans, þegar hann grípur þá peninga, þó svo svo grimmur hnífur jonons setti hann í þá hættu að jafnvel hann óttist. Hann meinti flótta. Heyrðu í mér, flýðu! Hann sá að með aðeins einn jarðarkassa eftir og pakka af körlum sem fylgja hundum eftir refnum, var þessi london enginn staður fyrir hann. Hann hefur tekið sinn síðasta jarðkassa um borð í skipi, og hann yfirgefur landið. Hann hugsar sér að flýja, en nei! Við fylgjum honum. Segir ho! Eins og vinur arthur myndi segja þegar hann setti á sig rauða skinnið! Gamli refurinn okkar er vondur; ó! Svo vondur, og við verðum að fylgja með wile. Ég er líka vondur og ég hugsa hug hans eftir litla stund. Á meðan getum við hvílt og í friði, því að það eru vatn á milli okkar sem hann vill ekki fara, og sem hann gat ekki ef hann vildi - nema skipið myndi snerta landið, og þá aðeins við fulla eða slaka sjávarföll. Sjá, og sólin er bara komin upp, og allur dagur til sólarlags er okkur. Leyfðu okkur að fara í bað og klæða okkur og borða morgunmat, sem við öll þurfum, og sem við getum borðað þægilega þar sem hann er ekki í sama landi með okkur. "mina horfði áleitandi á hann þegar hún spurði: -

„en af hverju þurfum við að leita hans frekar, þegar hann er horfinn frá okkur?" hann tók í hönd hennar og klappaði henni um leið og hann svaraði: -

"spyrðu mig ekki enn sem komið er. Þegar við borðum morgunmat, þá svara ég öllum spurningum. "hann myndi ekki segja meira og við aðskildum til að klæða okkur.

Eftir morgunmat endurtók mina spurningu sína. Hann horfði á hana alvarlega í eina mínútu og sagði síðan sorgmæddur:

„vegna þess að elskan mín, kæra frú mín, nú verðum við frekar en nokkru sinni fyrr að finna hann jafnvel þó að við verðum að fylgja honum til kjálkanna helvítis!" hún varð fölari þegar hún spurði dauft: -

„af hverju?"

„af því að," svaraði hann hátíðlega, „hann getur lifað um aldir og þú ert nema dauðleg kona. Tíminn er nú að hræðast - þar sem hann setti merkið í hálsinn á þér einu sinni. "

Ég var bara kominn í tíma til að ná henni þegar hún féll fram í daufu.

Kafla xxiv

Dr. Hljóðritadagbók frá frásögn, talað af van helsing

Þetta til jonathan harker.

Þú verður að vera hjá elsku frú mín. Við skulum fara að gera á
leit ef okkar ég get kalla það svo, að það er ekki að leita en að
vita, og við leitum staðfestingar eingöngu. En gistir þú og gætir
hennar í dag. Þetta er best og mest helgasta skrifstofu. Í dag
ekkert að finna hann hér. Leyfðu mér að segja þér það svo þú
munt vita það sem við fjórir vitum nú þegar, því að ég hef sagt
þeim. Hann, óvinur okkar, er farinn; hann hefur farið aftur í
kastalann sinn í transylvaníu. Ég þekki það svo vel, eins og mikil
eldhönd skrifaði það á vegginn. Hann hefur undirbúið sig fyrir
þetta á einhvern hátt og þessi síðasti jarðakassi var tilbúinn til að
senda einhvers staðar. Fyrir þetta tók hann peninga; fyrir þetta
flýtir hann sér síðast, svo að við náum honum ekki áður en sólin
fer niður. Það var síðasta von hans, nema hann gæti falið í gröf
sem hann heldur léleg miss lucy, að vera eins og hann hugsaði
eins og hann, halda opinn til hans. En það var ekki tími. Þegar
það tekst er hann að gera beint fyrir hans síðasta úrræði-hans
síðasta jörð vinnu sem ég gæti sagt vildi ég óska að tvöfalda
entente. Hann er snjall, ó, svo snjall! Hann veit að leik hans hér
var að ljúka; og svo ákveður hann að fara aftur heim. Hann
finnur skip fara eftir leiðinni sem hann kom og hann fer í það.
Förum nú af stað til að finna hvaða skip og hvert sem bundið er;
þegar við höfum uppgötvað það, komum við aftur og segja ykkur
öllum. Þá munum við hugga þig og léleg kæru frú mina með
nýja von. Fyrir það verður von þegar þú heldur það yfir: að allt
er ekki tapað. Einmitt þessi skepna sem við sækjumst eftir, hann

tekur hundruð ára að komast svo langt sem london; og enn á einum degi, þegar við vitum um ráðstöfun hans, rekum við hann út. Hann er tímabundið, þó að hann er öflugur til að gera mikið mein og þjást ekki eins og við gerum. En við erum sterkir, hver á tilgang okkar; og við erum öll meira sterkir saman. Taktu hjarta þitt aftur, kæri eiginmaður frú mín. Þessi barátta er, en hafið, og á endanum munum við vinna-svo tryggilega um sem að guð situr á háum til að horfa á börnin sín. Vertu því mikill huggun þangað til við snúum aftur.

Van helsing.

Dagbók jonathan harkers.

4. Október. - þegar ég las fyrir mina, skilaboð van helsing í hljóðrituninni, létta greyið stúlka verulega upp. Nú þegar hefur vissan um að talningin er úr landi veitt henni huggun; og huggun er henni styrkur. Fyrir mitt leyti, nú að hræðilegt hætta hans er ekki augliti til auglitis við okkur, það virðist nánast ómögulegt að trúa á það. Jafnvel mínir eigin hræðilegu reynslu í kastala dracula virðast eins lengi gleymt draumi a. Hér í skörpu haustloftinu í skært sólarljósi—

Því miður! Hvernig get ég vantrúað! Mitt í hugsun minni féll auga mitt á rauða örina á hvíta enni fátæka elskan míns. Meðan það varir, getur það ekki verið vantrú. Og eftir á mun minningin um það halda trú kristaltærri. Mina og ég óttast að vera aðgerðalaus, þannig að við höfum farið yfir allar dagbækurnar aftur og aftur. Einhvern veginn, þó að raunveruleikinn virðist meiri hverju sinni, þá virðast sársaukinn og óttinn minna. Það er eitthvað af leiðarljósum tilgangi sem birtist í gegn sem er hughreystandi. Mina segir að ef til vill erum við verkfæri fullkomins góðs. Það má vera! Ég skal reyna að hugsa eins og hún gerir. Við höfum aldrei talað hvort við annað um framtíðina.

Það er betra að bíða þar til við sjáum prófessorinn og hina eftir rannsókn þeirra.

Dagurinn líður hraðar en ég hélt að dagur gæti keyrt aftur fyrir mig. Klukkan er núna klukkan þrjú.

Dagbók mina harkers.

5. Október kl. 17 - fundur okkar til skýrslu. Viðstaddur: prófessor van helsing, herra godalming, dr. Saur, herra. Quincey morris, jonathan harker, mina harker.

Dr. Van helsing lýsti því hvaða skref voru tekin á daginn til að uppgötva á hvaða bát og hvaða bundnu talningu drakúla komst undan: -

„þar sem ég vissi að hann vildi komast aftur til transylvaníu, þá vissi ég að hann yrði að fara um dónármunninn; eða einhvers staðar í svartahafinu, þar sem hann kom með þeim hætti. Það var ömurlegt auð sem var fyrir okkur. Omne ignotum pro magnifico; og svo með þungum hjörtum byrjum við að finna hvað skip fara til svartahafs í gærkveldi. Hann var í seglskipi, þar sem frú mina segir frá því að segl voru sett. Þetta er ekki svo mikilvægt að fara á lista yfir flutningatímann og við förum, með tillögu herra, til lloyds ykkar, hvar eru minnispunktur allra skipa sem sigla, þó svo lítil. Það finnum við að aðeins einn svartur-sjó-bundið skip fara út með fjöru. Hún er czarina catherine og hún sigla frá bryggju doolittle er fyrir varna, og þaðan til annarra hluta og upp dóná. 'Soh!' sagði ég, 'þetta er skipið sem talningin er.' svo við förum í bryggju doolittle og þar finnum við mann á skrifstofu úr tré svo lítill að maðurinn er stærri en skrifstofan. Frá honum spyrjum við ferðir czarina catherine. Hann sver mikið, og rauður andlit og mikill rödd, en hann góði náungi allt eins; og þegar quincey gefur honum eitthvað úr vasa sínum sem klikkar þegar hann rúlla honum upp og setja hann í svo lítinn poka sem hann hefur falið djúpt í fötum sínum, þá er hann samt betri náungi og auðmjúkur þjónn okkar. Hann kemur með okkur og spyr marga menn sem eru grófir og heitir; þetta verða betri félagar líka þegar þeir hafa ekki verið þyrstir. Þeir segja mikið af blóði og blómstra, og annarra sem ég skilja ekki, þó að ég giska á hvað þeir meina; en engu að síður segja þeir okkur alla hluti sem við viljum vita.

„þeir láta okkur vita meðal þeirra, hvernig síðdegis um klukkan fimm kemur maður svo drífur. Hávaxinn maður, þunnur og fölur, með hátt nef og tennur svo hvítar og augu sem virðast brenna. Að hann sé allur í svörtu, nema að hann hafi hatt af hálmi sem hentar ekki honum né tímanum. Að hann dreifi peningum sínum með því að gera skjóta fyrirspurnir um það hvaða skip siglir fyrir svartahaf og hvert. Sumir fóru með hann á skrifstofuna og síðan í skipið, þar sem hann mun ekki fara um borð en stöðva við ströndina enda klíka, og biðja að skipstjórinn komi til hans. Skipstjórinn kemur, þegar sagt er, að honum verði borgað vel; og þó að hann sverji mikið í fyrstu samþykkir hann tíma. Þá fer hinn þunni maður og einhver segir honum hvar hægt er að ráða hest og vagni. Hann fer þangað og brátt kemur hann aftur, sjálfur ekur vagn sem mikill kassi er á; þetta lyfti hann sjálfur niður, þó það tæki nokkra að setja það á vörubíl fyrir skipið. Hann ræðir skipstjóra mikið um hvernig og hvar kassinn hans á að vera; en skipstjóranum líkar það ekki og sver við hann í mörgum tungum og segðu honum að ef honum líkar þá geti hann komið og séð hvar það mun vera. En hann segir 'nei'; að hann komi ekki enn, fyrir það hefur hann mikið að gera. Skipstjórinn sagði honum að hann hefði verið betra að vera fljótur - með blóði - því að skip hans mun yfirgefa staðinn - af blóði - áður en sjávarföllin snúast - með blóði. Þá brosir þunni maðurinn og segir að auðvitað verði hann að fara þegar honum þykir henta; en hann mun koma á óvart ef hann fer alveg svo fljótt. Skipstjórinn sver aftur, marghyrndur og þunnur maðurinn lætur hann beygja sig og þakka honum og segja að hann muni hingað til afskipta góðmennsku sína að koma um borð fyrir siglinguna. Loks skipstjórinn, rauður en nokkru sinni fyrr, og í fleiri tungumálum segja honum að hann vilji enga frakka - með blóma á þá og líka með blóði - í skipinu - með blóð á henni líka. Og fór hann, eftir að hafa spurt hvar það gæti verið nálægt hönd skipa þar sem hann gæti keypt sér eyðublöð.

„enginn vissi hvert hann fór" eða blómstraði „vel var um„ eins og þeir sögðu, því þeir höfðu eitthvað annað að hugsa um - vel með blóð; því að fljótlega kom öllum í ljós að czarina catherine myndi ekki sigla eins og búist var við. Þunn mistur byrjaði að skríða upp úr ánni, og hún óx og óx; þar til fljótlega umkringdi þétt þoka skipið og allt í kringum hana. Skipstjórinn sór marghyrning - mjög marghyrndur - marghyrndur með blóma og blóði; en hann gat ekkert gert. Vatnið hækkaði og hækkaði; og hann byrjaði að óttast að hann myndi tapa sjávarföllunum að öllu leyti. Hann var ekki í neinu vinalegu skapi, þegar þunnur maður kom aðeins upp að klíka-bjálkanum og bað um að sjá hvar kassinn hans hafði verið geymdur. Þá svaraði skipstjórinn að hann vildi að hann og kassinn hans - gamall og með miklu blóma og blóði - væru í helvíti. En hinn mjói maður var ekki móðgaður og fór niður með stýrimanninum og sá hvar það var staður, kom upp og stóð um stund á þilfari í þoku. Hann hlýtur að vera farinn af sjálfum sér, því enginn tekur eftir honum. Reyndar hugsuðu þeir ekki um hann; því að brátt byrjaði þokan að bráðna og allt var á hreinu. Vinir mínir af þorsta og tungumálinu sem var af blóma og blóði hlógu, er þeir sögðu frá því hvernig sver skipstjórans fór fram úr jafnvel venjulegum marghyrningi sínum og var meira en nokkru sinni fyrr fullur af myndrænni þegar spurt var um aðra sjómenn sem voru á hreyfingu upp og niður í ánni á þeirri stundu fann hann að fáir þeirra höfðu séð eitthvað af þoku yfirleitt nema þar sem það lá um hverfið. Þó fór skipið út á hvolfið; og var eflaust um morguninn langt niður með ánni. Hún var þá, þegar þau sögðu okkur, vel út á sjó.

„og svo, elsku frú mín, það er að við verðum að hvíla okkur um stund, því óvinur okkar er á sjónum, með þokuna að hans stjórn, á leið til dónármunnsins. Að sigla skipi tekur tíma, fara hún aldrei svo fljótt; og þegar við byrjum förum við fljótari á land og hittum hann þar. Besta von okkar er að koma á hann þegar í kassann á milli sólarupprásar og sólarlags; því að þá getur hann ekki barist og við getum tekist á við hann eins og við ættum. Það eru dagar fyrir okkur þar sem við getum gert áætlun okkar tilbúna. Við vitum allt um hvert hann fer; því að við höfum séð eiganda skipsins, sem hefur sýnt okkur reikninga og öll skjöl sem geta verið. Að kassanum sem við sækjumst eftir er að lenda í varna og fá umboðsmanni, einum vísinda sem þar mun leggja fram skilríki hans; og svo mun kaupmannsvinur okkar hafa gert sitt. Þegar hann spyr hvort það sé eitthvað rangt, fyrir það, þá getur hann síað og látið fara fram fyrirspurnir á varna, þá segjum við „nei"; því að það, sem gert skal, er hvorki fyrir lögreglu né tolla. Það verður að gera af okkur einum og á okkar hátt. "

Þegar dr. Van helsing hafði talað, spurði ég hann hvort hann væri viss um að talningin hefði haldist um borð í skipinu. Hann svaraði: „við höfum bestu sönnun þess: þínar eigin sönnunargögn, þegar þú ert í svefnlyfjum í morgun." ég spurði hann aftur hvort það væri raunverulega nauðsynlegt að þeir myndu elta talninguna, því að ó! Ég óttast að jónatan færi frá mér og ég veit að hann myndi örugglega fara ef hinir færu. Svaraði hann í vaxandi ástríðu, fyrst hljóðlega. Þegar hann hélt áfram, varð hann þó reiður og kraftmeiri, þar til að lokum gátum við ekki annað en séð hver var að minnsta kosti einhver af þeim persónulegu yfirburðum sem gerðu hann svo lengi meistara meðal manna: -

„já, það er nauðsynlegt - nauðsynlegt - nauðsynlegt! Fyrir þína sakir í fyrsta lagi og síðan fyrir mannkyns sakir. Þetta skrímsli hefur gert mikinn skaða nú þegar, í því þrönga umfangi sem hann finnur sjálfan sig, og á þeim stutta tíma þegar enn sem komið var var hann aðeins sem líkami sem greip svo lítið mál sitt í myrkrinu og vissi ekki. Allt þetta hef ég sagt þessum öðrum; þú, elsku frú mín, þú munt læra það í hljóðritun johns vinkonu minnar eða í eiginmanni þínum. Ég hef sagt þeim hvernig mælikvarðinn á að yfirgefa sitt eigin hrjóstruga land - hrjóstruga þjóða - og koma til nýs lands þar sem líf mannsins þykir þangað til þeir eru eins og fjöldinn af standandi korni, var verk aldanna. Voru annar hinna látnu, eins og hann, til að reyna að gera það sem hann hefur gert, kannski ekki allar aldir heimsins sem verið hafa eða verða munu geta hjálpað honum. Með þessu, allar náttúruöflin sem eru dul og djúp og sterk, hljóta að hafa unnið saman á einhvern undursamlegan hátt. Einmitt staðurinn, þar sem hann hefur verið á lífi, ódauður í allar aldir, er fullur af undarleika jarðfræði- og efnaheimsins. Það eru djúpar hellar og sprungur sem ná engum vita hvar. Það hafa verið eldfjöll, sem sum hver opna enn út vatn af undarlegum eiginleikum, og lofttegundir sem drepa eða láta lífga. Eflaust er eitthvað magnetískt eða rafmagnslegt í sumum af þessum samsetningum dulspekinna krafta sem vinna að líkamlegu lífi á undarlegan hátt; og í sjálfum sér voru frá upphafi nokkrir miklir eiginleikar. Á erfiðum og stríðslegum tíma var honum fagnað að hann væri með meiri járntaug, fíngerðari heila, hugrakkara hjarta en nokkur maður. Hjá honum hefur einhver mikilvæg lífsregla á undarlegan hátt fundið sitt ýtrasta; og þegar líkami hans heldur áfram að vera sterkur og þroskast og dafna, þá þroskast heila hans líka. Allt þetta án þess að fá diabolic aðstoð sem er vissulega honum; því það verður að gefast til kraftanna sem koma frá og eru táknræn fyrir það góða. Og nú er þetta það sem hann er okkur. Hann smitaði þig - ó fyrirgefðu mér, elskan mín, að ég verð að segja slíkt; en það er þér til góðs að ég tala. Hann smitar þig á svo viturlegan hátt, að jafnvel þótt hann geri ekki meira, þá þarftu aðeins að lifa - til að lifa á þinn eigin gamla, ljúfa hátt; og svo með tímanum, dauðinn, sem er af sameiginlegum hlut mannsins og með refsiaðgerðum guðs, mun láta þig líkja við hann. Þetta má ekki vera! Við höfum svarið saman að það má ekki. Þannig erum við ráðherrar að ósk guðs: að heimurinn og menn, sem sonur hans deyr fyrir, verði ekki látnir fá skrímsli, sem einmitt tilvistar hans villir hann. Hann hefur leyft okkur að leysa eina sál nú þegar, og við förum út eins og gömlu riddarar krossins til að leysa meira. Eins og þá munum við ferðast í átt að sólarupprásinni; og eins og þeir, ef við föllum, þá föllum við í góðum málum. "hann tók hlé og ég sagði: -

„en mun greifinn ekki taka áföll hans skynsamlega? Þar sem hann hefur verið rekinn frá englandi, mun hann ekki forðast það, eins og tígrisdýr gerir þorpið sem hann hefur verið veiddur frá? "

"aha!" sagði hann, "simile þín á tiger mjög fyrir mig, og ég skal samþykkja hann. Maðurinn þinn, eins og indverjar kalla tígrisdýrið sem hefur smakkað blóð mannsins, vertu ekki meira fyrir hitt bráðina, en stingið áfram þar til hann fær hann. Þetta sem við veiða frá þorpinu okkar er tígrisdýr, of, maður-eater, og hann hefur aldrei hætta að prowl. Nei, í sjálfum sér að hann er ekki einn að störfum og vera álengdar. Í lífi sínu, lífi sínu, fer hann yfir landamæri kalkúnnans og ráðast á óvin sinn á eigin jörð; hann var barinn aftur en var hann áfram? Nei! Hann kemur aftur og aftur, og aftur. Líta á þrautseigju hans og þrek. Með barnaheilinn sem var honum, hefur hann fyrir löngu hugsað sér þá hugmynd að koma til stórborgar. Hvað gerir hann? Hann finnur stað allra heimsins sem mest lofar honum. Þá setti hann sig vísvitandi til að búa sig undir verkefnið. Hann kemst í þolinmæði bara hvernig er styrkur hans og hvað eru völd hans. Hann rannsakar nýjar tungur. Hann lærir nýtt félagslíf; nýja umhverfi á gömlum leiðum, sem pólitíkusar, lögum, fjármál, vísindi, að venja af nýju landi og að nýtt fólk sem hefur komið til að vera þar sem hann var. Svip hans sem hann hefur haft, hvetur matarlystina og vekur löngun hans. Nei, það hjálpar honum að vaxa um heilann; því að allt sannaði hann hve réttur hann var í fyrsta sinn í kvölum sínum. Hann hefur gert þetta einn; aleinn! Úr rústagröf í gleymdu landi. Hvað meira getur hann ekki gert þegar stærri hugsunarheimur er honum opinn. Sá sem getur brosað við dauðann eins og við þekkjum hann; sem geta blómstrað í miðjum sjúkdómum sem drepa heilu þjóðina. Ó, ef slíkur ætti að koma frá guði, en ekki djöflinum, hvaða afl til góðs gæti hann ekki verið í þessum gamla heimi okkar. En okkur er heitið um að frelsa heiminn. Strit okkar verður að vera í þögn og viðleitni okkar öll í leynum; því að á þessum upplýsta tíma, þegar menn trúa ekki einu sinni því, sem þeir sjá, væri vafi leikur vitra mesti styrkur hans. Það væri í einu slíð hans og brynja, og vopn hans til að tortíma okkur, óvinum hans, sem eru tilbúnir að farast jafnvel sálum okkar til öryggis fyrir þann sem við elskum - til góðs fyrir mannkynið og til heiðurs og dýrðar guðs. "

Eftir almennar umræður var ákveðið að fyrir nóttina yrði ekkert ákveðið gert; að við ættum öll að sofa á staðreyndum og reyna að hugsa út réttar ályktanir. Á morgun, við morgunmatinn, eigum við að hittast aftur og eftir að hafa gert ályktanir okkar kunnar hver öðrum, munum við taka ákvörðun um einhvern ákveðinn málstað.

. . . .

Mér finnst yndislegur friður og hvíld í nótt. Það er eins og einhver áleitin nærvera hafi verið fjarlægð frá mér. Kannski ...

Mín var ekki fullunnin, gat ekki verið; því að ég sá sjón í speglinum rauða merkisins á enni mínu; og ég vissi að ég var enn óhreinn.

Dr. Dagbók frá frásögn.

5. Október. - við risum öll snemma og ég held að svefninn hafi gert mikið fyrir okkur öll. Þegar við hittumst í morgunmatnum var almennari glaðværð en nokkur okkar hafði nokkurn tíma búist við að upplifði aftur.

Það er virkilega yndislegt hversu mikil seigla er í mannlegu eðli. Látum allar hindrandi mál, sama hvað er, fjarlægja á nokkurn hátt - jafnvel með dauða - og við fljúgum aftur til fyrstu meginreglna um von og ánægju. Oftar en einu sinni þegar við sátum um borðið opnuðust augu mín með undrun hvort allt liðna daga hefði ekki verið draumur. Það var aðeins þegar ég sá rauða flekkið á frú. Ennið á harker að ég var leiddur aftur til veruleikans. Jafnvel núna, þegar ég er að snúa málinu alvarlega, er nánast ómögulegt að átta sig á því að orsök allra vandræða okkar er enn til. Jafnvel frú. Harker virðist missa sjónar á vandræðum sínum vegna heilla galdra; það er aðeins annað slagið, þegar eitthvað rifjar það upp í huga hennar, að hún hugsar um hræðilegt ör sitt. Við eigum að hittast hér í náminu eftir hálftíma og ákveða námskeiðið. Ég sé aðeins einn vanda, ég þekki það af eðlishvöt frekar en skynsemi: við verðum öll að tala hreinskilnislega; og samt óttast ég að á einhvern dularfullan hátt fátækir frú. Tunga harkers er bundin. Ég veit að hún myndar eigin ályktanir og af öllu því sem ég hef getað giskað á hversu snilldar og hversu sannar þær verða að vera; en hún mun ekki eða getur ekki gefið þeim orð. Ég hef minnst á þetta við van helsing, og ég og hann ætlum að ræða það þegar við erum ein. Ég geri ráð fyrir að það sé eitthvað af því skelfilega eitri sem hefur farið í æðar hennar byrjað að virka. Talningin hafði sinn tilgang þegar hann gaf henni það sem van helsing kallaði „blóðskírn vampírunnar". Jæja, það getur verið eitur sem eimast út úr góðu hlutum; á tímum þegar tilvist ptomaines er ráðgáta ættum við ekki að velta fyrir okkur neinu! Eitt veit ég: að ef eðlishvöt mitt er satt varðandi lélega frú. Þögn harkers, þá er skelfilegur vandi - óþekkt hætta - í verkinu sem liggur fyrir okkur. Sami kraftur sem neyðir þögn hennar gæti þvingað málflutning hennar. Ég þori ekki að hugsa lengra; því að ég ætti í hugsunum mínum að vanvirða göfuga konu!

Van helsing er að koma í námið mitt aðeins fyrir hina. Ég skal reyna að opna myndefnið með honum.

Síðar. - þegar prófessorinn kom inn ræddum við um stöðu mála. Ég sá að hann hafði eitthvað á huga sem hann vildi segja, en fann fyrir því að vera hikandi við að vekja athygli á efninu. Eftir að hafa slegið smá um runna sagði hann skyndilega: -

„vinur john, það er eitthvað sem þú og ég verðum að tala um einir, bara til að byrja með hvað sem er. Seinna gætum við þurft að taka hina í sjálfstraust okkar "; þá hætti hann, svo ég beið; hann hélt áfram: -

„frú mína, aumingja, elsku frú mín mín er að breytast." kalt skjálfti hljóp í gegnum mig til að finna verstu ótta mína sem þannig var staðfest. Van helsing hélt áfram: -

„með dapurlegri reynslu af miss lucy verðum við að vara sig í þetta skiptið áður en hlutirnir ganga of langt. Verkefni okkar eru nú í raun erfiðari en nokkru sinni fyrr, og þessi nýju vandræði gera hverja klukkustund ofarlega í huga. Ég sé einkenni vampíruins koma í andlit hennar. Það er nú en mjög, mjög lítið; en það er að sjá hvort við höfum augu til að taka eftir án þess að fordóma. Tennurnar eru sumar skarpari og stundum eru augu hennar hörðari. En þetta eru ekki allir, þar er þögnin nú oft; eins og svo var með miss lucy. Hún talaði ekki, jafnvel þegar hún skrifaði það sem hún vildi vita síðar. Nú er ótti minn þessi. Ef það er að hún getur með svefnlyfjum okkar sagt hvað talan sér og heyrir, er það ekki réttara að sá sem hefur dáleitt hana fyrst, og sem drekkur mjög blóð hennar og láti hana drekka af honum, ef hann gerir það, neyða hugann til að upplýsa hann um það sem hún veit? "ég kinkaði kolli af fúsum vilja; hann hélt áfram: -

„það sem við verðum að gera er að koma í veg fyrir þetta; við verðum að halda henni fáfróð um áform okkar og svo hún getur ekki sagt það sem hún veit ekki. Þetta er sársaukafullt verkefni! Ó, svo sársaukafullt að það hjartarskinn mér að hugsa um; en það hlýtur að vera það. Þegar við hittumst í dag, þá verð ég að segja henni að af ástæðu sem við munum ekki tala, þá má hún ekki vera meira af ráðinu okkar, heldur vera einfaldlega varin af okkur. "hann þurrkaði enni sitt, sem hafði brotist út með vægum svita við hugsunin um sársaukann sem hann gæti þurft að valda fátæku sálinni sem þegar er svo pyntaður. Ég vissi að það væri einhvers konar huggun fyrir mig ef ég myndi segja honum að ég hefði líka komist að sömu niðurstöðu; því að í öllu falli myndi það taka sársaukann frá vafa. Sagði ég honum og áhrifin voru eins og ég bjóst við.

Það er nú nálægt þeim tíma sem almenn samkoma okkar er. Van helsing er farinn til að undirbúa fundinn og sárti hluti hans. Ég tel virkilega að tilgangur hans sé að geta beðið einn.

Seinna. - strax í upphafi fundar okkar upplifðist bæði van helsing og ég sjálfur mikill persónulegur léttir. Frú. Harker hafði sent skilaboð frá eiginmanni sínum um að segja að hún myndi ekki ganga til liðs við okkur um þessar mundir, þar sem hún teldi það betra að við værum frjáls til að ræða hreyfingar okkar án þess að nærvera hennar myndi skammast okkur. Prófessorinn og ég horfðum á hvort annað augnablik, og einhvern veginn virtum við báðir léttir. Fyrir mitt leyti hélt ég að ef frú. Harker áttaði sig á hættunni sjálfri, það var mikill sársauki auk þess sem mikilli hættu var afstýrt. Við þær kringumstæður, sem við samþykktum með spurningu og svari með fingri á vör að varðveita þögn í grunsemdum okkar, þar til við hefðum átt að geta einvörðungu farið framar. Við fórum í einu inn í áætlun okkar um herferð. Van helsing setti nokkurn veginn staðreyndirnar á undan okkur: -

"czarina catherine yfirgaf tögin í gærmorgun. Það mun taka hana á þeim hraða sem hún hefur gert að minnsta kosti þrjár vikur til að ná til varna; en við getum ferðast um land á sama stað á þremur dögum. Nú, ef við leyfum tveimur dögum minna fyrir

siglingu skipsins, vegna slíkra veðuráhrifa eins og við vitum, að
talningin getur borið; og ef við leyfum heilan dag og nótt í
einhverjum töfum sem geta komið fyrir okkur, þá höfum við
framlegð í næstum tvær vikur. Þess vegna verðum við að fara
héðan þann 17. Í síðasta lagi. Þá skulum við í öllu falli vera í
varna degi áður en skipið kemur og vera fær um að undirbúa þær
nauðsynjar sem nauðsynlegar eru. Auðvitað munum við öll vera
vopnuð - vopnuð gegn illum hlutum, andlegum og líkamlegum.
"hér bætti quincey morris við: -

„mér skilst að talningin komi frá úlfslandi og það gæti verið að
hann komi þangað á undan okkur. Ég legg til að við bætum
winchesters við vopnaburð okkar. Ég hef eins konar trú á
winchester þegar það eru einhver vandamál af því tagi í kring.
Manstu eftir list, þegar við vorum með pakkann á eftir okkur í
tóbolsk? Hvað hefðum við ekki gefið þá fyrir repeater stykki! "

"góður!" Sagði van helsing, "vínbúar munu það vera. Höfuð
quincey er jafnvæg á öllum tímum, en mest þegar það er að
veiða, þá er myndlíkingin óheiðarlegur gagnvart vísindum en
úlfar eru í hættu fyrir manninn. Í millitíðinni getum við ekkert
gert hér; og þar sem ég held að varna sé ekki kunnug fyrir neinn
okkar, af hverju ekki að fara þangað oftar? Það er eins lengi að
bíða hér og þar. Í nótt og á morgun getum við verið tilbúin og þá,
ef vel gengur, getum við fjórir lagt af stað í ferðalagið. "

„við fjögur?" sagði harker yfirheyrandi og horfði á milli okkar.

„auðvitað!" svaraði prófessorinn fljótt, „þú verður að vera áfram
að sjá um svo elskulega eiginkonu þína!" harker þagði um stund
og sagði þá í holri rödd: -

„við skulum tala um þann hluta hans á morgnana. Ég vil hafa
samráð við mina. "ég hélt að nú væri kominn tími fyrir van
helsing til að vara hann við því að upplýsa ekki um áætlanir

okkar; en hann tók ekkert eftir. Ég leit verulega á hann og hóstaði. Hann svaraði fingri á varir sínar og snéri sér undan.

Dagbók jonathan harkers.

5. Október, afternoon.-í nokkurn tíma eftir fundi okkar í morgun ég gat ekki hugsað. Nýju fasi hlutanna skilja hug minn í undrun sem gefur ekkert pláss fyrir virka hugsun. Ákvörðun míns um að taka ekki þátt í umræðunni lét mig hugsa; og þar sem ég gat ekki rætt málið við hana gat ég aðeins giskað á. Ég er eins langt og alltaf frá lausn núna. Hvernig hinir fengu það líka undraði mig; síðast þegar við ræddum um efni sem við sammála um að það væri að vera ekki meira leyna neinu meðal okkar. Mina sefur núna, rólega og ljúft eins og lítið barn. Varir hennar eru bognar og andlit hennar geislar af hamingju. Þakka guði, það eru slíkar stundir enn fyrir hana.

Seinna. - hversu undarlegt þetta er. Ég sat og horfði á ánægjulegan svefn mina og kom eins nálægt því að vera hamingjusamur sjálfur eins og ég geri ráð fyrir að ég verði nokkurn tíma. Þegar líða tók á kvöldið og jörðin tók skugga sína frá sólinni sem sökk lægri, þagnaði herbergið mér meira og meira hátíðlega. Allt í einu opnaði mina augun og horfði blíða á mig og sagði: -

"jónatan, ég vil að þú lofir mér eitthvað á heiðursorði þínu. Loforð sem mér voru gefin, en heilaglega gerð að heyrn guðs og ekki að verða brotin þó að ég ætti að fara niður á hnén og biðja þig bitur tár. Fljótur, þú verður að koma mér að því í einu. "

„mín", sagði ég, „loforð svona, ég get ekki gefið í einu. Ég hef kannski engan rétt á því. "

„en elskan," sagði hún með svo andlegum styrk að augu hennar voru eins og staurstjörnur, „það er ég sem óska þess; og það er ekki fyrir mig sjálfan. Þú getur spurt dr. Van helsing ef ég hef ekki rétt fyrir mér; ef hann er ósammála gætirðu gert eins og þú vilt. Nei, meira, ef allir eru sammála um það, þá ertu undanþeginn loforði. "

„ég lofa!" sagði ég og um stund leit hún mjög ánægð út; þó að mér hafi verið hafnað allri hamingju með rauða örinu á enninu. Hún sagði:-

„lofaðu mér að þú munt ekki segja mér neitt frá þeim áformum sem gerð voru í herferðinni gegn talningunni. Ekki með orði, eða ályktunum, eða afleiðingum; ekki hvenær sem þetta er eftir hjá mér! "og hún benti hátíðlega á örina. Ég sá að hún var í alvörunni og sagði hátíðlega: -

„ég lofa!" og eins og ég sagði það fannst mér að frá því augnabliki hafi hurðum verið lokað á milli okkar.

Seinna á miðnætti. — mína hefur verið bjart og kát í allt kvöld. Svo mikið að allir hinir virtust taka hugrekki, eins og þeir væru smitaðir nokkuð af glettni hennar; fyrir vikið fannst mér sjálfum eins og svallar myrkur sem vegur okkur niður væri nokkuð lyftur. Við létum öll af störfum snemma. Mina sofnar nú eins og lítið barn; það er yndislegt að svefndeildin hennar er henni áfram í miðri hræðilegu vandræðum. Þakka guði fyrir það, því að þá getur hún að minnsta kosti gleymt umönnun sinni. Kannski getur dæmi hennar haft áhrif á mig eins og glettni hennar gerði í nótt. Ég skal prófa það. Ó! Fyrir draumalausan svefn.

6. Október, morgun. - enn á óvart. Mina vakti mig snemma, um svipað leyti og í gær, og bað mig að koma dr. Van helsing. Ég hélt að þetta væri annað tilefni til svefnlyfja og fór án efa fyrir prófessorinn. Hann hafði greinilega búist við einhverjum slíkum kalli, því að ég fann hann klæddan í herberginu sínu. Hurð hans var ajar, svo að hann gat heyrt opnun dyrnar á herberginu okkar. Hann kom strax; þegar hann fór inn í herbergið spurði hann mina hvort hinir kæmu líka.

„nei," sagði hún einfaldlega, „það þarf ekki. Þú getur sagt þeim alveg eins vel. Ég verð að fara með þér á ferðalaginu. "

Dr. Van helsing var eins hissa og ég. Eftir hlé í smá stund spurði hann: -

"en afhverju?"

„þú verður að taka mig með þér. Ég er öruggari með þig og þú munt líka vera öruggari. "

"en af hverju, elsku frú mín? Þú veist að öryggi þitt er hátíðleg skylda okkar. Við förum í hættu, sem þú ert eða gætir verið ábyrgari en nokkur okkar af - frá kringumstæðum - hlutum sem hafa verið. "hann tók hlé, vandræðalegur.

Þegar hún svaraði, lyfti hún upp fingri sínum og benti á ennið:

"ég veit. Þess vegna verð ég að fara. Ég get sagt þér það, meðan sólin kemur upp; ég er kannski ekki fær aftur. Ég veit að þegar talningin vill mig verð ég að fara. Ég veit að ef hann segir mér að koma í leyni, þá verð ég að koma með wile; með hvaða tæki sem er til að skreppa frá - jafnvel jonathan. "guð sá útlitið sem hún sneri mér að þegar hún talaði, og ef til er einhver upptökuvél, þá er það útlit til eilífs heiðurs hennar. Ég gat aðeins fest hönd hennar. Ég gat ekki talað; tilfinningar mínar voru of miklar til að jafnvel létta tárin. Hún hélt áfram: -

„þið menn eruð hugrakkir og sterkir. Þú ert sterkur í tölum þínum, því að þú getur staðið gegn því sem myndi brjóta niður mannlegt þrek manns sem þurfti að verja einn. Þar að auki gæti ég þjónað, þar sem þú getur dáleitt mig og lært það sem ég sjálfur veit ekki. "dr. Van helsing sagði mjög alvarlega: -

"frú mín, þú ert, eins og alltaf, viturlegastur. Þú skalt koma með okkur; og saman munum við gera það sem við förum til að ná. "þegar hann hafði talað lét langa þögn míns mínar líta á hana. Hún hafði dottið aftur á koddanum sínum sofandi; hún vaknaði ekki einu sinni þegar ég hafði dregið upp blindan og hleypt inn sólarljósinu sem flæddi um herbergið. Van helsing bauð mér að koma hljóðlega með honum. Við fórum í herbergi hans og innan einnar mínútu herra godalming, dr. Sjór, og mr. Morris voru líka með okkur. Hann sagði þeim það sem mina hafði sagt og hélt áfram: -

„á morgnana förum við til varna. Við verðum núna að takast á við nýjan þátt: frú mín. Ó, en sál hennar er sönn. Það er henni kvöl að segja okkur svo margt sem hún hefur gert; en það er réttast, og okkur er varað við í tíma. Það mega engir möguleikar týnast og í varna verðum við að vera tilbúnir til að bregðast við þegar það skip kemur. "

„hvað eigum við að gera nákvæmlega?" spurði herra. Morris lakonískt. Prófessorinn staldraði við áður en hann svaraði: -

„við munum fara um borð í fyrsta skipið; þá, þegar við höfum borið kennsl á kassann, munum við setja grein villtra rósarinnar á hann. Þetta munum við festa, því að þegar það er þar, getur enginn komið fram; svo segir að minnsta kosti hjátrúin. Og við hjátrú verðum við að treysta til að byrja með; það var trú manna snemma og hún á enn rætur í trú sinni. Þá, þegar við fáum tækifærið sem við sækjumst eftir, þegar enginn er nálægt því að sjá, munum við opna kassann og - og allt mun vera vel. "

„ég skal ekki bíða eftir neinu tækifæri," sagði morris. „þegar ég sé kassann skal ég opna það og eyðileggja skrímslið, þó að það væru þúsund menn að horfa á, og ef ég á að þurrka út fyrir það á næsta augnabliki!" greip ég hönd hans ósjálfrátt og fannst hún eins fast og stálstykki. Ég held að hann hafi skilið útlit mitt; ég vona að hann hafi gert það.

„góði drengur," sagði dr. Van helsing. „hugrakkur drengur. Quincey er allur maður. Guð blessi hann fyrir það. Barnið mitt, trúðu mér að enginn okkar muni halla undan eða staldra við af neinum ótta. Ég geri en segi hvað við getum gert - það sem við verðum að gera. En vissulega getum við ekki sagt hvað við eigum að gera. Það er svo margt sem getur gerst og leiðir þeirra og endir þeirra eru svo margvíslegar að fram að því er ekki víst. Við munum öll vera vopnuð á alla vegu; og þegar tími til enda er kominn, þá vantar ekki áreynslu okkar. Við skulum nú í dag koma öllum málum okkar í lag. Láttu allt það, sem snertir aðra, sem okkur þykir vænt um, og sem er háð okkur, vera heill; því enginn okkar getur sagt hver, hvenær eða hvernig endirinn getur orðið. Hvað varðar mig eru mín eigin mál regluleg; og þar sem ég hef ekkert annað að gera, skal ég gera ráðstafanir varðandi ferðalögin. Ég skal eiga alla miða og svo framvegis á ferð okkar. "

Það var ekkert lengra sagt og við skildu. Ég skal nú gera upp öll mín mál jarðarinnar og vera tilbúin fyrir allt sem kemur…

Seinna. — það er allt búið; vilji minn er gerður og allur heill. Mín ef hún lifir er eini erfinginn minn. Ef það ætti ekki að vera svo, þá munu hinir sem hafa verið svo góðir við okkur hafa það sem eftir er.

Það dregur nú í átt að sólsetur; órói míns vekur athygli mína á því. Ég er viss um að það er eitthvað í hennar huga sem tíminn fyrir nákvæma sólsetur mun leiða í ljós. Þessi tækifæri eru að verða erfiðar tímar fyrir okkur öll, fyrir hvert sólarupprás og sólsetur opnast einhver ný hætta - einhver nýr sársauki, sem þó getur verið að guði sé gott markmið. Ég skrifa alla þessa hluti í dagbókinni þar sem elskan mín má ekki heyra það núna; en ef það gæti verið að hún geti séð þau aftur, þá verða þau tilbúin.

Hún er að hringja í mig.

Kafla xxv

Dr. Dagbók frá frásögn

11. Október, að kvöldi. - jonathan harker hefur beðið mig um að taka þetta fram, þar sem hann segist varla jafngóður verkefninu og hann vilji að nákvæm skrá sé haldið.

Ég held að ekkert okkar hafi komið á óvart þegar við vorum beðin um að sjá frú. Harker aðeins fyrir sólsetur. Seint höfum við skilið að sólarupprás og sólsetur eru tímar þess einkennilega frelsis; þegar gamla sjálfið hennar getur verið augljóst án þess að nokkurt ráðandi vald sé að víkja eða halda aftur af henni eða hvetja hana til aðgerða. Þetta skap eða ástand byrjar hálftíma eða meira fyrir sólarupprás eða sólsetur og varir þar til annaðhvort sólin er mikil, eða meðan skýin eru enn í gangi með geislum sem streyma yfir sjóndeildarhringinn. Í fyrstu er eins konar neikvætt ástand, eins og ef einhver bönd losnuðu, og þá fylgir fljótt hið fullkomna frelsi; þegar frelsið hættir afturhaldinu eða bakslagið kemur fljótt, á undan er aðeins stafað af aðvörunarþögn.

Í nótt, þegar við hittumst, var hún nokkuð þvinguð og bar öll merki um innri baráttu. Ég lagði það sjálfan mig að henni að gera ofbeldi á fyrsta stigi sem hún gat gert. Örfáar mínútur gáfu henni þó fullkomna stjórn á sjálfri sér; síðan bað hún eiginmann sinn að sitja við hliðina á henni í sófanum þar sem hún var hálf liggjandi og lét hún okkur hin koma stólum nærri. Að taka hönd eiginmanns síns í hönd hennar byrjaði: -

„við erum öll hér saman í frelsi, kannski í síðasta skipti! Ég veit, elskan; ég veit að þú munt alltaf vera með mér til enda. "þetta var eiginmaður hennar sem hafði eins og við sjáum hert á hana. „á morgnana förum við að verkefninu og guð einn veit hvað er í boði fyrir eitthvað af okkur. Þú ætlar að vera mér svo góður að taka mig með þér. Ég veit að allt það sem hugrakkir og fullvaxnir menn geta gert fyrir fátæka veika konu, sem sálin er ef til vill týnd - nei, nei, ekki enn, en er í öllum hlutum í húfi - það muntu gera. En þú verður að muna að ég er ekki eins og þú ert. Það er eitur í blóði mínu, í sál minni, sem gæti eyðilagt mig; sem verður að tortíma mér, nema einhver léttir komi til okkar. Ó, vinir mínir, þú veist eins vel og ég, að sál mín er í húfi; og þó ég viti að það er ein leið út fyrir mig, þá máttu það ekki og ég má ekki taka það! "hún leit til okkar allra að nýju, byrjaði og endaði með eiginmanni sínum.

„hvað er svona?" spurði van helsing í hári rödd. „hvað er svona, sem við megum ekki - kannski ekki - taka?"

„svo að ég deyi núna, annað hvort af eigin hendi eða annarri, áður en hið meiri illska er algjörlega unnin. Ég veit, og þú veist, að ef ég var einu sinni dáinn gætirðu og losað ódauðlegan anda minn, eins og þú gerðir lélega lucy minn. Var dauðinn eða óttinn við dauðann, það eina sem stóð í vegi fyrir því að ég myndi ekki skreppa saman til að deyja hérna, innan um vini sem elska mig. En dauðinn er ekki allt. Ég get ekki trúað því að það sé vilji guðs að deyja í slíku tilfelli, þegar von er á undan okkur og biturt verkefni að gera. Þess vegna, ég af minni hálfu, gef hér upp vissuna um eilífa hvíld og fer út í myrkrinu þar sem kunna að vera svörtustu hlutir sem heimurinn eða hinn heimi geymir! "við þögðum öll, því að við vissum ósjálfrátt að þetta var aðeins aðdragandi. Andlit hinna voru stillt og harker óx grátt; kannski giskaði hann betur en nokkur okkar hvað væri í vændum. Hún hélt áfram: -

„þetta er það sem ég get gefið í hotch-pottinn." ég gat ekki annað en tekið eftir hinni flottu lagalegu setningu sem hún notaði á slíkum stað og af fullri alvöru. „hvað muntu gefa hverju ykkar? Líf þitt veit ég, "hélt hún áfram fljótt,„ það er auðvelt fyrir hugrakka menn. Líf þitt er guðs og þú getur gefið þeim aftur til hans; en hvað munt þú gefa mér? "hún leit aftur spurningaleg en í þetta sinn forðaðist andlit eiginmanns síns. Quincey virtist skilja; hann kinkaði kolli og andlit hennar loguðu upp. „þá skal ég segja þér berum orðum hvað ég vil, því að það má ekki vera neitt vafasamt mál í þessu sambandi okkar á milli. Þú verður að lofa mér, einum og öllum - jafnvel þér, ástkærum eiginmanni mínum, - að ef tími gefst, muntu drepa mig. "

„hvað er sá tími?" röddin var kvistin en hún var lítil og þvinguð.

„þegar þú verður sannfærður um að mér er svo breytt að betra er að ég deyi að ég geti lifað. Þegar ég er þannig dauður í holdinu, þá muntu án tafar tefla rekstri í gegnum mig og höggva höfuðið af mér; eða gerðu það sem annað vill vera að vilja veita mér hvíld! "

Quincey var fyrstur til að rísa upp eftir hlé. Hann kraup fram fyrir henni og tók í höndina á henni sagði hátíðlega: -

„ég er aðeins gróft náungi, sem hefur ef til vill ekki lifað eins og maður ætti að vinna slíkan sóma, en ég sver þig við allt það sem ég held heilagt og kært að ef tíminn kæmi, skal ég ekki flinch frá skyldunni sem þú hefur sett okkur. Og ég lofa þér líka, að ég skal gera allt víst, því að ef ég er aðeins í vafa, skal ég taka því að tíminn er kominn! "

„sanni vinur minn!" var það eina sem hún gat sagt innan um hratt fallandi tárin, þar sem hún beygði sig og kyssti hönd hans.

„ég sver það sama, elsku frú mín mín!" sagði van helsing.

"og ég!" Sagði herra guðslegur, hvor um sig á hné á henni til að taka eiðinn. Ég fylgdi sjálfum mér. Þá snéri eiginmaður hennar sér að bleiku auganu og með grænleitri bleikju sem lagði niður snjóhvítt hár hans og spurði: -

„og verð ég líka að lofa svona, konan mín?"

„þú líka, elskan mín," sagði hún með óendanlega þrá eftir samúð í rödd sinni og augum. „þú mátt ekki skreppa saman. Þú ert næst og kærustur og allur heimurinn fyrir mér; sálir okkar eru prjónaðar í eitt, fyrir allt líf og alla tíma. Hugsaðu, kæru, að það hafa verið tímar þar sem hugrakkir menn hafa drepið konur sínar og kvenkyns konur til að koma í veg fyrir að þær falli í hendur óvinarins. Hendur þeirra dundu ekki frekar við því að þeir sem þeir elskuðu báðu þá um að drepa þá. Það er skylda manna gagnvart þeim sem þeir elska, á slíkum tímum sárt prófa! Og ó, elskan mín, ef það á að vera að ég verði að mæta dauðanum hvenær sem er, láttu það vera í hönd hans sem elskar mig best. Dr. Van helsing, ég hef ekki gleymt miskunn þinni í máli lélegs lucy gagnvart honum sem elskaði "- hún hætti með fljúgandi blush og breytti orðtaki hennar -„ við hann sem hafði rétt á að veita henni frið. Ef sá tími kemur aftur leita ég til þín til að gera það ánægjulegt minning um líf eiginmanns míns að það hafi verið kærleiksrík hönd hans sem hafi frelsað mig frá hræðilegu spennunni. "

„aftur sver ég!" kom hljómrödd rödd prófessorsins. Frú. Harker brosti, jákvætt brosti, eins og með andvarpa léttir hún hallaði sér aftur og sagði: -

„og nú er eitt orð viðvörunar, viðvörun sem þú mátt aldrei gleyma: að þessu sinni, ef hún kemur einhvern tíma, gæti komið fljótt og óvænt, og í slíkum tilvikum verður þú ekki að missa tíma í að nota tækifærið þitt. Á slíkum tíma gæti ég sjálfur verið - nei! Ef tíminn kemur, skal vera - hleypur af stað með óvinum þínum gegn þér. "

„ein beiðni í viðbót;" varð hún mjög hátíðleg þegar hún sagði þetta, „það er ekki lífsnauðsynlegt og nauðsynlegt eins og hitt, en ég vil að þú gerðir eitt fyrir mig, ef þú vilt." við höfum öll tekið saman en enginn talaði ; það var engin þörf á að tala: -

„ég vil að þú lestir greftrunarþjónustuna." hún var rofin af djúpum andvörpum frá eiginmanni sínum; hún tók höndina í hendurnar, hélt henni yfir hjartað og hélt áfram: „þú verður að lesa það yfir mér einhvern daginn. Hvað sem um þetta allt hræðilega ástand er að ræða, það mun vera okkur öllum eða sumum ljúf hugsun. Þú, elskan mín, mun ég vona að þú hafir lesið hana, því að hún mun vera í raust þinni í minningunni um aldur og ævi - komdu það sem kann! "

„en ó, elsku minn," sagði hann, „dauðinn er fjarri þér."

„nei," sagði hún og hélt upp viðvörunarhönd. „ég er djúpari í dauðanum á þessari stundu en ef þungi jarðneskrar grafar lagði mig þunga!"

„ó, kona mín, á ég að lesa það?" sagði hann áður en hann byrjaði.

„það myndi hugga mig, maðurinn minn!" var allt sem hún sagði; og hann byrjaði að lesa þegar hún hafði fengið bókina tilbúna.

„hvernig get ég - hvernig gæti einhver sagt frá þeirri undarlegu senu, hátíðleika hennar, drungleika, sorg, hryllingi; og að sama skapi sætleik þess. Jafnvel efasemdarmaður, sem getur ekki séð annað en leifar af beiskum sannleika í öllu heilögu eða tilfinningaþrungnu, hefði verið bráðið til hjartans hefði hann séð þennan litla hóp ástríkra og hollustu vina krjúpa um hina sláu og sorglegu konu; eða heyrði blíðan ástríðu í rödd eiginmanns síns, eins og í tónum sem eru svo brotnir af tilfinningum að hann þurfti oft að gera hlé, las hann þá einföldu og fallegu þjónustu frá greftrun hinna látnu. I — ég get ekki haldið áfram — orðum — og — v-rödd — f-fail m-mér! "

Hún hafði rétt fyrir sér í eðlishvötinni. Undarlegt eins og allt var, furðulegt eins og það sem hér eftir kann að virðast jafnvel fyrir okkur sem fannst öflug áhrif þess á þeim tíma, það huggaði okkur mikið; og þögnina, sem sýndi frv. Komandi tilfinning harkeris frá sálarfrelsi sínu, virtist ekki okkur full af örvæntingu eins og við höfðum óttast.

Dagbók jonathan harkers.

15. Október, varna. - við lögðum af stað kross að morgni 12., fengum okkur til parísar sömu nótt og fórum með staðina sem voru tryggðir fyrir okkur í orient express. Við fórum nótt og dag, komum hingað um klukkan fimm. Lord godalming fór til ræðismannsskrifstofunnar til að athuga hvort eitthvert símskeyti væri komið fyrir hann, meðan við hin komum á þetta hótel - „odessus." ferðin kann að hafa haft atvik; ég var samt of fús til að komast áfram, sjá um þau. Þangað til czarina catherine kemur í höfn mun það ekki vera áhugi fyrir mér í neinu í heiminum. Guði sé lof! Mina er vel, og lítur út fyrir að verða sterkari;

liturinn hennar er að koma aftur. Hún sefur mikið; alla ferðina svaf hún næstum því allan tímann. Fyrir sólarupprás og sólsetur er hún hins vegar mjög vakandi og vakandi; og það hefur orðið vani hjá van helsing að dáleiða hana á slíkum stundum. Í fyrstu þurfti nokkra fyrirhöfn og þurfti hann að gera mörg færi; en nú virðist hún skila sér í einu, eins og af vana, og varla þarf neinar aðgerðir. Hann virðist hafa vald á þessum tilteknu augnablikum til að einfaldlega vilja og hugsanir hennar hlýða honum. Hann spyr hana alltaf hvað hún geti séð og heyrt. Hún svarar því fyrsta: -

"ekkert; allt er dimmt. "og á öðru: -

„ég heyri öldurnar flakka á skipinu og vatnið þjóta framhjá. Striga og strengjaálag og möstur og garðar kraga. Vindurinn er mikill - ég heyri það í skikkjum og boginn kastar froðunni til baka. "það er augljóst að czarina catherine er enn á sjónum og flýtir sér á leið til varna. Lord godalming er nýkominn aftur. Hann var með fjögur símskeyti, eitt á hverjum degi frá því að við byrjuðum, og öll með sömu áhrif: að ekki hafi verið tilkynnt um czarina catherine frá lloyd's hvaðan sem er. Hann hafði skipulagt áður en hann fór frá london að umboðsmaður hans ætti að senda honum á hverjum degi símskeyti þar sem sagt væri frá skipinu. Hann átti að hafa skilaboð, jafnvel þótt ekki væri greint frá henni, svo að hann gæti verið viss um að það væri verið að halda vakt á hinum enda vírsins.

Við fengum kvöldmat og fórum snemma að sofa. Á morgun verðum við að sjá varafulltrúa og skipuleggja, ef við getum, um að komast um borð í skipið um leið og hún kemur. Van helsing segir að líkur okkar séu á að komast á bátinn milli sólarupprásar og sólseturs. Talningin getur ekki farið yfir rennandi vatnið af eigin vilja og jafnvel þó að hann taki form kylfu og geti því ekki farið úr skipinu. Þar sem hann þorir ekki að breyta í form mannsins án tortryggni - sem hann augljóslega vill forðast - verður hann að vera í kassanum. Getum við komið um borð eftir sólarupprás, þá er hann miskunnsamur; því að við getum opnað kassann og gengið úr skugga um hann, eins og við gerðum af lélegri lucy, áður en hann vaknar. Hvaða miskunn hann mun fá frá okkur mun ekki telja mikið. Við teljum að við eigum ekki í miklum vandræðum með embættismenn eða sjómenn. Guði sé lof! Þetta er landið þar sem mútugreiðsla getur gert hvað sem er og okkur er vel búinn peningum. Við verðum aðeins að ganga úr skugga um að skipið geti ekki komið í höfn milli sólseturs og sóluppprásar án þess að við höfum verið varað við því og við verðum örugg. Dómari moneybag mun leysa þetta mál, held ég!

16. Október. - skýrsla mina er enn sú sama: sleppa öldum og flýta vatni, myrkrinu og ívilna vindum. Við erum greinilega á góðum tíma og þegar við heyrum af czarina catherine verðum við tilbúin. Þar sem hún verður að fara framhjá dardanellunum erum við viss um að hafa einhverja skýrslu.

. . . .

17. Október. - held ég að allt gangi vel fyrir talningunni þegar hann kemur aftur frá tónleikaferðalagi sínu. Godalming sagði flutningsmönnunum að hann hefði ímyndað sér að kassinn sem sendur var um borð gæti innihaldið eitthvað stolið frá vini hans og fékk hálft samþykki fyrir því að hann gæti opnað hann á eigin ábyrgð. Eigandinn gaf honum pappír sem sagði skipstjóranum að veita honum alla aðstöðu til að gera það sem hann valdi um borð í skipinu, og einnig svipaða heimild og umboðsmaður hans í varna. Við höfum séð umboðsmanninn, sem var mikið hrifinn af góðmennsku sinni við hann og við erum öll ánægð með að allt sem hann getur gert til að aðstoða óskir okkar verði gert. Við höfum þegar skipulagt hvað við eigum að gera ef við opnum kassann. Ef talningin er til staðar mun van helsing og saur klippa höfuðið af í einu og reka hlut í gegnum hjartað. Morris og godalming og ég skal koma í veg fyrir truflanir, jafnvel þó að við

verðum að nota handleggina sem við verðum tilbúin.
Prófessorinn segir að ef við getum svo meðhöndlað lík grefans
þá muni það fljótlega falla í ryk. Í slíkum tilvikum væru engar
sannanir á hendur okkur, ef einhver grunur um morð vakti. En
jafnvel þó svo væri ekki, þá ættum við að standa eða falla með
verki okkar, og kannski einhvern daginn gæti einmitt þetta
handrit verið sönnunargögn um að koma milli okkar og reipi.
Fyrir sjálfan mig ætti ég að taka tækifærið aðeins of þakklátlega
ef það kæmi. Við ætlum að láta engan stein vera ósnúinn til að
framkvæma ásetning okkar. Við höfum samið við ákveðna
embættismenn um að augnablikið sem czarina catherine sést, að
okkur ber að láta vita af sérstökum boðbera.

24. Október. - heila viku bið. Dagleg símskeyti til guðsveipa, en
aðeins sömu sögu: „ekki enn greint." mín og morgna svefnlyf
svar er ekki til staðar: sleppa öldum, þjóta vatni og creaking
möstrum.

Símskeyti, 24. Október.

Rufus smith, lloyd's, london, to lord godalming, care of hbm

Varafræðismaður, varna.

„czarina catherine greindi frá þessu í morgun frá dardanelles."

Dr. Dagbók frá frásögn.

25. Október. - hvernig sakna ég hljóðritunar míns! Að skrifa
dagbók með penna er óákveðinn fyrir mig; en van helsing segir

að ég verði. Við vorum öll villt með eftirvæntingu í gær þegar godalming fékk símskeyðið sitt frá lloyd's. Ég veit núna hvað mönnum líður í bardaga þegar ákall til aðgerða heyrist. Frú. Harker, einn af flokknum okkar, sýndi engin merki um tilfinningar. Eftir allt saman er það ekki skrýtið að hún hafi ekki gert það; því við gættu þess sérstaklega að láta hana ekki vita neitt um það og öll reyndum við að sýna ekki neina eftirvæntingu þegar við vorum í návist hennar. Í gamla daga hefði hún, vissulega, tekið eftir því, sama hvernig við hefðum reynt að leyna því; en á þennan hátt er henni mikið breytt síðastliðnar þrjár vikur. Svefnleysið vex á henni, og þó hún virðist sterk og vel, og sé að fá smá lit aftur, van helsing og ég er ekki sáttur. Við tölum oft um hana; við höfum þó ekki sagt orð við hina. Það myndi brjóta hjarta fátækra harkers - vissulega taugar hans - ef hann vissi að við höfðum jafnvel grun um málið. Van helsing skoðar, segir hann mér, tennur hennar mjög vandlega, meðan hún er í svefnlyfi, því að hann segir að svo framarlega sem þær byrji ekki að skerpa þá sé engin hætta á breytingu á henni. Ef þessi breyting ætti að koma, þá þyrfti að taka skref! ... Við vitum bæði hver þessi skref yrðu að vera, þó að við minnumst ekki hugsana okkar hvert við annað. Við ættum hvorki okkar að skreppa frá verkefninu - hræðilegt þó að það sé til umhugsunar. „líknardráp" er frábært og hughreystandi orð! Ég er þakklátur þeim sem fundu það upp.

Það er aðeins um sólarhring sigling frá dardanelles hingað, miðað við það hlutfall sem czarina catherine er komið frá london. Hún ætti því að koma einhvern tíma á morgnana; en þar sem hún getur ómögulega komist inn áður þá erum við öll að fara að hætta störfum snemma. Við munum fara á fætur klukkan eitt til að vera tilbúin.

25. Október, á hádegi. - enn engar fréttir af komu skipsins. Frú. Dáleiðandi skýrsla harkers í morgun var sú sama og venjulega,

svo það er mögulegt að við fáum fréttir hvenær sem er. Við mennirnir erum allir í spennu hita nema harker, sem er logn; hendur hans eru kaldar eins og ís, og fyrir klukkutíma síðan fann ég hann væla á brún hinnar miklu ghoorka hnífs sem hann hefur nú alltaf með sér. Það verður slæmt útlit fyrir talninguna ef brún þess "kukri" snertir einhvern tímann hálsinn, knúinn áfram af þeirri strangu, ísköldu hendi!

Van helsing og mér var svolítið brugðið varðandi frú. Harker í dag. Um hádegi lenti hún í eins konar svefnhöfgi sem okkur líkaði ekki; þó við héldum þögn fyrir hinum, vorum við hvorugur okkar ánægður með það. Hún hafði verið eirðarlaus allan morguninn, svo að við vorum í fyrstu fegin að vita að hún svaf. Þegar eiginmaður hennar minntist svo frjálslega á að hún svaf svo vel að hann gæti ekki vakið hana, fórum við í herbergi hennar til að sjá okkur sjálf. Hún andaði náttúrulega og leit svo vel út og friðsöm að við vorum sammála um að svefninn væri betri fyrir hana en nokkuð annað. Aumingja stelpa, hún hefur svo mikið að gleyma því að það er engin furða að svefninn, ef það vekur gleymsku, gerir henni það gott.

Seinna. - okkar skoðun var réttmæt, því þegar hún vaknaði eftir nokkrar klukkustundir í svefni, virtist hún bjartari og betri en hún hafði verið í marga daga. Við sólsetur gerði hún venjulega dáleiðandi skýrslu. Hvar sem hann kann að vera í svartahafinu, þá er greifinn að flýta sér á áfangastað. Til dóms hans, ég treysti!

26. Október. - annar dagur og engin tíðindi af czarina catherine. Hún ætti að vera hérna núna. Að hún sé enn að ferðast einhvers staðar sést, fyrir frv. Dáleiðandi skýrsla harkers við sólarupprás var enn sú sama. Hugsanlegt er að skipið liggi stundum við þoku; sumir af gufuskipunum sem komu inn í gærkvöld

tilkynntu um þokur bæði norður og sunnan við höfnina. Við verðum að halda áfram að fylgjast með, þar sem nú er hægt að gefa merki um skipið.

27. Október, hádegi. - undarlegast; enn engar fréttir af skipinu sem við bíðum eftir. Frú. Harker greindi frá því í gærkveldi og í morgun eins og venjulega: „sleppa öldum og flýta vatni," þó að hún bætti við að „öldurnar væru mjög daufar." símskeytin frá london hafa verið eins: „engin frekari skýrsla." van helsing er mjög kvíða , og sagði mér einmitt núna að hann óttast að talningurinn sleppi hjá okkur. Bætti hann verulega við: -

„mér líkaði ekki sú svefnleysi hjá frú mina. Sálir og minningar geta gert undarlega hluti meðan á transi stendur. "ég ætlaði að spyrja hann meira en harker kom bara inn og hann hélt upp viðvörunarhönd. Við verðum að reyna í nótt við sólsetur til að láta hana tala betur þegar hún er í svefnlyfinu.

28. Október. - símskeyti. Rufus smith, london, to lord godalming, care hbm vice consul, varna.

„czarina catherine tilkynnti að hún færi til galatz klukkan eitt í dag."

Dr. Dagbók frá frásögn.

28. Október. - þegar símskeyðið tilkynnti komu galaz finnst mér það ekki vera neitt okkar áfall eins og búast mátti við. Satt, við vissum ekki hvaðan eða hvernig eða hvenær boltinn kæmi; en ég held að við reiknuðum öll með að eitthvað skrýtið myndi gerast.

Seinkun komunnar á varna gerði okkur ánægð með að hlutirnir yrðu ekki eins og við höfðum búist við; við biðum aðeins eftir að læra hvar breytingin átti sér stað. Engu að síður var það þó á óvart. Ég geri ráð fyrir að náttúran virki á svo vonargrundvelli að við trúum á móti okkur sjálfum að hlutirnir verða eins og þeir ættu að vera, ekki eins og við ættum að vita að þeir verða. Transcendentalism er leiðarljós fyrir englana, jafnvel þó það sé vilji fyrir manninn. Þetta var skrýtin reynsla og við tókum því öll á annan hátt. Van helsing rétti hönd sína yfir höfuð sér í smá stund, eins og í hugarburði við almúginn; en hann sagði ekki orð, og stóð upp á nokkrum sekúndum með andlit sitt harðlega sett. Lord godalming varð mjög föl og sat öndun þungt. Ég var sjálfur hálf töfrandi og horfði undrandi á fætur öðru. Quincey morris herti beltið með þeirri snöggu hreyfingu sem ég þekkti svo vel; á gömlu ráfardögum okkar þýddi það „aðgerð.“ frú. Harker varð ógeðslega hvítur, svo að örin á enni hennar virtust brenna, en hún felldi saman hógværar og leit upp í bæn. Harker brosti - brosti reyndar - dimmt, biturt bros þess sem er án vonar; en á sama tíma hvatti aðgerð hans til orða, því að hendur hans leituðu ósjálfrátt eftir hjalti mikils kukri hnífs og hvíldu þar. „hvenær byrjar næsta lest fyrir galatz?“ sagði van helsing við okkur almennt.

„klukkan 6:30 á morgun!“ byrjuðum við öll, því að svarið kom frá frú. Harker.

„hvernig í ósköpunum veistu?“ sagði list.

„þú gleymir — eða kannski veistu það ekki, þó að jónon geri það og það gerir dr. Van helsing — að ég sé lestarfarinn. Heima í exeter notaði ég alltaf tímatöflurnar til að hjálpa manninum mínum. Mér fannst það svo gagnlegt stundum, að ég geri alltaf rannsókn á tímatöflunum núna. Ég vissi að ef eitthvað myndi fara með okkur í drakúlu kastala ættum við að fara um galatz, eða hvað sem er í gegnum bucharest, svo ég lærði tímana mjög vandlega. Óheppilegt að það eru ekki margir að læra þar sem eina lestin á morgun fer eins og ég segi. "

„dásamleg kona!" muldraði prófessorinn.

„getum við ekki fengið sérstaka?" spurði herra guðlaunandi. Van helsing hristi höfuðið: „ég óttast það ekki. Þetta land er mjög frábrugðið þínu eða þínu; jafnvel þó að við hefðum sérstakt, þá myndi það líklega ekki koma eins fljótt og venjulega lestin okkar. Ennfremur höfum við eitthvað að undirbúa. Við verðum að hugsa. Skulum nú skipuleggja. Þú, vinur arthur, farðu í lestina og fáðu miðana og skipuleggðu að allir séu tilbúnir fyrir okkur að fara á morgnana. Viltu, vinur jonathan, fara til umboðsmanns skipsins og fá frá honum bréf til umboðsmanns í galatz, með heimild til að leita í skipinu alveg eins og það var hér. Morris quincey, þú sérð varafulltrúann og fá aðstoð hans við náunga sinn í galatz og allt sem hann getur gert til að gera leið okkar slétt, svo að engir tímar tapist þegar yfir dóná. John verður áfram hjá frú mín og mér og við munum hafa samráð. Því ef tíminn er langur gætirðu tafist; og það mun ekki skipta máli hvenær sólin set, þar sem ég er hér með frú til að gera skýrslu. "

„og ég," sagði frú. Harker bjart og líkari gamla sjálfinu en hún hafði verið lengi í dag, „skal reyna að nýtast á allan hátt og hugsa og skrifa fyrir þig eins og ég áður gerði. Eitthvað er að breytast frá mér á einhvern undarlegan hátt og mér líður frjálsara en ég hef verið seinn! "yngri mennirnir þrír litu ánægðari út í augnablikinu þegar þeir virtust átta sig á mikilvægi orða hennar; en van helsing og ég, snéri sér að hvor öðrum, hittu hvor alvarlega og órótt augnaráð. Við sögðum samt ekkert á þeim tíma.

Þegar mennirnir þrír höfðu farið út í verkefni sín, spurði van helsing frú. Harker að fletta upp afriti dagbókanna og finna hann þann hluta dagbókar harkers við kastalann. Hún fór til að fá það; þegar hurðinni var lokað á hana sagði hann við mig: -

„við meinum það sama! Tala upphátt!"

„það er einhver breyting. Það er von sem gerir mig veikan, því að hún getur blekkt okkur. "

„alveg svo. Veistu af hverju ég bað hana að fá handritið? "

„nei!" sagði ég, „nema það væri til þess að fá tækifæri til að sjá mig einn."

„þú hefur að hluta til rétt, vinur john, en aðeins að hluta. Mig langar að segja þér svolítið. Og ó, vinur minn, ég tek mikla - hræðilega - áhættu; en ég tel það rétt. Á því augnabliki þegar frú mina sagði þessi orð sem handtaka bæði skilning okkar, kom mér innblástur. Í trans fyrir þremur dögum sendi greifinn henni anda sinn til að lesa huga hennar; eða meira eins og hann fór með hana til að sjá hann í jarðkassanum sínum í skipinu með vatni þjóta, rétt eins og það fer laus við hækkun og sólskin. Hann lærir þá að við erum hér; því að hún hefur meira að segja í opnu lífi sínu með augu að sjá og eyru til að heyra en hann, lokað, eins og hann er, í kistukassanum sínum. Nú leggur hann sig fram um að flýja okkur. Sem stendur vill hann að hún hafi ekki.

„hann er viss um með svo mikla þekkingu að hún mun hringja í hann; en hann skar hana af - taktu hana, eins og hann getur, af eigin krafti, svo að hún komi ekki til hans. Ah! Þar hef ég von um að mannheili okkar sem hafa verið svo lengi sem maðurinn hafi og ekki hafa misst náð guðs, komi hærra en barnaheila hans sem liggja í gröf hans um aldir, sem vaxa ekki enn til vexti okkar, og það virka aðeins eigingirni og því lítil. Hér kemur frú mina; ekki orð við hana um hennar trance! Hún veit það ekki; og það myndi gagntaka hana og gera örvæntingu rétt þegar við viljum alla hennar von, allt hugrekki hennar; þegar mest er viljum við hafa allan hennar mikla heila sem er þjálfaður eins og heili karlmannsins, en er af ljúfri konu og hefur sérstakt vald sem talan gefur henni, og sem hann kann ekki að fjarlægja með öllu - þó hann telji það ekki. Hvass! Leyfðu mér að tala, og þú munt læra. Ó, john, vinur minn, við erum í hræðilegu áreiti. Ég óttast, eins og ég hafði aldrei óttast áður. Við getum aðeins treyst hinum góða guði. Þögn! Hér kemur hún! "

Ég hélt að prófessorinn ætlaði að brjóta niður og vera með móðursýki, alveg eins og hann hafði þegar lucy dó, en með mikilli fyrirhöfn stjórnaði hann sjálfum sér og var í fullkominni taugaveiklun þegar frú. Harker labbaði inn í herbergið, björt og glöð útlit og við vinnuna virðist hún gleymast eymd sinni. Þegar hún kom inn afhenti hún van helsing fjölda blöð af leturgerð. Hann horfði gróft yfir þau og andlit hans bjartara þegar hann las. Hélt síðan á síðurnar á milli fingurs og þumalfingurs og sagði:

„vinur john, til þín með svo mikla reynslu nú þegar - og þú líka, elsku frú mín, sem ert ung - hér er kennslustund: óttast aldrei að hugsa. Hálf hugsun hefur verið að suða oft í heila mínum en ég óttast að láta hann lausa vængi sína. Hérna, með meiri þekkingu, fer ég aftur þangað sem þessi hálfhugsun kemur og mér finnst hann alls ekki vera hálf hugsun; að vera heil hugsun, þó svo ung að hann sé ekki enn sterkur að nota litlu vængjana sína. Nei, eins og „ljótur andinn" af hans andersen vini mínum, hann er alls ekki andhugsun heldur stór svanahugsun sem siglir göfugt á stórum vængjum þegar tími gefst til að hann reyni þær. Sjá ég las hér það sem jonathan hefur skrifað: -

„sá annar í kynþætti hans sem á síðari tíma, aftur og aftur, færði sveitir sínar yfir fljótið mikla inn í kalkúnaland; sem kom aftur og aftur og aftur, þó að hann yrði barinn aftur, þó að hann yrði að koma einn af blóðugum vettvangi þar sem hermönnum hans var slátrað, þar sem hann vissi að hann einn gat að lokum sigrað. "

„hvað segir þetta okkur? Ekki mikið? Nei! Barnahugsun greifans sér ekkert; þess vegna talar hann svo frjáls. Maður-hugsun þín sér ekkert; mín maður hugsaði ekkert, fyrr en núna. Nei! En það kemur annað orð frá einhverjum sem talar án umhugsunar vegna þess að hún veit líka ekki hvað það þýðir - hvað það gæti þýtt. Alveg eins og það eru þættir sem hvílast, en þegar þeir eru á náttúrunni fara þeir á leið og þeir snerta - þá púff! Og þar kemur ljósflass, himinn á breidd, sem blindir og drepur og eyðileggur suma; en það birtist öll jörð fyrir neðan fyrir rönd og deildir. Er það ekki svo? Jæja, ég skal útskýra. Til að byrja, hefur þú einhvern tíma kynnt þér heimspeki glæpa? 'Já og nei.' þú, john, já; því að það er rannsókn á geðveiki. Þú, nei, frú mín; vegna glæpa snertu þig ekki - ekki heldur einu sinni. Enn, hugur þinn virkar sannur og heldur því fram að ekki sé sérstaklega átt við um það. Það er þetta sérkenni hjá glæpamönnum. Það er svo stöðugt, í öllum löndum og á öllum tímum, að jafnvel lögregla, sem þekkir ekki mikið til heimspekinnar, kynnist henni reynslunni, að svo er. Það er að vera reynslan. Glæpamaðurinn vinnur alltaf við einn glæp - það er hinn raunverulegi glæpamaður sem virðist vera ofsafenginn fyrir glæp og sem mun enginn annar. Þessi glæpamaður hefur ekki fullan mannshug. Hann er snjall og lævís og útsjónarsamur; en hann er ekki með mannlega vexti hvað heilann varðar. Hann er af barnaheilum í miklu. Nú er þessi glæpamaður okkar líka fyrirskipaður glæpum; hann hefur líka barnaheil og það er af barninu að gera það sem hann hefur gert. Litli fuglinn, litli fiskurinn, litla dýrin læra ekki að meginreglu, heldur reynslunni; og þegar hann lærir að gera, þá er það honum til grundvallar að byrja að gera meira. 'Dos pou sto,' sagði archimedes. 'Gefðu mér stoð og ég skal hreyfa heiminn!' að gera einu sinni, er stoðpunkturinn þar sem barnaheila verður mannsheili; og þar til hann hefur tilganginn að gera meira, heldur hann áfram að gera það sama í hvert skipti, rétt eins og hann hefur gert áður! Ó, elskan mín, ég sé að augun þín eru opnuð, og að eldingarflassið sýnir þér allar rásirnar, "fyrir frú. Harker byrjaði að klappa í hendurnar og augun hennar glitruðu. Hann hélt áfram: -

„nú skalt þú tala. Segðu okkur tveimur þurrum vísindamönnum hvað þú sérð með þessum svo björtu augum. "hann tók í hönd hennar og hélt í hana meðan hún talaði. Fingri hans og þumalfingur lokaði á púlsinn hennar, eins og ég hugsaði ósjálfrátt og ómeðvitað, þegar hún talaði: -

„talningin er glæpsamleg og af glæpsamlegri gerð. Nordau og lombroso myndu flokka hann svo og glæpamaður að hann er ófullkominn myndaður huga. Þannig að í erfiðleikum þarf hann að leita að auðlindum í vana. Fortíð hans er vísbending, og ein blaðsíða hennar sem við þekkjum - og frá eigin vörum - segir frá því að einu sinni áður, hvenær í hvað mr. Morris kallaði „þéttan stað", hann fór aftur til síns eigin lands frá því landi sem hann hafði reynt að ráðast inn í, og þaðan, án þess að missa tilganginn, bjó hann sig undir nýtt átak. Hann kom aftur betur búinn til verka sinna; og vann. Svo hann kom til london til að ráðast inn í nýtt land. Hann var barinn og þegar öll von um árangur tapaðist og tilvist hans í hættu flúði hann aftur yfir hafið heim til sín; rétt eins og áður hafði hann flúið aftur yfir dóná frá kalkúnalandinu. "

"gott gott! Ó, þú svo snjall kona! "sagði van helsing ákaft þegar hann laut og kyssti hönd hennar. Augnabliki síðar sagði hann við mig, eins rólega og við hefðum haft samráð við sjúkrastofu:

„aðeins sjötíu og tveir; og í allri þessari spennu. Ég hef von. "hann snéri sér aftur að henni og sagði af mikilli eftirvæntingu: -

„en haltu áfram. Haltu áfram! Það er meira að segja hvort þú gerir það. Ekki vera hræddur; john og ég veit það. Ég geri það í öllum tilvikum og skal segja þér hvort þú hefur rétt fyrir þér. Tala, án ótta! "

"ég mun reyna að; en þú munt fyrirgefa mér ef mér virðist egódískt. "

"nei! Óttastu ekki, þú verður að vera egóisti, því það er þér sem við hugsum. "

„eins og hann er glæpamaður, þá er hann eigingirni; og þar sem greind hans er lítil og verkun hans byggist á eigingirni, einskorðast hann sig við einn tilgang. Sá tilgangur er iðrun. Þegar hann flúði aftur yfir dóná og lét krafta sína skera í sundur, svo nú er hann áform um að vera öruggur, kærulaus af öllu. Svo að eigingirni hans frelsar sál mína nokkuð frá þeim hræðilegu krafti sem hann öðlaðist yfir mig á þessari hrikalegu nótt. Mér fannst það! Ó, mér fannst það! Þakka guði, fyrir mikla miskunn hans! Sál mín er frjálsari en verið hefur frá þessari hræðilegu stund; og allt sem ásækir mig er ótti, að hann gæti ekki notað einhvern vitneskju í einhverjum trance eða draumi til að ná markmiðum sínum. "

„hann hefur svo notað hug þinn; og með því hefur hann skilið okkur eftir hér í varna, meðan skipið sem flutti hann hljóp í gegnum umlykjandi þoku upp að galatz, þar sem hann eflaust hafði undirbúið sig fyrir að flýja frá okkur. En barnasálin hans sá aðeins svo langt; og það getur verið að eins og alltaf er í guðs forsjá, reynist það hlutverk, sem illmennið hefur mest reiknað með til eigingirni, sem mesta skaða. Veiðimaðurinn er tekinn í eigin snöru eins og sálmaritarinn mikill segir. Því að nú, að hann heldur að hann sé laus við öll ummerki um okkur öll, og að hann hafi sloppið við okkur með svo marga tíma til hans, þá mun eigingjörn barnaheili hans hvísla honum að sofa. Hann hugsar líka að þegar hann skar sig úr því að þekkja huga þinn, þá getur engin vitneskja um hann komið fyrir þig; það er þar sem hann mistakast! Þessi hræðilega blóðskírn, sem hann gefur þér, gerir þér frjálst að fara til hans í anda, eins og þú hefur gert enn á frítímum þínum, þegar sólin rennur upp og setur. Á slíkum stundum ferðu eftir mínum vilja og ekki hans; og þessum krafti til góðs fyrir þig og aðra, eins og þú hefur unnið frá þjáningum þínum í höndum hans. Þetta er nú öllu dýrmætara að hann þekkir það ekki, og til að verja sig hefur hann jafnvel klippt sig undan þekkingu sinni á okkar hvar. Við erum hins vegar ekki eigingjörn og við trúum því að guð sé með okkur í gegnum alla þessa myrkur og þessar mörgu myrku stundir. Við munum fylgja honum; og við munum ekki flinka; jafnvel þó að við förum sjálf með okkur að við verðum eins og hann. Vinur john, þetta hefur verið frábær klukkutími; og það hefur gert mikið til að koma okkur áleiðis. Þú verður að vera skrifari og skrifa hann alla niður, svo að þegar hinir snúa aftur úr starfi sínu, þá geturðu gefið þeim það; þá munu þeir vita eins og við. "

Og svo hef ég skrifað það á meðan við bíðum aftur og frú. Harker hefur skrifað með ritvélinni sinni allt síðan hún kom með ms. Til okkar.

Kafla xxvi

Dr. Dagbók frá frásögn

29. Október. — þetta er skrifað í lestinni frá varna til galatz. Í gærkvöldi tókum við öll saman nokkru fyrir sólsetur. Hvert okkar hafði unnið sín verk eins vel og hann gat; svo langt sem hugsað er, og leitast og tækifærin ganga, erum við tilbúin fyrir alla ferð okkar og fyrir vinnu okkar þegar við komum til galatz. Þegar venjulegur tími kom um frv. Harker undirbjó sig fyrir svefnlyfið sitt; og eftir lengri og alvarlegri viðleitni af hálfu van helsing en hefur verið venjulega þarf, sökk hún í trans. Venjulega talar hún í skyn; en í þetta skiptið þurfti prófessorinn að spyrja hana spurninga og spyrja þær nokkuð einbeitt áður en við gátum lært eitthvað; loksins kom svar hennar: -

„ég sé ekkert; við erum enn; engar bylgjur hverfa, heldur aðeins stöðugur vatnsflaumur sem rennur mjúklega á móti skálanum. Ég heyri mannamál starf, nær og fjær, og rúlla og creak árar í rowlocks. Byssu er rekinn einhvers staðar; bergmálið af því virðist langt í burtu. Þar er troðið á fótum yfir höfuð og reipi og keðjur dregnar með. Hvað er þetta? Þar er ljós ljóma; ég finn að loftið blæs á mig. "

Hér hætti hún. Hún hafði risið, eins og hvati, þaðan sem hún lá í sófanum og lyfti báðum höndunum, lófunum upp, eins og hún lyfti þyngdinni. Van helsing og ég leit á hvor aðra af skilningi. Quincey lyfti augabrúnunum örlítið og horfði augum á hana, meðan hönd harkers lokaði ósjálfrátt um hjalt kukri hans. Það var löng hlé. Við vissum öll að tíminn þegar hún gat talað var að líða; en okkur fannst það gagnslaust að segja neitt. Skyndilega settist hún upp og, þegar hún opnaði augun, sagði hún ljúft: -

„myndi enginn ykkar vilja bolla af te? Þið verðið allir að vera svo þreyttir! "við gátum aðeins gert hana hamingjusama og svo hlédrægar. Hún lagði af stað til að fá sér te; þegar hún var farin van helsing sagði: -

„sjáðu, vinir mínir. Hann er nálægt landi: hann er farinn frá jarðarkistunni. En hann hefur enn ekki komist á land. Á nóttunni kann hann að liggja eitthvað falinn; en sé hann ekki fluttur á land eða ef skipið snertir það, getur hann ekki náð landinu. Í slíkum tilvikum getur hann, ef það er á nóttunni, breytt um form og getur hoppað eða flogið á land eins og hann gerði á hvítum. En ef dagur kemur áður en hann kemst á land, þá getur hann ekki flúið nema hann sé borinn. Og ef hann er borinn, geta tollverðirnir uppgötvað hvað í kassanum er að finna. Þannig að í lagi, ef hann sleppur ekki við ströndina í nótt, eða fyrir dögun, þá mun hann tapa honum allan daginn. Við kunnum þá að koma í tíma; því að ef hann sleppur ekki á nóttunni, þá munum við koma yfir hann á daginn, hnefaleikakenndir og miskunnsamir; því að hann þorir ekki að vera hið sanna sjálf, vakandi og sýnilegur, svo að hann verði ekki uppgötvaður. "

Það var ekki meira að segja, þannig að við biðum í þolinmæði þar dögun; á þeim tíma lærum við meira af frú. Harker.

Snemma í morgun hlustuðum við, með andardráttarlausum kvíða, á viðbrögð hennar í trance hennar. Svefnlyf stigi var jafnvel lengur að koma en áður; og þegar leið á tímann þar til fullur sólarupprás var svo stutt að við fórum að örvænta. Van helsing virtist henda allri sál sinni í áreynsluna; loksins, í hlýðni við vilja hans, svaraði hún: -

„allt er dimmt. Ég heyri lappandi vatn, jafna sig við mig og sumt kreipa eins og tré á tré. "hún tók hlé og rauða sólin skaust upp. Við verðum að bíða fram á nótt.

Og svo er það að við erum að ferðast í átt að galatz í kvöl eftirvæntingar. Við erum að koma á milli klukkan tvö og þrjú á morgnana; en þegar við erum með þéttbýlinu erum við þremur tímum of seint, þannig að við getum ekki komist fyrr en vel eftir sólarupprás. Þannig munum við hafa tvö svefnlyfari skilaboð frá frú. Harker; annað hvort eða bæði geta hugsanlega varpað meira ljósi á það sem er að gerast.

Seinna. - sólsetur er kominn og horfinn. Sem betur fer kom það á þeim tíma þegar enginn truflun var; því ef við værum á stöðinni hefðum við ekki getað tryggt okkur nauðsynlega ró og einangrun. Frú. Harker veitti svefnlyfinu enn minna fúslega en í morgun. Ég er hræddur um að kraftur hennar til að lesa skynjanir greifans gæti dottið burt, rétt þegar við viljum mest. Mér sýnist að ímyndunaraflið sé farið að virka. Meðan hún hefur verið í hingað til hefur hún einskorðast við einfaldustu staðreyndir. Ef þetta heldur áfram getur það að lokum villt okkur. Ef ég hélt að vald greifans yfir henni myndi deyja jafnt með þekkingarmætti hennar væri það ánægð hugsun; en ég er hræddur um að svo sé ekki. Þegar hún tók til máls voru orð hennar ráðalítil:

„eitthvað er að fara út; ég finn að það fer fram hjá mér eins og köldum vindi. Ég heyri, langt í burtu, ruglað hljóð - eins og um menn sem tala í undarlegum tungumálum, grimmu vatni og æpandi úlfa. "hún stöðvaði og skjálfti hljóp í gegnum hana og jókst af krafti í nokkrar sekúndur, þar til, kl. Endirinn, hún hristi eins og í fölsku. Sagði hún ekki meira, jafnvel ekki til að svara spurningu prófessorsins. Þegar hún vaknaði úr transi, var hún köld og þreytt og sein; en hugur hennar var allur vakandi. Hún gat ekki munað neitt, en spurði hvað hún hefði sagt; þegar henni var sagt, hugleiddi hún það djúpt í langan tíma og í þögn.

30. Október kl. 7 - við erum nálægt galatz núna og ég hef kannski ekki tíma til að skrifa seinna. Sólarupprás í morgun var af okkur leitað af ákafa. Með vitneskju um vaxandi erfiðleika við að afla dáleiðandi trans, byrjaði van helsing skref sín fyrr en venjulega. Þau höfðu þó engin áhrif fyrr en á venjulegum tíma, þegar hún skilaði sér af enn meiri erfiðleikum, aðeins mínútu áður en sólin kom upp. Prófessorinn tapaði engum tíma í yfirheyrslum sínum; svar hennar kom með jafn skjótum hætti:

„allt er dimmt. Ég heyri vatn þyrlast hjá, jafna við eyrun mín og creaking tré á tré. Nautgripi lágt langt undan. Það er annað hljóð, hinsegin eins og—— "hún hætti og varð hvít og hvítari enn.

"haltu áfram; haltu áfram! Talaðu, ég býð þér! "sagði van helsing í órólegri röddu. Á sama tíma var örvænting í augum hans, því að upprisin sól var að roðna jafnvel frú. Föl andlit harkers. Hún opnaði augun, og við byrjuðum öll eins og hún sagði, ljúft og að því er virtist af einlægni: -

„ó, prófessor, af hverju að biðja mig að gera það sem þú veist að ég get ekki? Ég man ekki neitt. "þegar hún sá undrun okkar á andlitinu sagði hún og beygði sig frá einu til annars með órótt útlit: -

„hvað hef ég sagt? Hvað hef ég gert? Ég veit ekkert, aðeins að ég lá hérna, hálf sofandi og heyrði þig segja halda áfram! Tala, ég býð þér! ' Það virtist svo fyndið að heyra þig panta mig um, eins og ég væri vont barn! "

„ó, frú mín," sagði hann því miður, „það er sönnun, ef þörf er á sönnun, um það hvernig ég elska og heiðra þig, þegar orð til heilla, sem talað er af meiri alvöru en nokkru sinni fyrr, getur virst svo undarlegt vegna þess að það er að panta hana sem ég er stoltur af að hlýða! "

Flautunum eru hljómandi; við erum að nálgast galatz. Við erum á eldi með kvíða og ákafa.

Dagbók mina harkers.

30. Október. - hr. Morris fór með mig á hótelið þar sem herbergin okkar höfðu verið pantað með símskeyti, hann var sá sem best væri að hlífa, þar sem hann talar ekki erlent tungumál. Kröftunum var dreift mikið og þeir höfðu verið á varna, nema að húsbóndinn godalming fór varaformaður ræðismaður, sem staða hans gæti þjónað sem strax ábyrgð af einhverju tagi við opinbera við að vera í mikilli flýti. Jonathan og læknarnir tveir fóru til flutningaskrifstofunnar til að fræðast um komu czarina catherine.

Seinna. — herra guðsöfnun hefur snúið aftur. Ræðismaðurinn er í burtu, og varafræðismaðurinn veikur; svo að venjubundin vinna hefur verið sinnt af klerki. Hann var mjög skyldur og bauðst til að gera allt sem í hans valdi stóð.

Dagbók jonathan harkers.

30. Október. — klukkan níu dr. Van helsing, dr. Saur, og ég kallaði á messrs. Mackenzie & steinkoff, umboðsmenn london fyrirtæki í hapgood. Þeir höfðu fengið vír frá london sem svar við beiðni herra godalming um símsvörun, þar sem þeir báðu okkur að sýna þeim hvers kyns fýsn sem er í þeirra valdi. Þau voru meira en vingjarnleg og kurteis og tóku okkur um leið um borð í czarina catherine sem lá við akkeri í ánnihöfninni. Þar sáum við skipstjórann, donelson að nafni, sem sagði okkur frá ferð sinni. Hann sagði að í öllu sínu lífi hefði hann aldrei haft jafn hagstætt hlaup.

„maður!" sagði hann, „en það vakti athygli okkar, því að við verðum uppvís að því að við þyrftum að borga fyrir það með einhverjum sjaldgæfum hlut eða óheppni, svo að viðhalda meðaltali. Það er ekkert hundleiðinlegt að hlaupa frá london til svartahafsins með vindi, þér er eins og að sjálfur væri blaðið "á ykkar segli í hans tilgangi. En 'a' þann tíma sem við gátum ekki hýst neitt. Gin við vorum nálæg skip, eða höfn, eða nes, þoka féll á okkur og ferðaðist wi 'okkur, þangað til þegar eftir að hún hafði lyft og við leit út, deil hlutur gátum séð. Við hljópum með gibraltar wi'oot bein 'fær um að gefa merki; og þar til við komum til dardanelles og þurftum að bíða eftir að fá leyfi okkar til að líða, vorum við aldrei innan um haginn. Í fyrstu hneigðist ég til að slaka á seglin og slá um það þangað til þokunni var lyft; en þegar ég var að hugsa um að koma okkur fljótt út í svarta hafið, þá var hann eins og að gera það hvort sem við viljum eða ekki. Ef við höfðum skjót ferð þá væri það ekkert að misritun okkar með eigendunum eða engin skaði á umferð okkar; „gamli máninn, sem þjónað hafði sínum tilgangi, verður okkur þakklátur fyrir að hafa ekki hindrað hann." þessi blanda af einfaldleika og sviksemi, hjátrú og viðskiptalegum rökum, vakti van helsing, sem sagði: -

„vinur minn, þessi djöfull er snjallari en sumum er talið; og hann veit hvenær hann hitta leik sinn "skipstjóri var ekki óánægður með hrós, og fór á: -

„þegar við komum framhjá bospórusnum fóru menn að nöldra; sumir o 'þá, sem roumanians, kom og bað mig að lyftir borð stór kassi sem hafði verið sett um borð með hinsegin lookin' gamla mannsins rétt áður en við hafði byrjað úr london. Ég hafði séð þá kúga á náungann og setti út tvo fingurna þegar þeir sáu hann til að verja hið illa auga. Maður! En yfirstjórn útlendinga er par fullkomlega riddaraleg! Ég sendi þeim á brott með viðskipti sín nokkuð fljótt; en eins og rétt eftir að þoka lokaðist á okkur fannst ég vera svolítið eins og þeir gerðu ekki eitthvað, þó ég myndi ekki segja að þetta væri stóri kassinn. Jæja, við fórum og þar sem þokan lét ekki á sér standa í fimm daga lét ég vindinn bera okkur; því ef deilandi vildi fá einhvers staðar - jæja, þá myndi hann sækja það upp. Ef hann gerði það ekki, þá myndum við halda áfram að horfa á beittan hátt. Vissulega, við höfðum sanngjarna leið og djúpt vatn allan tímann; og fyrir tveimur dögum, þegar mornin 'sólin kom í gegnum þokuna, fundum við okkur bara í ánni gegnt galatz. Roumanians voru villtir, og vildu að ég hefði rétt eða rangt fyrir mér að taka kassann út og henda honum í ána. Ég þurfti að rífast um þá með það á handtenginu; „þegar síðasti,, þeir hækkuðu upp úr þilfarinu með höfði sér í hendi sinni, hafði ég sannfært þá um að illt auga eða ekkert illt auga, eignir og traust eigenda minna væru betri í mínum höndum en í ánni. Dóná. Þeir höfðu, hafið í huga, tekið kassann á þilfari tilbúinn til að henda inn, og þar sem það var merkt með galatz via varna, þá ætlaði ég að láta það liggja þar til við lögðum af stað í höfnina og losum okkur ekki við það. Við gerðum ekki mikið um daginn, við verðum að vera nichtin við akkerið; en í mornin, braw er "airly, klukkustund áður en sól upp, maður kom um borð wi 'röð, skrifuð til hans frá englandi, til að fá kassa merktur fyrir einn count dracula. Viss um að málið var einn tilbúinn til hendinni. Hann hafði pappíra sína „reet," feginn að ég skyldi losna við „stífluna", því að ég byrjaði að „masel" að finna fyrir óánægju með það. Ef deilan var með farangur um borð í skipinu, þá held ég að það hafi verið hvorki annað en það sama! "

„hvað hét maðurinn sem tók það?" spurði dr. Van helsing með aðhaldssömum ákafa.

„ég mun segja þér fljótt!" svaraði hann og steig niður í skála sína og framleiddi kvittun undirritaðs „immanuel hildesheim." burgen-strasse 16 var heimilisfangið. Við komumst að því að þetta var allt sem skipstjórinn vissi; svo með þökkum komum við í burtu.

Við fundum hildesheim á skrifstofu hans, hebreska af fremur adelphi leikhúsgerðinni, með nef eins og sauð og fez. Rökum hans var vísað með sérstökum hætti - við gerðum greinarmerki - og með smá samkomulagi sagði hann okkur það sem hann vissi. Þetta reyndist einfalt en mikilvægt. Hann hafði fengið bréf frá hr. De ville of london og sagði honum að taka á móti, ef mögulegt er fyrir sólarupprás, til að forðast siði, kassa sem kæmi að galatz í czarina catherine. Þetta átti hann að láta í té ákveðinn petrof skinsky, sem fjallaði um slovaka, sem versluðu niður ána til hafnar. Honum hafði verið greitt fyrir enskan seðil peninga fyrir vinnu sína, sem hafði verið skilað til gulls í alþjóðlegum banka dóná. Þegar skinsky var kominn til hans hafði hann farið með hann í skipið og afhent kassann, til að bjarga porterage. Það var allt sem hann vissi.

Við leituðum þá að skinsky en gátum ekki fundið hann. Einn nágranna hans, sem virtist ekki bera honum neina ástúð, sagði að hann hafi horfið tveimur dögum áður, enginn vissi hvert. Þetta var staðfest af leigusala sínum, sem hafði sent sendiboða lykil hússins ásamt leigunni sem var gjaldfærður í enskum peningum. Þetta hafði verið milli klukkan tíu og ellefu í gærkveldi. Við vorum í kyrrstöðu aftur.

Meðan við vorum að tala einn kom hlaupandi og andaðist andlaust út að líkami skinsky hafði fundist inni í kirkjugarðinum í st. Peter, og að hálsinn hefði rifnað opinn eins og af einhverju villtu dýri. Þeir sem við vorum að tala við hlupu til að sjá hryllinginn, konurnar hrópuðu „þetta er verk slóvakans!" við flýttum okkur í burtu til að við hefðum ekki á einhvern hátt verið dregin inn í málin og haldið svo í haldi.

Þegar við komum heim, gátum við ekki komist að neinni ákveðinni niðurstöðu. Við vorum öll sannfærð um að kassinn væri á leið, með vatni, til einhvers staðar; en hvar það gæti verið verðum við að uppgötva. Með þungum hjörtum komum við heim á hótel til mín.

Þegar við hittumst saman, var það fyrsta að hafa samráð um að taka mina aftur í sjálfstraust okkar. Hlutirnir eru að fá örvænting, og það er að minnsta kosti tækifæri, þótt hættuleg einn. Sem forkeppni var ég leystur undan loforði mínu til hennar.

Dagbók mina harkers.

30. Október, kvöld. - þeir voru svo þreyttir og slitnir og dreifðust að ekkert var að gera fyrr en þeir fengu hvíld; svo ég bað þá alla að leggjast í hálftíma á meðan ég ætti að fara inn í allt fram að því. Mér þykir svo þakklátur manninum sem fann upp „ritara" ritvélina og fyrir hr. Morris fyrir að fá þennan fyrir mig. Ég hefði átt að líða alveg; villast við að vinna verkið ef ég þyrfti að skrifa með penna ....

Það er allt gert; aumingja elskan, kæri jónatan, hvað hann hlýtur að hafa orðið fyrir, hvað verður hann að þjást núna. Hann liggur varla í sófanum og virðist ekki anda að sér og allur líkami hans birtist í hruni. Brynurnar eru prjónaðar; andlit hans er teiknað af sársauka. Aumingja náungi, kannski er hann að hugsa og ég sé að andlit hans allt hrukkað upp með einbeitingu hugsana hans. Ó! Ef ég gæti aðeins hjálpað yfirleitt .... Þá skal ég gera það sem ég get.

Ég hef spurt dr. Van helsing, og hann hefur fengið mér öll þau blöð sem ég hef ekki enn séð .... Meðan þau eru í hvíld, skal ég fara yfir allt vandlega og kannski kemst ég að einhverri niðurstöðu. Ég skal reyna að fylgja fordæmi prófessor, og hugsa án þess að það hafi áhrif á staðreyndir fyrir mér ....

Ég trúi því að undir forsjón guðs hafi ég uppgötvað það. Ég skal fá kort og líta yfir þeim ....

Ég er meira en nokkru sinni viss um að ég hef rétt fyrir mér. Nýja niðurstaða mín er tilbúin, svo ég mun taka flokkinn okkar saman og lesa hann. Þeir geta dæmt um það; það er vel að vera nákvæmur og hver mínúta er dýrmæt.

Minnisblað mina harkers.

(færð í dagbók sína.)

Rannsóknargrundvöllur. - telja að vandamál dracula sé að komast aftur til síns eigin stað.

(a) hann verður að koma aftur af einhverjum. Þetta er áberandi; fyrir hann hafði vald til að færa sig eins og hann vildi að hann gæti farið annað hvort sem maður, eða úlfur eða kylfu eða á annan hátt. Hann óttast augljóslega uppgötvun eða truflun, í því ástandsleysi sem hann verður að vera - innilokaður eins og hann er á milli dögunar og sólseturs í tréboxinu sínu.

(b) hvernig er hann að taka? -here ferli útilokanir geta hjálpað okkur. Á vegum, með járnbrautum, með vatni?

1. Með road.-það eru endalausar erfiðleika, sérstaklega í að yfirgefa borgina.

(x) það er fólk; og fólk er forvitið og rannsakar. Vísbending, yfirlýsing, vafi á því hvað gæti verið í kassanum, myndi tortíma honum.

(y) það eru eða geta verið tollverðir og octroi yfirmenn sem fara framhjá.

(z) eftirför hans gætu fylgt. Þetta er hans ótta. Og í því skyni að koma í veg fyrir að vera hans sveik hann hefur repelled svo miklu leyti sem hann getur, jafnvel fórnarlambið-mér hann!

2. Með járnbrautum. - það er enginn í umsjá kassans. Það þyrfti að taka líkurnar á að verða frestað; og seinkun væri banvæn, með óvinum á brautinni. Satt, hann gæti sloppið á nóttunni; en hver væri hann, ef hann yrði skilinn eftir á undarlegum stað án athvarfs sem hann gæti flogið til? Þetta er ekki það sem hann hyggst; og hann meinar ekki að hætta því.

3. Með vatni. - hér er öruggasta leiðin, að einu leyti, en með mestri hættu á annan veg. Á vatninu er hann máttlaus nema á nóttunni; jafnvel þá getur hann aðeins kallað til þoku og óveðurs og snjó og úlfa sína. En ef hann var flakaður, myndi lifandi vatnið engja hann, hjálparlaust; og hann væri örugglega týndur. Hann gat látið skipið keyra að landi; en ef þetta var óvingjarnlegt land, þar sem hann var ekki frjáls til að flytja, væri staða hans samt örvæntingarfull.

Við vitum af skránni að hann var á vatninu; svo það sem við verðum að gera er að ganga úr skugga um hvað vatn.

Það fyrsta er að gera sér grein fyrir því hvað hann hefur gert enn sem komið er; við megum þá fá ljósi á hvað síðar verkefni hans er að vera.

Í fyrsta lagi. - við verðum að greina á milli þess sem hann gerði í london sem hluti af almennu aðgerðaáætlun sinni, þegar hann var beittur augnablikum og þurfti að koma sér saman eins og best verður á kosið.

Í öðru lagi verðum við að sjá, svo og við getum gert okkur grein fyrir því af þeim staðreyndum sem við vitum um, hvað hann hefur gert hér.

Varðandi það fyrsta, ætlaði hann greinilega að koma til galatz og sendi reikning til varna til að blekkja okkur svo að við ættum ekki að ganga úr skugga um útgönguleið hans frá englandi; strax og eini tilgangur hans var þá að flýja. Sönnun af þessu, er bréf af leiðbeiningum send til immanúel hildesheim til að hreinsa og taka burt the kassi fyrir sólarupprás. Þar er einnig að finna leiðbeiningar til petrof skinsky. Þetta verðum við aðeins að giska á; en það hlýtur að hafa verið einhver bréf eða skilaboð, síðan skinsky kom til hildesheim.

Að hingað til voru áætlanir hans vel heppnaðar. Czarina catherine fór í stórkostlega skjótt ferð - svo mikið að grunsemdir skipstjóra donelsons vöktu; en hjátrú hans sameinuð með fimleikum sínum lék greifaleikinn fyrir hann og hann hljóp með hylli vinds síns í gegnum þokur og allt þar til hann kom upp blindfold á galatz. Að vel hefur verið gengið frá fyrirkomulagi greifans, hefur verið sannað. Hildesheim hreinsaði kassann, tók hann af og gaf skinsky. Skinsky tók það - og hér töpum við slóðinni. Við vitum bara að kassinn er einhvers staðar á vatninu og hreyfist með. Tollar og octroi, ef til eru, hafa verið forðast.

Nú komumst við að því sem talningin hlýtur að hafa gert eftir komu hans - til lands, á galatz.

Kassinn var gefinn skinsky fyrir sólarupprás. Við sólarupprás gæti talningin komið fram í sinni eigin mynd. Hér spyrjum við hvers vegna skinsky var yfirleitt valinn til að aðstoða við verkið? Í dagbók eiginmanns míns er skinsky nefndur sem fjalla um slovaka sem eiga viðskipti niður með ánni til hafnar; og athugasemd mannsins, að morðið væri verk slóvakíu, sýndi almenna tilfinningu gagnvart flokki hans. Talan vildi einangrun.

Mín áform eru þessi: að í london ákvað greifinn að fara aftur í kastalann sinn með vatni, sem öruggasta og leynilegasta leiðin. Hann var fluttur frá kastalanum með szgany og sennilega afhentu þeir farm sinn til slovaka sem fóru með kassana til varna, því að þar voru þeir fluttir til london. Talandinn hafði þannig þekkingu á þeim einstaklingum sem gátu skipulagt þessa þjónustu. Þegar kassinn var kominn á land, fyrir sólarupprás eða eftir sólsetur, kom hann út úr kassanum sínum, hitti skinsky og leiðbeindi honum hvað hann ætti að gera við að raða flutning kassans upp í einhverri ánni. Þegar þessu var lokið, og hann vissi að allt var í lest, útmáta hann ummerki sín, eins og hann hélt, með því að myrða umboðsmann sinn.

Ég hef skoðað kortið og komist að því að áin sem hentar best fyrir slóvakana að hafa stigið upp er annað hvort sannleikurinn eða sereth. Ég las í smáritinu að í transi mínu heyrði ég kýr lága og vatns þyrlast stig við eyrun mín og creaking úr viði. Talningin í kassanum hans var þá á ánni á opnum bát - knúinn líklega annaðhvort með árar eða stöngum, því að bankarnir eru nálægt og það vinnur gegn straumi. Það væri ekkert slíkt hljóð ef fljótandi niður straumur.

Auðvitað getur það hvorki verið sereth né sannleikurinn, en við getum hugsanlega kannað nánar. Nú af þessum tveimur er sannleikanum auðveldara að sigla, en sereth er, við fundu, bætt við bistritza sem liggur upp um borgo passið. Lykkjan sem hún gerir er augljóslega eins nálægt kastalanum í dracula og hægt er að fá með vatni.

Dagbók mina harkers - hélt áfram.

Þegar ég hafði gert að lesa, jonathan tók mig í fangið og kyssti mig. Hinir hristu mig áfram af báðum höndum og dr. Van helsing sagði: -

„elsku frú mín mín er enn og aftur kennarinn okkar. Augu hennar hafa verið þar sem við vorum blinduð. Nú erum við á brautinni enn og aftur og að þessu sinni getum við náð árangri. Óvinur okkar er mest hjálparlaus; og ef við getum komið á hann um daginn, á vatnið, verður verkefni okkar lokið. Hann hefur upphaf en er vanmáttugur að flýta sér, þar sem hann kann ekki að yfirgefa kassann sinn svo að þeir sem bera hann megi gruna; fyrir þá að gruna væri að hvetja þá til að henda honum í strauminn þar sem hann farist. Þetta veit hann og mun ekki gera. Nú menn, til styrjaldar okkar; því hér og nú verðum við að skipuleggja hvað hver og einn skal gera. "

"ég skal fá gufu sjósetja og fylgja honum," sagði herra godalming.

„og ég, hestar að fylgja á bakkann, svo að hann lendi ekki fyrir tilviljun," sagði mr. Morris.

„góður!" sagði prófessorinn, „báðir góðir. En hvorugur verður að fara einn. Það verður að vera til að vinna bug á valdi ef þörf er á; slóvakinn er sterkur og gróft og hann er með dónalegum örmum. "allir mennirnir brostu, því meðal þeirra báru þeir lítið vopnabúr. Sagði mr. Morris: -

„ég hef komið með nokkra winchesters; þeir eru ansi handlagnir í hópnum og það geta verið úlfar. Talningin, ef þú manst til, tók nokkrar aðrar varúðarráðstafanir; hann gerði nokkrar beiðnir um aðrar að frv. Harker gat ekki alveg heyrt eða skilið. Við verðum að vera tilbúin á öllum stigum. "dr. Saur sagði: -

„ég held að ég hefði betur farið með quincey. Við höfum verið vön að veiða saman og við tveir, vel vopnaðir, verðum jafningi fyrir hvað sem kemur. Þú mátt ekki vera einn, list. Það gæti verið nauðsynlegt að berjast gegn slovökkunum og líkleg framför - því að ég geri ekki ráð fyrir að þeir félagar séu með byssur - myndu afturkalla öll áætlun okkar. Það mega ekki vera neinar líkur, að þessu sinni; við munum ekki hvíldar fyrr en höfuð greifans og líkama hafa verið skilin og við erum viss um að hann getur ekki með tilvísun til-holdi. "hann horfði á jónatan eins og hann talaði, og jonathan horfði á mig. Ég gat séð að aumingja kæran rifnaði í huga hans. Auðvitað vildi hann vera með mér; en þá væri bátaþjónustan líklegast sú sem myndi tortíma ... Vampírunni .... (af hverju hikaði ég við að skrifa orðið?) Hann þagði um stund og meðan á þögn sinni stóð dr. Van helsing tók til máls: -

„vinur jonathan, þetta er af þér af tvisvar ástæðum. Í fyrsta lagi vegna þess að þú ert ungur og hugrakkur og getur barist, og öll orka gæti verið nauðsynleg í lokin; og aftur að það er réttur þinn að tortíma honum - því sem hefur beitt þér og þínum slíka vá. Ekki vera hræddur við frú mina; hún mun sjá um mig, ef ég má. Ég er gamall. Fætur mínir eru ekki svo fljótir að hlaupa eins og einu sinni; og ég er ekki vanur að hjóla svo lengi eða elta eftir þörfum eða berjast við banvæn vopn. En ég get verið í annarri þjónustu; ég get barist á annan hátt. Og ég get dáið ef þörf krefur, svo og yngri menn. Leyfðu mér nú að segja að það sem ég myndi gera er þetta: meðan þú, herra minn, guðslegur og vinur, jonathan, farðu í svo snögga litla gufubátinn þinn upp með ánni, og meðan john og quincey gæta bankans þar sem hann gæti verið lent, þá mun ég taka frú mina beint inn í hjarta lands óvinsins. Meðan gamli refurinn er bundinn í kassann sinn, flýtur á gangstraumnum sem hann getur ekki flúið til lands - þar sem hann þorir ekki að hækka lok kistukassans síns svo að flutningsmenn hans í slóvakíu ættu í ótta að láta hann farast - við förum inn brautin þar sem jonathan fór, - frá bistritz yfir borgo, og finnum okkur leið til kastalans í dracula. Hér mun dáleiðandi kraftur frú mina örugglega hjálpa og við munum finna leið okkar - allt myrkt og óþekkt annað - eftir fyrsta sólarupprás þegar við erum nálægt þeim örlagaríka stað. Það er margt að gera og aðrir staðir sem á að helga, svo að hreiðrið af gjórum er eytt. "hér truflaði jónatan hann heitt: -

"meinarðu að segja, prófessor van helsing, að þú myndir koma með mina, í sorglegu tilfelli hennar og spilla eins og hún er með veikindi djöfulsins, beint í kjálka dauðadalans hans? Ekki fyrir heiminn! Ekki til himna né helvítis! "hann varð næstum orðlaus í eina mínútu og hélt síðan áfram: -

"veistu hvað staðurinn er? Hefur þú séð að ansi den hellish infamy-með mjög moonlight lifandi með grisly form og hvert blettur af ryki sem whirls í vindi eyðandi skrímsli í fósturvísi? Hefurðu fundið varir vampíru um háls þinn? "hér snéri hann sér að mér og þegar augu hans loguðu á ennið mitt kastaði hann upp örmum sínum með hróp:„ ó, guð minn, hvað höfum við gert til að hafa þennan skelfingu yfir okkur ! "og hann sökk niður í sófa í hrynjandi hruni. Rödd prófessorsins, þegar hann talaði í skýrum, sætum tónum, sem virtust titra í loftinu, róaði okkur öll: -

„ó, vinur minn, það er vegna þess að ég myndi bjarga frú mina frá þessum óskaplega stað sem ég myndi fara. Guð banna að ég ætti að fara með hana á þennan stað. Þar er unnið - villt starf - til að gera þar, til þess að augu hennar sjái ekki. Við menn hér, allir bjarga jonathan, höfum séð með eigin augum hvað er að gera áður en hægt er að hreinsa þann stað. Mundu að við erum í hræðilegu áreiti. Ef fjöldi flýja okkur þennan tíma-og hann er sterkur og lúmskur og lævís, hann getur valið að sofa hann fyrir öld, og þá í tíma kæri einn okkar "-hann tók hönd- mitt" myndi koma til hans til að halda honum fyrirtæki , og væri eins og þessir aðrir sem þú, jonathan, sást. Þú hefur sagt okkur frá hörmungum vörum þeirra; þú heyrðir brosandi hlátur þeirra þegar þeir festu töskuna sem greifinn henti þeim. Þú gysir; og vel kann það að vera. Fyrirgefðu mér að ég geri þig svo mikinn sársauka, en það er nauðsynlegt. Vinur minn, er það ekki mikil þörf fyrir það sem ég er að gefa, hugsanlega líf mitt? Ef það væri að einhver færi inn á þennan stað til að vera, þá er það ég sem þyrfti að fara til að halda þeim félagsskap. "

„gerðu eins og þú vilt," sagði jonathan, með grátbros sem hristi hann um allt, „við erum í höndum guðs!"

Seinna. - ó, það gerði mér gott að sjá hvernig þessir hugrökku menn unnu. Hvernig geta konur hjálpað kærleiksríkum körlum þegar þeir eru svo innilegir og svo sannir og svo hugrakkir! Og það fékk mig líka til að hugsa um hinn dásamlega kraft peninga! Hvað getur það ekki gert þegar því er beitt rétt; og hvað gæti það gert þegar það er notað í grundvallaratriðum. Mér fannst svo þakklátur að herra guðsöfnun er ríkur og að bæði hann og mr. Morris, sem hefur líka nóg af peningum, eru tilbúnir að eyða þeim svo frjálslega. Því ef þeir gerðu það ekki, gat litli leiðangurinn okkar ekki byrjað, hvorki svo fljótt né svo vel búinn, eins og það verður innan annarrar klukkustundar. Það eru ekki þrjár klukkustundir síðan það var skipulagt hvaða hluti hvert og eitt okkar átti að gera; og nú hafa lord godalming og jonathan yndislega gufuskot, með gufu upp tilbúinn til að byrja um stundar. Dr. Saur og mr. Morris eru með hálfan tug góðra hrossa, vel skipaðir. Við höfum öll kort og tæki af ýmsu tagi sem hægt er að hafa. Prófessor van helsing og ég förum með lestinni 11:40 í nótt til veresti, þar sem við eigum að fá flutning til að keyra að borgo passinu. Við erum að koma með mikið af tilbúnum peningum, eins og við erum að kaupa vagn og hesta. Við munum reka okkur sjálf, því að við höfum engan sem við getum treyst í málinu. Prófessorinn þekkir eitthvað af mjög mörgum tungumálum, svo við munum komast í lag. Við höfum öll fengið vopn, jafnvel fyrir mig stórborna byltingartæki; jonatan væri ekki ánægður nema ég væri vopnaður eins og restin. Því miður! Ég get ekki borið annan handlegginn sem hinir gera; örin á enninu mínu bannar það. Kæri dr. Van helsing huggar mig með því að segja mér að ég sé full vopnuð þar sem það geta verið úlfar; veðrið verður kaldara á klukkutíma fresti og það eru snjóskaflar sem koma og fara sem viðvaranir.

Seinna. - það þurfti allt hugrekki mitt til að kveðja elskan mín. Við hittumst kannski aldrei aftur. Hugrekki, mín! Prófessorinn horfir vel á þig; útlit hans er viðvörun. Það mega ekki vera tár núna - nema það gæti verið að guð láti þá falla í gleði.

Dagbók jonathan harkers.

30. Október. Nótt - ég er að skrifa þetta í ljósi frá ofnhurðinni á gufuskipinu: herra godalming skýst upp. Hann er reynslumikill hönd í verkinu, eins og hann hefur um árabil haft eigin skothríð á thames, og önnur í norfolk breiðunum. Um áætlanir okkar, ákváðum við loksins að giska mina var rétt, og að ef einhver vatnaleiðum var valin til að flýja telja í aftur að kastalanum hans, sem sereth og síðan bistritza á mótum sínum, væri einn. Við tókum því til, að einhvers staðar um 47. Gráðu, norðlægrar breiddar, væri staðurinn sem valinn var til að fara yfir landið milli árinnar og karpata. Við höfum enga ótta við að hlaupa með góðum hraða upp ána á nóttunni; nóg er af vatni og bankarnir eru nógu breiðir í sundur til að gufa, jafnvel í myrkrinu, nógu auðvelt. Lord godalming segir mér að sofa um stund, þar sem

það er nóg fyrir nútíðina fyrir einn að vera á vakt. En ég get ekki sofið - hvernig get ég með þá hræðilegu hættu sem hangir elskan mín og hún farið út á þennan hræðilega stað .... Eina huggun mín er að við erum í höndum guðs. Aðeins fyrir þá trú væri auðveldara að deyja en að lifa og hætta því af öllum vandræðunum. Herra. Morris og dr. Saur var á langri ferð sinni áður en við fórum af stað; þeir eiga að halda uppi hægri bakka, nógu langt til að komast á hærri lönd þar sem þeir geta séð gott árfarveg og forðast eftirfarandi ferninga þess. Þeir hafa í fyrstu stigunum tvo menn til að hjóla og leiða varahesta sína - fjórir alls, svo að ekki veki forvitni. Þegar þeir segja upp mönnunum, sem verða innan skamms, munu þeir sjálfir sjá um hrossin. Það getur verið nauðsynlegt fyrir okkur að taka höndum saman; ef svo er, geta þeir boðið allan flokkinn okkar. Eitt hnakkanna er með hreyfanlegu horni og auðvelt er að laga það fyrir mina, ef þess þarf.

Það er villt ævintýri sem við erum á. Hér, eins og við erum þjóta eftir í gegnum myrkrið, við kalt úr ánni virðist að rísa upp og slá okkur; með allar dularfullu raddir kvöldsins í kringum okkur, kemur þetta allt heim. Við virðumst reka á ókunnum stöðum og óþekktum leiðum; inn í heila heim dimmra og hrikalegra hluta. Godalming er að loka ofnhurðinni ....

31. Október. - flýtir þér samt. Dagurinn er kominn og guðsvefninn sefur. Ég er á vaktinni. Morguninn er bitur kaldur; ofnhitinn er þakklátur, þó að við höfum þungar loðskinna. Enn sem komið er höfum við farið framhjá aðeins nokkrum opnum bátum, en enginn þeirra hafði um borð í neinum kassa eða pakka af neinu eins og stærð þess sem við leitum að. Mennirnir voru hræddir í hvert skipti sem við kveiktum rafmagnslampann á þeim og féllu á hnén og báðu.

1. Nóvember, kvöld. - engar fréttir allan daginn; við höfum ekki fundið neitt af því tagi sem við leitum eftir. Við erum nú komin í bistritza; og ef við höfum rangt fyrir okkur er líkurnar okkar horfnar. Við höfum dregið of mikið á hvern bát, stóran sem lítinn. Snemma í morgun, ein áhöfn fór með okkur fyrir ríkisbát og kom fram við okkur í samræmi við það. Við sáum í þessu leið refur málum, svo að fundu þar sem bistritza keyrir í sereth fengum við roumanian fána sem við flogið nú áberandi. Með hverjum bát sem við höfum of mikið síðan þá hefur þetta bragð gengið; við höfum sýnt okkur alla virðingu og ekki einu sinni mótmæla því sem við völdum að spyrja eða gera. Sumir slovaka segja okkur að stór bátur hafi farið framhjá þeim og fór á meiri hraða en venjulega þar sem hún var með tvöfalda áhöfn um borð. Þetta var áður en þeir komu til fundu, svo þeir gátu ekki sagt okkur hvort báturinn breyttist í bistritza eða hélt áfram á sereth. Hjá fundu gátum við ekki heyrt um neinn slíkan bát, svo hún hlýtur að hafa farið þangað um nóttina. Mér líður mjög syfjaður; kuldinn er kannski farinn að segja til sín og náttúran hlýtur að hafa hvíld í nokkurn tíma. Godalming krefst þess að hann haldi fyrsta vaktinni. Guð blessi hann fyrir alla sína gæsku við aumingja kæra mina og mig.

2. Nóvember, morgun. - það er víðtækt dagsljós. Þessi góði náungi mundi ekki vekja mig. Hann segir að það hefði verið synd að því að ég svaf í friði og gleymdi vandræðum mínum. Það virðist mér hrottafenginn eigingirni að hafa sofið svo lengi og látið hann vaka alla nóttina; en hann hafði alveg rétt fyrir sér. Ég er nýr maður í morgun; og þegar ég sit hér og horfi á hann sofandi, get ég gert allt sem er nauðsynlegt bæði varðandi hugann á vélinni, stýri og vakandi. Ég finn að styrkur minn og orka koma aftur til mín. Ég velti því fyrir mér hvar mina er núna, og van helsing. Þeir hefðu átt að komast til veresti um hádegi á miðvikudaginn. Það myndi taka þá nokkurn tíma að ná

vagninum og hestunum; svo ef þeir hefðu byrjað og ferðast hörðum höndum, væru þeir um það bil núna við borgo passið. Guð leiðbeina og hjálpa þeim! Ég er hræddur við að hugsa hvað gæti gerst. Ef við gætum aðeins gengið hraðar! En við getum það ekki; vélarnar eru að bulla og gera sitt ýtrasta. Ég velti því fyrir mér hvernig dr. Saur og mr. Morris eru að komast áfram. Það virðast vera endalausir lækir sem renna niður fjöllin í þessari ánni, en þar sem enginn þeirra er mjög mikill - um þessar mundir, á öllum tímum, þó að þeir séu skelfilegir eflaust á veturna og þegar snjórinn bráðnar - hafa hestamenn ef til vill ekki mætt mikið hindrun. Ég vona að áður en við komum til strasba getum við séð þá; því að ef við höfum ekki náð framhjá talningunni gæti verið nauðsynlegt að taka saman ráð um hvað eigi að gera næst.

Dr. Dagbók frá frásögn.

2. Nóvember. — þrír dagar á leiðinni. Engar fréttir og enginn tími til að skrifa það ef það hefði verið, því hvert augnablik er dýrmætt. Við höfum aðeins fengið hvíldina sem þarfnast hrossanna; en við erum báðir að bera það frábærlega. Þessir ævintýralegu dagar okkar eru að verða gagnlegir. Við verðum að þrýsta á; við munum aldrei líða ánægð fyrr en við verðum komin í sjóninn aftur.

3. Nóvember. — við heyrðum á fundu að sjósetja hefði farið upp í bistritza. Ég vildi óska að það væri ekki svo kalt. Það eru merki um snjó sem kemur; og ef það fellur þungt mun það stöðva okkur. Í slíkum tilvikum verðum við að fá sleða og halda áfram, rússneskri tísku.

4. Nóvember. - í dag heyrðum við af því að skotið hafði verið í hald vegna slyss þegar reynt var að komast upp á flúðirnar. Slóvakíu bátarnir komast upp í lagi með reipi og stýra með þekkingu. Sumir fóru aðeins upp nokkrum klukkustundum áður. Godalming er sjálfur áhugamaður um sýkingu og greinilega var það hann sem setti ræsinguna aftur í snyrtingu. Að lokum, þeir fóru upp flúðirnar allt í lagi, með staðbundinni aðstoð, og eru farnar á elta aftur. Ég óttast að báturinn sé ekki betri fyrir slysið; bændastéttin segir okkur að eftir að hún hafi komist í slétt vatn aftur hélt hún stöðvandi annað slagið svo lengi sem hún var í sjónmáli. Við verðum að þrýsta á erfiðara en nokkru sinni fyrr; hjálp okkar gæti verið óskað fljótlega.

Dagbók mina harkers.

31. Október. — kom til veresti um hádegisbil. Prófessorinn segir mér að í morgun við dögun gæti hann varla látið mig dáleiða og að það eina sem ég gæti sagt var: „dimmt og rólegt." hann er núna farinn að kaupa vagn og hesta. Hann segir að hann muni seinna reyna að kaupa viðbótarhesta, svo að við gætum breytt þeim á leiðinni. Við höfum eitthvað meira en 70 mílur á undan okkur. Landið er yndislegt og áhugaverðast; ef við værum við mismunandi aðstæður, hversu yndislegt væri það að sjá þetta allt. Ef ég og jonon keyrðum aðeins í gegnum það, hvaða ánægja væri það. Að stoppa og sjá fólk og læra eitthvað af lífi sínu og fylla huga okkar og minningar með öllum litnum og myndarskap alls villta, fallega landsins og hins fegna fólks! En því miður! -

Síðar. — dr. Van helsing er kominn aftur. Hann hefur fengið vagninn og hestana; við eigum að borða kvöldmat og byrja eftir klukkutíma. Húsráðandi er að setja okkur upp risastóra körfu með ákvæðum; það virðist nægja fyrir félag hermanna. Prófessorinn hvetur hana og hvíslar mér að því að það gæti liðið viku þar til við fáum góðan mat aftur. Hann hefur líka verið að versla og sent heim svo yndislega fullt af loðfeldum og umbúðum, og alls konar hlýjum hlutum. Það eru engar líkur á að við verðum köld.

. . . .

Við munum brátt fara af stað. Ég er hræddur við að hugsa hvað gæti komið fyrir okkur. Við erum sannarlega í höndum guðs. Hann einn veit hvað kann að vera, og ég bið hann með öllum styrk sorglegrar og auðmjúkrar sálu minnar, að hann muni vaka yfir ástkærum eiginmanni mínum; að hvað sem kann að gerast, jonathan kann að vita að ég elskaði hann og heiðraði hann meira en ég get sagt, og að nýjasta og sannasta hugsun mín mun alltaf vera fyrir hann.

Kafla xxvii

Dagbók mina harkers

1. Nóvember. — allan daginn höfum við ferðast og á góðum hraða. Hestarnir virðast vita að farið er vel með þau, því að þeir fara fúslega á fullt stig á besta hraða. Við höfum nú haft svo margar breytingar og finnum það sama svo stöðugt að við erum hvött til að hugsa um að ferðin verði auðveld. Dr. Van helsing er lakonísk; hann segir bændunum að hann sé að drífa sig í bistritz, og borgi þeim vel að gera skiptin á hestum. Við fáum heita súpu, eða kaffi, eða te; og burt förum við. Það er yndislegt land; fullt af snyrtifræðingum af öllum hugsanlegum toga og fólkið er hugrakkur og sterkur og einfaldur og virðist fullur af fínum

eiginleikum. Þeir eru mjög, mjög hjátrúarfullir. Í fyrsta húsinu þar sem við stoppuðum, þegar konan sem þjónaði okkur sá örina á enninu mínu, fór hún yfir sig og rétti tvo fingur í áttina til mín til að halda frá illu auganu. Ég trúi að þeir hafi farið í vandræði með að setja aukalega magn af hvítlauk í matinn okkar; og ég get ekki staðið við hvítlauk. Allar götur síðan hef ég gætt þess að taka ekki af mér hattinn eða blæjuna og hef sloppið við grunsemdir þeirra. Við erum á ferð hratt og þar sem við höfum engan bílstjóra með okkur til að flytja sögur, förum við á undan hneyksli; en ég þori að ótti við hið illa auga muni fylgja mjög eftir okkur alla leið. Prófessorinn virðist óþreytandi; allan daginn vildi hann ekki taka hvíld, þó að hann lét mig sofa lengi. Á sólarlagstíma dáleiddi hann mig og hann segir að ég hafi svarað eins og venjulega „myrkur, lappandi vatn og creaking wood"; svo óvinur okkar er enn við ána. Ég er hræddur við að hugsa um jonathan, en einhvern veginn hef ég nú enga ótta við hann, eða fyrir sjálfan mig. Ég skrifa þetta á meðan við bíðum í sveitabæ eftir að hestarnir verði klárir. Dr. Van helsing er sofandi, aumingja elskan, hann lítur mjög þreyttur út og gamall og grár, en munnur hans er eins fastur eins og landvinningi; jafnvel í svefni er hann eðlishvöt með upplausn. Þegar við erum komin af stað verð ég að láta hann hvíla sig meðan ég keyri. Ég skal segja honum að við höfum daga á undan okkur og við megum ekki brjóta niður þegar mest af öllum styrk hans verður þörf .... Allt er tilbúið; við erum farin bráðum.

2. Nóvember, morgun. - ég náði góðum árangri og við skiptumst á að keyra alla nóttina; nú er dagurinn á okkur, bjartur þó kaldur. Það er undarleg þyngd í loftinu - ég segi þyngsli fyrir að vilja fá betra orð; ég meina að það kúgar okkur báða. Það er mjög kalt og aðeins hlýir pelsar okkar halda okkur vel. Í dögun dáleiddi van helsing mig; hann segir að ég hafi svarað „myrkrinu, sprungu viði og öskrandi vatni," svo áin breytist þegar þau ganga

upp. Ég vona að elskan mín muni ekki eiga neina hættu á hættu - meira en þörf er á; en við erum í höndum guðs.

2. Nóvember, nótt. - akstur allan daginn. Landið verður villtara þegar við förum, og miklir blöðrur carpathians, sem í veresti virtust svo langt frá okkur og svo lágir við sjóndeildarhringinn, virðast nú safnast saman um okkur og turninn fyrir framan. Við virðumst báðir í góðu skapi; ég held að við leggjum okkur fram um að hressa hina; í því að gera við hressum okkur. Dr. Van helsing segir að um morguninn munum við ná borgo skarðið. Húsin eru mjög fá hér núna og prófessorinn segir að síðasti hesturinn sem við fengum muni þurfa að halda áfram með okkur, þar sem við getum ekki breytt. Hann fékk tvo auk þeirra tveggja sem við breyttum, svo að nú erum við með dónalega fjögurra í hendi. Kæru hestar eru þolinmóðir og góðir og þeir gefa okkur engin vandræði. Við höfum ekki áhyggjur af öðrum ferðamönnum og því get ég jafnvel ekið. Við munum komast á skarðið í dagsbirtu; við viljum ekki koma áður. Þannig að við tökum þetta rólega og höfum hvora hvíldina í snúa. Ó, hvað mun morgundagurinn færa okkur? Við förum að leita á staðinn þar sem aumingja elskan mín þjáðist svo mikið. Guð veitir að við fáum leiðsögn með réttum hætti og að hann muni víkja fyrir að vaka yfir eiginmanni mínum og þeim sem okkur báðir eru kærir og sem eru í svo banvænu hættu. Hvað mig varðar, þá er ég ekki verðugur í hans augum. Því miður! Ég er óhrein fyrir augu hans og mun vera þar til hann vill falla til að láta mig standa frammi fyrir augum hans sem einn þeirra sem ekki hafa reitt reiði sína.

Minnisblað eftir abraham van helsing.

4. Nóvember. — þetta til gamla og sanna vinkonu minnar, john syðra, frú, af purfleet, london, ef ég gæti ekki séð hann. Það kann

að skýra. Það er morgun og ég skrifa eftir eldi sem ég hef haldið lífi alla nóttina - frú mín hjálpar mér. Það er kalt, kalt; svo kalt að grái þungi himinninn er fullur af snjó sem þegar hann fellur mun sætta sig allan veturinn þar sem jörðin harðnar við að taka á móti honum. Það virðist hafa haft áhrif á frú mina; hún hefur verið svo þung í höfuðið í allan dag að hún var ekki eins og hún sjálf. Hún sefur, og sefur, og sefur! Hún sem er venjulega svo vakandi, hefur bókstaflega ekkert gert allan daginn; hún hefur meira að segja misst matarlystina. Hún fær enga inngöngu í litlu dagbókina sína, hún sem skrifar svo trú á hverja hlé. Eitthvað hvíslar að mér að allt gengur ekki. Þó í nótt er hún meira vif. Langur svefn hennar allan daginn endurnærir hana og endurheimtir hana, því nú er hún öll ljúf og björt eins og alltaf. Við sólsetur reyni ég að dáleiða hana, en því miður! Án áhrifa; krafturinn hefur vaxið minna og minna með hverjum degi og í nótt brestur mig með öllu. Jæja, guðs vilja verða gerðir - hvað sem það kann að vera og hvert sem það kann að leiða!

Nú að sögulegu, því að eins og frú mín skrifar ekki í svipmynd sína, þá verð ég, að mínu vönduðu forni, til þess að hver dagur okkar megi ekki fara án skráningar.

Við komum að borgo passinu rétt eftir sólarupprás í gærmorgun. Þegar ég sá merki dögunar var ég tilbúinn fyrir dáleiðsluna. Stoppuðum vagninn okkar og fórum niður svo að engin truflun gæti orðið. Ég bjó til sófa með feldum, og frú mín, liggjandi, skilaði sér eins og venjulega, en hægari og styttri tími en nokkru sinni fyrr, að svefnlyfnum svefni. Sem fyrr, kom svarið: „myrkur og þyrlast af vatni." þá vaknaði hún, björt og geislandi og við förum áleiðis og náum fljótt skarðið. Á þessum tíma og stað, verður hún öll eld með vandlætingu; einhver nýr leiðbeinandi kraftur birtist í henni, því hún bendir á vegi og segir: -

„þetta er leiðin."

„hvernig veistu það?" spyr ég.

„auðvitað veit ég það," svarar hún og bætir við með hlé: „hefur jónatan minn ekki ferðast um það og skrifað um ferðalög sín?"

Í fyrstu held ég nokkuð undarlega en fljótlega sé ég að það er aðeins einn slíkur vegur. Það er notað en lítið, og mjög frábrugðið hópferðabrautinni frá bukovina til bistritz, sem er breiðari og erfiðari, og meira nothæf.

Svo við komum niður þennan veg; þegar við hittumst aðrar leiðir - ekki alltaf vorum við vissar um að þeir væru yfirleitt vegir, því að þeir voru vanrækslu og léttur snjór hefur fallið - hestarnir vita það og þeir aðeins. Ég gef þeim í taumana og þeir halda áfram svo þolinmóðir. Við og við finnum allt það sem jonathan hefur tekið eftir í þessari frábæru dagbók um hann. Þá höldum við áfram í langar, langar klukkustundir og tíma. Í fyrstu segi ég frú mina að sofa; hún reynir og hún tekst. Hún sefur allan tímann; þar til í lokin, mér finnst ég grunsamlegur vaxa og reyni að vekja hana. En hún sefur áfram og ég vekja hana kannski ekki þó ég reyni. Ég vil ekki reyna of mikið til að ég skaði hana; því að ég veit að hún hefur þjáðst mikið og sofnar stundum henni allt í einu. Ég held að ég dreymi mig, allt í einu finn ég fyrir sektarkennd, eins og ég hafi gert eitthvað; mér finnst ég festa mig upp, með taumana í hendinni, og góðu hestarnir fara með skokk, skokk, alveg eins og alltaf. Ég lít niður og finn frú mina enn sofa. Það er nú ekki langt undan sólseturstíma og yfir snjónum streymir sólarljósið í stóru gulu flóði, svo að við kastum miklum löngum skugga á þar sem fjallið hækkar svo bratt. Því að við förum upp og upp; og allt er ó! Svo villt og grýtt, eins og það væri endir heimsins.

Þá vekja ég frú mín. Að þessu sinni vaknar hún með ekki miklum vandræðum, og þá reyni ég að koma henni í svefnlyf. En hún sefur ekki, að vera eins og ég væri ekki. Samt reyni ég og reyni, þar til allt í einu finn ég hana og mig í myrkri; svo ég lít um og finn að sólin hefur farið niður. Frú mín hlæja, og ég sný mér við og horfi á hana. Hún er nú alveg vakandi og lítur svo vel út þar sem ég hef aldrei séð hana síðan um kvöldið við carfax þegar við komum fyrst inn í hús greifans. Mér þykir það undarlegt og er ekki svo auðvelt; en hún er svo björt og blíður og hugsi fyrir mig að ég gleymi öllum ótta. Ég kveiki eld, því að við höfum komið með okkur tré og hún útbýr mat á meðan ég losa hestana og setja þá, bundnir í skjól, til fóðurs. Þá þegar ég kem aftur í eldinn er hún með kvöldmáltíðina mína tilbúna. Ég fer til að hjálpa henni; en hún brosti og segir mér að hún hafi nú þegar borðað - að hún væri svo svöng að hún myndi ekki bíða. Mér líkar það ekki og ég hef verulegar efasemdir; en ég óttast að hræðast hana og því þegi ég af því. Hún hjálpar mér og ég borða ein; og þá vefjum við í skinn og liggjum við eldinn og ég segi henni að sofa á meðan ég horfi. En eins og er gleymi ég öllu að horfa; og þegar ég man allt í einu að ég horfi á, þá finnst mér hún liggja hljóðlát en vakandi og horfa á mig með svo björtum augum. Einu sinni, tvisvar sinnum það sama, og ég fæ mikinn svefn til morguns. Þegar ég vakna reyni ég að dáleiða hana; en því miður! Þó að hún loki augunum hlýðnum, getur hún ekki sofið. Sólin rís upp og upp og upp; og þá kemur svefninn of seint til hennar, en svo þungur að hún mun ekki vakna. Ég verð að lyfta henni upp og setja hana sofandi í vagninum þegar ég hef virkjað hestana og gert allt klárt. Frú sofnar enn, og hún lítur út í svefni sínum hraustari og rauðari en áður. Og mér líkar það ekki. Og ég er hræddur, hræddur, hræddur! —ég er hræddur við alla hluti - jafnvel til að hugsa en ég verð að halda áfram. Hluturinn sem við spilum fyrir er líf og dauði, eða meira en þessir, og við megum ekki flinka.

5. Nóvember, morgun. - leyfðu mér að vera nákvæmur í öllu, því þó þú og ég höfum séð nokkra undarlega hluti, þá gætirðu í fyrstu haldið að ég, van helsing, sé vitlaus - að fjöldinn allur af hryllingnum og svo langur álag á taugar hafa loksins snúið heilanum á mér.

Allt í gær ferðumst við, nær alltaf fjöllunum og flytjum meira og meira villt og eyðimerkurland. Það eru miklir, grenjandi botnfall og mikið fallandi vatn og náttúran virðist hafa haldið einhvern tíma karnival hennar. Frú mina enn sofið og sofið; og þó að ég hafi hungrað og sáttur við það gat ég ekki vekja hana - jafnvel ekki til matar. Ég byrjaði að óttast að banvænn álög staðarins væru á henni, spilla eins og hún er með þá vampíruskírn. „jæja,“ sagði ég við sjálfan mig, „ef hún sefur allan daginn, þá skal það líka vera að ég sef ekki á nóttunni.“ þegar við förum á torfæran veg, fyrir veg af fornri og ófullkominni tegund þar var, ég hélt niður höfðinu og svaf. Aftur vaknaði ég með sektarkennd og tími liðinn og fann að frú mín er enn sofandi og sólin látin niður. En öllu var vissulega breytt; frowing fjöll virtust lengra í burtu, og við vorum nálægt toppi bratt hækkandi hæð, á toppnum sem var svo kastala sem jonathan segja frá í dagbók hans. Í einu hrópaði ég og óttaðist; í bili, til góðs eða ills, endirinn var nálægt.

Ég vaknaði frú mín og reyndi aftur að dáleiða hana; en því miður! Óspart fyrr en of seint. Þá kom mjög myrkur yfir okkur - því jafnvel eftir sólina endurspeglaði himinninn horfna sól á snjónum og allt var um tíma í mikilli rökkrinu - ég tók hestana út og mataði þá í hvaða skjól ég gat . Þá býr ég til eld; og nálægt því geri ég frú mina, nú vakandi og heillandi en nokkru sinni fyrr, sitja þægileg innan um teppi hennar. Ég fékk tilbúinn mat: en hún vildi ekki borða og sagði einfaldlega að hún hefði ekki hungrað. Ég ýtti ekki á hana, vitandi að ósegjanleiki hennar. En ég borða sjálfur, því að ég þarf að vera sterkur fyrir alla. Þá, með ótta við mig hvað gæti verið, teiknaði ég hring svo stóran fyrir þægindi hennar, hring þar sem frú mina sat; og yfir hringinn fór ég framhjá nokkrum af flatkökunni og ég braut það fínt svo að allt var vel gætt. Hún sat kyrr allan tímann - svo kyrr sem einn látinn; og hún varð hvítari og hvítari þar til snjórinn var ekki fölari. Og engin orð sagði hún. En þegar ég nálgaðist, hélt hún fast við mig og ég gat vitað að fátæku sálin hristi hana frá höfði til fóta með skjálfta sem var sársaukafullt að finna fyrir. Ég sagði við hana nú þegar hún hafði orðið rólegri: -

„munt þú ekki komast að eldinum?" því að ég vildi láta reyna á það sem hún gat. Hún reis hlýðinn, en þegar hún hefur stigið skref stoppaði hún og stóð eins og einn sleginn.

„af hverju ekki að halda áfram?" spurði ég. Hún hristi höfuðið og kom aftur og settist á sinn stað. Þá, þegar hún horfði á mig með opnum augum, eins og eins og vakin úr svefni, sagði hún einfaldlega: -

„ég get það ekki!" og þagnaði. Ég gladdist, því að ég vissi að það sem hún gat ekki, enginn af þeim sem við óttuðumst gat. Þó að það gæti verið hætta á líkama hennar, en samt var sál hennar örugg!

Núna fóru hestarnir að öskra og rifu upp tjóðurnar sínar þar til ég kom til þeirra og róaði þá. Þegar þeir fundu hendur mínar á þeim, flautuðu þeir lágt eins og af gleði og sleiktu á hendurnar á mér og voru rólegar um stund. Margoft um nóttina kom ég til þeirra þar til það var komið á kalda stundina þegar öll náttúran er sem lægst; og í hvert skipti sem komu mín var með ró af þeim. Á köldu klukkustundinni byrjaði eldurinn að deyja, og ég ætlaði að stíga fram til að bæta við hann, því nú kom snjórinn í fljúgandi sópa og með honum slappaðri þoka. Jafnvel í myrkrinu var ljós af einhverju tagi, þar sem það er alltaf yfir snjó; og það virtist eins og snjóþynnurnar og þokukransar mynduðust eins og hjá konum með slóð á yfirhafnir. Allt var í dauðum, ljótri þögn eingöngu að hestarnir gusuðu og krömdu, eins og í skelfingu af því versta. Ég byrjaði að óttast - hræðileg ótta; en þá kom mér öryggistilfinningin í þeim hring þar sem ég stóð. Ég byrjaði líka að hugsa um að ímyndunaraflið mitt væri um nóttina og myrkur og ólgu sem ég hef gengið í gegnum, og allan ógeðslegan kvíða. Það var eins og minningar mínar frá allri hryllilegri reynslu jonathans hafi verið mér til geðs; fyrir snjóflögurnar og þokan byrjaði að hjóla og hringa hringinn, þar til ég gæti orðið eins og skuggalegur svipur af þeim konum sem hefðu kysst hann. Og þá kölluðu hestarnir lægri og neðri og grenjuðu af skelfingu eins og menn gera í sársauka. Jafnvel brjálæði óttans var þeim ekki, svo að þeir gætu brotist burt. Ég óttaðist elsku frú mín mín þegar þessar skrýtnu tölur nálguðust sig og gengu hringinn. Ég leit á hana, en hún sat róleg og brosti til mín; þegar ég hefði stigið að eldinum til að bæta við það, greip hún mig og hélt mér aftur og hvíslaði, eins og rödd sem maður heyrir í draumi, svo lág að það var: -

"nei! Nei! Ekki fara án. Hérna ertu öruggur! "ég snéri mér að henni og leit í augun á henni og sagði: -

"en þú? Það er fyrir þig sem ég óttast! "þar sem hún hló - hló, lítil og óraunveruleg, og sagði: -

„óttast mig! Af hverju að óttast fyrir mér? Enginn öruggari í heiminum frá þeim en ég er, "og þegar ég velti fyrir mér merkingu orða hennar, lét vindblása logann hoppa upp og ég sé rauða örina á enninu hennar. Þá, því miður! Ég vissi. Gerði ég það ekki, hefði ég fljótlega komist að því, því að vindur um þoka og snjó nálguðust sig, en héldu alltaf án heilags hrings. Þá fóru að verða þar til - ef guð hefur ekki tekið ástæðu mína, því að ég sá það í gegnum augu mín - voru fyrir mér í raunverulegu holdi sömu þrjár konur sem jonatan sá í herberginu, þegar þær hefðu kysst hálsinn á honum. Ég þekkti sveiflu kringlótt form, björtu hörðu augun, hvítu tennurnar, rauðlitann lit, volduptu varirnar. Þeir brostu ævinlega til aumingja kæra frú mina; og þegar hlátur þeirra kom í gegnum þögnina um nóttina, tvinnuðu þeir handleggina og bentu á hana og sögðu í þessum svo ljúfa náladofa tónum sem jonatan sagði voru af óþolandi sætleik vatnsglersins: -

„komdu, systir. Komdu til okkar. Koma! Komdu! "í ótta sneri ég mér að aumingja frú mín mín, og hjarta mitt með gleði stökk eins og logi; fyrir ó! Skelfingin í sætum augum hennar, fráhrindingin, hryllingurinn, sagði sögu hjarta míns sem var öll von. Guði verði þakkað að hún var ekki enn þá. Ég greip hluta af eldiviðinum sem var hjá mér, og hélt út einhverju af skífunni og hélt áfram að þeim í átt að eldinum. Þeir drógu sig á undan mér og hlógu lítt hrikalegum hlátri sínum. Ég mataði eldinn og óttaðist þá ekki; því að ég vissi að við værum örugg innan verndar okkar. Þeir gátu ekki nálgast mig, meðan þeir voru svo vopnaðir, né frú mina meðan hún hélst innan hringsins, sem hún gat ekki skilið eftir nema að þau gætu komið inn. Hestarnir voru hættir að grenja og lágu kyrrir á jörðinni; snjórinn féll mjúklega á þá, og þeir urðu hvítari. Ég vissi að það var fyrir fátæku dýrin ekki meira af skelfingu.

Og svo héldum við þar til rauði dögunarinnar féll í gegnum snjóþokuna. Ég var auðn og hræddur og fullur af vá og skelfingu; en þegar þessi fallega sól byrjaði að klifra upp sjóndeildarhringinn var lífið mér aftur. Við fyrstu komu dögunar bráðnuðu skelfilegu fígúrurnar í hvirfilandi þoku og snjó; kransar gagnsærrar myrkur fluttu í átt að kastalanum og týndust.

Ósjálfrátt, þegar dagur rann, snéri ég mér að frú mín, í hyggju að dáleiða hana; en hún lá í djúpum og skyndilegum svefni, þar sem ég gat ekki vakið hana. Ég reyndi að dáleiða í svefni, en hún svaraði engu; og dagurinn brast. Ég óttast enn að hræra. Ég hef kveikt eldinn minn og séð hestana, þeir eru allir látnir. Í dag hef ég mikið að gera hér og ég haltu áfram að bíða þar til sólin er komin upp; því að það geta verið staðir þar sem ég verð að fara, þar sem sólarljósið, þó að snjór og mistur skyggi á það, mun vera mér öryggi.

Ég mun styrkja mig með morgunverði og síðan mun ég vinna að hræðilegu starfi mínu. Frú mina sefur enn; og guði sé þakkað! Hún er róleg í svefni ....

Dagbók jonathan harkers.

4. Nóvember, að kvöldi. - slysið vegna sjósetningarinnar hefur verið hræðilegt fyrir okkur. Aðeins fyrir það hefðum við átt að ná bátnum fyrir löngu; og nú hefði elsku mín mín verið ókeypis. Ég óttast að hugsa til hennar, burt á vaðið nálægt þeim skelfilega stað. Við höfum fengið hesta og fylgjumst með á brautinni. Ég tek það fram meðan guðsraun er að verða tilbúin. Við höfum handleggina. Szgany verður að líta út ef þeir meina berjast. Ó, ef aðeins morris og saur væru með okkur. Við verðum aðeins að vona! Ef ég skrifa ekki meira bless, mín! Guð blessi og varðveiti þig.

Dr. Dagbók frá frásögn.

5. Nóvember. — með döguninni sáum við lík szgany á undan okkur streyma frá ánni með leiter-vagninum sínum. Þeir umkringdu það í þyrpingu, og flýttu sér eins og þétt. Snjórinn fellur létt og það er undarleg spenna í loftinu. Það geta verið okkar eigin tilfinningar, en þunglyndið er skrítið. Langt undan heyri ég æpandi úlfa; snjórinn kemur þeim niður af fjöllunum og það eru hættur fyrir okkur öll og frá öllum hliðum. Hestarnir eru næstum tilbúnir og við erum brátt komin af stað. Við hjólum til bana af einhverjum. Guð einn veit hver, eða hvar, eða hvað, eða hvenær, eða hvernig það kann að vera ....

Dr. Minnisblað van helsing.

5. Nóvember síðdegis. —ég er að minnsta kosti heilbrigð. Þakka guði fyrir þá miskunn alla atburði, þó að það hafi verið hræðilegt að sanna það. Þegar ég skildi eftir frú mina að sofa innan heilags

hrings fór ég leið í kastalann. Járnsmiðshamarinn sem ég tók í flutningnum frá veresti var gagnlegur; þó að hurðirnar væru allar opnar þá braut ég þær af ryðguðum lömunum, svo að einhver ósannindi eða óheppni ættu að loka þeim, svo að inn komi ég kannski ekki út. Bitur reynsla jonathans þjónaði mér hér. Í minningu dagbókar sinnar fann ég leið til gamla kapellunnar, því að ég vissi að hér lá vinna mín. Loftið var kúgandi; það virtist eins og það væri einhver brennisteinslegur gufu, sem stundum gerði mig svima. Annaðhvort var öskrandi í eyrum mér eða ég heyrði langt í burtu grátandi úlfa. Þá hugsaði ég mig um elsku frú mín mín, og ég var í hræðilegu ástandi. Ógöngurnar höfðu mig á milli hornanna.

Henni, ég hafði ekki þorað að fara inn á þennan stað, en varð öruggur frá vampíru í þeim heilaga hring; og samt væri þar úlfur! Ég tek mig fram um að störf mín lágu hér og að úlfunum sem við verðum að leggja fram, ef það væri vilji guðs. Hvað sem því líður var það aðeins dauði og frelsi umfram það. Svo valdi ég fyrir hana. Hafði það verið en fyrir sjálfan mig hafði valið verið auðvelt, töframaður úlfsins var betra að hvíla sig í en gröf vampírunnar! Svo ég tek val mitt um að halda áfram með vinnu mína.

Ég vissi að það væru að minnsta kosti þrjár grafir að finna - grafir sem búa. Svo ég leita, og leita, og ég finn einn af þeim. Hún lá í vampíru svefninum sínum, svo full af lífi og glæsilegri fegurð að ég skjálfa eins og ég sé kominn til að myrða. Ah, ég efast ekki um að í gamla tíma, þegar slíkir hlutir voru, fannst mörgum manni sem lagði af stað til að vinna slíkt verkefni eins og mitt, um síðir að hjarta hans misheppnaðist honum og síðan taug hans. Svo að hann tefur og seinkar og seinkar þar til hreinn fegurð og heillandi óskilorðslausra látinna hefur dáleitt hann; og hann verður áfram og áfram þar til sólarlag kemur og vampíru svefninn yfir. Þá opnast falleg augu hinnar ágætu konu og líta út fyrir að vera ást, og myrkvi munnurinn sem kemur fram fyrir koss - og maðurinn er veikur. Og það er enn eitt fórnarlambið í vampírubrettinu; einn í viðbót til að bólgna upp ljótan og óheiðarlega röðum hinna ódauðu! ...

Vissulega er það viss hrifning þegar ég hreyfir mig við nærveru slíkrar, jafnvel liggjandi þegar hún lá í gröfinni með aldur og þung af dufti aldanna, þó að það sé þessi ógeðslega lykt eins og laur talningin hefur haft. Já, ég var fluttur - ég, van helsing, með öllum tilgangi mínum og með hvötum mínum til haturs - ég var fluttur til þrá eftir töf sem virtist lama deildir mínar og stífla mjög sál mína. Það gæti hafa verið að þörfin á náttúrulegum svefni og undarleg kúgun loftsins hafi farið að sigrast á mér. Víst að það var að ég féll úr svefni, opnum augum svefn eins og gefur eftir af ljúfri hrifningu, þegar það kom í gegnum snjó-kyrrðarloftið löng, lág kvein, svo full af vá og samúð að það vakti mig eins og hljóðið í skýringu. Því að það var rödd kæra frú mín mín sem ég heyrði.

Þá studdi ég mig aftur við mitt skelfilega verkefni og fann með því að skrúfa frá grafhýsunum eina af systrunum, hinni myrku. Ég þorði ekki að staldra við að líta á hana eins og ég hafði á systur sinni, svo að enn einu sinni ætti ég að byrja að vera heillandi; en ég held áfram að leita þangað til að nú finn ég í mikilli gröf eins og hún var gerð til einnar miklu elskuðu annarrar sanngjarnrar systur sem ég, eins og jonathan, hafði séð að safna sjálfum sér úr atómum mistarinnar. Hún var svo sanngjörn að líta á, svo geislandi falleg, svo stórkostlega gegndarlaus, að mjög eðlishvöt mannsins í mér, sem kallar kynlíf mitt til að elska og vernda eitt af henni, lét höfuð mitt hvirfilast af nýjum tilfinningum. En guði sé þakkað, að sáluveiki elsku frú mín mín hafi ekki dáið úr eyrum mínum; og áður en hægt var að vinna álögin frekar á mig, hafði ég gert mér taugar til villtar vinnu minnar. Á þessum tíma hafði ég leitað í öllum gröfunum í kapellunni, svo langt sem ég gat sagt; og þar sem það höfðu aðeins verið þrír af þessum ódauðu fantómum í kringum okkur um nóttina, tók ég það fram að það voru ekki fleiri virkir, sem ekki voru dauðir, til. Þar var ein mikil gröf drottnari en öll hin;

gríðarstór það var og göfugt hlutfallslega. Á það var aðeins eitt
orð

Drakúla.

Þetta var þá hið ódauða heimili konungs-vampíru, sem svo miklu
fleiri skyldu eiga. Tómleiki þess talaði mælsku til að ganga úr
skugga um það sem ég vissi. Áður en ég byrjaði að endurheimta
þessar konur í dauðum sjálfum mér í hræðilegu starfi mínu lagði
ég í grafhvelf drakúlu eitthvað af skífunni og bannaði honum
svo, ódauðan, að eilífu.

Byrjaði síðan hræðilegt verkefni mitt, og ég óttast það. Hefði það
verið en eitt, hefði það verið auðvelt, samanburður. En þrír! Að
byrja tvisvar í viðbót eftir að ég hafði gengið í gegnum
skelfingarverk; því að ef það var hræðilegt við ljúfa sakleysið,
hvað væri það ekki með þessa skrýtnu sem höfðu lifað í aldanna
rás og styrkst með árunum; hver hefði, ef þeir hefðu getað barist
fyrir óheiðarlegu lífi sínu ....

Ó, vinur minn john, en það var slátrunarvinna; hefði ég ekki
farið í taugarnar á hugsunum um aðra látna og um þá sem lifa
yfir þeim sem héldu svona böl af ótta, hefði ég ekki getað haldið
áfram. Ég skjálfa og skjálfa enn, þó að allt væri búið, guði verði
þakkað, taugin mín stóð. Hefði ég ekki séð rólegheitin í fyrsta
lagi og gleðin sem stal yfir henni bara vegna endanlegrar
upplausnar, komst að því að sálin hafði verið unnið, hefði ég
ekki getað gengið lengra með slátrunina mína. Ég hefði ekki
getað þolað ógeðslega skrópið þegar hluturinn keyrði heim;
steypa skriðandi form og varir blóðugs froða. Ég hefði átt að
flýja í skelfingu og láta vinna mína afturkalla. En því er lokið!
Og fátæku sálirnar, ég get samúð með þeim núna og grátið,
þegar ég hugsa um þær, og eru þær báðar í fullum svefn dauðans
í stuttan tíma og hverfa. Því, vinur john, varla hafði hnífur minn
slitið höfuð hvers og eins áður en allur líkaminn fór að bráðna og
molast inn í innfæddur ryk, eins og dauðinn, sem hefði átt að

koma öldum saman, hefði loksins fullyrt sig og sagt um leið og hátt "ég er hér!"

Áður en ég fór úr kastalanum festi ég svo inngangana að aldrei fleiri geta talningarnir komið þar inn ódauðir.

Þegar ég steig inn í hringinn þar sem frú mína svaf, vaknaði hún úr svefni sínum, og þegar ég sá mig, hrópaði ég af sársauka að ég hefði þolað of mikið.

„komdu!" sagði hún, „komdu burt frá þessum skelfilega stað! Við skulum fara til móts við manninn minn sem er, ég veit, að koma til okkar. "hún leit út fyrir að vera þunn og föl og veik; en augu hennar voru hrein og glóru af ákafa. Ég var feginn að sjá fölleika hennar og veikindi sín, því að hugur minn var fullur af ferskum hryllingi í þessum rauðra vampíru svefni.

Og svo með trausti og von og samt fullum ótta, förum við austur til að hitta vini okkar - og hann - sem frú mín segir mér að hún viti að muni koma til móts við okkur.

Dagbók mina harkers.

6. Nóvember. — það var síðdegis þegar prófessorinn og ég fórum leið okkar í austurátt, hvaðan ég vissi að jonathan væri að koma. Við fórum ekki hratt, þó að leiðin væri bratt niður, því að við urðum að taka þunga teppi og hula með okkur; við þorðum ekki að horfast í augu við möguleikann á að vera eftir án hlýju í kulda og snjó. Við urðum að taka nokkur af ákvæðum okkar líka, því að við vorum í fullkominni auðn og, svo langt sem við gátum séð í gegnum snjókomuna, var ekki einu sinni merki um bústað. Þegar við höfðum farið um mílu var ég þreyttur á þungum gangi og settist til hvíldar. Þá horfðum við til baka og sáum hvar glæra línan í kastalanum í dracula skar himininn; því að við vorum svo

djúpt undir hæðinni sem það var stillt að sjónarhornið á karpafjöllum var langt undir því. Við sáum það í allri sinni glæsileika, settust þúsund fet á toppinn á hreinu botni og með að því er virðist mikið bil á milli þess og bratta aðliggjandi fjalls á hvorri hlið. Það var eitthvað villt og óskemmtilegt við staðinn. Við gætum heyrt fjarlæga æpa úlfa. Þeir voru langt undan, en hljóðið, jafnvel þó að það kom dempað í gegnum dauðans snjókomu, var fullt af skelfingu. Ég vissi af því hvernig dr. Van helsing var að leita að því að hann væri að reyna að leita að einhverjum stefnumarkandi punkti, þar sem við yrðum minna afhjúpaðir vegna árásar. Gróft akbrautin leið enn niður á við; við gætum rakið það í gegnum rekinn snjó.

Eftir litla stund gaf prófessorinn merki við mig, svo ég stóð upp og gekk til liðs við hann. Hann hafði fundið yndislegan stað, eins konar náttúrulegt hol í bergi, með inngangi eins og hurð milli tveggja steina. Hann tók mig í höndina og dró mig inn: „sjáðu!" sagði hann, „hér muntu vera í skjóli; og ef úlfarnir koma, þá get ég hitt þá einn í einu. "hann kom með feldi okkar og bjó til mér hreiður hreiður og fékk fram nokkur úrræði og neyddi þau á mig. En ég gat ekki borðað; að jafnvel reyna að gera það var fráhrindandi fyrir mig, og eins og ég hefði viljað þóknast honum, gat ég ekki komið sjálfum mér að tilrauninni. Hann leit mjög dapur út, en smánar mig ekki. Tók akurgleraugu sín frá málinu og stóð á toppi bergsins og byrjaði að leita í sjóndeildarhringinn. Skyndilega kallaði hann: -

"sjáðu! Frú mín, sjáðu til! Sjáðu! "ég spratt upp og stóð við hlið hans á bjarginu; hann rétti mér gleraugun sín og benti. Snjórinn féll nú þyngri og þyrlast um grimmt, því að mikill vindur var farinn að blása. Samt voru stundum þar sem hlé var á milli snjóskýjanna og ég gat séð langt um kring. Frá hæðinni þar sem við vorum var mögulegt að sjá mikla fjarlægð; og langt í burtu, út fyrir hvíta snjóúrganginn, gat ég séð ána liggja eins og svarta borði í kinks og krulla þegar hún lét sig hverfa. Beint fyrir framan okkur og ekki langt undan - raunar svo nálægt því að ég velti því fyrir mér að við hefðum ekki tekið eftir því áður - kom hópur ríðandi manna sem flýtti sér með. Í miðri þeim var kerra, löng leiter-vagn sem hrífast frá hlið til hliðar, eins og hali hundsins sem vaggaði, við hvert strangt misrétti á veginum. Út frá snjónum eins og þeir voru, gat ég séð af fötum karlanna að þeir væru bændur eða sígaunir af einhverju tagi.

Á kerrunni var frábær ferningur brjósti. Hjarta mitt stökk eins og ég sá það, því að mér fannst endirinn koma. Kvöldið var nú að nálgast, og ég vissi að við sólsetur myndi hluturinn, sem var þar til þá settur í fangelsi þar, taka nýtt frelsi og gæti í einhverjum af mörgum gerðum komist undan allri leit. Af ótta snéri ég mér að prófessornum; til hugarangurs míns var hann samt ekki þar. Augnabliki síðar sá ég hann fyrir neðan mig. Um klettinn hafði hann teiknað hring, eins og við fundum skjól í gærkveldi. Þegar hann hafði lokið því stóð hann við hliðina á mér og sagði: -

„að minnsta kosti skaltu vera öruggur hérna fyrir honum!" hann tók gleraugunin frá mér og við næsta snjóhlíði hrífast allt rýmið fyrir neðan okkur. „sjá," sagði hann, „þeir koma fljótt; þeir eru að flogga hrossin og stökkva eins hart og þeir geta. "hann stansaði í hlé og hélt áfram í holri röddu: -

„þeir keppa um sólsetur. Við erum kannski of seint. Guðs mun verða gert! "niður kom enn eitt blindandi æðið með að keyra snjó og allt landslagið var útrýmt. Það leið þó fljótlega og einu sinni enn voru glös hans fest á sléttunni. Þá kom skyndilega gráta: -

"sjáðu! Líta! Líta! Sjá, tveir riddarar fylgja hratt og koma upp frá suðri. Það hlýtur að vera quincey og john. Taktu glasið. Horfðu áður en snjórinn slær allt út! "ég tók það og leit. Mennirnir tveir gætu verið dr. Saur og mr. Morris. Ég vissi á öllum atburðum að hvorugur þeirra var jonatan. Á sama tíma vissi ég að jónatan var ekki langt undan; þegar ég horfði í kringum mig sá ég fyrir norðan hlið flokksins tvo aðra menn, hjóla á hálshraða. Annað þeirra sem ég þekkti var jonatan, og hitt tók ég að sjálfsögðu til að vera drottinn. Þeir sóttu líka veisluna með kerrunni. Þegar ég sagði við prófessorinn að hann hrópaði í fagnaðarlæti eins og skólapiltur, og eftir að hafa leitað þangað til snjókoma varð ómögulegt, lagði hann winchester riffilinn sinn tilbúinn til notkunar gegn klöppinni við opnun skjóls okkar. „þeir eru allir saman,“ sagði hann. „þegar sá tími er liðinn, munum við vera með sígauna á alla kanta.“ ég lét snúa út revolverinn minn til reiðu, því að á meðan við vorum að tala, þá kom hávær úlfa hærra og nær. Þegar snjóstormurinn hjaðnaði um stund litum við aftur. Það var undarlegt að sjá snjóinn falla í svo þungum flögum nálægt okkur og víðar skín sólin meira og bjartara þegar hún sökk niður í áttina að fjallskilum. Að sópa glerið allt í kringum okkur gat ég séð hér og þar punkta hreyfa sig eins og í tví og þremur og í stærri tölum - úlfarnir voru að safnast fyrir bráð sína.

Hvert augnablik virtist vera aldur meðan við biðum. Vindurinn kom nú í hörðum springum, og snjórinn var knúinn af heift þegar hann hrífast yfir okkur í hringfyllingu. Stundum gátum við ekki séð handleggslengd fyrir okkur; en hjá öðrum virtist það hreinsa loftrýmið í kringum okkur svo að við gætum séð langt í burtu. Við höfðum seint verið svo vanir að horfa á sólarupprás og sólsetur, að við vissum með sanngjörnum nákvæmni hvenær það yrði; og við vissum að áður en langt um líður myndi sólin ganga. Það var erfitt að trúa því að á úrum okkar hafi verið innan við klukkustundar að við biðum í því grýtta skjóli áður en hinir ýmsu lík fóru að renna saman nálægt okkur. Vindurinn kom nú með sterkari og bitari sópum og stöðugt frá norðri. Að því er virðist hafði rekið snjóskýin frá okkur, því með aðeins einstaka springum féll snjórinn. Við gætum greint greinilega einstaklinga hvers flokks, eftirsóttra og eftirsóttra. Undarlega séð virtust þeir sem eltir voru ekki átta sig á eða að minnsta kosti að hugsa um að þeir voru stundaðir; þeir virtust þó flýta sér með endurteknum hraða þegar sólin lækkaði lægri og lægri á fjallatindunum.

Nær og nær drógu þeir. Prófessorinn og ég króuðum okkur niður á bak við bjargið okkar og héldum vopnum okkar tilbúnum; ég sá að hann var staðráðinn í að þeir skyldu ekki fara framhjá. Einn og allir voru ekki meðvitaðir um nærveru okkar.

Allt í einu hrópuðu tvær raddir til: „stöðvast!" ein var jónatans míns, alin upp í mikilli lykil ástríðu; hinn mr. Sterkur einbeittur tónn morris hljóðlátur stjórn. Sígaunarnir hafa ef til vill ekki þekkt tungumálið, en það mistókst ekki tóninn, á hvaða tungu orðin voru töluð. Ósjálfrátt regluðu þeir inn og á því augnabliki herra guðrómun og jonathan spratt upp á annarri hliðinni og dr. Saur og mr. Morris á hinn bóginn. Leiðtogi sígauna, glæsilegur útlítandi náungi sem setti hest sinn eins og kentaur, veifaði þeim til baka og lét félaga sína í harðri röddu fá orð til að halda áfram. Þeir surruðu hrossin sem spruttu fram. En mennirnir fjórir lyftu upp sínum winchester rifflum og skipuðu þeim á ótvíræðan hátt að hætta. Á sömu stundu dr. Van helsing og ég reis upp á bak við bjargið og beindi vopnum okkar að þeim. Að sjá að þeir voru umkringdir, hertu taumana og drógu sig upp. Leiðtoginn snéri sér að þeim og gaf orð þar sem hver maður sígaunarflokksins teiknaði hvaða vopn hann bar, hníf eða skammbyssu og hélt sig reiðubúinn til að ráðast á. Útgáfu var gengið á augabragði.

Leiðtoginn, með skjótum hreyfingu í taumana, kastaði hesti sínum út fyrir framan og benti fyrst á sólina - nú nálægt niður á hæðartoppana - og síðan að kastalanum, sagði eitthvað sem ég skildi ekki. Sem svar, allir fjórir menn flokksins okkar köstuðu sér frá hestum sínum og hlupu í átt að kerrunni. Ég hefði átt að finna fyrir hræðslu við að sjá jónatan í slíkri hættu, en að bardagaárásin hlýtur að hafa verið á mér sem og þeim sem eftir voru; ég fann engan ótta, heldur aðeins villtan, mikilli löngun til að gera eitthvað. Leiðtogi sígauna gaf skipun, þar sem hann sá skjótt hreyfingu flokka okkar; menn hans mynduðust umsvifalaust um kerruna í eins konar ógreindri viðleitni, hver og einn öxl og ýtti hinum í ákafa sinn til að framkvæma skipunina.

Mitt í þessu gat ég séð að jonathan á annarri hliðinni á hringnum á mönnum og quincey á hinni, voru að þvinga leið til kerrunnar; það var augljóst að þeir voru beygðir af því að klára verkefni sín áður en sólin skyldi fara. Ekkert virtist stoppa eða jafnvel hindra þá. Hvorki jöfnuð vopn né blikkandi hnífar sígauna fyrir framan né æpandi úlfarnir að baki virtust jafnvel vekja athygli þeirra. Móta jónatans og greinilegur tilgangur hans virtist ofbjóða þá sem fyrir framan hann voru; ósjálfrátt kröppuðu þeir til hliðar og létu hann líða. Á augabragði hafði hann hoppað á kerruna og með styrk sem virtist ótrúlegur vakti hann hina miklu kassa og henti honum yfir hjólið til jarðar. Í millitíðinni, hr. Morris hafði þurft að beita valdi til að fara í gegnum hlið hans á hringnum í szgany. Allan tímann sem ég hafði horfið andlaust á jonathan hafði ég, með skottið á auga mínu, séð hann ýta sárlega fram og hafði séð hnífa sígauna leika þegar hann vann leið í gegnum þá og þeir skáru að honum. Hann hafði paráð með sínum mikla bowie hníf og í fyrstu hélt ég að hann hefði líka komist í öryggisskyn; en þegar hann stökk við hliðina á jonatan, sem nú hafði hoppað úr kerrunni, gat ég séð að með vinstri hendi hélt hann sig við hlið hans og að blóðið dreifðist um fingur hans. Hann tafði ekki þrátt fyrir þetta, því þegar jonathan, með örvæntingu orku, réðst á annan enda brjóstkassans og reyndi að verðlauna lokið með sínum mikla kukri hníf, réðst hann hinn hræddur með bowie sínum. Undir viðleitni beggja manna byrjaði lokinn að gefa eftir; neglurnar teiknuðu með snöggu skriðuhljóði og toppi kassans var hent aftur.

Um þessar mundir eru sígaunarnir, sjá sig huldu af winchesters, og á miskunn herra godalming og dr. Sjór, hafði gefið eftir og veitt enga mótstöðu. Sólin var næstum niðri á fjallatindunum og skuggar alls hópsins féllu lengi á snjóinn. Ég sá talninguna liggja innan kassans á jörðinni, þar af sem dónalegur falla úr kerrunni dreifðist yfir hann. Hann var dauðans fölur, rétt eins og vaxmynd og rauðu augun glottuðu af hinu ógeðslega vindictive útliti sem ég þekkti of vel.

Þegar ég horfði sáu augu syngja sólina og útlit hatursins í þeim varð að sigri.

En á því augnabliki kom sópa og leiftur mikils hnífs jonathans. Ég öskraði þegar ég sá að það klippti í gegnum hálsinn; á sama tíma og herra. Bowie hníf morris steypti sér í hjartað.

Það var eins og kraftaverk; en fyrir augum okkar, og næstum í andardrátt, brotnaði allur líkaminn í ryk og fór frá sjón okkar.

Ég verð feginn svo framarlega sem ég lifi að jafnvel á því augnabliki sem endanlega var slitið var í auglitinu friður, svo sem ég hef aldrei getað ímyndað mér að þar hafi hvílt.

Drakúla kastalinn stóð nú út við rauða himininn og sérhver steinn í brotnum bálkum hans var mótaður gegn ljósi sólarinnar.

Sígaunarnir, tóku okkur eins og á einhvern hátt orsökin fyrir óvenjulegu horfi hinna látnu, sneru sér án orða og hjóluðu á brott eins og fyrir lífi sínu. Þeir sem voru látnir taka saman stökku á vagninn og hrópuðu til riddaranna að fara ekki frá þeim. Úlfarnir, sem höfðu dregið sig í örugga fjarlægð, fylgdu í kjölfar þeirra og skildu okkur í friði.

Herra. Morris, sem hafði sokkið til jarðar, hallaði sér að olnboganum og hélt hendinni þrýst til hliðar; blóðið streymdi enn um fingur hans. Ég flaug til hans, því að heilagur hringur hélt mér ekki aftur; það gerðu læknarnir tveir. Jónatan kraup á bak við sig og hinn særði maður lagði höfuðið aftur á öxlina. Með andvarpi tók hann, með daufu átaki, hönd mína í þá eigin sem var óstöðvuð. Hann hlýtur að hafa séð angist hjarta míns í andliti mínu, því að hann brosti til mín og sagði: -

„ég er aðeins of ánægður með að hafa fengið þjónustu! Ó, guð! "hrópaði hann skyndilega og barðist við að setjast og benti mér,,, það var þess virði að þetta dó! Líta! Sjáðu! "

Sólin var nú komin niður á fjallstindinn og rauðu glamparnir féllu á andlit mitt, svo að það var baðað í rósrauðu ljósi. Með einni áreynslu sökku mennirnir á hnén og djúpt og einlæg „amen" brotnaði frá öllu þegar augu þeirra fylgdu vísunum á fingri hans. Deyjandi maðurinn talaði: -

„nú er guði að þakka að allt hefur ekki verið til einskis! Sjáðu! Snjórinn er ekki ryðfríri en ennið á henni! Bölvunin er látin! "

Og til okkar biturar sorgar, með bros á vör og í þögn, andaðist hann, aumkunarverður heiðursmaður.

Ath

Fyrir sjö árum fórum við öll í gegnum logana; og hamingja sumra okkar síðan þá er, teljum við, vel þess virði að sársaukinn sem við þoldum. Það er aukin gleði hjá mina og mér að afmælisdagur drengsins okkar er samdægurs og þann sem quincey morris dó. Móðir hans heldur, að ég þekki, þá leynilegu trú að einhver andi hugrakkrar vinkonu okkar hafi borist í hann. Nafnahópurinn hans tengir allt litla sveit okkar manna saman; en við köllum hann quincey.

Sumarið á þessu ári fórum við ferð til transylvaníu og fórum yfir gamla jörðina sem var og er okkur svo full af skærum og hræðilegum minningum. Það var næstum ómögulegt að trúa því að hlutirnir sem við höfðum séð með eigin augum og heyrt með eigin eyrum væru lifandi sannindi. Var sleppt við öll ummerki um allt sem hafði verið. Kastalinn stóð sem fyrr, alinn hátt yfir auðn auðn.

Þegar við komum heim vorum við að tala um gamla tímann - sem við gátum öll litið um öxl án örvæntingar, því að guðsveipur og sjór eru báðir hamingjusamlega giftir. Ég tók blöðin úr öryggishólfi þar sem þau höfðu verið síðan við komum aftur fyrir svo löngu. Okkur var slegið þá staðreynd að í öllum þeim massa efnis sem skráin er samsett, þá er varla til eitt ekta skjal; ekkert nema fjöldi ritvéla, nema síðari seðlabækur um mina og skolp og sjálfan mig, og minnisblað van helsing. Við gátum varla beðið neinn, jafnvel viljum við, taka við þessum sönnunum fyrir svo villtum sögu. Van helsing tók þetta saman eins og hann sagði, með strákinn okkar á hnénu: -

„við viljum engar sönnun; við biðjum engan um að trúa okkur! Þessi drengur mun einhvern daginn vita hvaða hugrakka og þreytandi kona móðir hans er. Þegar hann þekkir ljúfleika hennar og elskandi umhyggju; síðar mun hann skilja hvernig sumir menn elskuðu hana svo að þeir þorðu mikið fyrir hana. "

Jonatan harker.

Endirinn

CPSIA information can be obtained
at www.ICGtesting.com
Printed in the USA
BVHW061052050819
555100BV00012B/979/P